ट्यूलिपच्या बागा – माझ्या छायेत

गुल इरेपोलू

गुल इरेपोलू ह्या वास्तुविशारद, कलेतिहासकार, प्राध्यापक, ब्रॉडकास्टर आणि कादंबरीकार म्हणून प्रसिद्ध आहेत. इस्तंबूलमध्ये १९५६ साली जन्मलेल्या गुल इरेपोलू युनेस्कोच्या टर्किश नॅशनल कमिशनच्या कार्यकारी समितीवर आहेत. कलेतिहासाच्या विविध पैलूंवर त्यांचं संशोधन सुरू असून त्या संदर्भातील त्यांची काही पुस्तकेही प्रसिद्ध झाली आहेत. 'लेवनी-जीवन आणि कार्य' या त्यांच्या संशोधनातून 'Levni, Painting, Poetry, Colour' हे पुस्तक १९९९ साली प्रसिद्ध झाले आहे आणि त्यातूनच 'Golgemi Biraktim Lale Bahcelerinde' ही गुल इरेपोलू यांची कादंबरी २००४ साली प्रकाशित झाली. या कादंबरीचा सुरेख मराठी अनुवाद ललिता कोल्हारकर यांनी 'ट्यूलिपच्या बागा – माझ्या छायेत' या नावाने केला आहे. कल्पनेची भरपूर उधळण, त्यातूनच ऑटोमन साम्राज्याचा इतिहास उलगडत जाणारी ही कादंबरी तत्कालीन वातावरणाची जाणीव करून देते.

तुर्की साहित्यातील महत्त्वपूर्ण लेखक आणि त्यांच्या अनुवादित कादंबऱ्या

अहमेत हमदी तानपिनार

मन:शांती (मूळ शीर्षक : 'हुजूर') - अनुवाद : सविता दामले

तास वाजे झणाणा (मूळ शीर्षक : सतलेरी आयर्लामा इन्स्टिट्युत्सू) - अनुवाद : जयश्री हरि जोशी

हकन गुंदे

देर्दा (मूळ शीर्षक : 'एझेड') - अनुवाद : शर्मिला फडके

गुल इरेपोलू

ट्युलिपच्या बागा : माझ्या छायेत (मूळ शीषर्क : इन टू द ट्युलिप गार्डन्स : माय शॅडो) - अनुवाद : ललिता कोल्हारकर

आयफर टंक

अझिझ बेची शोकान्तिका (मूळ शीर्षक : अझिझ बे इन्सिडंट) - अनुवाद : अरुणा श्री. दुभाषी

ओया बाय्दोर

नक्षी-दार (मूळ शीर्षक : द गेट ऑफ जुडास ट्री) - अनुवाद : जयश्री हरि जोशी

तहसीन युचेल

स्कायस्क्रेपर्स (मूळ शीर्षक : स्कायस्क्रेपर) - अनुवाद : शर्मिला फडके

ट्यूलिपच्या बागा
माझ्या छायेत

गुल इरेपोलु

मराठी अनुवाद
ललिता कोल्हारकर

पॉप्युलर प्रकाशन, मुंबई

टयूलिपच्या बागा
माझ्या छायेत
(म-१२५०)
पॉप्युलर प्रकाशन
ISBN 978-81-7185-417-2

TULIPCHYA BAGA
MAZYA CHHAYET
(Marathi : Novel)
Gul Irepoglu
Marathi Translation :
Lalita Kolharkar

पहिली आवृत्ती : २०१५/१९३७
पुनर्मुद्रण : २०१६/१९३८

मुखपृष्ठ
अंजली सावंत

प्रकाशक
हर्ष भटकळ
पॉप्युलर प्रकाशन प्रा. लि.
३०१, महालक्ष्मी चेंबर्स
२२, भुलाभाई देसाई रोड
मुंबई ४०० ०२६

अक्षरजुळणी
संतोष गायकवाड
पिंपळे गुरव,
पुणे ४११ ०२७

ट्यूलिपच्या बागा, माझ्या छायेत

गुल इरेपोलु

कादंबरी घडते ती १८ व्या शतकात इस्तंबूलमध्ये ट्यूलिप्सवरच्या विलक्षण प्रेमामुळे या काळाला 'ट्यूलिप्स युग' असं संबोधण्यात येतं. लेवनी हा त्या काळातला प्रसिद्ध चित्रकार; तिसरा सुलतान अहमद आणि राजवाड्यातल्या स्त्रिया ही या कादंबरीतली प्रमुख पात्रं आहेत.

वेगळी बाब म्हणजे यातला सुलतान हा काही उणिवा, आनंद आणि साधीसुधी सुखं हवी असणारी सर्वसामान्य व्यक्ती म्हणून दाखवला आहे. प्रमुख चित्रकाराबरोबरच्या त्याच्या नात्यातून, त्या दोघांच्या मनातलं सांगणाऱ्या संभाषणातून आणि एकमेकांजवळ दिलेल्या कबुलीतून त्याचं हे व्यक्तिचित्र साकारतं. लेवनीच्या साहसी कथा त्याच्या ख्रिश्चन कुटुंबातून त्याला दूर नेण्यापासून सुरू होते, ती तो ओटमन राजवाड्यात मोठा होत असतानाही सुरूच राहते. त्याच्या आयुष्याचं गूढ वाढतच राहतं; दिसतं त्यापेक्षा त्याचं व्यक्तिमत्त्व वेगळंच आहे. जनानखान्यातल्या स्त्रियांबरोबरचं सुलतानाचं नातं आणि राजवाड्यात आलेल्या फ्रेंच मुलीवरचं त्याचं प्रेम हे सुलतानाच्या आणि त्याचबरोबर त्या स्त्रियांच्या दृष्टिकोनातूनही दाखवलं आहे. एका पुरुष कवीबद्दल त्याचप्रमाणे एका रखेलीबद्दल वाटणारं प्रेम या दोन्हींत होणाऱ्या ओढाताणीमुळे कादंबरी अधिक चैतन्यमय होते.

शिवाय कादंबरीतल्या घटनांशी संबंधित अशी प्रिन्स बेटावरच्या जुन्या बायझंटिन खजिन्याबद्दलची कहाणी फ्लॅशबॅक तंत्रानं सांगितली आहे.

तोपकापी राजवाडा, त्या काळातल्या राजवाड्यातलं असामान्य वैभवशाली आयुष्य, रहस्यं आणि विलक्षण मोठ्या प्रमाणातलं मनोरंजन हे सारं पार्श्वभूमीला आहे. त्या काळची रंगीबेरंगी मनोवृत्ती दिमाखदारपणे

दाखवली आहे. इतिहास आणि परंपरा यांच्यातून कादंबरीला काहीही बोधप्रद दाखवायचं नाही; आजपर्यंत फारसं लक्ष न दिलेल्या तपशिलांवर कादंबरी लक्ष केंद्रित करते.

अखेरच्या बंडानं या ऐश्वर्यशाली युगाला आणि बंडाच्या दोन्ही बाजूंना असणाऱ्या लोकांच्या दैवाला पूर्णविराम मिळतो.

वाचकासाठी पत्र

तुम्ही तुमच्या हातात धरलेलं पुस्तक फक्त ऐतिहासिक कादंबरी म्हणून लिहिलेलं नाही. हे खरं की अठराव्या शतकातला ऑटोमन दरबार ही पार्श्वभूमी आहे; पण महत्त्वाची आहेत ती माणसं, जी वेगळ्या काळात, वेगळ्या ठिकाणी यापेक्षा फार काही वेगळं वागली नसती. ज्यांना पादशहा, एक ऑटोमन सम्राट हा माणूस म्हणून समजून घ्यायचा असेल किंवा मानवाचे न बदलणारे दोष किंवा आनंद यांवर पुन्हा विचार करायचा असेल किंवा एखाद्या प्रसिद्ध कलाकाराच्या व्यक्तिमत्त्वाबद्दल रंगीत तर्क करायचे असतील त्या सर्वांना ही कादंबरी खाद्य पुरवेल; आणि हो, अर्थातच ऐतिहासिक संदर्भ सर्वांत पुढे ठेवून, ठोकताळे आणि ठरावीक निष्कर्ष यांच्यातच रुतलेल्या एका ऐतिहासिक काळाचं ज्यांना सखोल परीक्षण करायचं आहे त्यांनाही. काही प्रसंग प्रतीकात्मक आणि काही नाती खरीखुरी धरली जातील किंवा उलटही होईल. परंतु वाचत असताना त्या वैभवशाली कालखंडात आपण स्वत:ला का नेऊन ठेवायचं नाही? खऱ्याखुऱ्या माहितीचा अंतर्भाव करताना माझ्या मनात हा विचार होता; विद्यापीठीय शिक्षकाच्या भूमिकेपासून मी स्वत:ला कितीही अलग केलं तरी ही परिस्थिती माझी आवडती शिकवण्याची पद्धत - गुंतागुंतीची माहिती मनोरंजक आणि नवलपूर्ण करून देणं - राबवायला अगदी आदर्श होती.

या कादंबरीत खूप प्रसंग आले आहेत हे खरं, पण शेवटी महत्त्वाचे ठरतात ते लोक. हे म्हणजे खाजगी रोजनिश्या लिहिल्यानंतर खूप वर्षांनी वाचण्यासारखं आहे. (आठवणी सांगणाऱ्या पुस्तकात त्यातल्या लोकांचे फोटो कसे अटळपणे येतात; तसंच मलासुद्धा लेवनीच्या अप्रतिम कुंचल्यानं साकारलेले काही लोक, श्रवण महालातल्या सुलतान अहमदचं वॅन मूरनं काढलेलं चित्र इत्यादी या स्वप्नांच्या स्मृतिग्रंथात अंतर्भूत करायला आवडलं असतं!) मी प्रारंभ केला तो

माझ्या कल्पनेचं — माझ्या कल्पनेच्या काही छोट्या भागाचं — फलित तुमच्यासमोर ठेवण्यासाठी आणि हे करताना मला अपरिमित आनंद झाला.

तो काळ स्त्रियांचा नव्हताच. काही स्त्रियांनी त्यांची बुद्धी स्वत:चा कार्यभाग साधण्यासाठी, आणि घटनांची मालिका बदलण्यासाठी वापरली; काहींना एकात, तर काहींना दोन्हींत यशही आलं. पुरुषांचं हे जग मी स्त्रीच्या नजरेतून पारखलं; आणि ताज्या राहिलेल्या तपशिलातली कडी जुळवण्याचा प्रयत्न केला. मला आवडणाऱ्या ऐतिहासिक तपशीलावर लक्ष केंद्रित करणं माझा हक्क आहे. इतिहास वाचणं आणि इतिहासामध्ये वाचणं यांत फरक आहे. प्रसिद्ध झालेल्या नोंदीची कमतरता असतानाही इतिहासामध्ये — विशेषत: सामाजिक इतिहासामध्ये — वाचणं हा कल्पनेला खतपाणी घालण्याचा एक विलक्षण मार्ग आहे. मी स्वत: जेव्हा फंडक्लल महमद आगांचं 'नुसरत नामे' वाचते तेव्हा तिथेच पोहोचते; आणि मला स्वत:ला इथे आणि या काळात ओढून आणावं लागतं. मी जेव्हा 'लेवनी: काव्य, रंग, चित्र' यावर काम करत होते, त्या वेळी एन्देरूनच्या प्रांगणातल्या ग्रंथालयातून श्रवण महाल मागे टाकून जाताना मी कशी अवर्णनीय आनंदानं, फक्त आनंदानं नाही, तर स्वर्गीय आनंदानं भरून जात असे ते मला आठवतं. लेवनीच्या 'सुरनामे'त किंवा सुलतानांच्या व्यक्तिचित्रांमध्ये सर्व दिवस घालवल्यावर प्रत्येक वेळी प्रत्येक पानावर नवा सुंदर शोध लागल्यामुळे निर्माण होणारी भावना मला अगदी भारावून टाकत असे.

इतिहासापासून शिकण्यासारखा एखादा धडा असतोच. या कादंबरीतले प्रसंग आपल्याला निश्चितपणे इतर काळांशी तुलना करून साम्य शोधायला भाग पाडतील. आपणांपैकी बहुतेक जण गृहीत धरत असलेले इतरही अनेक तपशील : जे भूतकाळातील लोकांसाठी अतिशय महत्त्वाचे होते — आणि ही आयुष्यं जी सहजच आपली झाली असती — असे तपशील संपूर्ण कथेत विखुरलेले आहेत. सरळ रेषेत जाणाऱ्या काळाचं आकलन मी कधीकधी फ्लॅशबॅकनं, तर कधी अतिशय ताज्या वाटणाऱ्या स्मृतींनी अवघड करून टाकलं आहे हे मी मान्य करते. जिथे अनुभव आणि स्मृती खऱ्या / कडक व्याख्येच्या कालखंडाऐवजी एखाद्या स्वप्नवत कालखंडात तरंगत आहेत ही गोष्ट कथेचा आसमंत अधिक मोहक बनवेल असं मला वाटलं. शैलीविषयक दुसरी काळजी अशी होती की आपण वेगळ्याच स्थळी आणि काळात आहोत हे बोलण्याच्या पद्धतीतून ठसवणं. मी संभाषण ऑटोमनमध्ये लिहित नव्हते; तसं करण्यानं आजच्या वाचकांना काहीच आकलन झालं नसतं. तरीही आपल्या

वैयक्तिक ओळखीची असावीत इतकी ती पात्रं जवळची होती. कधी कधी मी स्वत:ला विचारायचे, की मीही त्या काळात होते का?

तुम्ही इतिहासात जितकं खोल जाल, तितकं अजून काय घडलं असेल; किंवा घडू शकलं असतं याविषयी अंदाज बांधू लागता. जिला लिहायला आवडतं, तिला पुढचं सहज सोपं असतं. 'एक काव्यमय, ट्यूलिप उद्यान' हे मला सुचलेलं पहिलं नाव होतं; पण मग लक्षात आलं की या नावात कादंबरीतल्या सगळ्या प्रसंगांचा संदर्भ येत नाही.

ही कादंबरी लिहायला लागलेल्या अडीच वर्षांच्या संपूर्ण कालखंडात माझी इतर कर्तव्यंही सुरूच होती. त्यांच्यावर माझ्या कादंबरीलेखनाचा परिणाम होऊ न देणं गरजेचं होतं; माझं शैक्षणिक संशोधनही त्या काळात मी सुरू ठेवलंच होतं. या सगळ्यांतून कामाची पद्धत ठरून गेली. वेळ चोरणे. सर्वसाधारणपणे माझ्या वैयक्तिक गोष्टींसाठी राखून ठेवलेल्या वेळातच मला कादंबरीचं लिखाण बसवावं लागलं. झोपण्याच्या आधीची रात्रीची ती अनोखी वेळ, जेव्हा जागृत मन इकडेतिकडे भटकू पाहतं, तीच वेळ स्फूर्ती येण्याची असते. अशा वेळी कुटुंबाला त्रास होऊ न देता मला बिछान्यावरून झटकन उठून एखादी नोंद गुपचूप करायला लागायची. कधी चिटोऱ्यांवर नीट शब्दांत, तर कधी कम्प्युटरला जागं करायचे कष्ट घेऊन. मला आठवतंय माझ्या मुली किंवा पती यांना भलत्याच वेळी जाग येऊ नये म्हणून कम्प्युटर सुरू होतानाचं संगीत मी बंद करून ठेवलं होतं. हा असला चोरटेपणा मी आनंदानं लुटला!

आता तुमच्या हातात आहे कल्पनेनं उजळलेला इतिहास किंवा इतिहासावर स्वार झालेली कादंबरी!

- गुल इरेपोलु

स्तेफ्नाकी

मधाळ डोळ्यांचा मुलगा

१९८७ च्या एप्रिल महिन्याचा पहिला दिवस होता तो. शिकारी महमद या नावानं लोकांत ओळखल्या जाणाऱ्या चौथ्या सुलतान महमदसाठी तो नेहेमीसारखाच एक दिवस होता. १९ वा ऑटोमान सम्राट म्हणून असलेल्या त्याच्या ३९ वर्षांच्या लांबलचक कारकिर्दीतला एक दिवस. नेहमीप्रमाणेच मौजमजेनं भरलेला.

पण त्या भल्यामोठ्या साम्राज्यातल्या रुमेली प्रांतातल्या काही प्रजाजनांसाठी मात्र तो शीतल दिवस नेहमीपेक्षा वेगळाच होता. देवशिर्मेचा दिवस असल्यामुळे रुमेलीच्या गव्हर्नरचे अधिकारी निवडलेल्या ख्रिस्ती मुलांना घेऊन जाण्यासाठी आले होते.

सलोनिकाजवळच्या खेड्यात राहणाऱ्या एका शेतकरी कुटुंबाच्या तीन मुलांपैकी स्तेफ्नाकी हा ऑटोमन राज्याच्या सेवेत रुजू व्हायला पात्र ठरला होता. फक्त ८ वर्षांचा, म्हणजे पात्र वयोमान गटाच्या अगदी सुरुवातीचा होता तो; निरोगी आणि देखणा. काळ्याभोर भुवयांखालच्या त्याच्या मधाळ डोळ्यांतली बुद्धिमत्तेची चमक उदास नजरेतूनही उठून दिसत होती. वयाच्या मानानं तो थोराड दिसत होता. त्याच्या थोरल्या, बारीक आणि फिकुटलेल्या भावांपेक्षा तो वेगळाच होता.

वडलांचा हात हातात धरून उभं राहण्याची ती त्याची शेवटची वेळ.

"नाव?"

"स्तेफ्नाकी"

"वडलांचं नाही?"

कुठलीही घाई न करता सर्व तपशील काळजीपूर्वक नोंदले जात होते. अटळ

गोष्टींचा अपरिहार्य स्वीकार, आणि भीतिदायक प्रसंग एकदाचा घडून गेला म्हणून सुटका या दोन्ही भावनांचा खेळ त्याच्या वडलांच्या चेहऱ्यावर दिसत होता. थोड्या अंतरावर उभी असलेली आई इतकी स्तब्ध होती; जणू ती तिथली नव्हतीच. एका न बदलता येणाऱ्या घटिताची साक्षीदार; तिच्या डोळ्यांतलं पाणी रडूनरडून आटलं आहे याचं एकमेव चिन्ह म्हणजे तिचे सुजलेले लाल डोळे. स्तेफ्नाकीन त्याचा जाडाभरडा, ढगळ होणारा भरतीचा लाल पोशाख चढवला. कमरबंद बांधताना होणारी त्याची धांदल त्याचे आईवडील आणि भाऊ पाहत होते. त्याच्या चेहऱ्यावर उत्साहही नव्हता, ना वेदना. जगाच्या या कोपऱ्याला अशा प्रसंगाची सवयच झाली होती.

स्तेफ्नाकीचं शेतकरी कुटुंब दरिद्री मुळीच नव्हतं. त्याचं एकसुरी आयुष्य एक माणूस वजा होऊनही तसंच चालू राहणार होतं. शिवाय त्याची जागाही लवकरच भरली गेलीच असती.

तिथे हजर असलेल्या सगळ्याच कुटुंबांसाठी तो एक उदास तरीही आनंदाचा प्रसंग होता. स्वतःच्या मुलाला ते शेवटचं बघत होते हे खरं; पण इथे राहून कदापिही मिळालं नसतं अशा स्वप्नवत आयुष्याच्या उंबरठ्यावर ते आज उभे होते हेही तितकंच खरं. आता तो कदाचित खास सैन्याचा सेनापती, कदाचित श्रेष्ठ राज्याचा मंत्री, आणि कल्पनेचीच भरारी मारायची, तर कदाचित श्रेष्ठ वजीरसुद्धा... ते सोडा, पण कमीतकमी सैनिक तरी होईलच ज्यामुळे त्याला लुटीचा हिस्सा मिळेल, किंवा सम्राटाच्या सेवेतला मानाचा अधिकारी होईल तो.

निवडण्याचा आणि नोंदणीचा तो हेलावणारा प्रसंग अखेर संपला. लाल डगले आणि पांढरी फेल्ट टोपी घातलेली मुलं जमलेल्या मुलांच्यात मिसळली. एकमेकांच्या अंगावरील त्या साध्यासुध्या लाल आणि बहुतेकांना सैल होणाऱ्या गणवेषामुळे त्यांना आपसांत नात्याचे बंध निर्माण झाल्यासारखं वाटत होतं; ते बंध त्यांच्या अनोळखी, नव्या भवितव्याला स्वीकारताना त्यांना आधार देत होते. अर्थात या आपादमस्तक लाल पोशाखामुळे या मुलांवर नजर ठेवणं अधिकाऱ्यांना सोपं जात होतं ते वेगळंच.

कठोर चेहरा, क्रूर डोळ्यांवरच्या कानशिलापर्यंत पोहोचणाऱ्या जाडजूड भुवया, आणि तपकिरी रंगाच्या भल्याथोरल्या मिशा असलेला कर्नल एखाद्या धडकी भरवणाऱ्या कळसूत्री बाहुल्यासारखा वाटत होता. तो स्वतःही कधीतरी असाच याच वाटेनं आलेला होता याचा त्याला पूर्ण विसर पडला होता. मुलांनी कर्नलच्यामागे रांगा लावल्या; आणि ते आपल्या कुटुंबापासून दूर असा पहिला मुक्काम करायला बराककडे निघाले. काही जणांना पहिल्या रात्री झोप लागणार

नाही; काहींना दुसऱ्याही रात्री नाही; पण त्यानं खरं तर काय फरक पडतो? बघणाऱ्यांची पर्वा न करता काहींचे डोळे पाण्यानं भरत होते; तर काही जण भांबावलेल्या नजरेने हुकुमावर लक्ष केंद्रित करायचा प्रयत्न करत होते. न या भयानक बदलाचा अर्थ त्यांना कळत होता; न पुढे काय वाढून ठेवलं आहे याची कल्पना येत होती. खूपच थोडे जण ताठ मानेनं, उमदेपणानं चालत राहिले. मागे वळूनही न बघता. सर्वत्र वेढून राहिलेल्या हताश दु:खी अंधाराला जणू आव्हान देत होते ते. नव्या आणि संपूर्ण अनोळखी भवितव्याच्या दिशेनं टाकलेल्या या पहिल्या पावलावर त्यांच्या सोबत होत्या फक्त त्यांच्या कुटुंबाच्या प्रार्थना.

कित्येक शतकं ओटमन साम्राज्य खंबीरपणे उभं होतं ते देवशिर्मे ह्या जगावेगळ्या पद्धतीच्या बळावर. भविष्यातील एकनिष्ठ ओटमन सैन्य, राजाचे सेवक, आणि राज्याचे अधिकारी यांची पारखून निवड करून त्यांना तरबेज करणं हा देवशिर्मे प्रथेमागचा हेतू होता. राज्याच्या विस्तीर्ण भूभागात राहणाऱ्या ख्रिस्ती कुटुंबातले ८ ते २० या वयोगटातले मुलगे गरजेप्रमाणे दर ३ ते ५ वर्षांनी निवडले जायचे. त्या-त्या भागांतल्या अधिकाऱ्यांनी निरोगी दणकट मुलगे हेरल्यावर त्यांचे धर्मांतर करून त्यांना सार्वजनिक सेवेत घेतलं जायचं. व्यापारी वर्गाचे असल्यामुळे ज्यू मुलांना देवशिर्मे लागू होत नसे. कुठल्या भागातून किती मुलं निवडायची हे आधीच ठरवलं जाई. मुलं गोळा करणारा देवशिर्मे अधिकारी होणे म्हणजे सम्राटाचा पूर्ण विश्वास संपादन केल्याची खूणच. जानिसरी दलातूनच असा अधिकारी निवडण्याची प्रथा होती. एक कारकून, राजाच्या शिकारी कुत्र्याचं दल सांभाळणारा किंवा एखादा जानिसरी अधिकारी हे त्याचे सहायक असत.

मुलं गोळा करणारे देवशिर्मे अधिकारी एकापेक्षा जास्त मुलगे असणाऱ्या ४० घरांतून एका मुलाची निवड करत. भरपूर चिकित्सेनंतर कुटुंबातला सगळ्यांत बळकट आणि सुस्वरूप मुलगा निवडला जाई. ज्यांना समाजात मान आहे अशीच कुटुंबं यासाठी विचारात घेतली जात. म्हणजे गुराखी, मेंढपाळ किंवा तशा प्रकारच्या कुटुंबातल्या मुलांचा कधीच विचार केला जात नसे. शारीरिक व्यंग असलेली मुलंही वगळली जात. टकली, हैड्रोसिफाली अथवा जन्मजात दोषांमुळे चेहऱ्यावर दाढी (केस) नसणारी अथवा हायपोस्पॅडिअस असलेली मुलंही नाकारली जात. कायदा व सुव्यवस्था विस्कळीत होऊ नये म्हणून गावच्या मुख्य पाटलाची मुलंही वगळली जात. ज्या मुलांनी आधीच एखादा व्यवसाय शिकला आहे अशा मुलानांही माफ केलं जाई; कारण मूळ अट हीच होती की, मुलांनी ओटमन राज्याच्या सेवेत प्रवेश केल्यावरच त्यांना इस्लामधर्मासकट सर्व काही शिकवलं जावं. मुलाचा कल कसाही असला, तरी आधीच्या आयुष्यातले

कोणतेही संस्कार चांगले समजले जात नसत. हिरा असेल तर पैलू न पाडलेला, आणि दगडच असेल तर निदान अख्खाच्याअख्खा असावा!

प्रत्येक तपशील खोलात जाऊन आखलेल्या या व्यवस्थेत योगायोगाला जागाच नव्हती. इस्तंबूलमध्ये आल्यावर या मुलांची तपासणी एमिसरी आगास करायचे; नंतर सुंता, त्यानंतर त्यांचे मुस्लीम-तुर्की नामकरण होत असे. दरबारासाठी निवडले गेलेल्यांचे एदिर्न, गलता, किंवा इब्राहीम पाशा या तीनपैकी एका राजवाड्यात शिक्षण होत असे. सर्वोत्तम असेल तो सम्राटाचे निवासस्थान असलेल्या तोप्कापीच्या जनानखान्यात जात असे; सगळ्यांत मोठा असे तो सम्राटाच्या रक्षकांत भरती होई; आणि इतर ओटमन दरबाराच्या घोडदळाचे नोकर बनत.

मुख्य वजीर रुस्तम पाशा, मुख्य वजीर सोकुलू महमद पाशा, प्रमुख वास्तुविशारद सिनन... ही माणसं खरीखुरी ओटमन होती. खरी किंमत होती ती एकनिष्ठा, आणि यश यांनाच. क्षणभर भावना बाजूला ठेवल्या, तर या व्यवस्थेतील अंतर्गत सुसंगती किती प्रशंसनीय आहे हे लक्षात येतं. एकदा मुलं ताब्यात घेतली की ओटमन राज्य स्वत:चे एकतर्फी नियम लावून त्यांना निवासी शाळेत मोठं करत असे. कोण मुलगा कुठून आला हे सुरुवातीला लक्षात राहत असे; पण शेकडो वर्षांच्या बलशाली परंपरेच्या प्रभावानं लवकरच भूतकाळाच्या पुसटशा खुणाही उरत नसत. राज्य हेच आपलं कुटुंब हे त्यांना कळे. ते होत शक्तिशाली ओटमन साम्राज्याचे खरे वारस. ते होत १ अदम्य शक्तीचे निष्ठावंत पाईक ज्यांच्यासमोर नास्तिक (काफिर) कापत; ते होत पूर्व आणि पश्चिमेचा तोल सांभाळणारे खंदे राज्यकारभारी; सम्राटाचे आणि त्याच्या संपत्तीचे रक्षण करणारे आगा; किंवा ते होत आपल्या अतुलनीय कलेनं ओटमन आणि इस्लाम यांची कीर्तिध्वजा फडकवणारे कलाकार.

मोठेपणी सेवेत रुजू केलेल्या काही जणांना त्यांच्या कुटुंबाची आठवण येत असे. मग खूप काळानंतर ते त्यांना शोधून काढत. काही जण कुटुंबांना गुपचूप मदत पाठवत. सोकुलू महमद पाशासारख्या जबरदस्त अधिकाऱ्यांना आपल्या कुटुंबाशी पुन्हा नाती जोडण्यात कमी अडचणी येत. ते आपल्या जन्मदत्त कुटुंबांना इस्तंबूललासुद्धा आणू शकत. १६व्या शतकातल्या, खरंतर संपूर्ण ओटमन राजवटीतल्या सर्वांत वैभवशाली सुलेमानच्या मुख्य वजिरानं अशा संक्षिप्त नावाचा वापर केला ज्यामुळे त्याचं मूळ ठिकाण सहज समजून येई : सोकोलचा, सर्बियाचा. पण अशी नावंसुद्धा फक्त स्मृतिचिन्हच ठरत होती. भरती केलेल्या मुलाची इतर कुठल्याही नात्यापेक्षा सर्वांत महत्त्वाची ओळख असे ती मुस्लीम

ओटमन हीच. म्हणून तर बहुतेक जण मागे वळून न पाहता त्यांच्या नव्या आयुष्यात समाधान मानायला शिकत.

त्या वर्षी सलोनिकाच्या आसपासची मुलं गोळा करण्याचं काम मेजर मिर्झा महमद आगाकडे सोपवण्यात आलं होतं. त्या वर्षीची मुलखावेगळी आज्ञा नीट पार पडल्याच्या खुशीत त्यानं आज्ञेबद्दल वाटलेलं कुतूहल दडपून टाकलं होतं. ती अतिगुप्त आज्ञा स्वत: कमांडरनं त्याला सांगितली होती:एका विशिष्ट खेड्यातल्या, एका विशिष्ट कुटुंबातला, एक विशिष्ट मुलगा ताब्यात घ्या. भले मग तो मुलगा कसोटीला उतरो अथवा न उतरो. जानिसरीचा प्रमुख कमांडर युसूफ आगानं स्वत: मिर्झा महमद आगावर कुठलंही स्पष्टीकरण न देता ही जबाबदारी सोपवली. मृदू स्वरांत पण कठोर नजरेनं तो म्हणाला:

महमद आगा, आपल्याबद्दल आम्हांला पूर्ण खात्री आहे. सांगितल्याबर-हुकूम करा; आणि आनंद परत आल्यावर तो मुलगा सुखरूपपणे माझ्या ताब्यात द्या. मग कुल केतुदस्त म्हणून तुमची बढती झालीच असं समजा!

तो आवाज अजूनही महमद आगाच्या कानात घुमत होता. जानिसरीच्या अखंड, भव्य दलातील प्रमुख पदांपैकी एक होतं कूल केतुदस्त-थेट प्रमुख कमांडरचा सहायक आणि कमांड काऊन्सिलचा सदस्य. इतक्या मोठ्या बढतीच्या आमिषामुळे महमद आगाचं कुतूहल वाढलंच होतं; पण त्याचमुळे त्याचे ओठ आणखीनच घट्ट शिवले गेले.

रिवाजाप्रमाणे दोन सारख्या नोंदवह्या भरल्या गेल्या. स्तेफ्नाकीचं नाव इतर मुलांप्रमाणेच त्यात नोंदलं गेलं. गाव, वस्ती, आई आणि वडलांचं नाव, शेतमळ्याचं नाव, जन्मतारीख, डोळे आणि केसांचा रंग... अगदी सगळं. त्यांतली एक नोंदवही मुलांना केंद्रावर नेणाऱ्या सारथ्याबरोबर दिली जाई. महमद आगा डोळ्यांत तेल घालून दुसऱ्याची काळजी घेई. एका नोंदीसमोर त्यानं लिहिलं: 'मधासारखे डोळे. देवदूतासारखी चर्या, जाड कमानदार भुवया, गळ्यावर दोन तीळ.' या वाक्यात वर्णन केलेल्या माणसाला ती वही कधीच बघायला मिळणार नव्हती ही केवढी अजब गोष्ट.

एप्रिलचा तो शीतल दिवस गारव्याच्या रात्रीत बदलला तेव्हा छोट्या स्तेफ्नाकीनं आधीच्या अनेक मुलांनी शेकडो वर्षं जे केलं तोच कित्ता गिरवला. अनोळखी भवितव्याच्या दिशेन चालू लागला तो-बावरलेला, भेदरलेला, रागावलेला, निराश, उत्सुक आणि ताठ मानेनं.

गुलनुश आणि अफीफ

''आता लैलासारखी दिसतेस तू तुझ्या काळ्या पेहरावात''

सोपवलेलं काम फत्ते झालं आहे. आपण हुकूम केलेला मुलगा ताब्यात आला आहे. बाईसाहेब, निवांत व्हा!

सैनिकी पद्धतीची ही छोटी, तुटक, पण परिणामकारक वाक्यं ऐकून रबिया गुलनुश एमेतुल्ला सुलतान राणीनं १४ एप्रिल १६८७ च्या त्या दिवशी सुटकेचा नि:श्वास सोडला. महमद शिकारीच्या या सगळ्यांत आकर्षक, लोकप्रिय पट्टराणीचा दरारा विलक्षण होता. निरोप्याला बक्षिशी द्यायला ती विसरली नाही. तिच्या मनात खोल कोरला गेलेला बरोबर आठ वर्षांपूर्वीचा तो अस्वस्थ करणारा प्रसंग पुन्हा एकदा तिच्या डोळ्यांसमोर आत्ताच घडत असल्याप्रमाणे स्पष्टपणे दिसू लागला. एदिर्नच्या राजवाड्यातल्या जनानखान्यात सप्टेंबरच्या गरम हवेत १६७९ साली म्हणजे बरोबर आठ वर्षांपूर्वी उडालेली ती उत्सुक धावपळ तिला आठवली. चौथ्या सुलतान महमदचं सद्य प्रेमपात्र अफीफ हनीम हिच्याकडून सुलतानाला अपत्यप्राप्ती होणार होती. बाळाच्या जन्माची वेळ जवळ आली होती. ज्योतिषांनी सांगितल्याप्रमाणे मुलगा झाला असता तर देखण्या, प्रभावशाली गुलनुश सुलतानच्या सोनेरी केसांच्या, वडलांवर गलेल्या मुस्तफा आणि तिच्यासारखा सावळा असलेला अहमद या दोन नशीबवान मुलांसारखाच त्यानंही ओटमन सिंहासनावर हक्क सांगितला असता.

रबिया गुलनुश सुलतान ही चारचौघींसारखी नव्हती. तिला ओटमन राज्यकर्त्याचा केवळ मोहच नव्हता; तर तिचं त्यांच्यावर गाढ प्रेमही होतं; आणि तेच तिला मिळालेल्या अधिकाराचं मूळ कारण होतं. सुलतान द माग्नीची जशी हुरेम, दुसऱ्या अहमदची कोसेम, आणि इब्राहीम पगलाची तुरहान, तशी सुलतान महमदची गुलनुश. हे खरं की तिचा परमप्रिय महमद शिकारी तिच्यानंतर इतर स्त्रियांबरोबरही रममाण झाला; पण तरीही चमकदार काळ्या डोळ्यांच्या या सावळ्या सुंदरीनं दरबारी रिवाज एकदाही न ओलांडता पट्टराणी हे स्थान वाढत्या वयातही अबाधित ठेवलं. शिवाय वेळ पडली तेव्हा दंतकथेत शोभाव्या अशा हुरेम सुलतानानंसुद्धा सुलेमान सुलतानाला वाटून घेतलंच होतं की! कोणाचंच वर्चस्व न मानणाऱ्या गुलनुशला कुशाग्र बुद्धिमत्तेबरोबरच जबर महत्त्वाकांक्षाही होती. ती अशी सहजासहजी हार मानणाऱ्यांतली नव्हती.

सुलतान महमदचे इतर स्त्रियांशी असलेले संबंध स्वाभाविक म्हणून तिनं वरवर स्वीकारले असले, तरी प्रत्यक्षात या स्त्रियांना हुसकावून लावण्याच्या योजना ती

आखत असे. त्यासाठी कोणताही निर्दयपणा करायला ती मागेपुढे पाहत नसे. राजप्रासादात सर्वांत जास्त महत्त्व होतं ते अढळ निष्ठेला; बाकी सर्व गोष्टी जगाच्या दयाशून्य रिवाजापेक्षा वेगळ्या नव्हत्या. जिंकेल तो उपभोगेल.

गुलबेयाझ या तरुण रखेलीचीच गोष्ट घ्या. रेशीमकांतीच्या या तरुणीत सम्राट इतका गुंतला की, पोत्यात बांधलेल्या अवस्थेत कांदिली तटावरून फेकलं जाऊन तिला बॉस्फोरसचा तळ गाठावा लागला. बॉस्फोरसच्या वाऱ्यांनी शीतल झालेल्या कांदिली राजवाड्यात जनानखान्यासह उन्हाळा घालवायला आलेला सम्राट दुःख विसरायला राजवाड्यामागच्या टेकड्यांत शिकारीला गेला. पट्टराणीचा हा निष्ठुरपणा आपल्यावरच्या प्रेमातून आला आहे, असं मानून त्यानं तिला माफ करायचं ठरवलं. तिच्या त्या प्रेमात त्याच्याइतकाच त्याच्या सिंहासनाचाही वाटा असू शकतो हे त्याच्या लक्षात आलं नाही. आपलं स्त्रीत्व आणि हिजडे केले गेलेले पुरुष एवढ्याच आयुधांनी कुटिल कारस्थानं करणाऱ्या जनानखान्यातील क्रूर बायकांना उघड-उघड जाब विचारणं त्यानं टाळलं.

राजानं काही वर्षांपूर्वीच्या गुलबेयाझ प्रकरणाकडे काणाडोळा केला असला, तरीही अफीफ हनुमला हात लावायला गुलनुश धजली नाही; भीतिदायक स्वप्नांनी तिला आधीच बेजार केलं होतं.

अफीफ वेगळीच होती; ती कविता लिहायची. सुलतान महमद फक्त तिच्या सौंदर्याला भुलला नव्हता. दोघं एकमेकांशी कवितेतून संवाद साधायचे. सम्राटानं लिहिलेल्या कवितेला कसं स्त्रीसुलभ चतुराईचं उत्तर द्यायचं ते ती जाणत होती. त्याच्या प्रतिभेपेक्षा आपण सरस ठरू नये हे समजण्याइतकी ती धोरणीही होती. शिवाय सर्वसत्ताधीशाला भेटायच्या वेळी ती स्वतःला एका खास सुगंधात लपेटून घेत असे. तो कसा बनवायचा हे रहस्य ती कोणालाही कळू देत नव्हती. मंत्रमुग्ध करणारा हा सुगंध फळे आणि सुवासिक मसाले यांच्यापासून बनवला जाई असा जनानखान्यात वदंता होती. राजाचा आवडता जाईचा सुगंध वापरायला इतरांना मज्जाव करून त्यावर मक्तेदारी सांगणाऱ्या गुलनुशला हा बिनतोड जबाब होता. या नव्या आकर्षणात राजा इतका गुरफटला की, त्याच्या आवडत्या शिकारीच्या नादाचाही त्याला विसर पडला. अफीफसाठी त्यानं लिहिलेल्या प्रेमकवितेमुळे इतर स्त्रियांचा चांगलाच जळफळाट झाला. सुलतान महमदनं शुभ्रवस्त्रांकित अफीफची तुलना मोत्याशी, काळ्या पोशाखात लैलाशी, आणि हिरव्या परिधानात एखाद्या आनंदी पक्ष्याशी केली होती. अखेरच्या ओळीत आपल्या सुगंधी प्रेमिकेची तुलना त्यानं अप्राप्य गुलाबफुलाशी केली होती.

एखाद्या मोत्यासारखी झळकतेस तू शुभ्र पोशाखात,
लैलासारखी दिसतेस तू तुझ्या काळ्या पेहेरावात,
आनंदी राघुसारखी भासतेस तू हिरव्या वस्त्रात,
माझ्या सुगंधी अफीफ, तू आहेस एक अप्रतिम गुलाब.

अफीफनं आपल्या धन्याच्या भावनांना प्रतिसाद देणारी, प्रेमात पडलेल्या राजाला हवं तसं खुलवणारी सुरेख कविता लिहिली. त्याच्या उपमांपेक्षा तिच्या उपमा कितीतरी चांगल्या होत्या. सम्राटाला तिनं मोठ्या गौरवानं स्वर्गातील सर्वोत्तम चीज, पृथ्वीवरील सर्वांत पवित्र जागा, जमिनीखालील सर्वांत मौल्यवान खडा, आणि सर्वांत मोठा जलाशय म्हणून संबोधलं होतं. जेव्हा त्याने अफीफच्या हातात हात गुंफून, नजरेत नजर गुंतवून लवकरच होणाऱ्या प्रेमपूर्तीची ग्वाही मिळत असताना ही कविता ऐकली, तेव्हा आपल्या सर्व दोषांचा विसर पडून कवितेतली प्रत्येक उपमा आपल्याला अचूक लागू पडते असंच त्याला वाटलं.

आपण चंद्रासारखे दिसता माझ्या सम्राटा, जेव्हा आपण शुभ्रवस्त्रांकित असता; आपण सर्वोच्च काबासारखे दिसता जेव्हा आपण काळे वस्त्र वापरता; आपण दिसता खोल लपलेल्या मौल्यवान रत्नासारखे, जेव्हा जांभळे वस्त्र घालता; माझे सर्वश्रेष्ठ मालिक, तुम्ही तर विशाल समुद्रासारखे दिसता

गुलनुशची जराही बेअदबी करू नये हे समजण्याचा धूर्तपणा अफीफमध्ये होता; किंवा मग खरोखरच ती अतिशय दयाळू असेल. अर्थात जनानखान्यात हा गुण विरळाच.

गुलनुशनं अफीफचे दिवस पूर्ण भरेपर्यंत वाट पाहायचं ठरवलं होतं. कन्यारत्नच झालं, तर सौजन्यानं वागायचं. पण जर मुलगा असेल, तर... ऑटोमनच्या तख्ताला अजून एक राजकुमार देणाऱ्या स्त्रीचं स्थान खूपच उंचावलं असतं; आणि गुलनुशला ते कदापिही खपलं नसतं. छे छे, पट्टराणी हे अजिबात सहन करणार नाही.

***

त्या (भविष्यवेत्त्या) स्त्रीपुढे बसल्यावर आपण किती अस्वस्थ झालो होतो ते गुलनुश सुलतानला नंतर पुन्हा आठवणार होतं. ती काळ्या रंगाची स्त्री पश्चिमेकडून खूप दूरवरून आल्याचं सांगत होती. गुलनुशची (प्रतिस्पर्धी) अफीफच्या प्रसूतीवेदना सुरू व्हायच्या आदला दिवस होता तो. एर्दिर्न राजवाड्याच्या जनानखान्यात ती ज्योतिषी बाई आल्यामुळे उत्कंठेची लाटच पसरली. नेहमीप्रमाणे सर्वांत पुढे गुलनुशच होती. सम्राटाला खरं तर भविष्यवेत्ते

किंवा ज्योतिषी मुळीच आवडायचे नाहीत. पण गुलनुशच्या उत्सुकतेला थोपवणंही त्याला पसंत नव्हतं. त्यामुळे भविष्यवेत्ती जनानखान्यात आली, तर सम्राट ते चालवून घेई. आपल्या काळ्या मण्यांसारख्या डोळ्यांनी भविष्यवेत्तीनं सम्राटाच्या लावण्यसंपन्न राणीला आपादमस्तक न्याहाळलं. त्या रूपानं प्रसन्न होऊन तिनं गुलनुशचं नाजूक मनगट हातात धरलं. आणि तिचा तळहात बराच वेळ निरखला. मग एक निःश्वास सोडून ती म्हणाली;

राणीसाहिबा, तुमचा तारा तर एखाद्या शुभ्र हिऱ्यासारखा झळकत आहे. अधूनमधून तो प्रकाशायचं नाकारतो, पण तुमच्याकडे तो कधीच पाठ फिरवत नाही. पण एक सांगते, आपली दैवरेषा फारच गुंतागुंतीची आहे. पण मला हेही दिसत आहे की, जगातल्या फारच थोडच्या स्त्रिया आपल्या धन्याला तुमच्याइतक्या पूर्णपणे समर्पित असतात.

मग भविष्यवेत्ती थोडी थांबली होती. तळवा प्रकाशाकडे धरून ती पुन्हा बोलू लागली.

थोर बेगमसाहिबा, तुमच्या दीर्घायुष्यात मला दोन घोर पातके दिसत आहेत. ती घडून गेली आहेत का पुढे घडतील ते मला सांगता येणार नाही. परंतु थोड्या काळोखानंतर अल्पावधीत आपलं नशीब उजळणार आहे. ते स्वर्गलोकीच्या सूर्यासारखं देदीप्यमान असेल. आपल्या दोन्ही मुलांमुळे आपली मान गर्वानं उंचावेल, अल्लाच्या दयेनं ते तुम्हांला लाभोत. मला खात्री आहे की, आपलं नाव, सदैव जगभर दुमदुमेल.

मग तिनं पट्टराणीच्या काजळभरल्या काळ्याभोर डोळ्यांचा खोल वेध घेतला; आणि शेवटचं वाक्य उच्चारलं, ''जेव्हा तुझे ग्रह मंदावतील तेव्हा, गुलनुश सुलतान, पाय घट्ट रोवून उभी राहा. वाट पाहणाऱ्याला मोठं फळ मिळतं.''

दुसऱ्याच दिवशी, म्हणजे १६७९च्या सप्टेंबरच्या एका उष्ण सकाळी एदिर्न राजवाड्याच्या जनानखान्यात अफीफ कादिनला एका धट्ट्याकट्ट्या पुत्ररत्नाचा लाभ झाला. ही शक्यता लक्षात घेऊनच गुलनुशनं आधीच खबरदारी घेतली होती. वेळ पडल्यास, जनानखान्यात आणि बाहेर हवी ती मदत मिळावी यासाठी वेगवेगळी कारणं काढून तिनं मोठमोठ्या भेटवस्तूंची उदारपणानं खैरात केली होती. म्हणून तर सर्वसत्ताधारी सम्राट किंवा त्याची तरुण बेगम अफीफ कादिन यांना राज्याच्या नव्या वारसाच्या आगमनाचा आनंद साजरा करायला मिळाला नव्हता. केवळ गुलनुशसारखी धाडसी पट्टराणीच आखू शकते असा एक अशक्यप्राय कट. हा कट कित्येक महिने आधीच आखला गेला होता. मुलगी झाली असती, तर ही योजनाच रद्द होऊन बासनात गुंडाळली गेली असती. पण मुलगा म्हणून जन्म

घेऊन त्या तान्ह्या बाळाने आपलं स्वत:चं आणि आपल्या आईचं नशीब ठरवलं होतं.

सगळं कसं क्षणार्धात घडलं. दाईनं मूल उचललं; आणि ती बाहेर पडली. घामाघूम झालेल्या व रडकुंडीला येऊन प्रसूतीच्या खुर्चीत कोसळलेल्या त्या तरुण आईला तिचं मूल पहिल्या श्वासालाच मरण पावलं असं सांगण्यात आलं; आधीच मिळवलेलं एक मृत तान्हुलं क्षणभर समोर धरलं गेलं; आणि ओल्या बाळंतीणीनं असं दृश्य पाहू नये या सबबीखाली लगेच दूर केलं गेलं. मागे राहिली एकटी अफीफ आणि तिचं दु:ख.

मुलाच्या वडलांना ही दु:खद बातमी देणं त्या मानानं खूपच सोपं होतं. सम्राटांना कुटुंबातल्या जन्ममृत्यूंची सवय झालेली असते. महमद शिकारीनं पांढऱ्या मलमलनं गुंडाळलेल्या मांसाच्या त्या छोट्या गोळ्याकडे फारसं न पाहणंच पसंत केलं. गुलनुशला वाटलं होतं त्याप्रमाणे गुलनुशच्या अपेक्षेप्रमाणे त्यानं त्याच्या मृत राजकुमाराचा चेहरा पाहणं टाळलं आणि मान फिरवली. अपुऱ्या दिवसांची प्रसूती हे मृत्यूचं कारण मानून दैवाचा हा क्रूर फटका खंबीरपणे स्वीकारत सम्राट प्रयत्नपूर्वक शांत राहिला. अल्ला सर्वश्रेष्ठ आहे; त्याची इच्छा प्रमाण आहे. कधीकधी त्याची इच्छा स्वीकारणं कठीण जातं. पण कदाचित माझ्याच उतावीळपणामुळे राजपुत्राला वेळेआधी जन्म घ्यावा लागला. कारण काहीही असो; पण हे सर्वोच्च अल्ला, पुन्हा हे असं होऊ देऊ नकोस एवढीच विनंती करतो.''

खरं तर त्याला खात्री वाटत होती की, त्याच्या लाडक्या अफीफला मुलगाच होईल; म्हणून तर त्यानं मनातल्यामनात मुलासाठी एक प्रभावी नाव मुक्रर केलं होतं, जहांगीर. सुलेमानच्या दुर्दैवी मुलाचं नाव निवडल्यामुळेच या नव्या राजपुत्राचं नशीब ठरलं नसेल ना? म्हणूनच तो डोळे उघडण्याआधीच गेला असेल का?

स्वत:चं दु:ख दाखवायला सम्राटाला आवडत नसे. त्याला अतिमंद चालणारी ती विलक्षण देखणी हरिणी आणि तिच्या पोटातलं ते पाडस आठवलं. नुकतीच शिकारीच्या शेवटच्या टप्प्यात सहजपणे मिळालेली बळी होती ती. राजाला वाटलं, आपण जसं शिकारीच्या मोसमात भरभरून देतो; तसंच समागमकाळात या हरिणीनं स्वत:ला उधळून दिलं असेल. आपल्या युद्धकौशल्यापेक्षा स्वत:च्या शिकारीतल्या नैपुण्याचा त्याला जास्त अभिमान होता. तरीही ही शिकार आपल्या स्मरणातून जावी अशीच त्याची तीव्र इच्छा होती. पण ही आठवण विसरता विसरली नाही.

नोंदी करणाऱ्यांनी त्यांच्या खतावणीत आधी अनेक वेळा केलेली एक नोंद पुन्हा एकदा केली; ज्यात मातेच्या नावाचा साधा उल्लेखही नव्हता. 'एक राजपुत्र काल जन्मला आणि मेला. शाही इमामांनी त्याला अंघोळ घातली; आणि राजवाड्यातल्या चौकात अंतिम प्रार्थना झाल्यावर त्याला दफन करण्यात आले.'

गुलनुशनं स्वत:च्या निष्ठुरपणाला आवर घातला; आणि तिच्या परमप्रिय सम्राटाच्या मुलाचा जीव न घेऊन स्वत:च्या सदसद्विवेक बुद्धीची टोचणीही कमी केली. विलक्षण हेव्यादाव्यांनी बुजबुजलेल्या जनानखान्यात सवतीमत्सरानं पेटून तिनं स्वत:च्या श्रेष्ठत्वाचा फायदा उठवला असला, तरी तीही एक आईच होती.

''आनंदनिवासाच्या (जनानखान्याच्या) मुख्य अधिकाऱ्याला हिरव्या अस्तराचा मौल्यवान फरचा पोशाख, आणि रत्नजडित खंजीर गुणसंपन्न सम्राज्ञी गुलनुश सुलतान यांजकडून भेट.''

नोंदी करणाऱ्यांनी जराही चकित न होता एक छोटीशी नोंद केली. हिजड्यानं साठवलेल्या सोन्यात अचानक वाढ झाल्याचं कोणाच्या लक्षातही आलं नाही. गुलनुश सुलतानचं औदार्य प्रसिद्ध होतं; भेटवस्तू देण्याबाबत तिला स्पष्टीकरण विचारण्याची कोणाचीही हिंमत नव्हती.

महमद शिकारीनं कधीच न पाहिलेल्या त्याच्या छोट्या पुत्राला, मुस्तफा आणि अहमदच्या भावाला दिसेनासा करणं अवघड नव्हतं. तिनं मोठ्या हिजड्याला आज्ञा केली होती, ''आपल्याला धोका देणार नाहीत अशी माणसं शोध. हे रहस्य फोडणाऱ्याचं तोंड कायमचं बंद केलं जाईल हे ज्यांना समजतं अशी माणसं!''

हिजड्यानं ह्या प्रभावशाली पट्टराणीला अनेक गोष्टींत सहकार्य दिलं होतं. तिच्यावर असणाऱ्या गाढ निष्ठेनं त्याच्या सदसद्विवेकबुद्धीला गप्प बसवलं. शिवाय जनानखान्यात सत्ताबदल व्हावा असं त्या अनुभवी हिजड्यालाही वाटत नव्हतं.

या ना त्या निमित्तानं राजप्रासादाबाहेर भटकायला तो नेहमीच तयार असायचा. त्यानं खूप महिने आधीच कामाचा पाया रचला होता; आणि एक योग्य कुटुंब शोधून ठेवलं होतं. अशा तऱ्हेनं एका ख्रिस्ती कुटुंबात तो मुलगा चांगल्या प्रकारे लालनपालन करण्यासाठी सोपवला गेला. ज्या वेळी गुलनुशला वाटेल त्यावेळी देवाशिर्मे रिवाजातून तो मुलगा पुन्हा राजप्रासादात आणला जाणार होता. तिच्या प्रिय सम्राटाच्या मुलाला त्याच्या हक्काच्या घरापासून कामयचं दूर करायला गुलनुश तयार नव्हती.

आयुष्यात कधीही दिसली नसती एवढी संपत्ती घेऊन त्या छोट्या कुटुंबानं गुलनुशचा शब्द तंतोतंद पाळला. साठ वर्षं निघून गेली. आता ताटातुटीचा दिवस आला होता. ठरल्याप्रमाणे ते वागले; आणि राज्याच्या करड्या अधिकाऱ्यांकडे त्यांनी तो गोड मुलगा सोपवला. असा मुलगा ज्याचं नशीब ठरवण्यात त्यांनाही भूमिका बजावायला लागली होती. आपल्या सामान्य, शांत घरातला तो तरतरीत, आनंदी मुलगा जाताना पाहून त्यांना वाईट वाटलं; पण शब्द पाळण्यापलीकडे आपल्याला गत्यंतर नाही हेही त्या शेतकऱ्याला कळत होतं.

गुलनुश आणि अफीफ यांच्यातलं एकमेकींचं काही गोष्टींतलं वर्चस्व मान्य करणारं नातं शेवटपर्यंत तसंच राहील अशी गुलनुशची खात्री होती. १६८७ मध्ये तो छोटा मुलगा राजवाड्यात आणला गेला, तेव्हा गुलनुशला नशिबावरही आपलीच सत्ता चालते असं वाटत होतं. पण त्याच वर्षी सात महिन्यांनी म्हणजे नोव्हेंबर ८७ मध्ये त्यांची मोठी भीती खरी ठरली; आणि त्यांची आयुष्यं मुळापासून उपटली गेली.

इब्राहीम पगलाचा मुलगा चौथा महमद, कविता करणारा सम्राट, ज्याचा जन्मोत्सव तीन दिवस तीन रात्री जनानखान्यात, गलाटा आणि उस्कुदार इथे, तो मुलगा ओटमनची वंशावळ पुढे चालू ठेवेल म्हणून प्रजेनं स्वत:च्या विवंचना दूर ठेवून उत्साहाने साजरा केला; कवींनी ज्याचा जन्मदिवस काव्यातून अजरामर केला; जो वयाच्या सहाव्या वर्षी सिंहासनारूढ झाला; ज्याला मुख्य फिरंगी हिजड्यानं आनंदद्वारातून आत नेऊन खोगिरात बसवलं; ज्यानं आपल्या लाडक्या गुलनुशचा विरह होऊ नये म्हणून तिला चांदीच्या रथातून शिकारीवर, इतकंच काय, हंगेरीच्या मोहिमेवरही नेलं; ज्यानं आपल्या ३९ वर्षांच्या कारकिर्दीत राज्यकारभारापेक्षा शिकारीच्या क्षेत्रात ठसा उमटवला, त्या महमदला पदच्युत करण्यात आलं.

भयभीत होऊन महमद शिकारीनं विचारलं, ''आता आमच्यापुढे फक्त मरणच वाढून ठेवलं आहे का?'' त्यावर, ''देव करो, असं न होवो, सम्राट, आज्ञा फक्त तुरुंगात टाकण्याची आहे,'' हे उत्तर मिळाल्यावर सुटकेचा नि:श्वास टाकत त्यानं मान खाली घातली. रिवाजाप्रमाणे उरलेलं आयुष्य त्याला बॉक्सवूड क्वार्टर इथे काढायचं होतं.

सरतेशेवटी अफीफनं आपलं दु:ख कवितेत व्यक्त करताना जिच्याशी अनोखं नातं आहे त्या गुलनुशलाच संबोधलं,

गुलनुशला म्हणावं, काळे तण परिधान कर,
प्रत्येक श्वास तिच्या काळजाला घरं पाडत आहे,
सुलतान महमद बॉक्सवूड क्वार्टर्समध्ये विलाप करत आहे,
केवढं हे माझं दुःख, हा अन्याय, सुलतान महमद म्हणत आहे...

अब्दुलजलील आणि सुलेमान

"तरीही जुन्या घरी आपल्याला स्थान नाहीच..."

छोटा अब्दुलजलील नम्र असला तरी आज्ञापालनाआधी त्याला कारण माहीत करून घ्यायचं असायचं. मात्र त्याच्यात अकारण उद्धटपणा नव्हता. तो नेहमीच अदबशीर वागायचा. ह्या लहानग्या माणसाचा मोहकपणा शब्दातीत होता. आता तो स्तेफनाकी नव्हता; त्याचं नवं नाव अब्दुलजलील म्हणजे 'परवरदिगार अल्लाचा बंदा' असं होतं.

सलोनिकाच्या त्या मधाळ डोळ्यांच्या मुलाचं प्रारंभिक शिक्षण संपल्यानंतरचं भवितव्य नक्कीच दरबारात होतं. त्याच्यासारखं मौल्यवान रत्न युद्धात उधळण्यासाठी नव्हतं.

सायंप्रार्थनेनंतर सर्वत्र सामसूम झाली की त्याचा एन्देरून शाळेतला मित्र सुलेमान बिन अब्दुल्ला त्याला भेटत असे; पण तेही कधीकधीच. अशा वेळी ती दोन लहान मुलं आपल्या गतायुष्याविषयी बोलत. भरती केलेल्या मुलांवरच्या अधिकाऱ्यांना त्यांची आपापसांत जास्त मैत्री झालेली आवडत नसे. त्यामुळे मुलांच्यात शंकास्पद संघटनाही निर्माण होत नसत, किंवा त्यांना एकमेकांपासून धोकाही राहत नसे. अब्दुलजलीलचा मित्र एका छोट्याशा बाल्कन गावातून आला होता. अजूनही आईच्या प्रेमळ शब्दांची, तिनं त्याचं मस्तक प्रेमानं कुरवाळल्याची आठवण त्याला बेचैन करत असे; तर अब्दुलजलीलचे डोळे भरून येत ते त्याची छोटीशी बहीण आपलं लालसर नाक त्याच्या गालांवर कसं घासायची ते आठवून. खरं तर कुटुंबांमध्ये प्रेमाचं फारसं प्रदर्शन केलं जात नसे; पण त्याचं एकेकाळचं कुटुंब मात्र याला अपवाद होतं. तसं नसतं तर बरं झालं असतं, म्हणजे आपल्याला त्यांची इतकी आठवण आली नसती असं अब्दुलजलीलला वाटायचं. त्याच्या काही मित्रांना तर तिथून उचलून इथे आणलं गेल्याबद्दल आनंदच

व्हायचा, कारण त्यामुळे त्यांची घरच्या कठीण कामांतून आणि त्रासांतून सुटका झाली होती. इथलं आयुष्य अगदीच वेगळं होतं.

पटकी आणि युद्ध याचं अस्तित्व असलेल्या जगातल्या मुलाचं आयुर्मान सांगणं कठीण आहे; त्यामुळेही आईवडील मुलांवर फार जीव लावत नसतील. सुलेमानला मात्र घरची खूप आठवण यायची. अशा वेळी त्याला आपल्यापेक्षा शहाण्या वाटणाऱ्या अब्दुलजलीलचा आधार वाटायचा.

वसतिगृहातल्या पातळ गादीवर बसून सुलेमान उत्तेजित स्वरांत कुजबुजत होता,

''नवीन आलेल्या एका मुलानं माझ्या घरची बातमी सांगितली. प्रथम तो बोलतच नव्हता; पण मी त्याला सांगायला लावलं. माझी आई खूप आजारी आहे; आणि सारखी मला हाका मारत असते. मी ठरवलंय, काहीतरी मार्ग काढायचा, आणि इथून निसटायचं. अब्दुलजलील, मला माझ्या आईला एकदा शेवटची मिठी मारायची आहे. पकडलो गेलो, तर कित्येक दिवस माझ्या तळपायांना झोडपलं जाईल. पण तरीही मला आशा आहे तोपर्यंत मी संधी शोधणारच.''

अब्दुलजलील लगेच काहीच बोलला नाही. आपल्या मित्राला या विचारापासून परावृत्त केलं पाहिजे हे त्याला कळत होतं. या धाडसी प्रयत्नाचा शेवट रडण्यातच झाला असता. शब्द काळजीपूर्वक निवडत तो बोलू लागला,

''विसरून जा मित्रा! पळून जाण्याचा प्रयत्न करण्यात काहीच अर्थ नाही. या मोहात पडू नकोस. अशा साहसी प्रयत्नांचे परिणाम काय होतात हे सगळ्यांना माहीत आहेत.''

आपल्या मित्राचं मन वळवणं कठीण आहे हे अब्दुलजलीलनं त्याच्या चेहऱ्यावरून ओळखलं. त्याला स्वत:ला हा विषय आवडायचा नाही, पण सुलेमानला परावृत्त करणं गरजेचं होतं. नाहीतर भविष्यात एन्देरूनमध्ये येणाऱ्या नवीन मुलांना सुलेमानचं उदाहरण दिलं गेलं असतं.

''माझ्याही डोक्यात हा विचार खूप वेळा आला...''

उमेद वाटून सुलेमान उठून बसला होता, तिकडे दुर्लक्ष करत अब्दुलजलील पुढे म्हणाला,

''पण निष्कर्ष एकच निघाला. हा राजवाडा हीच आपल्यासाठी योग्य जागा आहे असं जगानं ठरवलं आहे. या राजवाड्यात आपल्याला मिळणाऱ्या संधी नाकारणं हा कृतघ्नपणा ठरेल; आणि ते मला अजिबात पटत नाही. पण भविष्यात

जेव्हा आपण उच्चपदी पोहोचू तेव्हा आपल्या जन्मस्थळाची उन्नती करण्यापासून आपल्याला कोणीच थांबवू शकणार नाही.''

त्याच्या मित्राची मान खाली गेली होती.

''मित्रा अब्दुलजलील, तू एखाद्या मोठ्या माणसासारखाच वागतोस. स्वत:चं दु:ख खोल दडपून टाकून विचार करतोस. मान तुकवण्यात तू समाधान शोधतोस; आणि अडचणींचं चांगल्या गोष्टीत रूपांतर करतोस. खरंच, तुझ्याशिवाय माझं कसं होईल?''

बालसुलभ आकांत शांत झाल्यावर झोपायला निघालेल्या सुलेमानला अब्दुलजलील स्वत:शीच काय बोलला ते ऐकू आलं नाही.

''तसंही आता जुन्या घरी आपल्याला स्थान नाहीच...''

कसं कोण जाणे, पण अब्दुलजलीलला वाटायचं की, आपण इथे या राजवाड्यात राहतो ते केवळ समजूतदारपणामुळे नाही; त्याला इथे खेचून आणणारं आणखी काहीतरी आहे. पण स्वत:लाच पुरत्या न उमगलेल्या या भावना दुसऱ्यापर्यंत कशा पोहोचवणार?

गतायुष्याबद्दलच्या चर्चा काही जणांत वारंवार व्हायच्या, तेव्हा अब्दुलजलील अधूनमधून त्यात भाग घ्यायचा. 'माझं आधीचं कुटुंब कसं आहे हे कळलं, तरी मला बरं वाटेल. पण ते जणू या जगातून नाहीसंच झालं आहे. माझ्या गावाचं नाव मला आठवतं; पण त्या मुलखातून येणाऱ्या कोणालाच ते नाव माहीत नाही. कदाचित आजूबाजूची नावं बदलली गेली असतील; ते कुठल्या जिल्ह्यात किंवा विभागात येतं हे ठरवणंही कठीण झालं आहे. त्यातलं एकच नावसुद्धा आता 'अंधुकसं' आठवतं. कदाचित माझाच नावाबद्दल गोंधळ उडाला असेल.''

सरतेशेवटी अब्दुलजलील म्हणायचा, ''एक ना एक दिवस माझ्या आयुष्यातलं हे रहस्य मी शोधून काढीनच.''

* * *

रागावून आणि अस्वस्थ होऊन सुलेमाननं दिलेल्या बातमीचा अब्दुल-जलीलवर काही फारसा परिणाम झाला नाही.

''तुला कळलं का अब्दुलजलील? कालच कमांडरच्या भागात लागलेल्या आगीत काही नोंदवह्या जळल्या. आपण भरती झालो त्याच वर्षीच्या होत्या त्या.''

कसं कोण जाणे, पण अब्दुलजलीलला त्याची कल्पना होती. त्याच्या नेहमीच्या प्रौढपणानं जेव्हा तो उत्तरला, तेव्हा तो जणू स्वत:शीच बोलत होता.

“आगीचं कारण माहीत नाही, विचारायची गरजच नाही; उत्तर काय मिळेल ते मला माहीत आहे. हे सगळं कदाचित चांगल्यासाठीच असेल. पण काही झालं तरी माझी आई, वडील, माझा प्रदेश आणि गाव हे सगळं माझ्या हृदयाच्या एका कोपऱ्यात कोरलं गेलं आहे (सुरक्षित आहे).”

अब्दुलजलील आणि कलावंत

माझ्या प्रौढत्वावर मी विचार करतो / मी आक्रंदतो माझ्या शैशवावर...

आपण मागे फक्त कुटुंब सोडून जात नाही आहोत हे त्याच्या लक्षात आलं होतं. आपल्या बालपणाला आणि निरागसतेलाही आपण कायमचा अलविदा करत आहोत हे त्या मधाळ डोळ्यांच्या मुलाला पुरतं उमगलं होतं. इतक्या लहानपणीही तो वयाच्या मानानं जास्त समंजस होता. विरोधाचा काहीच उपयोग होणार नाही हे त्याला पूर्ण कळत होतं, पण तरीही मनात उचंबळणाऱ्या भावना कागदावर शब्दांत किंवा चित्रात पकडण्याची ऊर्मी त्याला अनावर होत होती. जे त्याला कधीच गमवायचं नव्हतं ते कदाचित या मार्गानं त्याला धरून ठेवता आलं असतं.

प्रेमाच्या माणसांपासून झालेल्या ताटातूटीचं दुःख चित्रात उतरवायची त्याची लहानपणापासूनची इच्छा वयाबरोबर वाढतच होती. प्रेमाची फक्त माणसंच नाही तर आवडतं ठिकाण अथवा घटना यांपासून दुरावण्याची वेदना व्यक्त होण्यासाठी हट्ट करत होती. त्याच्या चित्रातल्या फुलांच्या वलयांतून, विशेषतः, तलवारीच्या पात्याप्रमाणे एकमेकांना छेडत जाणाऱ्या पाकळ्यांमधून तो त्याचं सगळं दुःख, संताप आणि वेदना यांना वाचा फोडणार होता. त्यानं पहिल्यांदा ब्रश हातात घेतला तेव्हा त्याला आठवला देवशिर्मेच्या वेळी त्याच्या शेजारून चालत असलेल्या मुलाचा काव्यमय उद्‌गार, “माझ्या प्रौढत्वावर मी विचार करतो / मी आक्रंदतो माझ्या शैशवावर...”

तीक्ष्ण बुद्धिमत्ता, आत्मविश्वास आणि हजरजबाबीपणा यामुळे महाविद्यालयात अब्दुलजलील चमकला. पण त्याच्या अंतरातली वेदना मात्र कोणालाच कळली नाही. बहुधा त्या छुप्या वेदनेनंच त्याला कलेकडे, चित्रकलेकडे वळवलं. रंगांतून फक्त वेदनाच नाही तर आनंद आणि उल्हासही साकार होऊ

शकतो. फक्त त्या भावना तीव्र असायला हव्यात एवढंच. सुलेखन, काव्यवाचन, कुंचल्याच्या नाजूक रेखेनं काढलेल्या फुलांनी पुस्तकाच्या पानांची सजावट करणं... त्याला कितीतरी क्षेत्रांत गती होती.

''आपल्या आश्रयदात्या सुलतानाची आई, राजमाता गुलनुश सुलतान यांनी तुझ्या कुंचल्यातून उतरणाऱ्या नाजूक फुलबुट्टीविषयी ऐकलं आहे. त्या तुला भेटू इच्छितात. तू लगेच त्यांच्यासमोर हजर हो.''

गोंधळून तरीही उत्सुकतेनं तो त्या तृतीयपंथीयाच्यामागून राजमातेच्या महालाकडे निघाला; तेव्हा त्याला काही वर्षांपूर्वीचं त्याला उचलून आणण्याआधीचं खूप जुनं दृश्य आठवलं. शेतात काम करणाऱ्या वडलांसाठी आणि मोठ्या भावांसाठी तो ब्रेड आणि चीज घेऊन चालला होता त्या वेळी त्याच्या जवळून राजाची शिकारी स्वारी गेली होती. त्या अविस्मरणीय दिवशी, ज्या भूपतीला तिनं मोहिनी घातली होती त्याच्या शेजारून सगळे नियम धुडकावून देत गुलनुश स्वत:चा घोडा दौडवत होती. हे खरं की तिचं शरीर सैलसर अंगरख्यात आणि शालीत लपेटलेलं होतं, चेहरा बुरख्याआड होता. आणि तिच्याभोवती तृतीयपंथीयांचा वेढा होता; तिच्याकडे नजर वळवण्याची कोणाची हिंमत नसली तरीही शिकारीचे व्यवस्थापक, कुत्री सांभाळणारे, शिकारी पक्ष्यांचे मालक आजूबाजूला होतेच की! रक्षकांनी हुसकावलेले शेतकरीही दूर गेले होते; अर्थात मुलांची गोष्टच वेगळी. अत्यंत कुतूहलानं मुलांनी ते दृश्य बघितलं.

तिची सोनेरी पोपटी शाल पंखांप्रमाणे तिच्या बाजूला उडताना बघून त्या वेळच्या स्तेफनाकीला वाटलं ओटमन सुलतानाच्या-म्हणजे त्याच्या दृष्टीनं जगाधिपतीच्या-बाजूनं परीकथांमधला फिनिक्सच दौडत आहे.

* * *

त्या तृतीयपंथीयाच्या करड्या नजरेनं अब्दुलजलील वर्तमानात आला. जनानखान्यातील चौकस नजरांना दूर ठेवणाऱ्या राजमातेच्या महालावरच्या जाडजूड भरजरी पडद्याजवळ ते पोहोचले होते. आपल्या चिमुकल्या आयुष्यातल्या आणखी एका अविस्मरणीय प्रसंगासाठी तो तयार झाला.

जनानखान्याची सत्ताधीश असलेल्या राजमातेनं एखाद्या विद्यार्थ्यात रस घेणं ही काही नेहमीची बाब नव्हती. पण मोठा मुलगा मुस्तफाच्या राज्यारोहणापासून राजमाता बनलेली गुलनुश सुलतान तिच्या जगावेगळ्या वागण्याबद्दल प्रसिद्धच होती.

उंच आसनावर, मोठमोठ्या तक्क्यांना रेलून बसलेल्या राजमातेकडे मुलगा एक क्षणभरच नजर उचलून बघू शकला. बुरख्यातून त्याला न्याहाळणारे, या वयातही तेजस्वी असलेले तिचे काळेभोर चमकदार डोळे आणि तिला पूर्णपणे झाकून टाकणारे तिचे झगमगते अलंकार. पुन्हा एकदा दंतकथेतील फिनिक्स हाडामांसाचा झाला; आणि अवतीर्ण झाला तोही त्याच्या किती जवळ!

त्यानं पुढे होऊन राजमातेच्या पोशाखाच्या टोकाचं चुंबन घ्यावं असं हिजड्यानं त्याला खुणेनंच सुचवलं. थरथर कापत त्यानं सांगितल्याप्रमाणे केलं; आणि आदरपूर्वक हात एकमेकांत गुंफत तो मागे सरला. राजमातेनं अब्दुलजलीलला त्याच्या कलाकौशल्याविषयी प्रश्न विचारले. नंतर तिनं एक अनपेक्षित गोष्ट केली: तिनं त्याला पगडी काढून गळ्याभोवतीची कॉलर काढायला सांगितली. नंतर ती पुढे झाली; आणि त्याच्या गळ्यावरचे दोन तीळ तिनं तपासले. गुलनुश सुलतानला येणाऱ्या जाईच्या सुगंधानं भारावलेल्या त्या मुलानं गोंधळून लाजतलाजत तिच्या आज्ञेचं पालन केलं.

राजमातेला तिच्या कृतीमागचं कारण विचारायची हिंमत कोणातच नव्हती. पुढच्या आयुष्यात हा कोड्यात टाकणारा प्रसंग आठवण्यातच त्याला समाधान मानावं लागलं.

* * *

जेव्हा त्याला एदिर्न राजवाड्यातल्या कलाकेंद्रात शिकण्यासाठी पाठवलं गेलं, तेव्हा त्याचा आनंद गगनात मावेना. ते केंद्र म्हणजे कलामंदिरच होतं, जिथे असणं त्याला आवडत होतं. इथलं छत आणि कडा छोट्या वेलबुट्टीनं सजवल्या होत्या, इथल्या मोठ्या खिडक्यांतून सूर्य आत येत होता, भिंतीतल्या भल्यामोठ्या शेकोटीतून सुखद ऊब झिरपत होती, इथे सगळे जण हलक्या आवाजात बोलायचे. उजळ रंगाचं, तरल आकाराचं, कोमल आवाजाचं, वैशिष्ट्यपूर्ण सुगंधाचं, तजेलदार आशा आणि प्रकाशाचं ते सुंदर जग. जेव्हा त्याला तिथे प्रथम आत जायला मिळालं, तेव्हा त्यानं प्रमुख चित्रकाराच्या हाताचं चुंबन घेतलं; त्याचे उपदेशपर शब्द ऐकले, आणि पुढच्या सूचनांची आतुरतेनं वाट पाहिली. आजूबाजूच्या प्रत्येक गोष्टीनं त्याला अनावर हर्ष होत होता. हेच होतं त्याच्या जीवनाचं इप्सित-चित्रकला.

त्यानं खूप कष्ट केले आणि तो भरभर शिकला. रंगद्रव्य कुटणं, एकमेकांत मिसळणं, आणि त्यापासून रंग तयार करणं या क्रिया करताना त्याला थोडाही शीण येत नसे. तो कुंचला हातात घेई, तेव्हा काळ जणू थबके. त्याचं काम

इतरांना आवडत होतं, त्याला कौतुक आणि मान मिळत होता. फारच थोड्या काळात तो वरच्या पदावर पोहोचला. हा तरुण चित्रकार अल्पावधीतच कागदावर फुलं जिवंत करायला, नजाकतीनं वळणारे वेलींचे तणाव काढायला शिकला. त्यानं काढलेल्या पानांत रंग भरण्यासाठी इतर चित्रकारांची झुंबड उडे.

साहजिकच त्यांच्या अशा कौशल्यांचा हेवा करणारेही होतेच. उदाहरणार्थ, आधीचा रंगकार ज्याचा खूप उदोउदो होई. पण हा अंतर्गत तेजानं झळकणारा मुलगा कलाकेंद्रात येण्याआधीची ती गोष्ट झाली. तो ज्येष्ठ रंगकार प्रत्येक गोष्टीत खुसपट काढायला बघत होता; पण त्याला यश येत नव्हतं.

अब्दुलजलील चेलेबी

नवा मार्ग, नवं नाव

ज्येष्ठ रंगकार आला त्या वेळेला अब्दुलजलीलनं एका कळीच्या पाकळ्या आणि पान रंगवून पूर्ण केलं होतं. त्या पानाचं टोक असं बेमालूम वळलं होतं की पाहणाऱ्याला त्याचं टोक जणू टोचत होतं. त्याच्या कोपराजवळ रंगाचं छोटं भांडं होतं ज्यात एका दुर्मीळ हिरव्या किड्याचं कवच कुटून केलेला रंग होता. ज्येष्ठ रंगकाराच्या कोपराचा चुकून धक्का लागून आतला रंग त्या बाकदार पानावर लवंडला. दुसऱ्या क्षणी ज्येष्ठ रंगकारानं ह्या साध्या अपघाताचं खापर त्या असाधारण, नको इतक्या खरखुरं दिसणाऱ्या चित्रावर फोडलं. ''कागदावरून उडी मारून खऱ्या जगात मिसळायला सज्ज झालेली, पाहणाऱ्याला ज्याचा सुगंधही येतो आहे इतकी जिवंत दिसणारी फुलांची चित्रं शापितच असणार.''

संपूर्ण कलाकेंद्र सामूहिकरीत्या श्वास रोखून तरुण कलाकाराच्या प्रतिक्रियेची वाट पाहू लागलं. अल्लानं आपल्याला केवढ्या महान कलेचं वरदान दिलं आहे याची अब्दुलजलीलला पूर्ण कल्पना होती. इतरांचा पाणउतारा करण्यानं तो ते वरदान कदाचित गमावून बसला असता. अब्दुलजलीलनं शिक्षकाकडून रंग सांडला तो अभावितपणे असं भासवलं; आणि शिक्षकांनी दिलेली फुलांच्या अशुभपणाची ग्वाही ऐकलीच नाही असं दाखवलं, तेव्हा ज्येष्ठ चित्रकार वरमले. ''ते रंगाचं छोटं भांडं उलटलं (ते पाहिजे) हे दाखवायला.'' अब्दुलजलील म्हणाला की, ''मी काढलेल्या फुलांच्या चित्रापेक्षा अधिक जिवंत भासणारी फुलं

मी काढली पाहिजेत. मी माझ्या शिक्षकांचा आभारी आहे, कारण त्यांच्यामुळे मला हे कळलं. रंग उलटला नसता, तर चित्रासाठी जागाच नव्हती. आता मी नव्या जोमानं सुरुवात करेन.''

अब्दुलजलीलच्या बोलण्यात नम्रता आणि प्रामाणिकपणा यांचा संगम होता.

ज्ञान, रितीरिवाज आणि सर्वांत महत्त्वाचं म्हणजे समज या तिन्ही गुणांमुळे त्याची गणना आता सुसंस्कृत माणसांत होऊ शकत होती. आता तो चित्रकार अब्दुलजलील चेलेबी होता.

त्याची कीर्ती गुलनुश सुलतानचा मुलगा सुलतान मुस्तफा याच्यापर्यंत पोहोचली होती. त्याच्या कौशल्यावर प्रसन्न होऊन सुलतानने त्याला अधिक बिदागी दिली. त्याच्या चित्रांनी धन्याची वाहवा मिळवली असली, तरी तेवढ्यानं त्या तरुण चित्रकाराचं समाधान झालं नव्हतं. त्याला हवं होतं आणखी काही. त्याला चित्र रंगवायची होती; पण फक्त पानाफुलांच्या सौंदर्याची नाही, तर मानवी सौंदर्याची, माणसांचं दिसणं, त्यांचे भावविभ्रम, आणि त्यांच्या हालचाली अब्दुलजलील चेलेबीला प्रेरित करत होत्या. त्याला लोकांच्या विविध अवस्थांमधलं चैतन्य कागदावर उतरवून चिरंजीव करायचं होतं. प्रत्येकाची खास स्वत:ची अशी ढब आणि नजर होती. ज्या लोकांच्याबाबत त्याचं कुतूहल जागं व्हायचं, त्यांना तो एकटक निरखत राहायचा; आणि हे सारं कागदावर कसं उतरवता येईल त्याचे बेत आखायचा.

* * *

ती वेळ आली होती. तरुण चित्रकारानं एका लवचीक बांध्याच्या, ओठांचा लाडिक चंबू केलेल्या, केसांना झोके देणाऱ्या नृत्यांगनेचं चित्र काढलं. तिच्या पोशाखाला त्यानं वसंत ऋतूतला हलका बैंगणी रंग दिला. त्या तलम वस्त्राच्या चुण्यांमध्ये थिरकणाऱ्या सावल्या पक्ष्याच्या चमकदार पंखांशी स्पर्धा करत होत्या. त्यानं तिच्या नाजूक मनगटांवर, आणि तिच्या गोऱ्यापान गळ्याभोवती सोन्याच्या मण्यांची माळ चढवली होती. सर्वांत शेवटी त्यानं तिच्या हातात लाल रंगाच्या विविध छटांचं कार्नेशनचं फूल दिलं. चित्र इतकं जिवंत दिसत होतं; जणू त्या कागदाबाहेर पाऊल टाकायला ती युवती लाजत होती. काहीसं संकोचत त्यानं ते चित्र आपल्या शिक्षकांना दाखवलं. शिक्षकांनी ना आपलं आश्चर्य लपवलं, ना आपला हेवा. ही टवटवीत प्रतिभा दडपून ठेवणं केवळ अयोग्यच नाही, तर अशक्यही आहे हे त्यांना समजत होतं. वेळोवेळी स्वप्नांत रमणारा, क्वचितच

कोणाशी मैत्री करणारा, अवर्णनीय अशा लोभस व्यक्तिमत्त्वाचा हा एक अस्सल प्रतिभावंत आहे हे त्यांना समजत होतं.

अशा तऱ्हेनं अब्दुलजलील पानाफुलांच्या चित्रकारीपासून दूर गेला. आता तो पुस्तकाची पानं खंजिरासारख्या धारदार पानापाकळ्यांनी एकमेकांत गुंतलेल्या, अस्तित्वातही नसलेल्या अतिसुंदर फुलांनी नटवत नव्हता. आता त्यानं खरेखुरे प्राणी, माणसं यांची चित्रं काढायला सुरुवात केली. एवढंच नाही तर आता तो सर्वसामान्य पद्धतीच्या द्विपृष्ठीय आकृत्या न काढता प्रत्यक्ष शरीरासारख्या त्रिमितीय आकृत्या काढू लागला. त्याचा सहकारी महमद मुमीन हाही त्याच्या चित्रकलेच्या कौशल्याबद्दल प्रसिद्ध होता. पण माणसांच्या किंवा फुलांच्या चित्राला आकाराची घनता देणं तो टाळत असे. तसं काही करायला मुमीनला जणू भीतीच वाटायची. एक दिवस दोघे शेजारीशेजारी काम करत होते, तेव्हा मुनीननं त्याला घाबरत-घाबरत विचारलं,

“माझ्या थोर मित्रा, तू काढलेल्या चेहऱ्यांचा मला किती त्रास होतो, त्यांचा माझ्यावर किती वाईट परिणाम होतो, हे तुला सांगायलाच हवं. जितकं जास्त मी त्यांच्याकडे बघतो, तितकी मला या विकृत चित्रांपासून नजर दूर करावी असं वाटतं. ही चित्रं जिवंतच वाटतात. माझा पाठलाग करतात ती. आणि हा विचार मला फार क्लेश देतो. मला सांग, माणसांनी अशी जिवंत चित्रं काढणं संमत आहे?” बाजूच्या सगळ्यांनी काम थांबवून कान टवकारले आहेत हे महमद मुमीनला जाणवलं. हा मूक पाठिंबा जाणवताच त्याचा आवाज मोठा झाला;

“चेलेबी, ही फक्त चित्रं आहेत हे दर्शवणारी चित्रं काढायची आपली परंपरा झुगारून तू ही अशी कागदावरून जगात उडी मारायला बघणारी चित्रं का काढतोस?”

हा प्रश्न एकट्या महमद मुमीनच्या नाही, तर इतर सहकाऱ्यांच्याही मनात आहे हे अब्दुलजलीलनं ओळखलं, त्यानं सौम्य स्वरांत पण ठाम उत्तर दिलं:

“मला खूप काळापासून अशी सघन चित्रं काढायची होती. अशी चित्रं काढण्यासाठी मित्रा, मी खूप काळ धडपडत आहे हे तुला माहीतच असेल. मला स्फूर्ती देतो तो मानववंश. म्हणूनच मी अगदी जशी आहेत, तशीच माणसं काढायचा प्रयत्न करतो.”

सगळे एकाग्रतेनं ऐकत आहेत हे लक्षात येऊन त्यानं एक परिणामकारक विराम घेतला. त्यानं पहिल्यांदा मित्राच्या, नंतर इतरांच्या डोळ्यांत बघितलं. काही जणांनी त्याची नजर चुकवली, तर काही जण बघतच राहिले; पण बोललं कोणीच नाही.

खऱ्या वास्तवाशी कोणतीही स्पर्धा न करता कागदावर काढलेल्या मानवी चित्रविषयांना जीवन देणं हा चित्रकारांसाठी उपलब्ध असलेला अमर होण्याचा संमत मार्ग आहे.''

स्मशानशांतता पसरलेल्या कलाकेंद्रात अब्दुलजलीलच्या ठाम स्वरांचा योग्य परिणाम झाला.

''मला माहीत आहे की, खूप जणांना हा नवा विचार पटणार नाही; तशी कुठलीच नवी कल्पना सहजासहजी पचनी पडत नाही. पण माझी खात्री आहे की, समजदार रसिकांना ही कला आवडेलच. पुढेही मी न डगमगता असंच काम करणार आहे.''

त्याच्या या छोट्या, सौम्य, तरीही विद्रोही भाष्यानं त्यांच्यात एक अदृश्य अडसर निर्माण झाला. त्यात होता त्याच्या धैर्याबद्दल वाटणारा आदर, आणि त्याच्या बेपर्वाईबद्दल वाटणारी अस्वस्थ कणव.

खरं तर चित्रकार अतिशय आनंदात होता. त्याला त्याच्या जगण्याचं प्रयोजन मिळालं होतं. चित्रकृती पूर्ण झाल्यावर त्यांच्या कागदावरच्या हालचाली आणि त्यांचं स्मित पाहणाऱ्याच्या अंत:करणाला भिडत होतं. अशा वेळी उचंबळणारा आनंद कवितेत ओतावा असं त्याला वाटे. स्वप्नातले आणि प्रत्यक्षातले प्रेमिक मग एकमेकांत विलीन होत; कागदावरच्या आकृत्या जिवंत होत, जणू त्यांना वाचा फुटे. चित्रं आणि काव्य यांचं सहजीवन रंगे.

चित्रकार अब्दुलजलील चेलेबीच्या जगाचा सूर्य म्हणजे रंग होते. आणि हा सूर्य कधीच ढगांनी झाकोळला नाही. त्याच्या प्रत्येक चित्रात इतर कोणीही वापरले नसतील असे रंग तो एकत्र आणी. रत्नासारखा लालबुंद आणि जांभळट, विजेरी निळा आणि तांबडा, शेंदरी आणि निळसर हिरवा, पिस्त्याचा हिरवा आणि जांभळा, बैंगणी आणि चण्याचा पिवळट... रंगांत केवढा आनंद भरला होता, चित्रांतून व्यक्त होणारा आनंद, जगण्याचा आनंद...

त्याचे मित्र त्याला 'लेवनी' म्हणत, 'लेवनी' म्हणज़े बहुरंगी, विविध... या नावामुळे चित्रकाराला लगेच स्फूर्ती येऊन त्यानं एक कविता लिहिली. तुरळक काम बघून खरं रसग्रहण कसं अशक्य आहे. भावनाप्रधान माणसांनी कसं त्याचं संपूर्ण काम बघून त्याला 'लेवनी' या नावानं सन्मानित केलं. ते या कवितेत सांगितलं होतं.

कवींनी ठेवलं माझं कलेतील नाव 'लेवनी'
जेव्हा तज्ज्ञांनी बघितलं माझं समग्र काम;

दोन-तीन कामांना दाद कधी देऊ नये
सगळं जाणल्याशिवाय मोल करण्यात अर्थ नाही.

या कवितेनं त्याला नवचैतन्य दिलं. या दिवसापासून अब्दुलजलील चेलेबी 'लेवनी' म्हणून ओळखला जाऊ लागला. त्याच्या कलाकृतींवरही तो अशीच स्वाक्षरी करू लागला. या नावानं त्याला नवीनच व्यक्तिमत्त्व दिलं; त्याच्या अनोख्या कलेवर या एकाच विशेषणानं मोहोर उमटवली. टोपणनाव, उर्फ, ओटमन इतिहासात कितीतरी कलाकारांनी वापरलं होतं; पण उपयोगकर्त्याचं इतकं अचूक वर्णन करणारं एखादंच.

गुलनुश आणि अहमद

आईचा वारसा

थरथर कापणाऱ्या हातात धरलेल्या त्या लाकडी संदुकीवर तिसरा सुलतान अहमद याची नजर खिळली होती. उस्कुदारमध्ये तिच्या नावानं बांधल्या गेलेल्या मशिदीच्या शेजारच्या थडग्यामध्ये गुलनुश वलीद सुलताना दफन करण्यात आले. क्रेटचा कमांडर हुसेन पाशा, पगला यानं क्रेटच्या वर्झीझी कुटुंबात जन्माला आलेली गुलनुश ताब्यात घेऊन सम्राटाला नजर केली होती. सम्राटाची सर्वांत प्रिय मुख्य राणी म्हणून २४ वर्षं, आणि एकापाठोपाठ सिंहासनावर बसलेल्या तिच्या दोन पुत्रांची प्रभावशाली राजमाता म्हणून आणखी २० वर्षं तिनं सत्तेचा आणि ऐश्वर्याचा उपभोग घेतला. आयुष्यभर हुलकावण्या दिलेली शांती कदाचित मृत्यूनं तिला दिली असेल.

१२ वर्षांपूर्वी मोठा भाऊ सुलतान मुस्तफानंतर गादीवर आलेल्या अहमद हणनं आईला दिलेला एकही शब्द कधी मोडला नाही. मुस्तफानं आणि त्याच्या वडलांनी नेहमीच गुलनुशची मर्जी सांभाळली; अहमदनंही त्या दोघांचाच कित्ता गिरवला. तिच्या इच्छेचा मान राखण्याची ही शेवटचीच वेळ असणार होती. तिच्या आज्ञेप्रमाणे त्यानं प्रत्येकाला तिथून घालवले; मंत्री सोबती, सेवक, जवळपासचे सर्वजण... आणि अशा तऱ्हेनं कोणीही बघत नसताना त्यानं डबी उघडली. जिच्याबद्दल त्याला अतिशय प्रेमादर होता अशी आपली आई तशाच कारणाशिवाय अशी दक्षता घ्यायला सांगणार नाही ह्याची सम्राटाला खात्री होती.

तरीही अशी उद्‌ध्वस्त करणारी वाक्यं वाचावी लागतील असं त्याला वाटलं नव्हतं.

ज्या मुलाच्या आयुष्यात ती सतत ढवळाढवळ करणार होती, त्याच्याविषयीचं सत्य कागदावर लिहून ठेवायला हवं, असं बरेच वर्षांनंतर, बहुधा म्हातारपणाची चाहूल लागल्यानंतर माता गुलनुशनं ठरवलं असावं. आपल्या पत्रात तिनं १६७९ चा तो सप्टेंबर, प्रयत्न करूनही न विसरता येणारे ते दिवस, आणि आठ वर्षांनंतरचा तो काळ जागवला होता. पत्र कोणाला उद्देशून लिहायचं ते तिला लिहिताना माहीत नव्हतं. दुसऱ्या कोणावरच विश्वास टाकता येत नसल्यामुळे तिनं स्वत: लेखणी उचलली होती. हवी ती कागदपत्रं हवी तेव्हा शोधणं किंवा नष्ट करणं यात जनानखान्यातील रहिवासी चांगलेच वाकबगार होते. लाल ट्यूलिप्स आणि जांभळ्या हायसिंथनी एनामल केलेल्या संदुकीत तिनं सीलबंद केलेला तो गुंडाळलेला कागद शेवटी तिचा पुत्र सुलतान अहमदच्या हातात पडला. तिच्या मृत्यूनंतरच संदुक उघडायची; आणि आतला मजकूर वाचल्यावर ताबडतोब तो जाळून टाकायचा अशी सूचना त्याला दिली गेली होती. स्वत:च्या मृत्यूनंतरच सम्राट असलेल्या आपल्या मुलाला सत्य जाणून घ्यायला सांगणं हे खरं तर भ्याडपणाचंच लक्षण होतं. पण समोरासमोर या गोष्टीचा कबुलीजबाब देण्याची कल्पनाही तिला रुचत नव्हती. आपल्या सम्राट मुलाच्या मनातलं आपल्याविषयीचं प्रेम, आदर, आणि त्याहीपेक्षा कौतुक आपण गमावून बसू या भीतीनं या धाडसी स्त्रीचा थरकाप होत होता.

काही झालं, तरी मेलेल्या माणसाबद्दल कोणीच वाईट बोलत नाही का वाईट विचार करत नाही.

लेवनी आणि सलोनिका

त्यांची स्मृती कोणालाच नाही

एन्देरून हेच अब्दुलजलील चेलेबीचं घर झालं असलं, तरी त्याचं स्वत:चं कुटुंब त्याच्या मनातून कधीच पुसलं गेलं नाही. आपण सलोनिकाजवळच्या खेड्यातून आलो हे त्याला नेहमीच आठवायचं. पण आठ वर्षांच्या मुलाची स्मृती कितपत टिकणार? एन्देरूनमध्ये किंवा राजवाड्यात त्याच्या गावाहून आलेली

त्याच्या वयाची मुलंच नव्हती. काही काळात त्याचं मित्रमंडळ वाढलं, कलाकेंद्रात त्याला मानाचं स्थान मिळालं. 'लेवनी' हे विशेषण मिळण्याइतकं त्याचं स्थान उंचावलं, तेव्हा त्याला वाटू लागलं की आपल्या कुटुंबाचा शोध घेण्याची हीच वेळ आहे. हीच वेळ आहे त्यांना आनंदानं थक्क करण्याची. तो त्यांची नावं विसरला नव्हता; आपलं गावही त्याला अंधूकसं आठवत होतं; पण तरीही त्यानं गुप्तपणे पाठवलेले दूत रिकाम्या हातांनी परतले होते. जणू काही त्याचं संपूर्ण कुटुंब अस्तंगत झालं होतं, किंवा कदाचित कधी नव्हतंच. कोणालाच ते कुटुंब आठवत नव्हतं. त्या भागातून ते निघून गेले असणार. लेवनीला हे माहीत होतं की, त्यांना फार मोठं घबाड मिळाल्याशिवाय ते दुसरीकडे जगूच शकत नाहीत. तो देवशिर्मेत भरती झाल्यावर इतरही अनेक कुटुंबांनी तिथून स्थलांतर केलं होतं.

आजपर्यंत हा सारा शोध त्यानं इतरांमार्फत घेतला होता. स्वत:चा पुरेसा दबदबा निर्माण झाला आणि तेवढं धैर्य आलं की स्वत: प्रत्यक्ष जाऊन शोध घेण्याची तो वाट बघत होता. तो वाट बघत होता जिथे तो मोठा झाला त्या जागेचा शोध घेण्याची, तिथे चौकशी करण्याची.

* * *

उन्हाळ्यात आलो सलोनिका नगरीला
वार्तालापात गेला सारा हिवाळा
दयाळू सहायक पुरवी रोजचं भोजन
आमचा वसंत ऋतू तिथेच व्यतीत झाला...

कवी सलोनिकाला आला होता तो आपल्या दूरस्थ भूतकाळाच्या शोधात. जरी त्याला कुठलाच दुवा मिळाला नाही, तरी सलोनिकाच्या बागबगीच्यांच्या मोहानं त्यानं एक अख्खा हिवाळा आणि वसंत ऋतू तिथे घालवला. त्याच्या आयुष्यात सगळंच कसं तेव्हा सुरळीत चाललं होतं : त्याच्या कवितांमध्ये सुलतान अहमदला रस निर्माण झाला होता, त्याच्या चित्रांचा (तो) चहाता होता, आणि स्वत: लेवनीनं त्याचा विश्वास मिळवला होता. त्याच काळात सम्राटानं आपला जावई नवशिरली इब्राहीम पाशा याच्या प्रोत्साहनानं जिथे तो खूप काळ असायचा, तो नेहमीचा एदिर्न राजवाडा सोडून जवळजवळ कायमसाठी इस्तंबूलला मुक्काम हलवला. लेवनीसारख्या सुसंस्कृत अष्टपैलू कवी चित्रकारानं स्वत:ची प्रतिभा इस्तंबूलला आपल्या सान्निध्यात फुलवावी, अशी सुलतान अहमदची इच्छा होती. हवं तर त्यानं जनानखान्यातल्या कलाकेंद्रात काम करावं, हवं तर स्वत:च्या घरी; कुठेही त्यानं आपली वैशिष्ट्यपूर्ण कलानिर्मिती करावी.

गेली काही वर्षं कलाकारानं (लेवनीनं) नेहमीच सम्राटाच्या सान्निध्यात घालवली नव्हती का?

लेवनीचं घरी परतणं सम्राटाला अजिबात आवडलं नाही; तरीही तो काहीच बोलला नाही. लेवनीला तो चांगलाच ओळखत होता. सलोनिकाविषयी असलेल्या त्याच्या ओढीला खीळ घालण्याच्या प्रयत्नानं लेवनी अजूनच इरेला पेटला असता. त्यामुळेच लेवनीच्या अचानक आलेल्या प्रस्तावाला त्यानं बेमुदत काळासाठी परवानगी दिली होती. हे लेवनीचे अनाठायी लाड आहेत असं सुलतानाच्या खुशमस्कऱ्यांना वाटूनसुद्धा काही बोलायची त्यांची प्राज्ञा नव्हती, हे सुलतानाच्या लक्षात आलं होतं. आणि या गोष्टीची त्याला फार गंमत वाटत होती.

लेवनी पाहुणा म्हणून मेयरच्या घरीच राहत होता. गावात कायदा आणि सुव्यवस्था सांभाळायची हेच काम असणाऱ्या मेयरसाठी ही फारच मानाची गोष्ट होती. या बड्या पाहुण्याला मिरवताना त्याला राजधानीशी जवळचं नातं असल्यासारखं वाटे. शाही मेजवान्या देणं खर्चिक होतं खरं. पण तो अनाठायी खर्च नव्हता. गावचे प्रमुख नागरिक आणि ज्याची साक्षात सम्राटाबरोबर ऊठबस आहे. अशा पाहुण्याचं आदरातिथ्य करताना त्याचाही भाव वधारत होताच. अब्दुलजलील चेलेबी त्याच्या जुन्या परिचिताला शोधत होता हे नक्की. पण दुर्दैवानं मेयरलासुद्धा लेवनीनं सांगितलेल्या नावाचं कुटुंब शोधता आलं नव्हतं. गावातल्या फारच थोड्यांना ते माहीत होतं; पण आता ते कुठे गेले आहेत हे कुणालाच माहीत नव्हतं. त्यांचं अस्तित्व आहे ते फक्त आपल्या कल्पनाविश्वातच, असंच आता कलावंताला वाटू लागलं होतं. संध्याकाळी जेव्हा मोठमोठे विद्वान जमत, तेव्हा कुठेतरी जवळच्याच खेड्यात राहणाऱ्या त्या लोकांशिवाय त्याला दुसरा विषयच नसे. आपली निराशा लपवण्याचा प्रयत्न तो अर्थात करतच असे. आसपासच्या खेड्यांना भेट देताना या दरबारी माणसाला मेयरच्या सोबतीची गरज वाटत नसे. पण आश्चर्य वाटावं अशी ही एकच गोष्ट नव्हती. स्वतःच्या खोलीत जाईची फुलदाणी ठेवावी अशीही त्याची खास विनंती असे. असो.

जसा आला तसाच एक दिवस अब्दुलजलील चेलेबी परतही निघाला. उन्हाळ्याच्या सुरुवातीला एका संध्याकाळी त्यानं आनंदनिवासाकडे परत जाण्याचा मनोदय आपल्या यजमानाला सांगितला.

मन म्हणालं प्रवासाची ही वेळ
मी शोध घेत होतो जहाजाचा

पडावाचा इस्तंबूलसाठी
बेत ठरला आहे रविवारच्या प्रस्थानाचा...

सुखद वारा आहे, आहे निरभ्र आकाश
जहाजही आहे अगदी तगडं
नांगर सोडला, शिडे उभारली,
माणसांच्या प्रवासाला सुरुवात झाली...

सलोनिकाहून कवी रिकाम्या हातांनीच परतत होता... तरीही मिळवलेल्या सुंदर मैत्रीच्या आठवणी त्याच्याबरोबर होत्या.

एक भव्य जहाज त्याला इस्तंबूलला घरी नेणार होतं. उन्हाळ्याच्या प्रारंभी एका सोनेरी सकाळी त्या भल्याथोरल्या जहाजानं नांगर उचलला. प्रवाशांनी बंदरात उभ्या असलेल्या लोकांना हात हालवून निरोप दिला,

देवाच्या मनानं आमच्यासाठी अपघात योजला
जरा डोळे उघडून पाहा त्याच्या दूताकडे
दुपार झाली, हवा बिघडली,
रक्षणकर्त्याचा कोप दृग्गोचर झाला...

ढग काजळले, केला आमच्यावर हल्ला
कयामतीचा दिवस आमच्यावर कोसळला,
आठ-दहा तासांच्या हालअपेष्टा
दिवस-रात्रीचा नाही पत्ता...

वाळू आली, पाण्याचा ठिकाणा नाही
जहाज होतं छिन्न-विच्छिन्न
कोणी करतं प्रार्थना, कोणी भाकतं करुणा
सोडव आम्हांला, आक्रोशलो, आम्हां पाप्यांना...

परतीच्या प्रवासात वादळानं त्या जहाजाला छिन्न-विच्छिन्न केलं. आपण वाचलो त्यामागे खूप सूचक अर्थ दडला आहे असं लेवनीला वाटलं. प्रत्येक प्रवाशानंच आपापल्या पद्धतीनं देवाला साकडं घातलं होतं, जीव वाचवण्यासाठी नवस केले होते. कलाकारानं आपल्या नशिबाचा कौल स्वीकारला होता, त्यानं आपला अनुभव प्रामाणिकपणे कवितेत व्यक्त केला.

देवाच्या कोपानंतर आम्ही उघडले डोळे
समोर बोझ्काकल बेट होते
हाका मारल्या, आणि हाकारले डोलकाठीविना
बोझ्हीसर, आमचे जहाज कोरडे...

तेक्फुर टेकडीवर तिसऱ्या दिवशी
एरेली कुरणं गाठली पाचव्या दिवशी
प्रत्येक वाड्याला दिली वचनं
पोहोचताना आक्रंदलो निराशेनं

गाठले कुम्काप कुशल सुखरूप
सकाळी सराईबुर्नुला घातला वळसा
बाचेकाप्सुच्या बाजूनं गेलो
सोडून जाण्याची ताकद कोणात नव्हती.

गमावली लेवनीनं नश्वराची आशा
माझं हृदय गेलं खरोखर थकून
आम्ही वाचू असं कोणाला वाटेल
दयाळू देवानंच आम्हांला पुनर्जीवन दिलं...

त्याला परिचित असं पहिलं दृश्य होतं ते सराईबुर्नुच्या टोलेजंग राजवाड्याचे, नंतर बंदराच्या समोरचा सलाकाक किनाऱ्यावरचा नूतन रत्नासारखा तेजस्वी, डोळे दिपवणारा शेरेफाबादचा प्रासाद दिसला. त्यांतलं कुठलंच त्याचं घर नव्हतं, तरीही दोन्ही ठिकाणी त्याचं आपुलकीनं स्वागत झालं. त्यांच्या मालकांच्या संगतीत घालवलेल्या दिवसांनी त्याच्या आयुष्यातल्या दोन गोष्टींचं अस्तित्व नक्की केलं; एक होता ओटमन राजघराण्याचा कर्ता, तर दुसरा होता सम्राटाचा जावई आणि प्रमुख वजीर इब्राहीम पाशा.

ओटमन दरबाराशी त्याला बांधून ठेवणाऱ्या शक्तीला यापुढे तो विरोध करणार नव्हता.

इब्राहीम आणि दाऊद

उन्हाळा, आगींचा ऋतू; हिवाळा, आगींचा ऋतू...

इस्तंबूलमध्ये थैमान घालणाऱ्या प्रचंड आगीची बातमी जेव्हा एदिर्नला पोहोचली तेव्हा इब्राहीम पाशा ऑस्ट्रिया आणि व्हेनिसबरोबर शांततेच्या वाटाघाटी करत होता.

हिवाळ्यातल्या आगी या मुख्यत: शेकोट्यांच्या पेट्या उलटून लागत; पण इस्तंबूलमधला उन्हाळा म्हणजे आगींचा सुकाळ. उन्हानं वाळलेली लाकडं आणि पाण्याचं दुर्भिक्ष, मग आग अधिक वेगानं फुफाटणारच.

सोनशृंग किनाऱ्यावरच्या तुफेखनमधल्या एकाच घरातून ज्वाला झेपावल्या होत्या. पण लवकरच आग हा हा म्हणता पसरली. तिनं उन्कापन मशीद गिळली; एकदा शहरात प्रवेश केल्यावर ती दोन मार्गांनी वाढत गेली. उजवीकडच्या बाजूला अझब्लेर मशीद आणि स्नानगृह जाळून आग झेरेककडे वळली. आधीचा मुख्य वजीर नुमन पाशाची पत्नी ऐश सुलतानच्या वाड्यावर ती झेपावली, नंतर बेबंदपणे तिनं आत्पझारीवर उडी मारली. नंतर त्या ज्वाला सर्शेन आणि श्रद्धा मशिदीच्या भिंतीजवळ पोहोचल्या. इथे रस्ता बंद झाला होता; मग त्या मागे वळल्या, टेकडीवरून खाली येऊन अमजाझादे हुसेन पाशा कबरस्तानावरून होरहोर आणि एत्मेदम गेटकडे आल्या; मग मागे वळून वरच्या अंगाला मोलागुरानीवरून अल्तमरमरकडे आणि नंतर चिनार मशिदीकडे आल्या. डाव्या बाजूच्या ज्वालाशिखेनं उन्कापन किंवा बाहेरच्या भागाऐवजी सर्व दिशांना बाहू फैलावत आतल्या भिंतींना आलिंगन दिले. एकमेकांवर रेलून उभ्या असलेल्या घरांनी आगीचा मार्ग अधिकच सुकर केला.

जर आपल्या काही वस्तू वाचवता आल्या, तर या जळणाऱ्या घरांचे रहिवासी देवाचे आभार मानत होते. नंतर मशालीप्रमाणे पेटलेली आपली घरं बघून फारसं काही न करता अटळ दैवासमोर मान तुकवली हे बरंच केलं असं त्यांना वाटत होतं.

लालभगव्या ज्वालांनी रात्रीचा दिवस केला होता; आयाज्मा द्वारातून बाहेर पडून होजलीपशओळू आणि मुख्य रस्त्यावरील कांतारजलरजवळच्या नव्या कारवानसराईवरून पुन्हा वर जाऊन आगाद्वाराच्या भिंतींवरून सुलेमानिये वसाहतीभोवतालून आगीनं परदेशसचिव कझलबाश बेकीर एफेंदीचा प्रासाद आणि वेफ मशीद जाळली. गिळंकृत करण्यासाठी अजून बरंच इंधन उरलं होतं: वेझनेजीलरमधली कलंदर मशीद, वेफानंतर शहजादे मशीद भस्मसात केल्यावर जुने

जानिसरी निवास; जवानांच्या बराकी, चुकुर चश्मे, आणि मुफ्तु स्नानगृह, आणि माजी मुख्य वजीर करा इब्राहीम पाशाचा प्रासाद. मग आगीला खाली सरकायला रस्ता मिळाला. कझलमुस्लक आणि ... कारंजे मागे टाकून आसपासच्या प्रदेशात झेप घेत, लांगानच्या वाटण्या आणि सुर्प अस्दुअदझदझिन आर्मेनिअन चर्च कवेत घेत आग पुन्हा वर निघाली. पुन्हा सौकचश्मे, दाऊदपाशा मशिदीच्या आजूबाजूचा परिसर बेचिराख करत आग चनार्दीबीतून बाहेर पडली.

सत्तावीस तासांनंतर आगीचा हा कल्लोळ निमाला तेव्हा हजारो घरं, दुकानं, शाळा, शेकडो मशिदी, प्रासाद आणि गिरण्या जळून खाक झाल्या होत्या. एखाद्या जित्याजागत्या हाडामांसाच्या राक्षसानं फूत्कार टाकत आपल्या बलदंड मिठीत सारं चिरडून मागे फक्त विनाश आणि अश्रू ठेवावे अशा भयकारी उत्पातांची इस्तंबूलल सवय होती. विरोधाचा प्रश्नच नसल्यामुळे, या अनोख्या शहराला अधूनमधून ही खंडणी द्यावीच लागायची.

इब्राहीम पाशाला ह्या आगीत एक संकेत दिसला; त्याच्या सध्याच्या अडचणी संपल्या की इस्तंबूलला भेडसावणाऱ्या या प्रश्नावर लक्ष केंद्रित करायचं त्यानं ठरवलं. या योजनेत यश आलं, तर त्याचा लोकांना थेट फायदा होईल; त्यामुळे इतर बदल, इतर अभिनव योजनांना ते सहजपणे तयार होतील.

कुठेही आग लागली, तरी विझवायचे प्रयत्न करतील अशी शक्तिशाली माणसं गोळा करा. आमच्या नावाला शोभेल असं आगीशी सामना करणारं दल उभारण्यात जराही विलंब करू नका. जेणेकरून या आनंदनगरीत आमचं नाव कृतज्ञतेनं घेतलं जाईल.

ही आज्ञा दाऊद आगाला नुकताच मुख्य वजीर झालेल्या इब्राहीम पाशानं दिली होती. तो उपवजीर म्हणून एदिर्नला गेला होता; आणि मुख्य वजीर होऊन परतला होता. आगीच्या राक्षसाशी युद्ध हे त्याचं पहिलं काम असणार होतं. आपल्या पंपांच्या सहायानं आगी विझवण्यात यशस्वी झालेला फ्रेंच इंजिनिअर डेविड धर्मांतर करून मुसलमान झाला होता. आता तो दाऊदी हकीक होता. त्यानं आगीशी लढणारे दल उभारायला सुरुवात केली.

त्यानं जानिसरीमधून स्वत: निवड केली. दांडगी पण हुशार, आळशीपणाचा मागमूस नसलेली, पळताना थकणार नाहीत, आणि न डगमगता संकटावर तुटून पडतील अशी माणसं...

* * *

जावई इब्राहीम पाशा सदैव ओळखला जाईल तो आपल्या आलिशान मौजमजेच्या जीवनपद्धतीसाठी; पण तो अथकपणे नवनवीन पद्धती शोधणं आणि

चिरकाल टिकणाऱ्या सुधारणा घडवणं यांच्यातही दंग असे. आधुनिक जगाबरोबर राहण्याच्या त्याच्या स्वप्नाचा त्यानं शेवटपर्यंत पाठपुरावा केला.

दाऊद आगाच्या पंपवाल्या अग्निरक्षकांना त्यांच्या पहिल्यावहिल्या आमंत्रणाची फार काळ वाट पाहावी लागली नाही. कुचकमुस्तफापाशा मार्केटला आग लागली तो ८ जुलै १७२१ चा दिवस कायम आठवला गेला तो राज्यपंपदलानं आग विझवण्यासाठी प्रथमच पाण्याच्या पंपाचा वापर केला यासाठी. एकमेकांना 'खांदेसोबती' म्हणणाऱ्या चार माणसांनी 'पेटारा' म्हटली जाणारी पाण्याची लाकडी टाकी वाहून नेली. दलाची पावलं रस्त्यातून घुमली ती कंदीलधारकानं दाखवलेल्या प्रकाशात. आगीच्या ठिकाणी सर्वसत्ताधीश होता तो त्यांचा दलप्रमुख, ज्याची आज्ञा सर्व जण एकदिलानं पाळत होते. पद्धत अगदी साधी होती; आपली नेमकी जागा प्रत्येकाला माहीत होती; नळीवाला माणूस आगीवर पाणी फवारायचा, तेव्हा मधला माणूस नळी पकडायचा आणि पंपवाला पंप चालवायचा.

सुटकेची किंमत नेहमी अग्निरक्षकांच्या सोयीची असे. आगीशी लढणारे रक्षक आणि आगीच्या संकटात सापडलेले घरमालक यांच्यातला समझोता निमिषार्धात होई. दर फार वाटतो म्हणून शुल्क नाकारण्याचा विचारही कोणाच्या मनाला शिवायचा नाही. शुल्काचं वाटपही न्याय्य असायचं. प्रमुखाला तीन वाटे, त्याचा सहायक, कंदीलवाहक, पंपवाला आणि नळीवाला यांना दोन, आणि उरलेल्या सर्वांना प्रत्येकी एकवर समाधान मानावं लागे. नळीवाल्याला बक्षिशी मिळे ती वेगळीच. घर वाचवलं गेल्यावर बळी देण्यासाठी एखादा प्राणी घरमालकाकडून मिळण्याची अग्निरक्षकांची अपेक्षा असायची.

इब्राहीम आणि एकाक्ष हुसेन

करार

आगीच्या ठिकाणी अग्निदलप्रमुख एकाक्ष हुसेननं त्या लठ्ठ मेंढीचे कान स्वतः छेदले. घरमालकानं तो बळी भेटीदाखल दिला होता. अग्निदलप्रमुखानं पाण्याच्या पिंपाच्या पट्टीला आणि त्यांनी आगीपासून वाचवलेल्या घराच्या दरवाजाला रक्त फासलं.

जर त्यांनी मेंढी तिथल्यातिथं कापली असती, तर त्यांनी ते रक्त पिंपात ओतून मोठमोठ्यानं आरोळ्या ठोकत पंप चालवला असता. पण हुसेनला जरा सुसंस्कृत पद्धत आवडायची. दुसरी साजेशी पद्धतही त्याला सुचत नव्हती. एकाक्ष हुसेन आणि त्याच्या टोळीचा धांगडधिंगा सगळ्यांना चांगला माहीत होता.

''हे-ही, वाघ-सिंहापेक्षा बलदंड, ७२ देशांचा कर्दनकाळ, आम्ही येतो वाजतगाजत, आम्ही जातो वाजतगाजत, आम्ही हुसेन आगाचे विजेते साथीदार, देशाचे रक्षक! हे हे...

इस्तंबूलच्या चिंचोळ्या गल्ल्या अशा आरोळ्यांनी दुमदुमून जायच्या. माणसं किंवा मालमत्ता वाचवण्यापेक्षा त्यांना जास्त रस होता ते स्वत: सगळ्यांत शूर रक्षकांचं अग्निदल असण्याची बढाई मारण्यात.

ह्या माणसांकडे बघून कळायचं की, माणसाची आयुष्याकडून सर्वांत प्राथमिक अपेक्षा काय असते - स्वार्थ आणि स्वत:चा दिमाख, ताठा, डौल.

* * *

रस्त्यावरच्या मारामारीतच हुसेननं आपला एक डोळा गमावला होता. त्याला माहीत होतं की, त्या निकामी डोळ्यामुळे त्याचं अवाढव्य शरीर अधिकच भीतीप्रद दिसायचं. 'एक डोळ्या' या विशेषणानं त्याला एक विचित्र आनंद व्हायचा.

नव्यानं स्थापन केलेलं अग्निरक्षकदल उत्तम दर्जाचं आहे ह्याची इब्राहीम पाशाला खात्री करून घ्यायची असे. त्यामुळे तो दलांना अनपेक्षित वेळी (अचानक) भेट देत असे. दलांनी आपली प्रत्येक चाल वजिराला आधी कळवावी असंही बजावत असे.

या ठकांचा आणि आपला कधी संबंध येईल, असं इब्राहीम पाशाला मुळीच वाटत नसे. पण तरीही त्यांना हाताच्या अंतरावर सांभाळण्यात काहीच धोका नव्हता हे त्याला कळत होतं. कुणास ठाऊक, कधीतरी कदाचित उपयोगही झाला असता त्यांचा... आपल्या जगण्याची पद्धत बऱ्याच जणांना खटकते; आणि आपल्याला खाली खेचायला खूप जण टपून बसले आहेत हे त्याला माहीत होतं; म्हणूनच अनपेक्षित लोकांशीही त्यानं 'मैत्री' केली होती.

अशाच एका तपासणीच्या वेळी एकाक्ष हुसेननं इब्राहीम पाशाला दोघेही एकाच मुलखातून आले असल्याचं सांगण्याची संधी साधली. इब्राहीम पाशाचा एकनिष्ठ सेवक व्हायला तो तयार होता. कारण अशा सेवेचं बक्षीस मिळणारच याची त्याला खात्री होती. हा माणूस उपयोगी आहे हे इब्राहीम पाशालाही कळत होतं; पण आत्ता या वेळी त्याला सावधतेनं पावलं टाकायची होती. या

नेवशेहेरवाल्या अग्निरक्षक एकाक्ष हुसेनशी गुप्तपणे मैत्री करायला काय हरकत होती? दोन दिवसांनंतर त्यानं समुद्रकाठच्या बेशिकताश प्रासादात हुसेनला बोलावून घेतलं.

"हुसेन आगा, मी काय केलं म्हणजे मला तुझी आमरण निष्ठा मिळेल?" पायाशी आडव्या पडलेल्या हुसेन आगाला खुणेनं उठवत वजिरानं मुद्यालाच हात घातला.

"तू जराही कुचराई न करता सदैव केलीस, तर तुला मिळणारं बक्षीसही तसंच मोठं असेल."

थोड्याशा बोलण्यानंतर करार पक्का झाला. एकाक्ष हुसेन इब्राहीम पाशाचा छुपा सेवक होणार, पाशाला पोहोचणं कठीण असणाऱ्या ठिकाणी तो पाशाचे कान आणि डोळे होईल, तर विचित्र जागी त्याचा दूत म्हणून जाईल. पूर्ण गुप्तता बाळगणं याबरोबरच करारातली दुसरी महत्त्वाची गोष्ट होती दाणगट अग्निरक्षकाचा बटवा पैशांनी ओसंडून वाहता ठेवणं...

इब्राहीम आणि अहमद आणि नेदिम

सम्राट, एकदातरी आपण शेरिफाबाद पाहावं

१७१८ मध्ये उस्कुदार सालाजाक भागात आनंदाचं वातावरण होतं. प्रमुख वजिराच्या काठावरल्या नव्या अत्युत्कृष्ट प्रासादानं सगळे जण दिपून गेले होते. जमिनीच्या सुरुवातीला सायप्रसच्या वनांची मोठी किनार होती, देखण्या वाटिका, नाचणारी कारंजी, इंद्रधनुषी रंगातल्या फुलांच्या ताटव्यांनी सजलेल्या बागा, खरंच हा तर एक छोटासा राजवाडाच होता. दोअंज्लर नावाच्या जागेवर तयार केलेल्या पाणवठ्यावरून प्रासाद, त्याभोवतीच्या विस्तीर्ण बागा, एवढंच काय उस्कुदारलाही पाणी पुरवलं जात होतं.

नवा वजीर इब्राहीम पाशा याला आता कुठलाच बदल नको होता. नव्या ऐश्वर्यशाली राहणीत त्याचं परमसुख होतं. आता तो जगातल्या सगळ्या उत्तमोत्तम वस्तूंच्या गराड्यात असेल, अभिजात दर्जानं त्याची जीवनशैली उंचावेल; या सगळ्या सुखांसाठी नवी, अनोळखी आव्हानं झेलायला लागली तर काय हरकत होती?

उत्तम यजमान होणं याला इब्राहीम पाशाच्या लेखी फारच महत्त्व होतं. शेरिफाबाद नावाचा हा प्रासाद सुलतान अहमदला खूश करण्याच्या एकमेव हेतूनं बांधला गेला होता. सम्राटाला आमंत्रण देणारं काव्य सुप्रसिद्ध कवी नेदिमच्या लेखणीतून उतरलं होतं. अशा काव्याला वजिरानं मोठी बिदागी द्यायलाच हवी.

प्रत्येक श्वासातील जल आणि हवा देते आयुष्याला जीवन
आपल्या आगमनानं विश्वाला मिळतं चेतन आणि शांतवन
आस आहे सर्वांना आमचे सर्वसत्ताधीश कधी करतील पदस्पर्श,
यावे आणि एकदातरी शेरिफाबाद पाहावे सम्राट...

नेदिमच्या ओघवत्या लेखणीच्या फुलोऱ्यानं पुन्हा एकदा काम फत्ते झालं. आपल्या जावयानं प्रत्येक गोष्टीत इतकं लक्ष घालून उभारलेल्या प्रासादाला अहमद शिकारीनं भेट दिली. राजनौकेने सम्राटाला चौथऱ्यापर्यंत सोडले. भपकेदार सजावट केलेल्या प्रासादातल्या मुख्य दालनात राजानं पहिल्यांदा विश्रांती घेतली; नंतर तो उद्यानातल्या जलाशयाजवळच्या लाकडी लताकुंजात गेला. स्पर्श करता येईल इतका जवळ भासणारा लीआंदरचा मनोरा, सराईबुर्नुतला त्याचा स्वत:चा निवास, शहराच्या दुसऱ्या बाजूला असलेले गलाटा आणि बंदर हे विहंगम दृश्य पाहताना त्यानं समोर आलेल्या उत्तमोत्तम खाद्यपदार्थांचा आस्वाद घेतला; आणि जावयानं निवासासाठी निवडलेल्या जागेची प्रशंसा केली.

हा होता नदीकाठावरचा पहिला प्रासाद. नंतर बोस्फोरसच्या तीरावर 'याल' नावाच्या एकापेक्षा एक प्रासादांची रांगच लागली. पहिल्यापेक्षा दुसरा अधिक भपकेदार, आधीच्या प्रासादापेक्षा जास्त प्रौढीचं नाव असलेला, प्रत्येकाचे अधिकाधिक दिमाखदार सोहळे, आणि प्रत्येकाची बेसुमार स्तुती.. बेशिकताशमधली चरान उद्यानं एमनाबादमधल्या फआनदखशी, हुमायुनाबादमधल्या बेबेक उद्यानाशी, मिराबादमधल्या कान्लचातशी, कान्दिलीतील नवाबाद चेन्गेलकॉयमधल्या फेराबादशी आणि तोप्कापीतलं वजीर उद्यान अलीबेकॉयमधल्या ह्युसरेवाबादशी स्पर्धा करत होती.

परंतु ज्याच्या विलक्षण सौंदर्याला तोड नाही असे उद्यान होतं; काथेनमधलं सदाबाद.

मेरी आणि अहमद

थोरल्या सिनोरसमोर

काल मी फ्रेंच राजप्रतिनिधीच्या पत्नीबरोबर सुलतानला (सिनोरला) पाहायला गेले होते. ते मशिदीत निघाले होते. त्यांच्यापुढे डोक्याला मोठाली पांढरी पिसं लावलेले खूपसे जानिसरीज होते; तसेच खूप शिपाई आणि बारगीर (पायदळ आणि घोडदळ रक्षक) आणि राजाचे खास माळीही होते. या सगळ्यांचा मिळून झालेला मोठा समुदाय त्यांच्या रंगीबेरंगी उत्फुल्ल पोशाखामुळे लांबून एखाद्या ट्यूलिपच्या बगीच्याप्रमाणे दिसत होता. त्यांच्यानंतर छान पोशाखातले दोन गुलाम जांभळ्या मखमलीचा, चंदेरी टीश्यूची किनार लावलेला अंगरखा घातलेल्या आगाचा घोडा चालवत नेत होते. त्यानंतर होता आपल्या काळ्या वर्णाला अतिशय खुलून दिसणाऱ्या फरच्या किनारीच्या पिवळ्याजर्द कपड्यातला किझलीर आगा. (बाईसाहेब जाणतातच की, हा जनानखान्यातील स्त्रियांचा प्रमुख रक्षक असलेला काळा हिजडा असतो.)

नंतर आली उमद्या घोड्यावर रत्नजडित चौकटीत खोगिरावर बसलेली दस्तूरखुद्द स्वारी. त्यांच्या हिरव्या पोशाखाला काळ्या मोस्कोविट कोल्ह्याच्या केसाळ कातडीची किनार लावलेली होती. अशा किनारीला हजारो खणखणीत पौंड पडतात म्हणे. त्याच्यामागून खूप सजवलेले आणखी सहा घोडे होते. त्याच्या दोन प्रमुख दरबाऱ्यांपैकी एकानं सोन्याचं तर दुसऱ्यानं चांदीचं कॉफीपात्र काठीवर अडकवलं होतं. आणखी एक जण बसण्यासाठीचे चांदीचं आसन डोक्यावर घेऊन चालला होता. प्रत्येकाचा पोशाख आणि दर्जा दाखवणारी डोक्यावरची पगडी यांचं वर्णन लांबलचक होईल. पण एवढंच सांगते की, ती सर्व वस्त्रप्रावरणं अतिशय भपकेदार आणि श्रीमंती थाटाची होती. (...) इतकी की, यापेक्षा दिमाखदार मिरवणूक बहुधा निघूच शकत नाही.

सुलतान चाळिशीचा देखणा पुरुष दिसत होता, पण त्याची चर्या करडी आणि डोळे बटबटीत आणि काळे होते. तो एका खिडकीखाली थांबला आणि उभा राहून आमच्याकडे लक्षपूर्वक पाहू लागला. (आम्ही कोण आहोत ते त्याला बहुधा सांगितलं गेलं असावं.) पण त्यामुळेच आम्हांलाही त्याच्याकडे नीट बघायला मिळालं. त्याचा चेहरा देखणा आहे याबाबत फ्रेंच राजदूताच्या पत्नीचं आणि माझं एकमत झालं. (...)

हे पत्र ब्रिटिश राजदूताची पत्नी लेडी मेरी वोर्तली मोन्तागुनं आपल्या इंग्लंडमधल्या मैत्रिणीला लिहिलं. तिला भेटलेले लोक आणि ओटमन जीवनशैली

यांनी ती फार प्रभावित झाली होती. स्वत:ला बुरख्यात गुंडाळून आणि चेहरा पडद्यानं झाकून तिनं शहराचा कोपरान्कोपरा बघितला. राजस्त्रियांनी आमंत्रण दिल्यावर त्यांच्या प्रासादात जायला तिला फार आवडत असे. जसजशी जास्त माहिती तिला मिळत गेली, तसतशी ती जास्त प्रभावित झाली. तिची पत्रं एदिर्न आणि इस्तंबूलबद्दलच्या उत्कट प्रशंसेनं भरली आहेत.

शहर विंचरून काढणाऱ्या या इंग्रज स्त्रीची खबर सुलतानाच्या कानांवरही गेली होतीच. कुतूहल वाटून त्यानं तिला भेटायची इच्छा आपल्या सेवकाजवळ व्यक्त केली.

शुक्रवारच्या सभेत सम्राट आणि ती पश्चिमेची स्त्री यांची भेट घडवण्यात आली. क्षणभरच त्यांनी एकमेकांच्या नजरेला नजर दिली. लेडी मेरीनं सम्राटाकडे खूप जिज्ञासेनं प्रथमच निरखून पहिलं. पूर्वेच्या मोठ्या अधिपतींचे पाश्चिमात्यांना साधारणपणे दडपण वाटायचं किंवा संताप यायचा; पण त्याचबरोबर ते कोड्यातही पडायचे. सुलतान अहमदही प्रथमच 'दुसऱ्या' जगातल्या प्रतिष्ठित स्त्रीकडे पाहत होता. ती कशी असेल त्याला कळत नव्हतं. पूर्ण वेगळी? अतिसुंदर? एक सामान्य काफीर? त्या इंग्रज स्त्रीची फिकट पांढरी त्वचा आणि नीटस नाकडोळे मोहक वाटत होते; पण तरीही ती फक्त एक सर्वसाधारणच स्त्री होती. तिच्या नजरेत असभ्य वाटावं इतकं अनावर कुतूहल होतं, त्याबरोबरच काहीसं आव्हानही होतं का? त्याच्या स्वत:च्या स्त्रियांपेक्षा निश्चितच वेगळी नजर आहे ह्या धीट, बेडर स्त्रीची, सम्राटाच्या मनात आलं.

त्या छोट्याशा मुलाखतीनं दोघांवरही परिणाम केला. लोटांगण घालत शरण न येणाऱ्या स्त्रीमध्येही त्याला आकर्षित करण्याची शक्ती असू शकते हे सुलतान अहमदला कळून चुकलं. जनानखान्यात भरती होण्यासाठीच जिला वाढवण्यात आलं नाही अशी स्त्री आपल्याला काय देऊ शकते हा विचार त्याच्या मनात अध्येमध्ये डोकावतच राहिला.

लेडी मोन्तागुच्या बाबतीत बोलायचं, तर सत्तेचं आकर्षण किती जबरदस्त असू शकतं हे तिला कळलं. असा माणूस रानटीच असणार असाच तिचा समज करून देण्यात आला होता; पण प्रत्यक्षात हा माणूस तर चक्क आकर्षक होता.

त्यानंतर पुन्हा कधीही त्यांची भेट झाली नाही. पण दोघांनाही हा साक्षात्कार झाला होता.

* * *

दुसऱ्या कुठल्याही युरोपिअन स्त्रीनं बघितलं नसेल इतकं ओटमन जगाचं तपशीलवार अंतरंग लेडी मोन्तागुनं तिच्या तिथल्या छोट्या वास्तव्यात बघितलं. ती जितकी आत जाऊ पाहत होती, तितकं हे जग अधिकच खोल जात होतं. इंग्रज राजदूताची ही पत्नी मनातल्यामनात या जगाची आपल्या दुनियेशी तुलना करू लागली तेव्हा तिला आपल्या स्वत:च्या जगात खूपच उणीवा जाणवू लागल्या. ज्या देशात ती सहज मिसळली, त्या देशाची प्रामाणिक आणि सविस्तर वर्णनं तिनं इंग्लंडला पाठवत असलेल्या पत्रात केली. पकड घेणाऱ्या त्या वर्णनांनी वाचणाऱ्याला आपण एदिर्न किंवा इस्तंबूलमध्येच आहोत असं वाटे.

इस्तंबूलमध्ये आल्याआल्या लेडी मोन्तागुला पेरा इथल्या स्टुडिओत काम करणाऱ्या युरोपिअन चित्रकाराविषयी कळलं. ज्यां बाप्तीस्त व्यान मूर हा चित्रकार बऱ्याच मोठ्या परदेशी वर्तुळांमध्ये अतिशय लोकप्रिय होता. तो सर्वोत्तम असल्याची खात्री करून घेऊनच ती त्याच्या दरवाजात आली. एखाद्या राजदूताची पत्नी एवढंच स्वत:चं महत्त्व असणं, आणि ओटमन राजधानीतला आपला वावर फारशी दखल न घेताच विस्मरणात जाणं तिला मानवत नव्हतं. काहीही करून स्वत:च्या व्यक्तिचित्रात ती काळालाच आपल्या मुठीत पकडून ठेवणार होती.

ती चित्रकारासमोर ठाकली ती एखाद्या वैभवशाली जनानखान्यात शोभेल अशा ओटमन स्त्रीच्या रुपात: टोपीवर पिसाच्या आकाराचा दागिना, वक्ष:स्थळाचा उभार दाखवणारा लाल खमीस, क्रेप सिल्कचा हरेम पायजमा, चमचमणारी रत्नजडित पिन, कमरेच्या खाली पट्ट्यानं बांधलेला फुलाफुलांचा सैलसर झगा, आणि फर लावलेला लांब अंगरखा या वेषभूषेत.

व्यान मूरनं चित्राच्या किती प्रती केल्या किंवा सम्राटानं ते व्यक्तिचित्र पाहिलं किंवा नाही हे कळायला काहीच मार्ग नाही. ओटमन स्त्रीच्या पोशाखात आपल्याला जराही बुजल्यासारखं वाटत नव्हतं, असं लेडी मोन्तागुनं सांगितलं. आपली पत्रं ही इतिहासाच्या त्या काळाची सर्वांत महत्त्वाची साक्ष ठरणार आहेत हे तिलाही माहीत नव्हतं. वर्ष संपायच्या आतच लेडी मेरी मोन्तागुनं इस्तंबूल सोडलं खरं; पण आपल्या भेटीच्या कधीही न पुसल्या जाणाऱ्या खुणा मागे सोडूनच ती गेली.

लेवनी आणि अहमद

कवितांपासून प्रासाद बांधता येईल तुला? किंवा चित्रांपासून देश?

तिसरा सुलतान अहमद आणि चित्रकार कवी लेवनी अब्दुलजलील चेलेबी नजर न वळवता एकमेकांकडे बघत राहिले. त्यांच्यांत दोन मित्रांमधला शब्दांविना संवाद सुरू होता. दिवसभराच्या हकिकती आणि स्वप्नं एकमेकांना सांगून संपल्याची खूण होती ती. आपली आवडती स्वप्नं उघड करताना ते कधीही एकमेकांकडे बघत नसत. सुलतान आणि चित्रकार यांच्या मैत्रीत काही संकेत, रिवाज रूढ झाले होते.

''माझे थोर सत्ताधीश'', लेवनी एक दिवस म्हणाला, ''आपल्या अपरंपार कृपेचं अभय असेल, तर माझी एक इच्छा आपल्या कानांवर घालण्याचं मी धाडस करतो. जेव्हा सर्व सेवकांना दूर पाठवलेलं असेल, जेव्हा कोणीही चोरूनसुद्धा आपल्याला बघू अथवा ऐकू शकणार नाही, जेव्हा फक्त आपण दोघेच असू, त्या वेळी आपण एकेमकांसमोर आपल्या अमूल्य आठवणी आणि हृदयांतरीची स्वप्नं उघड करू या. आपल्यासारख्या सम्राटासाठीसुद्धा ही मोठीच मोकळीक असेल असं मला वाटतं.''

ही विलक्षण धाडसी सूचना सुलतानानं अतिशय शांतपणे स्वीकारली. लेवनीनं स्वत:च्या मनात येईल ते बोलणं त्याला सवयीचं झालं होतं. लेवनीला मनाई करणं किंवा रागावणं हे सुलतानला स्वत:लाच रुचत नव्हतं; आणि लेवनीला याची पूर्ण कल्पना होती. त्या कलावंताला आपलं स्वत:चं मोल माहीत होतं; पण त्यानं आपली मर्यादा कधीच ओलांडली नाही. विवेकाचं बंधन त्यानं नेहमीच पाळलं.

* * *

सम्राट त्याच्या जोडीदाराशी एकांतात कित्येक तास हलक्या आवाजात बोलत असतो ही गोष्ट ना दरबाऱ्यांच्या नजरेतून सुटली, ना मुख्य वजीर इब्राहीम पाशाच्या. तरीही कोणाचीच, अगदी राजघराण्याशी लग्नानं जोडल्या गेलेल्या वजिराचीही, ह्या मैत्रीचा मोठ्यानं उल्लेख करण्याची हिंमत नव्हती. सम्राट आणि त्याचा सेवक यांची, तो अगदी मुख्य वजीर असला तरी, अनिर्बंध मैत्री होणं अशक्यच होतं. खरं तर आपल्या प्रमुख मंत्र्यावर सुलतानाची पदापलीकडे जाणारी मर्जी होती. तरीसुद्धा ज्या सहजतेनं सम्राट आणि चित्रकार आपल्या मनातली गुपितं एकमेकांना सांगायचे, राजा सत्ताधीशासारखा न वागता एक माणूस म्हणून

आपल्या मनावरचं ओझं दोघंच असताना या कवी चित्रकार मित्राजवळ हलकं करायचा, त्यामुळे इब्राहीम पाशा अस्वस्थ व्हायचा. आज सुलतान अहमदनं लेवनीला जे सांगितलं ते कळलं असतं, तर पाशा चांगलाच उद्विग्न झाला असता.

त्या दिवशी कुठल्याही मनोरंजक किंवा विचारप्रवर्तक कथेत मन गुंतवण्याऐवजी आपल्या साथीदाराला स्वत:चाच एक अनुभव सांगण्याचं सम्राटानं ठरवलं होतं. आपल्या सत्तेच्या दुसऱ्या वर्षी आपण आपला मेहुणा प्रमुख वजीर मोराल हसन पाशाला कसं काढून टाकलं त्याची गोष्ट :

''मोराल हसन पाशा ज्याला लोक मेहुणा मोराल हसन पाशा म्हणत त्याला तो आमची उत्कृष्ट सेवा करील या अपेक्षेनं नेमलं होतं. पण प्रत्यक्षात तो माझी काही फर्मानं धुडकावत होता; त्याचप्रमाणे आपल्या उपकारकर्त्याबद्दल तो अपमानजनक शब्दही काढायचा हे माझ्या लक्षात आलं. शेवटी अत्यंत निराशेपोटी मी या कृतघ्न सेवकाला काढून टाकायचं ठरवलं.''

सम्राटाचा निर्णय क्षणार्धात होत असला, तरी त्यात एखाद्याचं आयुष्य कायमचं बदलून टाकण्याची ताकद होती.

''सेरेझचा टकलू इब्राहीम नावाचा एक बलदंड तरुण होता. जेव्हा आनंदनगरीत मी वेषांतर करून जायचो, तेव्हा माझं आयुष्य मी त्याच्या हातात सोपवत असे. तो मला त्याच्या छोट्या होडीतून न्यायचा. एकदा मी एका छोट्या व्यापाऱ्याच्या वेषात त्याच्या बाजूला उभा होतो. काही अंतरावरच्या माझ्या रक्षकांशिवाय मला कोणीच ओळखलं नाही.''

मनातलं बोलताबोलता अहमद शिकारी त्या जुन्या दिवसांत पोहोचला. या वेळी मित्राजवळ आपल्या मौजमजेच्या बढाया मारणाऱ्या सर्वसामान्य तरुणासारखाच तो बोलत होता.

कोणताही व्यत्यय न आणता लेवनी सम्राटाचं बोलणं ऐकत होता. समोर बोलणारा माणूस हा आपल्या अफाट संपत्तीचं मोजमापही नसणारा, ज्याच्यासमोर सेवक हात बांधून, मान लववून उभे राहतात असा नृपती आहे, असं त्याला वाटत नव्हतं. त्यालाही राजात देवाचा एक सामान्य सेवक दिसत होता. राजाचा संपूर्ण विश्वास मिळण्याचं जे भाग्य आपल्याला लाभलं आहे त्याचा कधीही गैरउपयोग न करण्याची शपथ लेवनीनं मनातल्यामनात घेतली. राजाला सामान्य माणसाचा मोकळे-ढाकळेपणा हवाहवासा वाटत होता हे उघड होतं. त्या कहाणीत खास काहीच नव्हतं. ओटमन इतिहासात घडलेल्या शेकडो दु:खद-विनोदी प्रसंगांपैकी तो एक होता. पण राजाला ती कहाणी सांगण्यात मजा वाटत होती. शिवाय आपलं स्वत:चं श्रेष्ठत्व आपल्याला समजतच नाही असं-चलाखीनं किंवा

धूर्तपणानं–भासवणं त्याला आवडायचं तेही गमतीदारच असायचं.

मग मी सेरेझच्या टकलू इब्राहीमला नव्या राजवटीचं नेमणुकीचं पत्र कांदियेत असलेल्या वजीर कलायलकोझ अहमद पाशाला गुपचूप पोहोचवण्यासाठी दिलं. टकलू इब्राहीमनं व्यापाऱ्यासारखा पोशाख केला अन् एका व्यापारी जहाजात लाकूड भरून तो इस्तंबूलहून निघाला. वारा अनुकूल होता; कादियेला पोहोचून मालाचा ताबा त्यानं अहमद पाशाला दिला. त्याला बरोबर घेऊन तो पुन्हा आनंदसिंहासनाकडे निघाला; आणि कुचुक्चेक्मेजला पोहोचला. माझ्या भावाला पदच्युत करून त्याच्याऐवजी मला सिंहासनावर बसवलं जाण्याचा काळ होता तो. आपलीच ताकद सर्वांत जास्त आहे असं त्या लोकांना वाटत होतं. म्हणून माझ्या मेहुण्याला शेवटपर्यंत माझ्या योजनेबद्दल काहीही कळू देऊन चालणार नव्हतं. अहमद पाशा पहाटे शाही बागांतून राजप्रासादात पोहोचला; आणि सेवकांच्या खोल्यांत लपून राहिला.

पूर्ण सत्ता हातात असलेल्या, जगाधिपती समजलं जाणाऱ्याला नवा वजीर नेमण्यासाठी अशा क्लृप्त्या कराव्या लागाव्यात हे किती विचित्र आहे... या अनोख्या शहरात पूर्वेच्या रोमन साम्राज्याच्या काळापासून गूढ आणि कपट हेच राजप्रासादाच्या नशिबी लिहिलं आहे का? कितीही विचित्र वाटली, तरी ओटमन दरबाराच्या कुठल्याच बाबीनं लेवनीला आश्चर्याचा धक्का बसत नसे. गप्प राहून आपल्या आश्रयदात्याचं बोलणं तो पुढे ऐकू लागला.

"जेव्हा मोराचा प्रमुख वजीर हसन पाशा काउन्सिलच्या बैठकीला आला, त्या दिवशी तो आणि त्याची पत्नी म्हणजे माझी बहीण हतीज सुलतान–यांना मी माझ्यासाठी ऐवानसराई प्रासादात मेजवानी देण्याची आज्ञा केली."

ज्या मेहुण्याला तो लवकरच पदच्युत करणार होता, त्याच मेहुण्याचा अखेरचा एक दिवस चांगला जावा ही सम्राटाची इच्छा उघडच दिसत होती. साक्षात सम्राटाला मेजवानी देण्याचा सन्मान! आपल्या क्रूर बेताचा सम्राटाला आनंद वाटत असावा; ज्या कनिष्ठानं साक्षात आपल्याला धमकावलं आणि मर्यादाभंग केला त्याला सम्राटाच्या खप्पा मर्जीचा आकस्मिक झटका बसावा हे औचित्याला धरूनच आहे असंही वाटत असावं.

"पाशा आनंदानं तिथून गेल्यावर लगेच, द्वारपालांचा अधिकारी वली आगा याला मी पाशाकडून वजीरपदाची मोहोर परत आणायला पाठवलं. पाशाला त्याचा अपराध समजला असावा; त्यानं लगेच मान तुकवली असं मला कळलं."

अशा तऱ्हेची पदच्युती म्हणजे त्याच्या आणि त्याच्या कुटुंबाच्या भाग्याची उलथापालथच; अर्थात त्याला जीवदान दिलं गेलं तरची गोष्ट.

''ते असो. त्यानंतर मी माझी आवडती जागा असलेल्या बगदाद आवारात गेलो; कलायलकोझ अहमद पाशाला तिथे बोलावून त्याला वजीरपदाची मुद्रा आणि पोशाख देववला.''

इतकं सोपं होतं सत्तेच्या शिखरावरून खाली कोसळणं; प्रत्येकाच्याच बाबतीत खरं होतं ते आणि त्याला कोणाचाच अपवाद नव्हता. निखालस सत्ताधीश, थोर सम्राट, साता समुद्रावर सत्ता गाजवणारा; तरीही त्याला पूर्ण सुरक्षितता वाटत नव्हती. लेवनीला काही गोष्टींचं आश्चर्य वाटतच राहिलं: इतका मोठा सम्राट आपला मेहुणा आणि प्रमुख वीर असलेल्याला इतका कसा घाबरला? नवीन प्रमुख वजीर नेमण्यासाठी असले डावपेच तो कसे काय खेळला? आपल्या मंत्र्याला पदच्युतीची स्वत: समक्ष आज्ञा देणं त्यानं कसं काय टाळलं? त्याच्या स्वाभाविक दोषामुळे तो ही हकिकत एखाद्या रहस्यकथेसारखी सांगतो आहे की त्यामागे त्याचा धूर्तपणा आहे?

''हसन पाशाला मृत्यूची शिक्षा मिळाली असती, पण हतीज सुलतान (आधी) एकदा चार मुलांची विधवा आई झाली होती. माझ्या सज्जन बहिणीची दया येऊन मी पाशाला जीवदान दिलं. मला माहीत आहे राजकन्या दूरच्या खेडवळ भागात कधी राहत नाहीत, पण मी त्यांना इझमितला पाठवलं, तिथल्या प्रासादात त्यांना राहता येईल.''

भित्रेपणा आणि धैर्य, दया आणि क्रौर्य, जिव्हाळा आणि कोरडेपणा, भावोत्कटता आणि स्वीकार... या सगळ्यांनी तर माणूस बनतो. यांतला कोणता गुणविशेष किती प्रमाणात असावा हे माणूस ठरवू शकत नाही, भले मग तो अगदी सम्राट का असेना. कोणत्या वेळी कोणता गुण प्रकट होईल हे महत्त्वाचं.

* * *

१७१९ मध्ये सरत्या हिवाळ्याच्या दुपारी किंचित गारव्यात लेवनीनं ही विचित्र, तरीही परिचित गोष्ट सम्राटाच्या उपस्थितीत ऐकली. गोष्टीमुळे रक्त उसळत असलं, तरी गोष्ट करुणच होती. सम्राटानं चित्रकाराला आपल्यासमोर कलाकुसरीच्या गादीवर तो ओटमन सम्राटाच्या बरोबरीचा असल्यासारखं बसवलं होतं. अर्थात चित्रकारानं कधीही जराही बेअदबी केली नाही. पण तो कधी हात बांधून शरणागतासारखा उभाही राहिला नाही. शिवाय तो जराही दडपणाशिवाय सैलावून बसला होता. सम्राटाचं बोलणं लक्षपूर्वक ऐकताना तो या जगाधिपतीला अध्येमध्ये प्रश्नही विचारायचा; किंवा त्याच्या बोलण्यावर टिप्पणीही करायचा.

सम्राटाचं आयुष्य उजळून टाकणारा लेवनी हा सर्व काळातल्या ओटमन दरबारातला सर्वांत मोलाचा साथीदार होता. ओटमन सम्राटांनी बुद्धिमत्ता, ज्ञान आणि प्रतिभा यांच्या कसोटीवर अत्यंत दक्षतेनं आपला साथीदार, संभाषणातला आपला भागीदार निवडायची शेकडो वर्षांची परंपरा होती. देवाची पृथ्वीवरची सावलीच असलेल्या सम्राटाला सोबत करण्याच्या खास हक्काचा चांगला उपयोग हे उच्च स्थान मिळवलेले लोक करून घेत. असाच होता खलाशी हैदर कप्तान ज्याला चित्रकार निगरी म्हणूनही ओळखलं जाई. सुलेमान महानचा हा साथीदार अत्यंत नावाजलेला व्यक्तिचित्रकार होता. गलाटा या नास्तिकांच्या भागांत वास्तव्य करून त्यानं प्रस्थापित रिवाज तोडले होते. निगारीनं सुलतानालाही बंडखोरपणे चित्रित केलं. सलीम सोट (भविष्यातला सुलतान सलीम दुसरा) हा उद्याचा राजा हातात दारूचा चषक घेतलेला असा त्यानं चित्रात दाखवला. व्हेनिसच्या त्याच्या रसिक मित्राला त्यानं राजघराण्यातल्या लोकांच्या चित्रांचा एक अप्रतिम संग्रह भेटीदाखल दिला.

सम्राटाचा साथीदार होणं याचा अर्थ सगळ्यांचा हुकमी आदर मिळवणं असा अजिबात नाही. तिसऱ्या सुलतान अहमदच्या आधीचा सम्राट आणि त्याचा मोठा भाऊ असलेल्या मुस्तफा हणला पदच्युत केलं गेलं. त्या वेळी त्याच्या चार साथीदारांना अटक करून इजिप्तला हद्दपार करण्यात आलं. सम्राटाला एदिर्न येथे शिकारीचा नाद लावून राज्यकारभाराच्या कर्तव्यापासून दूर ठेवल्याचा आरोप त्यांच्यावर केला गेला. जसा काही इतका मोठा सम्राट लहान मुलासारखं दुसऱ्याचं ऐकणारच होता. जसा काही माणूस खुशालचेंडू बनतो तो दुसऱ्याच्या दडपणामुळे... शेवटी दोषी ठरवलं जाई ते जवळच्या माणसांतल्या कोणालातरी. सुलतानाच्या जवळच्या माणसांच्या नशिबानं एकदम उलटणं हे सुलतानाच्या संभाषणातल्या साथीदारांनाही लागू होतं. कीर्ती आणि अपकीर्ती यांतली सीमारेषा फारच पुसट होती. साथीदार सुलतानाला जवळचे होते हे खरं, त्यांच्यावर प्रभाव टाकून स्वतःच्या मागण्या पुढे रेटण्याची सगळी साधनं त्यांच्याकडे होती, हेही खरं. पण त्यामुळे बऱ्याच दरबाऱ्यांच्या नजरेला हे साथीदार फारच वर्चस्व असलेले वाटायचे. पण लेवनी वेगळा होता. आपले मित्र तो काळजीपूर्वक निवडे. तो दरबारावर कधीही हुकमत गाजवत नसे. तरीही त्याला आपोआप खूप आदर मिळे; असामान्य कलाकाराला मनापासून मिळणारा आदर. फारच थोड्या साथीदारांना इतका विनासायास हा खास हक्क मिळाला.

* * *

सुलतान त्याच्यात खास रस नक्की कधी घेऊ लागला हे लेवनीच्या पक्कं लक्षात होतं; कारण हा बदल १७१५च्या शरद ऋतूत आजपर्यंतची सर्वांत प्रभावशाली राजमाता गुलनुश सुलतान हिच्या मृत्यूनंतर लगेच झाला होता. ...राजमाता खूप काळ अंथरुणाला खिळून होती. तिनं खूप सत्कृत्यं केली होती हे नि:संशय; पण तेवढीच दुष्कृत्यही तिच्या नावावर जमा होती, असं लोक कुजबुजायचे; तो यातनामय दीर्घकाळ हे तिच्या पापाचं फळ मानायचे. स्वत:च्या कृत्यांना सामोरं जायला ती घाबरत होती का? शेवटी एका मंगळवारी रात्री ती मरण पावली तेव्हा तिचं वय ७५ वर्षांचं असावं, पण तरीही ती विलक्षण देखणी दिसत होती. मृत्यू तिला जराही शोभत नव्हता. कित्येक वर्षं गुलनुश सुलतान आपल्या चेहऱ्यावर आणि शरीरावर तऱ्हेतऱ्हेची रोगणं लावायची. वनस्पती, समुद्रशेवाळ... अजून कायकाय... कदाचित या दाट मलमांमुळे असेल किंवा तिच्या जीवनेच्छेमुळे असेल, तिच्या चेहऱ्यावरच्या सुरकुत्या चाळिशीतल्या स्त्रीसारख्याच होत्या. शेवटचा अपवादात्मक उपाय म्हणून बोलावलं गेलेल्या डॉक्टरांनी तिला पूर्ण झाकलेल्या स्थितीतच तपासलं. पेशंट कोण आहे हे माहीत नसतं तर डॉक्टरांचा तिच्या वयावर विश्वासच बसला नसता. तिची अंत्ययात्रा आनंदद्वारातून गेली. मिरवणूक सभागृहासमोर एका गाडीवर तिची शवपेटिका ठेवण्यात आली होती. त्या प्रसंगी संपूर्ण मंत्रीमंडळ, धर्मवेत्ते, आणि धर्मगुरू हजर होते. गाडी उपमुख्यमंत्री तुर्क महमद पाशा याच्याकडे गेली. दुसऱ्या दिवशी शवपेटिका दाऊदपाशा प्रासादाशी आली. तिथे इस्तंबूलच्या मेयरनं मानवंदना दिली. तिच्या मस्तकाशी पूर्ण रात्रभर कुराणाचं पठण करण्यात आलं. मग शवपेटी सराटबुर्नुच्या जलप्रासाद सभागृहाच्या बाजूनं शाही उद्यानातून पुन्हा राजवाड्यात आणण्यात आली; आणि शाही वर ठेवून कालव्यातून उस्कुदारला नेली. गुलनुश सुलतानचं दफन तिच्या प्रिय महमद शिकारीच्या शेजारी न करता तिच्या इच्छापत्रानुसार तिनं उस्कुदारमध्ये देणगी दिलेल्या मशिदीच्या बागेतील उघड्यावरच्या कबरस्तानात करण्यात आले.

त्या वेळी चित्रकाराचा समज झाला की, आपली प्रिय आई गमावल्यामुळे सुलतान अहमद स्वत:च्या सांत्वनासाठी तिच्यासारख्याच लक्षवेधी व्यक्तिमत्त्वाची सोबत शोधत आहे.

लेवनी आणि मिर्झा महमद

भूतकाळाची सावली

करदाल सली आगानं हाक मारली, ''लेवनी चेलेबी, ही सकाळ तुम्हांला शुभ जावो.'' राजवाड्यात जाताना राजद्वाराच्या वाटेवर लेवनीला हा अप्रिय माणूस भेटला. अंगीभूत सौजन्यामुळे चेलेबीनं प्रत्युत्तरादाखल त्याचंही शुभचिंतन केलं; पण ते चालता-चालताच. पण सली आगानं बोलायचं ठरवलंच होतं. आधीचा कुल केथुदास उच्च पदावरचा जानिसरी ऑफिसर मिर्झा महमद पाशाचा तो सेवक होता. चित्रकाराच्या बाजूनं करदांचा एकहात्या सली आगा हळूहळू चालू लागला. आजपर्यंत सली आगानं केलेल्या मैत्रीच्या प्रयत्नांना सावध चेलेबीनं दाद दिली नव्हती. त्याला हे माहीत होतं की, हा माणूस भूतकाळाची मढी उकरणारा आहे, तुमच्याकडे बघून स्मित करतानाच तुमच्या पाठीत खंजीर खुपसणारा आहे.

''लेवनी चेलेबी, तुमच्यासारख्या महान चित्रकाराबरोबर कॉफीपान करण्याची मिर्झा महमद पाशांची इच्छा आहे, तुम्हांला कल्पना असेलच की, त्यांचे आता फार दिवस राहिले नाहीत. चांगल्या सोबतीची वाट पाहत ते कोपऱ्यात बसून दिवस मोजताहेत आणि आपल्या थोर सम्राटाच्या साथीदाराबरोबर गप्पा मारणं ही सौभाग्याचीच गोष्ट आहे.''

देवशिर्मे ऑफिसर म्हणून काम केलेल्या या वयस्कर माणसापासून आजपर्यंत लेवनी हातभर अंतरावरच राहत होता; पण नकार दिला तर तो दुखावेल हेही त्याला माहीत होतं.

''जर सोयीचं असेल तर, सली आगा, उद्यानंतरच्या गुरुवारी आम्ही येऊ.''

* * *

इतकी वर्षं राज्याची सेवा केल्यानंतर मिर्झा महमद पाशामध्ये आत्मविश्वास आणि अविश्वास यांचं द्वैत निर्माण झालं होतं. आपल्यासमोर बसलेल्या माणसाचं आधी मन जोखून मग तो स्वत:चे शब्द काळजीपूर्वक योजायचा. जानिसरीजचा प्रमुख अधिकारी युसुफ आगाचा कुल केथुदास म्हणून बढती मिळण्याआधी महमद शिकारीच्या सैन्यात तो झारचबस, मेजर, आणि शिकारी कुत्र्यांवरचा अधिकारी म्हणून काम करत होता. ज्या वेळी ६४ ओर्टा बटालिअनच्या ४०० जानिसरीजचा तो अधिकारी होता, तेव्हा सम्राटाच्या शिकारी कुत्र्यांना तो शिकवायचाही आणि सम्राटाबरोबर शिकारीलाही जायचा. ज्या ऑफिसरची झारचबस पदावर बढती झाली असेल, त्याचा पुढचा मार्ग सुकरच असायचा;

त्यात जर सम्राटाचं विशेषण 'शिकारी' असेल, तर बघायलाच नको... महमद शिकारीच्या अंमलाखाली झारचबस पद म्हणजे सुवर्णयोगच! असो. झारचबस मिर्झा महमद आगावर महमद शिकारीच्या राज्यात शेवटीशेवटी देवशिर्मे अधिकाऱ्याची महत्त्वाची जबाबदारीही सोपवण्यात आली होती. तिथेही त्यानं स्वत:ची छाप पाडली. आनंदनिवासात परत आल्यावर त्याची प्रादेशिक अधिकारी या उच्च पदावर नेमणूक झाली. दोन वर्षांनी तो आगा काउन्सिलचा सभासद आणि सर्व आगांत महत्त्वाचा असा प्रमुख कमांडरच्या खालोखालचा कुल केथुदास झाला. त्याच्यावर जानिसरी दलाच्या शिस्त आणि नियंत्रणाची मोठीच जबाबदारी होती. त्याचा गणेवेषसुद्धा जवळपास प्रमुखासारखाच होता. फरक होता तो फरची किनार लावलेल्या अंगरख्याच्या रंगात; प्रमुखाचा रेशमी अंगरखा पांढरा होता, तर कुल केथुदासचा हिरवा.

निवृत्तीनंतर महमद पाशाला या आठवणी सुखद वाटायच्या. जवळजवळ सर्वच आठवणी चांगल्या होत्या, एकच अपवाद वगळता. देवशिवच्या नोंदवह्या ज्या प्रकारे आगीत जळल्या ती आठवण त्याला कुसळासारखी बोचायची. त्यानंतर लगेचच तो बढती मिळून सामान्य मिर्झा महमद एफेन्दीचा मिर्झा महमद पाशा झाला; आणि अनतोलिआच्या केंद्रस्थानी असलेल्या प्रदेशात त्याची रक्षक म्हणून नेमणूक झाली. त्या भागात आयुष्य अधिक आरामशीर आणि संथ होतं. पण ज्याला आनंदनिवासातल्या रंगीबेरंगी चैतन्यपूर्ण वातावरणाची केवळ सवयच नाही, तर आवडही आहे त्याला ते वाटायचं. त्यानंतरची ट्युनिसचा गव्हर्नर ही बढती अर्थातच खूप आवडावी अशीच होती. निवृत्तीमुळे त्याच्या हातांतली सत्ता गेली, मात्र त्याला त्याच्या आवडत्या इस्तंबूलला परतायला मिळालं; आणि शेवटची वर्षं तिथे काढायला मिळाली.

१६८७ च्या एप्रिलमध्ये त्यानं आणलेला तो मधाळ डोळ्यांचा मुलगा वारंवार त्याच्या स्वप्नांत यायचा. त्याचा देवदूतासारखा निष्पाप चेहरा त्याला संभ्रमात टाकायचा.

मुलं ताब्यात दिल्यावर त्याच्या वरिष्ठ अधिकाऱ्यानं त्याला कोणतेही प्रश्न न विचारण्याबद्दल बजावलं होतं. कसलाही विचका न करण्याचं कबूल करून मिर्झा महमदनं त्या आज्ञेचं पालनही केलं होतं. पण आता इतक्या वर्षांनंतर ती वेळ आली होती. काही विचित्र घटनाक्रमांमुळे तो काही अजब निष्कर्षांप्रत पोहोचत होता. त्याला वाटत आहे ती व्यक्ती म्हणजे तर तो मुलगा नसेल? जे प्रश्न

विचारायला तो आधी धजत नव्हता. ते प्रश्न आता आयुष्याच्या या टप्प्यावर तो नक्कीच विचारू शकत होता. त्याचा तोच बेत होता...

* * *

लेवनी थोड्याशा नाराजीनंच मिर्झा महमद पाशाला भेटायला निघाला. तेवढ्यात ती बातमी आली. तो वृद्ध जनरल नुकताच मरण पावला होता. ''ते इतके अचानक वारले'', धापा टाकत दूत म्हणाला, ''कालच रात्री ते अगदी ठणठणीत आणि मजेत होते. प्रासादात एक जंगी मेजवानी होती...''

लेवनी आणि ओमर, लेवनी आणि प्रेम

कवितेचं जग

चित्र काढताना प्रत्येक वेळी लेवनीच्या मनात अदम्य उत्साह उसळे. पेरामध्ये कित्येक वर्षं राहिलेल्या मास्टर वॉन मूर या चित्रकाराच्या स्टुडिओसारखा भरपूर प्रकाशाच्या सर्वांत वरच्या मजल्यावरच्या खोलीत त्यानं आपला स्टुडिओ थाटला होता.

त्याच्या मित्रांना, विशेषत: कवी मित्रांना, त्याची चित्रं बघायची फार उत्सुकता असायची. जिवंत भासणारी कागदावरची चित्रं पाहताना त्यांना अतिशय मजा वाटायची. या गोष्टीचा विचार करताना त्याला स्वत: केलेलं खूप जुनं चित्र आठवायचं. लेवनीचा हेवा वाटून जो एके काळी लेवनीपासून दूर गेला होता, त्या अशक ओमरचं चित्र. टोपी जमिनीवर पडलेली. कमरेचा पट्टा सैल झालेला, आणि एका हातात मद्याचा प्याला असं ते चित्र त्या काळी चर्चेचा विषय झालं होतं. ते चित्र म्हणजे नेदिमच्या काव्याची मूर्तिमंत प्रतिमा होती; किंवा कवितेनं त्या चित्राला शब्दरूप दिलं होतं. ''कमरबंद सैलावला, तुझी टोपी धरणीशायी...''

मूर्तिमंत प्रेम रंगवायची लेवनीची इच्छा होती; त्या विचाराच्याच तो प्रेमात पडला होता. पण ज्यांच्यावर त्याचं प्रेम असायचं त्यांनाच तो सहजतेनं चितारू शकायचा. कदाचित त्याची सर्व चित्रं म्हणजेच साक्षात प्रेम होतं. लेवनीनं कित्येक वेळा स्वत:लाच प्रश्न विचारले; पण अशा स्वत:बरोबरच्या वादात कोणीच जिंकत नाही.

"डोळे बंद करायचा अवकाश, की तू माझ्या शेजारी असतेस," असं न जाणो किती प्रेमींनी आपल्या प्रेमिकांना सांगितलं असेल, पण लेवनीला डोळे बंद करायची गरजच नव्हती. त्याच्या प्रेमविषयाचं चित्र कागदावर उमटायचं ते असं की, जणू प्रत्यक्ष प्रेमीच शक्य तितका जवळ आहे.

लेवनीसाठी चित्र काढणं हे प्रेम करण्यासारखं होतं, दोन्हींतल्या सुखांत विलक्षण साधर्म्य होतं. विशेषत: अतिशय नाजूक कुंचला तो उचले, किंवा रंग मिसळायला सुरुवात करी, तेव्हा कामपूर्तीसाठीच्या अधीरतेचाच त्याला अनुभव येई. रतिसुखाचं मार्गक्रमण कसं होईल ते सुरुवातीला कोणालाच सांगता येत नाही; हलक्या आलिंगनांनी कामवासना उसळून त्या ओढ लावणाऱ्या क्षणाची खूण मागे ठेवून जाईल का? का पुनर्भेटीनंतर असह्य अशी सामान्य, कंटाळवाणी शय्यासोबतच घडेल?

त्याला आधी कधीच माहीत नव्हता असा एखादा रंग अवतरू बघायचा; तरीही नव्या, आधी कधीच न पाहिलेल्या रंगच्छटांचा त्याचा शोध सुरूच राहायचा. टोकाकडे गडद होत जाणारा जुडास झाडाच्या फांदीचा रंग त्याला कागदावर किंवा प्रेमिकेच्या ओठांवर उमटवता येईल का? ताज्या टवटवीत पुदिन्याच्या पानांचा सुगंध चित्रातल्या सोनेरी कलाकुसरीच्या शालीत किंवा प्रेमिकेच्या श्वासांत भरता येईल का?

'प्रेमी' म्हणजे काय याची चित्रकाराच्या मनातली कल्पना वेगळीच होती. जर ती व्यक्ती प्रतिभा, काव्य, चित्र, किंवा संगीत यांत त्याच्या तोडीची असल्याची खात्री वाटली, तरच तो प्रेमात पडे. कधीकधी वाटणाऱ्या कौतुकालाच प्रेम मानलं जातं, जसं ओमर आणि लेवनी यामध्ये झालं. एक प्रकारची चढाओढ, प्रेमिकांतली स्पर्धा यांनी त्याला चेतवलं. ज्याची तीव्र इच्छा आहे अशा अतिप्रिय माणसाला जिंकून स्वत:ला सिद्ध करण्याचा तो प्रकार होता का? आत्मविश्वासाला मिळणारा दुजोरा होता का ? एकमेकांविषयीचं कौतुक, एकमेकांच्या कलेबद्दल हेवा, त्याचबरोबर स्वामित्वाची किंवा मानसिक पातळीवरही एकरूप होण्याची इच्छा... जणू काही शेवटपर्यंत हे प्रेम नांदू शकलं असतं, तर एकमेकांच्या मनातल्या सौंदर्यापर्यंत ते पोहोचू शकले असते... जणू काही प्रत्येक पातळीवर ते एकरूप झाले असते; तर आशा, ध्येय आणि लक्ष्य यांचीही ते भावनिक पातळीवर देवघेव करू शकले असते. पण मग त्यानंतर? एक पोकळी, पुन्हापुन्हा विचार करूनही, अहमद हणलासुद्धा त्यांच्या चर्चेत या प्रश्नाचं उत्तर मिळत नसे.

इतर कशाहीपेक्षा लेवनीचं सर्व सुंदर गोष्टींवर प्रेम होतं. ज्यांच्यावर त्याचं प्रेम असे त्यांचं चित्र तो काढे; आणि कधीकधी ज्यांचं चित्र तो काढे त्यांच्या तो

प्रेमात पडे. त्याला खऱ्या प्रेमाचा साक्षात्कार घडे फक्त ती जेव्हा तो त्याला मिळालेली चित्रं काढण्याची देवदत्त देणगी वापरे तेव्हाच. चित्रांचा वर्ण्यविषय, निदान वरवरचा तरी, सांगणं दर्शकाला शक्य असेल; पण सहीचा अर्थ रसिक दर्शकाला कळू शकेल?

लेवनीची सही अलंकृत करणाऱ्या प्रत्येक फुलाला विशिष्ट अर्थ असायचा; एवढंच काय कधीकधी सहीचं स्थानसुद्धा कशाचं तरी निदर्शक असायचं, हे कोण सहज जाणू शकेल? लेवनीची फुलांनी रेखांकित केलेली सही हे साक्षात लेवनीचं प्रतीक होतं. जेव्हा तो व्यक्तिचित्रातल्या व्यक्तीच्या पायाशी ती सही करायचा, तेव्हा त्याचा अर्थ; तो स्वत: तिथे तो ओळखत असलेल्या व्यक्तीबरोबर हजर आहे. प्रत्येक सहीचं स्वत:चं एक गुपित होतं; प्रेमिकांची किंवा ज्यांच्याशी त्याची भावनिक जवळीक आहे अशांची चित्रं त्याच्यासाठी खास होती. पण हे रहस्य फक्त त्याला माहीत होतं. ते अनंतकाळपर्यंत कोणालाही कळू नये अशीच त्याची इच्छा होती. अशा सहीचं वैशिष्ट्य पाकळी किंवा पानाच्या वळण्यात किंवा एखाद्या रंगात दडलेलं असायचं.

अशक ओमरच्या त्या गोड व्यक्तिचित्रात लेवनीची सही जमिनीवर बरोबर त्याच्या हृदयाखाली होती, ही योगायोगाची गोष्ट थोडीच असेल? याची जाण फक्त अहमद हणला असायची, म्हणून तर लेवनी नेहमी त्याच्या गुडघ्याशी बसायचा; लेवनीची सही त्यानं सम्राटाच्या पायाशी ठेवली होती, आणि हे पूर्ण समर्पण केवळ एका मोठ्या राज्याच्या समर्थ अधिपतीला नव्हतं... लेवनीनं काढलेल्या सम्राटाच्या अनेक व्यक्तिचित्रांपैकी फक्त एकावरच त्यानं सही केली आहे : ती बहुधा चित्रकाराची ओळख पूर्णपणे दडून राहू नये यासाठी.

ओमर आणि लेवनीतलं अत्युत्कट नातं अजून शारीरिक पातळीवर साकारलं नव्हतं. ते दोघेही पुरुष एकमेकांबरोबरच्या भावनिक आणि शारीरिक मिलनाची स्वप्नं मनोमन पाहत होते; पण अजून ते शारीरिक पातळीवर गेले नव्हते.

आणि या भावनिक कल्लोळामुळेच लेवनीच्या हातून कवीचं असं लडिवाळ चित्र उमटलं असावं. अस्पर्शित प्रेम होतं ते. फक्त चांगल्या गोष्टी आठवणारं आणि अप्रिय शक्यता टाळणारं. इथे पावित्र्य सर्वश्रेष्ठ होतं. दोन माणसं एकमेकांवर पूर्णतया लुब्ध झाली होती. आजूबाजूच्यांना आवडो अथवा न आवडो, पण आपण परंपरागत विचार लीलया मागे टाकले आहेत, असं लेवनीला वाटत होतं.

कल्पनेतून लेवनीनं ओमर दाखवला होता तो कामसुख उपभोगल्यानंतरचा, जणू त्यांच्या प्रथमत:च्या प्रेमपूर्तीनंतरचा, सुखानं श्रांत झालेला, अस्ताव्यस्त अवस्थेतला; त्याचं प्रेम आणि त्याचं मनोराज्य दोन्हीही त्या चित्रात प्रतिबिंबित

होत होतं. ओमरच्या हातातली कलाकुसर केलेली मद्याची बाटली हे एक प्रतीक होतं – लेवनीच्या शिष्टसंमत नसलेल्या प्रेमाचं. ओमरची उघडी कॉलर, सुटलेला कमरपट्टा. अनावृत पावलं, जमिनीवर पडलेली टोपी, विस्कटलेले केस, एका हातावर विसावलेलं डोकं, आणि मिटल्या पापण्यांआड निश्चितपणे दिवास्वप्न बघणारे डोळे... एखाद्या नग्न शरीरापेक्षाही त्या पूर्ण वस्त्रावगुंठीत स्थितीत तो जास्त प्रेमोत्तेजक दिसत होता. जास्त सूचकतेनं प्रेमावस्था प्रतीत होत होती. गुळगुळीत दाढी केलेला, लेवनीच्या मनात तो होता तसा; निरागस, टवटवीत, देखणा, आणि प्रेमात बुडालेला.

त्या मद्याच्या बाटलीवरची फुलंसुद्धा अतिशय काळजीपूर्वक रेखाटली होती; त्याच्या हलकेच वळलेल्या पायांच्या बोटांसारखी. त्या शरीराचा रोमनूरोम परिचित असल्याप्रमाणे लेवनीनं ते चित्र काढलं होतं. जणू त्या शरीराची भाषा त्याला अवगत होती. समागमाच्या तृप्तीची प्रभा अधिक स्वर्गीय का मीलनाची हुरहुर लावणारी अधीरता हे त्याला अजून ठरवता येत नव्हतं. उत्कंठेत कदाचित जास्त गोडीअसेल. कारण तिला शेवट नाही. लेवनी आणि ओमर यांना एकमेकांविषयी लैंगिक आकर्षणाव्यतिरिक्त आणखीही कितीतरी अधिक ओढ वाटत असे. उत्कट आकर्षण आणि कौतुक, अतिशय कोवळ्या भावना; कामेच्छेला शरण जाऊन यांना दुखावण्याचा धोका पत्करण्यापेक्षा एकमेकांना कधीही न भेटणं जास्त श्रेयस्कर!

ज्यांनी ओमरचं व्यक्तिचित्र पाहिलं त्यांना हे उमगायचं नाही की, कवीची नेमकी कोणती भावस्थिती चित्रित केली गेली होती; प्रेमाची स्वप्नाळू आतुरता, का अस्वस्थता घालवण्यासाठीच्या मद्यप्राशनानंतरची बेहोशी का उत्कट प्रेमपूर्तीनंतरची अनुपम श्रांत क्लांत अवस्था... काल्पनिक प्रेमाच्या अवस्थांपैकी कुठली त्यानं चित्रित केली आहे हे लेवनीसुद्धा सांगू शकत नव्हता.

चित्रकारानं आपली सही रिवाजाप्रमाणे चित्राच्या तळाला केली नव्हती, तर त्या पहुडलेल्या आकृतीच्या हृदयाखाली केली होती. लाल तक्क्याजवळ नाजूक पानाफुलांनी वलयांकित केलेलं लेवनी हे नाव विसावलं होतं. हा केलेला सूक्ष्म फरक फक्त त्याच्यापुरताच राहील अशी त्याला आशा होती; पण सुलतानाच्या तीक्ष्ण नजरेनं क्षणार्धात तो बदल मूकपणानं लेवनीला दाखवला. लेवनीनं आपली कृती नाकारली नाही. प्रेमात कसली लाज? पण त्याच्यासाठी ती खाजगी बाब होती, फक्त त्याच्यापुरती आपल्या प्रेमाला शब्दरूप देणं त्यानं मुद्दाम टाळलं होतं. ते त्यानं स्वत:च्या प्रतीकातून फक्त चित्रात व्यक्त केलं. आणि अशी लेवनीची अजोड कलाकृती जन्माला आली.

सम्राटाला द्यायच्या चित्रसंग्रहात या चित्राचा अंतर्भाव करावा का नाही याविषयी लेवनी साशंक होता. पण कितीतरी लोकांनी त्याच्या स्टुडिओत ते चित्र आधीच पाहिलं होतं. त्याचा दुसरा कविमित्र शेव्कात यानं तर ते चित्र बघून झालेला आनंद छंदबद्ध केला होता. लेवनीनं किती सुंदर तऱ्हेनं अशक ओमरला अस्ताव्यस्त अवस्थेत रेखाटलं आहे; आणि ओमरला किती सहज ओळखता येत आहे.

चित्रकर्त्या, ऐक तरी शेव्कातचा अंदाज
कागदावर रेखाटली आहेस जी अस्ताव्यस्त आकृती
क्षणात समजून जातो बघणारा, अशक ओमर,
तूच होतास थोर चित्रकार लेवनीसमोर.

पुढे जेव्हा ओमर आणि लेवनीत वितुष्ट आलं. तेव्हा त्यांनी एकमेकांना कविता पाठवल्या; आणि नंतर पुन्हा एकत्र आले तेही कवितांतूनच.

प्रेम, वासना, भूक आणि स्वप्न... या गोष्टींच्या सीमारेषा ठरवणं किंवा या कल्पनांचं पूर्णपणे विश्लेषण करणं आपल्याला कधीच जमणार नाही हे लेवनीला माहीत होतं, पण त्याचबरोबर चित्र आणि कविता या दोन माध्यमांतून तो स्वत:ला व्यक्त करू शकत होता हे त्याचं स्वत:चं केवढं मोठं नशीब आहे हेही त्याला समजत होतं.

त्याच्यात आणि ओमरच्यात हेव्यातून निर्माण झालेल्या विसंवादाचं त्याला नेहमीच वाईट वाटायचं. आपण किती थोडा काळ एकत्र असणार आहोत हे त्याला आधी कळतं तर...

माझा चेहरा मेकननमध्ये बदलला आहे, रडत अनिवार
अरे जलील, हजारेक शब्दांची तरी दया दाखव
विरहानं संकुचित केलं आहे माझं विशाल जग
ओमर, ताटातुटीतलं अमृत माझ्या बाजूला

ओमरनं ताटातुटीची वेदना परिणामकारक रीतीनं मांडली होती; पण रागाचं कारण विचारणाऱ्या दुसऱ्याच एका कवितेनं त्यांच्यात समेट झाला.

जगातल्या सुज्ञांनाही ओमरचा सल्ला पुरतो
पण दुरावलेल्या मित्राच्या हृदयाला नाही
समेट करू, मुस्लिमाला अढी बाळगणं शोभत नाही
सांग मला, मी प्रार्थना करतो, प्रिय मित्रा, का असा रागावलास?

लेवनीनं तेच शब्द, तेच वृत्त, आणि तीच शैली वापरून नझीर लिहून उत्तर दिलं. दोघांचीही समेटाची इच्छा होती. त्यांना एकमेकांबद्दल प्रेम, कौतुक आणि मैत्री वाटत होती.

मी कधी दुखावलं राजा, का रुसतोस?
मी तुझी मर्जी याचिली, तू बोलणं टाकलंस
तुझ्या प्रेमात मी उत्कट आहे, पापी नाही
माझ्या एका दोषाची तू मला हजारपट सजा दिलीस माझ्यावर रुसून.

* * *

अशक ओमर - लेवनीचं तरुण प्रेमपात्र - खूप आधी निधन पावला; चित्रकाराचा अपार आणि अंतहीन शोक कधीच कमी झाला नाही, तरीही लेवनीनं ओमरला विसरायचा प्रयत्न केला. ओमर जणू त्याचं जबरदस्त व्यक्तिमत्त्व घेऊन पुन्हापुन्हा त्याच्यासमोर येणार असल्यासारखं इतरांच्यात त्याला शोधणं लेवनीनं थांबवलं. लेवनीची स्त्रियांबरोबर अल्पकाळ प्रेमप्रकरणं रंगली; आणि आता सलीग नावाचा हा चित्रकाराच्या कलेनं दीपलेला तरुण शरीर आणि आत्मा या दोन्ही पातळ्यांवर जवळिकीसाठी तयार असल्याचं सुचवत होता.

प्रेमविषय पूर्णपणे आवडणं ही लेवनीची प्रेमात पडण्यासाठीची पूर्वअट होती; आणि ही अट पूर्ण होणं सोपं नव्हतं. पण जेव्हा असं कोणी भेटेल, तेव्हा लेवनीची पहिली प्रतिक्रिया पूर्ण विरोधाची असायची.

आपला विरोध लटका पडायची लेवनीला भीती वाटायची; पण जे प्रेम उघडपणे मिरवता येत नाही, त्यात खोल बुडी मारून पुन्हा दुःखच स्वीकारायला तो घाबरायचा. स्वतःच्या आत्म्याला दिलासा मिळावा आणि सम्राटाबरोबर आपली व्यथा वाटून घ्यावी म्हणून त्यानं सलीमच्या नावातली अक्षरं लपवून एक गीत लिहिलं.

मन बसलं आहे एका बंडखोर यक्षावर
मन बसलं आहे जगातल्या मोहमयी तरुणावर
त्या वेड लावणाऱ्याचं नाव लेवनी लपवेल काव्यात
फक्त चौकस वाचकांनाच शोधता येईल कदाचित
नावात आहे स, नंतर ल, मग इ आणि म
मन बसलं आहे ही चार अक्षरं धारण करणाऱ्यावर तरुणावर!

छोटी छोटी प्रेम प्रकरणं थकवणारी असतात. आवडत्या ट्यूलिप फुलांसारखी असतात ती. पण त्यांच्यामुळे तर त्याला काव्य आणि चित्रांसाठी स्फूर्ती मिळायची. तो प्रेम नाकारू शकत नव्हता. हृदयात प्रेम नसताना लेखणी किंवा कुंचला उचलायचीसुद्धा इच्छा त्याला होत नसे.

प्रत्यक्ष मिळवण्यापेक्षा मिळवण्याच्या स्वप्नाला अवीट गोडी असते हे त्याला कळणार होतं. साहसाला सुरुवात करायच्या आधीच ते त्याला सोडावं लागत होतं. भावनेच्या भरात वाहून जाण्याआधी कशावर तरी पकड मिळवायला हवी होती. जे तो नेहमी करत होता तेच पुन्हा करायचं होतं : वासना जिंकायची होती.

लेवनीला वाटलं वाळवंटात अचानक चक्रीवादळ येऊन गेलं आहे. पलीकडे उडी मारून त्यानं स्वत:ला बचावलं आहे खरं, पण त्या तप्त वाळूमुळे त्याचे डोळे कदाचित जळजळत राहणार आहेत.

* * *

त्याच्यासारख्या पदावर असलेल्या माणसाला क्वचितच मिळू शकेल इतकं खाजगीपण लेवनीला दरबाराबाहेर मिळत होतं. आपल्या आवडत्या साथीदारावर बंधनं घालण्यात त्याच्यापासून दुरावण्याचा धोका होता हे सुलतान अहमद जाणून होता. कदाचित स्वत:ला त्याच्यात कल्पनेनं एकरूप करून सुलतान लेवनीचं स्वातंत्र्य उपभोगत होता. सामान्य मार्गांवरून भटकण्याचं, चमत्कारिक कॉफी हाउसेसमध्ये चमत्कारिक माणसांना भेटून अजब संवाद करण्याचं, एवढंच काय, एखाद-दुसऱ्यावर मन जडवण्याचंही स्वातंत्र्य.

शेवटी एक दिवस ही कल्पना प्रत्यक्षात आणून सामान्य असण्याचं वेगळेपण उपभोगण्याचं सुलतानानं ठरवलं. अहमद हण सामान्य पोशाखात प्रासादाबाहेर जाईल. अर्थात इब्राहीम पाशाला याचा थांगपत्ता लागू न देता, हा उन्हाळा संपून यालमधल्या मेजवान्या बंद झाल्या की...

इब्राहीम आणि फातमा

''माझ्या वजिरा, तिचं तुला चिडवणं प्रेमापोटी येतं का, हे तुलाच समजून घ्यावं लागेल...''

''माझ्या जीवनाचा सरताज, माझ्या नजरेतील प्रकाश, माझे सुलतान, माझे देवदूत, पाहा मी माझा चेहरा जमिनीवर घासतो, मी तप्त अश्रूंत बुडालो आहे...'' आपल्या तरुण वधूशी लग्न लागल्यानंतर, पण तिच्याशी एकरूप होण्याआधी इब्राहीम पाशानं लिहिलं.

नशीब त्याच्यावर प्रसन्न झालं. त्या वेळी पाशा पन्नाशीला पोहोचला होता. सप्त हवामानांचा सम्राट, तिसरा अहमद सुलतान याला तो आपला जावई व्हायला लायक वाटला. सुलतानाची लाडकी कन्या फातमा ही त्याची वधू, तर उपप्रमुख वजीरपद ही त्याची विवाहाची भेट ठरली. अर्थात पुढे आणखी बढत्या मिळणार हे उघडच होतं.

तेरा वर्षांची फातमा सुलतान अजून वयात आली नसली, तरी हा तिचा दुसरा विवाह होता. पाच वर्षांची असतानाच तिचा विवाह सिलाहत्तर अली पाशाशी झाला होता. एका चांदीच्या गाडीतून तिला इयूप इथल्या सुलतान राणीच्या प्रासादात नेलं गेलं होतं. सोहळे कित्येक दिवस चालले होते. मिळालेल्या रंगीबेरंगी मिठायांवर पोरसवदा वधू खुश होती. ज्या माणसाला तिचा नवरा म्हटलं जात होतं, त्याला तिनं एकदाही पाहिलं नव्हतं.

१७१३ मध्ये मुख्य वजीर झालेला अली पाशा यश:शिखरावर होता. सुखी वैवाहिक काळाच्या अपेक्षेनं त्यानं आपल्या पत्नीसाठी सुंदर प्रासाद बांधला होता. पीटरवर्देनच्या लढाईत तो धारातीर्थी पडला, तेव्हा फातमा सुलतान या राजकुमारीशी त्याचा शरीरसंबंधही घडला नव्हता. बाराव्या वर्षी ती विधवा झाली, तेव्हा तोपर्यंत अली पाशाच्या ती नजरेलाही पडली नव्हती.

ऑस्ट्रीअन सैन्याचा सेनापती फ्रांस्वा युजीन द सावुआ यानं नकळत दोन पुरुषांचं नशीब बदललं. एक मृत्यू पावला, तर दुसऱ्याला पहिल्याचं पद आणि पत्नी मिळाली.

* * *

१७१८ च्या ऑस्ट्रीआबरोबर केलेल्या पसरोवित्झच्या तहात इब्राहीम पाशानं महत्त्वपूर्ण भूमिका बजावली. युद्ध चालू असताना त्याला देऊ करण्यात आलेलं वजिराचं पद त्यानं स्वत:हून नाकारलं. त्यामुळे त्याचा मित्र महमद पाशा याची त्या सर्वोच्च आणि घसरड्या पदावर नेमणूक झाली. फातमा सुलतान ही सम्राट आणि पट्टराणी एमेतुल्ला सुलतान यांची मुलगी. सम्राटाची ही अतिशय लाडकी मुलगी इब्राहीम पाशा उपवजीर असतानाच त्याची पत्नी झाल्यामुळे सम्राटाचा जावई म्हणून त्याचं स्थान बरंच उंचावलं होतंच. भविष्यातल्या त्याच्या प्रगतीची ती ग्वाहीच होती.

शांततेच्या वाटाघाटी कौशल्यानं हाताळल्यामुळे नेवशेहिरली इब्राहीम पाशाला प्रमुख वजिराची मुद्रा देण्यात आली. त्याला झुकतं माप दिलं गेलं असलं, तरी तो शांततेचा सुखद काळ आणणारा विजयी वीर ठरला हेही खरंच.

त्याला शिक्षण देण्यात आलं होतं ते चिटणीस होण्याचं; सैनिक होण्याचं नाही. त्याचा उपकारकर्ता सुलतान अहमदसारखाच तोही हफीझ उस्मानकडून सुलेखनकला शिकला होता. त्याच्यासारखाच तोही घोडेस्वारी आणि नेमबाजी या त्या काळच्या लोकप्रिय छंदांत प्रवीण होता...

इब्राहीम पाशाचा फातमा सुलतानशी विवाह झाला. सम्राटानं त्याला एक सुरेख हार, आणि एक सोन्याचं ताट दिलं. ताटाला मध्यभागी मोठा हिरा, त्याभोवती आठ लहान हिरे, त्याभोवती चौदा माणकं, आणि बाहेरच्या कडेला सदतीस हिरे आणि अगणित रत्नं जडवली होती.

इब्राहीम पाशाच्या सुदैवाचं वर्णन एका बखरकर्त्यानं असं केलं.

प्रमुख वजिराच्या लेखी इतिहास आणि इतिहासकारांना खूप किंमत होती. नाईमाच्या 'इतिहास' या ग्रंथाची एक प्रत तो नेहमी जवळ बाळगे. इतिहासापासून धडे घ्यायचा त्याचा सदैव प्रयत्न असे. ते आचरणात आणण्यात तो किती यशस्वी ठरला हे इतिहासच ठरवणार होता.

नवीन जावयाचं वर्चस्व आणि संपत्ती दिवसागणिक वाढली. तो इतिहासातला एक अतिशय शक्तिशाली मुख्य वजीर ठरला. अर्थात दरबारात इब्राहीम पाशाचा मत्सर करणारेही खूप जण होते. पण सौम्य स्वभावाच्या सुलतान अहमदला जिंकण्याचं त्याचं कौशल्यही लक्षणीय होतं.

* * *

सम्राटाची मर्जी आणि विश्वास टिकवून धरण्याचा इब्राहीम पाशा आटोकाट प्रयत्न करत असे. पण त्याच्या मार्गात, त्याच्या दृष्टीनं मोठेच अडथळे वारंवार येत, विशेषत: सम्राटाच्या लाडक्या मुलीच्या संदर्भात. इब्राहीम पाशाला हे समजत होतं की, आपल्याला राजकन्या मिळाली ती राजाला आपला स्वभाव दयाळू आणि उदार वाटल्यामुळे; आणि मुख्य म्हणजे तो चांगला नवरा होईल, असा विश्वास वाटल्यामुळे. या विश्वासाला तो कधीही तडा जाऊ देणार नाही.

माझे थोर, चमत्कारच असे, प्रभावशाली, शक्तिमान उपकारकर्ते, माझे मालक, माझे सम्राट, माझ्या सुदैवाचं कारण.

देवाच्या कृपेमुळे सम्राटांनी आज्ञापिलेलं आमचं कर्तव्य आम्ही पार पाडलं. माझी पत्नी, राजकन्या सुलतान, राजप्रासादातून परत आली, पण आपल्या सेवकावर तिची कृपा झाली नाही. तिनं मला स्वत: सांगितलं नाही, पण असं दिसत आहे की काही जणांनी, ''पाशाला रखेल्यांची सवय आहे आणि ती सवय त्याने सोडली नसणार.' असं सांगितलं आहे. हा कुठला धादांत खोटा आरोप?

मी वेडा का आहे? आधीची परिस्थिती वेगळी होती. आता असं वागणं पापच ठरेल. सर्वसत्ताधीश महाराजांना कल्पना असेलच पण मी शपथपूर्वक सांगतो की, माझ्या मनातसुद्धा असं काही आलं नाही. आमच्या माननीय पट्टराणीनं जी माणसं आमच्या थोर धन्यांना चिंता लावतात त्यांना मनाई केली पाहिजे...

इब्राहीम पाशानं आपल्या सासऱ्याला लिहिलेल्या पत्रात अशी तक्रार केली. त्याची पत्नी वडलांच्या राजप्रासादाला भेट देऊन आली होती; आणि नवऱ्याच्या स्त्रैण वागणुकीच्या हकिकतींनी त्याच्याविषयी उदासीन झाली होती. तिनं ऐकलं ते खोटं मुळीच नव्हतं; पण ते सांगण्याचे उपद्व्याप कोणी केले ते त्याला शोधायलाच हवं होतं.

फातमा सुलतानशी लग्न व्हायच्या आधी वयाच्या पन्नाशीपर्यंत कितीतरी धंदेवाईक स्त्रियांना त्यानं आपल्या घरी शय्यासोबतीसाठी नेलं होतं. त्याच्या दोन मुली आणि एका मुलाची आई असलेल्या त्याच्या प्रथम पत्नीनं याविरुद्ध चकार शब्दही काढला नव्हता. पण जेव्हा ती बायको राजकन्या असते, तेव्हाची गोष्टच वेगळी! सर्व राजजामातांप्रमाणे त्यालाही आधी प्रथम पत्नीला घटस्फोट द्यावा लागला होता. या नियमाबद्दल वाद घालायचा प्रश्नच नव्हता.

माझे वजीर,

''आम्ही याविषयी दस्तूरखुद्द राजकन्येशी बोललो; आणि आपल्याला दिलासा देतो की, तिला याविषयी कोणीच काहीच सांगितलेलं नाही. या तिच्या स्वत:च्याच बिनबुडाच्या काळज्या असाव्यात. ती काल खुशीत होती; आणि दुपारी घरी परतायच्या इच्छेनं तिनं आपला मेणा मागवला; आणि ती आनंदानं निघाली. आम्ही स्वत: तिच्याबरोबर मेण्यापर्यंत गेलो; आणि आपल्यासाठी अभीष्टचिंतन कळवलं. तिनंही उलट आमचं कुशल चिंतलं आणि म्हणाली, 'त्यांना सांगा, काळजी करू नका. मी कोणालाही असल्या अप्रिय गोष्टी बोलू देणार नाही.' तिला घरी परतायचं होतं. तिला घर आवडत नव्हतं का तुम्हांला थोडंसं चिडवायचं होतं, हे तुमचं तुम्हांलाच ठरवावं लागेल.''

हे एका पुरुषानं दुसऱ्या पुरुषाला लिहिलेलं पत्र होतं; तसेच एका वडलांनी जावयाला लिहिलेलं पत्रही होतं. सम्राटानं जावयाला दिलासा दिला होता; पण त्याबरोबर वरवर मवाळ पण आतून कडकपणे त्याला समजही दिली होती की, त्याच्या मुलीची नाराजी समजून घेणं, आणि तिला सुखी ठेवणं हे इतर कोणाचंही नसून फक्त तिच्या नवऱ्याचं कर्तव्य आहे.

पाशाची काळजी सुलतान अहमदच्या पत्रानं दूर झाली नव्हती. तूर्तास तरी त्याला पाऊल जपून टाकणं भाग होतं. त्याची सकाळची कॉफी आणून देणाऱ्या

त्या गुबगुबीत वेश्येनंच, त्यानं तिच्या चोळीत खूपसं सोनं खुपसलं होतं तरीसुद्धा, त्याचं भांडं फोडलं असणार. फातमा सुलतानला गमवायच्या धास्तीनं पाशाला थंडगार पाण्याची बादली अंगावर पडल्यासारखं कापरं भरलं होतं. असलं भलतंच काही झालं; तर त्यानं कष्टानं उभारलेलं, रसिकतेनं सजवलेलं त्याचं विश्वच कोलमडेल. आपल्या लाडावलेल्या, लाजऱ्या बायकोवर त्याचं त्याच्या प्रकारे खरंच प्रेम होतं; पण नेवशेहिरली इब्राहीम पाशा एकाच स्त्रीबरोबर गुण्यागोविंदानं जन्म काढणाऱ्यातला नव्हता. सुंदर स्त्रियांचा शौकीन असलेल्या त्याच्यासारख्या माणसाला अतिशय सावध राहायला हवं होतं. विशेषत: त्याची छोटीशीही चूक शोधायला टपून बसलेले अनेक शत्रू आजूबाजूला असताना तर फारच सावध.

काथेनमधले उत्सव

नवे प्रारंभ

हवेत ताजी फुलं आणि गवताचा गंध दरवळत होता. एका दिवसाच्या पावसानं सतेज आणि उत्फुल्ल झालेल्या गवतानं ट्यूलिप्सच्या मंद सुगंधावरच कास, पण हायसिंथ फुलांच्या धुंद मधुर गंधावरही मात केली होती. या हिरव्यागार आच्छादनाला चांदीच्या पात्याप्रमाणे छेदत काथेन झरा आनंदानं खिदळत वाहत होता.

स्वर्गीय उद्यानं अशीच असतील, सुलतान अहमदला वाटलं. १५ एप्रिलच्या निमित्तानं वजिरानं एक छोटीशी मेजवानी ठेवली होती. त्या वेळेला सुलतानानं उपस्थित राहण्याची मेहेरबानी केली तर वजीर सन्मानित होणार होता असं त्यानं सांगितलं होतं. आपल्या शाही मेण्यात बसून सम्राट आला, तेव्हा त्या मोठ्या प्रमाणातल्या थाटामाटानं तो चकितच झाला. सर्वत्र फुलझाडं लावलेली होती. इब्राहीम पाशानं सम्राटाच्या विश्रामासाठी शमियाने उभारले होते. जनानखान्याची दले, सेवक, अनेक अधिकारी आणि नोकर यांच्या उपस्थितीमुळे राजवाड्यातल्याच सुखसोयी पाहुण्यांना मिळणार होत्या. एका लांबलचक कापडी भिंतीनं जनानखान्याचा शामियाना अलग ठेवला होता.

स्वादिष्ट मेजवानी पार पडली. लाकडाच्या चुलीवर भाजलेल्या (Spit-roast) बकऱ्याच्या खमंग वासानं भूक चेतवली होती. कोंबडीचं काळीज मनुका, बेदाणे

पाइनचे दाणे (नट्स) घालून स्वयंपाकाच्या तंबूत शिजवलेला इच पुलाव, जरदाळूचा हलवा, आणि रव्याचं पुडिंग यांच्या बेतानंतर मनोरंजनाच्या कार्यक्रमाची वेळ झाली. घोड्यावरून आणि उभ्यानं भालाफेक, घोड्यांच्या शर्यती आणि कुस्त्यांचे फड यांनी अहमद हणची करमणूक केली. विजेत्यांना भरघोस बक्षिसं देण्यात आली. दंतकथेत शोभून दिसावा असाच थाटमाट होता त्या दिवशी.

इब्राहीम पाशाला सगळ्यांत महत्त्वाची होती ती त्याच्या उपकारकर्त्याची मर्जी; खुशी. त्यासाठी तो एकाहून एक सरस अशा समारंभांचं आयोजन सुलतानासाठी करत असे.

* * *

काथेन झऱ्याकाठी शाही सहलीचं आयोजन शेकडो वर्षं केलं जात होतं. पण १७१९ या वर्षाचा १५ एप्रिल हा महत्त्वाचा प्रसंग ठरला. आनंदसिंहासनाधिपतींसाठी हे सुंदर, प्रसन्न ठिकाण आवडतं होऊन त्या संपूर्ण युगाच्या ऐश्वर्याच्या प्रदर्शनाचे साक्षीदार ठरणार होतं.

हा दिवस लेवनी अब्दुलजलील चेलेबीसाठीही महत्त्वाचा ठरणार होता. त्या समारंभाच्या धामधुमीत फातमा सुलतानच्या सेवेत असलेल्या एका तरुण रखेलीशी लेवनीची नजरानजर झाली होती. (ही तरुण स्त्री त्याच्यासाठी वर्ज्य होती.) पळून जाण्याऐवजी काहीशा उद्धटपणे तिनंही त्याला निरखलं होतं. यश पाम - शिफॉनचा पडदा आपल्या चेहऱ्यावर ओढून रेंगाळत तंबूत जाताना तिनं एकदा मागे वळून आपल्या हिरव्या डोळ्यांनी त्याला पुन्हा न्याहाळलं.

बराच काळ तिची माहिती मिळवण्यात घालवल्यावर चित्रकाराला तिचं नाव शेबसेफा आहे आणि ती ढोल वाजवते हे कळलं. तिच्यात आपल्याला स्वारस्य आहे, हे लोकांना कळण्याचा धोकाही त्यानं नजरेआड केला.

त्या दिवशी आजूबाजूला सगळे जण जेवणावर ताव मारत होते; पण लेवनीनं भाजलेल्या मांसाला एवढंच काय, पण त्याच्या आवडत्या पुडिंगलाही हात लावला नाही. नव्या सौंदर्याचा शोध लागल्याच्या आनंदानं त्याचं मन तृप्त झालं होतं. प्रयत्न करूनसुद्धा एकही घास त्याच्या गळ्याखाली उतरत नव्हता. त्याचं हृदय अतिशय वेगानं धडधडत होतं. आत्तापर्यंतच्या सगळ्या प्रेम प्रकरणांपेक्षा हे काहीतरी वेगळंच होतं. इतका अस्वस्थ तो कधीच झाला नव्हता...

लेवनी आणि अहमद आणि मिहरिशा आणि शेरमी आणि हुमशा

काय मिळवलं आहे आम्ही आनंद की व्यथा?

पुन्हा एकदा ते एकमेकांकडे तोंड करून बसले होते. ती जडीबुट्टीच्या रात्रीनंतरची सकाळ होती. राजघराण्याच्या मुदपाकखान्याच्या पुडिंग विभागातून आलेलं ते खास चाटण स्वादिष्ट आणि योग्य तेवढं दाट होतं.

वर्षातून एकदा वसंत ऋतूत भलं थोरलं वाटण मोठाल्या भांड्यातून उकळलं जायचं. दालचिनीच्या बियांसारखी दिसणारी लांब काळी मिरी, पुदिना, गलांगल नावाची कामोत्तेजूक वनस्पती, गुलाब आणि अफूच्या पाकळ्या यांचं गोडसर मिश्रण पाकासारखं चिकट होईपर्यंत उकळलं जायचं. काही सम्राटासाठी बाजूला ठेवून बाकीचं दरबाऱ्यांकडे सोपवलं जायचं. आपल्या उपकारकर्त्या सम्राटाला उत्तम सेवा द्यावी या इच्छेनं प्रमुख वैद्याला नवनवीन अर्क तयार करायचे, असायचे मुदपाकखान्याच्या पुडिंग विभागालाही ती रात्र अविस्मरणीय करायला मिळायची. स्वयंपाक्यांच्या मनोरंजनासाठी तंतुवाद्यांचा वाद्यवृंद, छाया नृत्याच्या कळसूत्री बाहुल्या आणि विदूषक मौजूद असायचे आणि सम्राट? आपल्या प्रियजनांना हे आनंद देऊन तो स्वत: कामक्रीडेत कुशल असलेल्या जनानखान्यातील सुंदरींबरोबर त्या चाटणाचे परिणाम अनुभवायचा.

हलव्याचा प्रमुख बल्लवाचार्य दुब्नितसेली रफिक आगा वनस्पती वाटतावाटता वस्तूंच्या अकल्पित नशिबावरही विचार करत होता. उदा. त्याच्या हातातला हा अप्रतिम दगडी खल काहीशे वर्षांपूर्वी तो इजिप्तमधून कॉन्स्टन्टिनोपलला आणण्यात आला तो नुकत्याच आलेल्या ख्रिश्चन धर्माच्या अनुयायांना आशीर्वाद द्यायला वापरण्यासाठी. पण आता हा भला मोठा वाडगा मुस्लीम ओटोमानच्या मुदपाकखान्यात कामाला येतो आहे. असं असेल का की, शेकडो वर्षांच्या वापरामुळे या दगडी भांड्याची स्वत:ची ताकद या चाटणांत मिसळून इतकी ताकदवान चाटणं तयार होताहेत, कारण हे कलाकुसरीचं दगडी भांडं कायम शक्तिशाली लोकांच्याच मालकीचं होतं... हे विचार आपल्या मनात आले तरी कुठून हे प्रमुख हलवायाला कळेना. जणू ते झटकून टाकण्यासाठीच त्यानं आपलं डोकं हलवलं. आणि तो संध्याकाळच्या मौजमजेचा विचार करू लागला. त्यानं आत्तापर्यंत ही गोष्ट लपवून ठेवली होती; पण निळ्या डोळ्यांचा, गुलाबी गालाचा जिन सलीम त्याच्या मनात भरला होता. गाणी आणि काव्याच्या संध्येनंतर त्या मुलाला फूस लावायचं रफिक आगानं पक्कं ठरवलं होतं.

सम्राटाचा संभाषणातील आवडता साथीदार असलेल्या लेवनीभोवती चकरा मारताना सलीमला त्यानं दोन वेळा पकडलं होतं. त्याला माहीत होतं की, हा असामान्य माणूस उत्तम चित्रकार त्याचबरोबर प्रतिभावान कवीही आहे. सगळ्यांना भिडणाऱ्या त्याच्या शैलीदार; तरीही आतली नजर लाभलेल्या कवितांनी तर हा सोनेरी केसांचा, स्वप्नाळू डोळ्यांचा मुलगा दिपून गेला नसेल ना? या मुलाला कसं फितवावं बरं? धमक्या देऊन कार्यभाग साधणं अशक्य नव्हतं; पण तसं वागायला बल्लवाचार्याला आवडायचं नाही. पुडिंगप्रमाणे प्रेमालासुद्धा योग्य अवस्था गाठायला काही काळ जाऊ द्यावा लागतो.

लेवनीला स्त्रियाही आवडायच्या हे प्रमुख स्वयंपाक्याला माहीत होतं. आकर्षक, मनाला भावणारं असं सर्व काही लेवनीला आवडायचं, का आपली कविता किंवा चित्र झळाळून उठावं म्हणून तो प्रेमाचं हे नाटक करायचा? मन गुंतलं नसलेल्या स्त्रीशी त्याचं लग्न झालं होतं. ती पत्नी किंवा सर्वांनाच माहीत असलेलं, पण ज्याचा उल्लेख करायची कोणाचीच हिंमत नव्हती असं त्याचं पहिलं प्रेम, या दोन्हींमुळे त्याचं मन भरलं नव्हतं हे उघडच होतं. त्या देखण्या, उमद्या तरुणाची बरोबरी कोणीच करू शकणार नव्हतं, तरीही एक नवीन अफवा कानांवर आली होती.

सम्राटाची लाडकी कन्या आणि मुख्य वजीर इब्राहीम पाशाची पत्नी असलेल्या फातमा सुलतानच्या दासीच्या प्रेमात सम्राटाचा साथीदार पडला होता. चित्रकारानं तिचं जिवंत भासणारं हुबेहूब चित्र कागदावर उतरवलं होतं, असंही हलवायानं ऐकलं होतं. पण कवींचा काय भरवसा? आपण सलीमसारख्या मुलाच्या प्रेमात पडायचं; आणि तो इतका जवळ असूनसुद्धा प्रेमाचे नियमच पाळत राहायचं; म्हणजे आत्तासारखा फक्त विचारच करत बसायचं. त्याचाच दुसरा अर्थ हा की, आपल्याला करायची असलेली गोष्ट निषिद्ध आहे; पण त्या क्रियेचं बक्षीसही तितकंच खास आहे. मुदपाकखान्याच्या चार भिंतींतल्या कंटाळवाण्या आयुष्यात मजा ती एवढीच होती! सम्राटाला राजवाड्यात असले जवळिकीचे प्रकार घडणं अजिबात पसंत नव्हतं, हे रफिक आगाला माहीत होतं. ते सुलतान अहमदच्या राजवटीचे सुरुवातीचे दिवस होते. शस्त्रागार अधिकारी मिन्दरकस्तस इब्राहीम आगाच्या भानगडीच्या चर्चांनी राजवाडा पायापासून हादरला. त्या बेदरकार माणसानं रात्री आपल्याबरोबर झोपण्यासाठी यांजक्ल महमद नावाचा किशोरवयीन मुलगा राजवाड्यात आणला होता. मिन्दरकस्तसचं नशीब आणि तो कसा थोडक्यात जीवानिशी बचावला याची आठवण ताजीच होती. विश्वाधिपतीच्या निवासस्थानी आपला वासनाविषय नेणं म्हणजे हद्दच म्हणायची; आणि तरीही

दुब्नित्सच्या या गावकऱ्याला आपल्या वासनेवर काबू मिळवणं कठीण जात होतं.

आपण दिलेल्या चाटणामुळे खूश झालेला सम्राट आपल्याला कोणती मौल्यवान भेट पाठवेल बरं; आणि त्याला कृतज्ञता तर नक्कीच वाटत असणार नाही का? रेशमी अंगरखा, पोवळ्याच्या मुठीचे, कासवाच्या कवचापासून बनवलेले चमचे, की सोन्यानं ओसंडणारा बटवा? सम्राटाकडून लवकरच येऊ घातलेल्या ऐवजाच्या विचारापुढे इतर विचार मागे पडले.

* * *

रात्रभर वासनेचं पुरेपूर शमन केल्यावर येणारी मधुर सुस्ती सुलतान अहमदला वेढून बसली होती. ती सुस्ती घालवण्यासाठी रत्नजडित चिनी मातीच्या कपातून कॉफीचे घुटके घेताघेता तो त्याच्या आयुष्यातल्या स्त्रियांचा विचार करत होता. त्याची पट्टराणी एमेतुल्ला बानू चांगली तिशीत पोहोचली होती. म्हणजे जनानखान्याच्या दृष्टीनं बादच समजायची. पण तरीही तिचा अनुभव आणि शहाणपण यांमुळे अजूनही तिला त्याच्या हृदयात स्थान होतं. तरीही, राजाचं तिच्यावरलं अढळ पण जुनं होत जाणारं प्रेम त्याला इतर स्त्रियांशी संबंध ठेवण्यापासून रोखू शकत नव्हतं. आपण इतर स्त्रियांशी रत होतो ह्याचं राजाला काहीच वाटत नव्हतं. त्यानं रात्रीच्या कुठल्यातरी प्रहरी त्याचं दुसरं प्रेमपात्र मिहरिशाला त्याच्यासाठी दोन नव्या शय्यासोबतीणी, हुमशा आणि शेरमी नावाच्या दोन तरुण सुंदरी आणायला पाठवलं होतं.

मिहरिशा एमिन नुकतीच सत्तावीस वर्षांची झाली होती; आणि तिचं स्त्रीत्व खुलून दिसत होतं. (sentence) पण दोन राजपुत्रांना जन्म देऊन तिनं स्वत:चं स्थान पक्कं केलं होतं. फातमा हुमशा सोळा वर्षांची तर रेबिया शेरमी सतरा वर्षांची होती. कॉकेसब्सच्या बर्फाळ प्रदेशातून दोघींनाही लहानपणीच निवडून राजवाड्यात आणलं गेलं होतं. अख्ख्या विश्वाचा आधार असलेल्या सम्राटाला प्रिय होण्यासाठी जरूरी असलेल्या १००१ कलांमध्ये त्यांना पारंगत करण्यात आलं होतं. दोन रानटी फुलं राजवाड्यात येऊन नाजूक गुलछड्या झाली होती.

हुमशा लाजाळूपणे अधीन व्हायची; राजाच्या काळ्या डोळ्यांना आपले हिरवे डोळे ती कधीही भिडवत नसे; स्वत:ची गुलाबकांती ती कमरेपर्यंत पोहोचणाऱ्या सोनेरी केसांनी झाकून घ्यायला बघायची. तिला जणू आपल्या असामान्य सौंदर्याची जाणीवच नव्हती. तिचं वर उचललेलं नाक, ओठांची महिरप, उन्नत वक्ष आणि भरदार नितंब, छोटीशी कंबर, गोंडस हात, आणि गळ्यावरचे वेड लावणारे ते दोन तीळ. तिचा घाबरटपणाही खूप आकर्षक होता. खळी पाडत, पांढरेशुभ्र

दात दाखवणारं तिचं हसू कधीतरीच दिसत असे. अहमद हणला द्यायची खास भेट होती ती.

शेरमी अगदी उलट, धाडसी होती. जनानखान्यात कितीसं धाडस दाखवणार? शेरमी म्हणजे लाजाळू. राजवाड्यात आणल्यावर हे नाव तिला देण्यात आलं. आपल्या अतिउत्साहाला तिनं आवर घालावा, यासाठीची सूचना असावी ती. नावामुळे माणसं बदलतात नक्की, पण शेरमीच्या बाबतीत हे किती खरं झालं कोण जाणे. ती अगदी उठून दिसायची दाट, काळेभोर केस, कमानदार भुवया, काळ्या वळणदार पापण्यांनी रेखलेले मोठे डोळे, तिच्या बाकदार नाकामुळे तिचा चेहरा खानदानी दिसायचा. नितळ त्वचा आणि लवचीक बांधा, सम्राटाबरोबर उभी राहिली तर डोळ्याला डोळा भिडायचा. वेगळंच सौंदर्य होतं तिचं, खरोखर अनोखं. शिवाय बुद्धीनंही ती तेज होती.

त्या दोघींच्यातला हा विरोधाभास त्यांच्या उपकारकर्त्याची वासना चेतवायचा. त्या दोघींना शेजारीशेजारी बघणं अणि शेजारीशेजारी भोगणं... तिळाचं चाटण आणि काकवी एकत्र चाखण्याची मजा होती त्यात; त्यांना एकत्र घेण्यात अभिनव स्वाद निर्माण व्हायचा.

त्यांच्या मनात एकमेकींविषयी मत्सर असेलही कदाचित, पण त्यांच्या वागण्यात तो दिसायचा नाही. त्या प्रतिस्पर्ध्यांऐवजी साथीदारांसारखं वागायच्या सुलतान अहमदनं त्यांना कानातले झुमके दिली होती. सोनेरी केसांच्या हुमशाला चमकत्या गुलाबातून झोके घेणाऱ्या मोठमोठ्या पाचूंची, तर सावळ्या शेरमीला टपोऱ्या येमेनी मोत्यांमधून वाहणाऱ्या लालबुंद माणकांची. त्याच्या प्रत्येक भेटीच्या वेळी ही झुंबरं घालायला फर्मावलं होतं त्यानं.

राजजवाहिऱ्याला ही झुंबरं बनवायला सांगण्यात सम्राटाची उच्च अभिरुची कळत होती. फक्त मौल्यवान खड्यांच्या तेजानं त्याचं समाधान होत नसे. कशाबरोबर काय खुलेल हे त्याला चांगलं कळायचं. नेहमीपेक्षा वेगळी रचना तो स्वत: सुचवायचा. छोट्याछोट्या बाबींच्या रूपाबद्दलची ही दक्षता त्याला रतिक्रीडेतही साथ द्यायची आणि त्यात एकसुरीपणा येत नसे. एखाद्या प्रेमपात्राला कधीकधी तो तिची मोती गुंफलेली नीटस वेणी हळूहळू उलगडायला सांगायचा, आणि मग तो एकेका बटेचं चुंबन घ्यायचा. कधीकधी जरतारी गुंड्या छातीपासून बेंबीपर्यंत हळूहळू सोडल्यावर तो सोन्याची मोहोर तिच्या रेशमी हरेम पायजम्यात टाकायचा. सोन्याचा गार स्पर्श उबदार शरीरावर घरंगळतानाच्या सुखद अनुभूतीचा आनंद सुलतान आणि त्याची स्त्री दोघंही लुटायचे. नव्यानं पाडण्यात आलेली

नाणी या गमतीसाठी अगदी सुयोग्य होती. आणि त्यांचं नावही तेवढंच चपखल होतं – प्रेमिकांचं सुवर्ण.

स्त्रियांना रतिक्रीडा आवडली, तर त्या खूपच जास्त औदार्य दाखवतात. हे अहमद हणला फार पूर्वीच समजलं होतं. स्वत:ला मिळणारा आनंद स्त्रिया दाखवत नसत, त्यामुळे त्यांना आधीच तयार करावं लागत असे. आगळ्या समागमासाठी तो त्यांना पुन्हापुन्हा खुलवत असे. त्यात स्वत:च्या आनंदा-पलीकडेही त्याचा एक हेतू असायचा. त्याला स्त्रियांची रहस्य जाणून घ्यायची असत. विशेषत: त्या अतीव सुंदर क्षणी त्याला स्त्रियांचा आत्माच वाचायची इच्छा असे. एखादीनं तरी स्वत:ची कामना सांगावी, तिला काय हवं आहे ते त्याला करायला सांगावं; पण सम्राटाचा अविवाद्य अहंकार त्याला हा आनंद मिळू देत नव्हता.

आणि आता त्याला मिहरिशाचं मन मोडल्याचं वाईट वाटू लागलं. ऐन मध्यरात्री स्त्री बदलणं यामुळे केवढी वेदना होत असेल. या चाटणामुळे डोकंच फिरतं जणू! शिवाय फातमा हुमशा आणि रेबिया शेरमीचं काय? त्यांना एकत्र उपभोगलं जाणं आवडत असेल? आज प्रथमच आपल्याला हा विचार सुचला याचं सुलतान अहमदला आश्चर्य वाटलं. त्यानं या स्त्रियांना कदाचित दुखावलं असेल, या विचारानं आलेली अस्वस्थता तो फक्त लेवनीजवळ उघड करू शकत होता. जनानखान्यातल्या लोकांच्या दृष्टीनं त्यानं कालच्या रात्री सम्राटाची कर्तव्यं निभावली होती, एवढंच.

जडीबुट्टीच्या रात्रीनंतर दुसऱ्या दिवशी शाही मुदपाकखान्यातल्या हलवा विभागानं बनवलेल्या विविध रसायनांच्या कथा, कामक्रीडेच्या दंतकथा प्रासादात आणि कॉफीच्या ठेल्यांवर उच्चवर्गीय आणि सामान्य लोक रंगवूनरंगवून सांगतील हेही त्याला चांगलंच माहीत होतं. समजण्यापलीकडे कल्पनेच्या अवास्तव भराऱ्या मारत रंगवूनरंगवून या कथा चघळल्या जातील. पुरुषी नैपुण्याच्या या कथा त्याचे शत्रूसुद्धा मिटक्या मारतमारत ऐकतील; स्वत:ही पुन्हा सांगतील; आणि स्वत:ची त्याच्या जागी कल्पना करतील. एवढंच नाही तर असा नरपुंगव आपल्यावर राज्य करत आहे याचाही अभिमान बाळगतील. सम्राट उधळ्या किंवा निर्दय असला तर काय झालं? अहमद हणला वेगळंच काही वाटत आहे अशी शंका जरी आली, तरी त्यांना निराशेचा धक्का बसेल. सर्वसत्ताधीश ऐश्वर्यवान पादशहाला आपल्या एका आवडत्या स्त्रीला दुखावल्याचं वाईट वाटावं?

त्याच्यासमोर लेवनी आब राखून बसला होता. त्याची अवस्थाही सम्राटापेक्षा वेगळी नव्हती. त्या चाटणाचे परिणाम त्यानंही उपभोगले होते. पण

एकाही संतुष्ट देहात संतुष्ट आत्मा नव्हता. कसलीतरी शब्दांत न सांगता येणारी उणीव त्यांना अस्वस्थ करत होती. जगण्याच्या आनंदापासून वंचित करत होती.

सामर्थ्यशाली ओटमन साम्राज्याचा अधिपती अहमद सुलतान कल्पनेत असणाऱ्या सर्व गोष्टी मिळवू शकत होता; पण आपल्या कल्पनेच्या मर्यादा कळण्याएवढा तो सूज्ञ होता. तरीही स्वत:च्या हलक्या प्रवृत्तींना तो स्वैर सोडत होता. आणि का नाही सोडणार? तो सिंहासनावर बसला; तेव्हा ऐश्वर्यशाली कमरबंद सोहळ्यात त्या तलवारीसारखंच त्याला सर्वश्रेष्ठत्वही आपोआपच मिळालं, तरीही वासनेला बळी पडून आपण स्त्रिया बदलल्या याचं सम्राटाला वाईट वाटून तो विचारात पडला होता. तर लेवनी स्वत:च्या दुष्कृत्यांचे पाढे वाचत होता. स्वत:शीच संघर्ष करत एकाच रात्रीत त्यानं लैंगिकतेचे सर्व प्रकार हाताळले होते.

"आपल्या मनाची चंचलता, वासनेचे आपल्यावरील परिणाम याबद्दल आपण ऋतूंना जबाबदार धरतो. पण लेवनी हे बरोबर आहे का? वसंत ऋतू आपल्या मनावर का बरं एवढा परिणाम करील? आपण काय प्राशन केलं सुखोपभोग का पश्चात्ताप?"

सम्राटानं आपल्या प्रश्नातच एका आरोपीचा निर्देश केला होता. वसंत ऋतु पण लेवनी दोषाचं खापर ऋतुवर फोडायला तयार नव्हता.

"शरण जाण्याचा, अगदी स्वत:च्याही हीन प्रवृत्तींना शरण गेल्याचा, कोणालाही राग येतोच; सुलतान, 'हाव आणि वासना यांना जिंकणं म्हणजे खरा विजय' असं एक फ्रँकिश तत्त्वज्ञ म्हणतो. पेरामधल्या फ्रँकिश चित्रकाराकडून ऐकलेल्या या वाक्यावर मी नेहमी विचार करतो. मला कळत नाही जगात किती जणांनी असा विजय मिळवला असेल."

आपल्या सोबत्यानं सहानुभूती दाखवली याबद्दल सम्राटाला कृतज्ञता वाटली. जरी या विषयाची ओढ सुलतान हणला कमी करायची होती, तरीही या विषयावर चर्चा करायला त्याला आवडत होतं हे दिसतच होतं. विसरायचा कितीही प्रयत्न केला तरी त्याचं वापरून वापरून थकलेलं आणि सुखावलेलं शरीर रात्रीच्या त्याच्या बेबंद कृत्याचं स्मरण देत होतं; आणि खंतही करायला लावत होतं. स्त्रीला असं वाटणं ठीक आहे. पण पुरुषांना, विशेषत: सम्राटाला हे मुळीच शोभत नव्हतं. सम्राटाला जाब कोण विचारणार? छे शक्यच नाही. त्यानं फक्त इच्छा व्यक्त करायचा अवकाश, त्याच्या मनाला येतील त्या स्त्रिया क्षणात मंद हास्य करत त्याची शय्या सजवायला येतील. पण त्या येतील सम्राटाची शय्या सजवायला, अहमदच्या शय्येवर येणार नाहीत त्या.

त्याच्या सोबत्याला हे कळत होतं. तो तरी कुठे कुणाशी फार काळ एकनिष्ठ राहिला होता? पण त्याची सबब वेगळी होती. काव्याची धुंदी. लेवनीच्या लक्षात आलं होतं की, कुठल्याही कामक्रीडेच्या वेळी त्याच्या स्वप्नात शेबसेफाच असायची, आणि ते टाळायचा त्याचा प्रयत्न होता.

आपल्या अंतरंगातल्या गोष्टी बोलताना ते कोणत्याही सामान्य मित्रांप्रमाणेच असायचे. माणसाच्या हीन प्रवृत्ती कितपत बाहेर काढून टाकता येतील याची चर्चा ते करत राहिले; पण कुठल्याही निष्कर्षावर यायचं टाळून.

अहमद आणि लेवनी

देवशिर्मे

''मित्रा लेवनी, काल रात्री मला एक विचित्र स्वप्न पडलं. त्या स्वप्नात मी देवशिर्मे मुलगा होतो. मला घ्यायला आलेल्या आगाच्या मागे जाताना मी थरथर कापत होतो. माझ्या अंगावर कपडे नव्हते. मी गारठलो होतो. आजूबाजूला काळामिट्ट काळोख होता. मी रडत, आक्रंदत होतो; पण ते कोणालाही ऐकू जात नव्हतं. मोठंच दु:स्वप्न होतं ते. मग मी जागाच होतो आणि सकाळ होईपर्यंत विचार करत होतो. मला असं वाटलं, जर मी तुझी कहाणी ऐकली, तर मला नीट उमज पडेल. कदाचित माझी रुखरुख कमी होईल. निदान हे सर्व मी तुझ्या नजरेनं बघू शकेन.''

आजपर्यंत हा विषय त्यांनी टाळला होता. आता त्याची स्वत:ची कहाणी स्पष्टपणे सांगण्याची वेळ आली आहे, हे लेवनीनं जाणलं.

''सुलतान, आपल्याला माहीतच आहे की, तेव्हा मी खूप लहान होतो. गावात माझ्यासारखी इतर मुलं होती. आश्चर्याची गोष्ट म्हणजे मी माझ्या भावांपेक्षा वेगळा होतो. ते कृश होते, तर मी गुटगुटीत. इतक्या लहानपणी आई मला त्यांच्याबरोबर लाकडं गोळा करायला पाठवायची.''

सम्राटाच्या सोबत्यानं नि:श्वास टाकला. इतक्या वर्षांनंतरही काही वेदना जिवंत होत्या.

''पण आमच्या घरात गावातल्या इतर घरांसारखी धुसफूस नव्हती. रोज रात्री आमच्यापुढे गरम जेवण येई. वडील मला त्यांच्या मांडीवर बसवायचे, ते मला

अंधूकसं आठवतं. मी माझ्या भावांबरोबर शेकोटीभोवती बसून कसा गाणी गायचो ते आठवतं. पण सर्वांत जास्त आठवतं ते माझी आई कशी रात्रीच्या गारठ्यात मला पांघरूण घालायची. तिचे गोरे बारीक हात माझ्या मनात मला लख्खं दिसतात. थंडगार विद्यार्थी निवासात पहिल्या काही रात्री माझ्या पातळ अंथरुणावर झोपताना मला तिची फार आठवण यायची.''

सम्राटाच्या डोळ्यांत जमणारं पाणी आपल्याला दिसलंच नाही, असं साथीदारानं भासवलं. त्याचा हेतू त्याला स्वत:ला कळलेलं सत्य सांगण्याचा होता; सम्राटाला दुखवण्याचा नव्हता. त्याला आपल्या कुटुंबापासून दूर केलं गेल्यापासून त्याचे विचार बोलून दाखवण्याची ही पहिलीच आणि शेवटचीही वेळ होती.

''पण या कडक चेहऱ्यांच्या अधिकाऱ्यांची जी भीती वाटायची, तिला तोड नाही. मला वाटायचं माझं नवं आयुष्य काळोखं असणार आहे. काळोखं आणि अनोळखी. मी एकदाही मागे वळून पाहिलं नाही याचा अर्थ मी शूर होतो, असा नाही. परिस्थिती अगदी उलट होती. मला माहीत होतं, मी त्या छोट्या चौकात दगडासारखं निश्चल झालेल्या आई, वडील आणि पाहिलं असतं. तर...

इतक्या वर्षांनंतरही घशाशी आलेल्या आवेढ्यानं तो चकित झाला. आपल्या आवाजावर ताबा मिळवत तो पुढे सांगू लागला.

''जर मी मागे वळून पाहिलं असतं; तर आठव्या वर्षी मी एखाद्या शिशुसारखाच होतो, मी असं बंड केलं असतं की... कोण जाणे, माझ्यावर आणि माझ्या कुटुंबीयांवर काय गुदरलं असतं. कोणीतरी अदृश्यपणे मला मार्गदर्शन करत होतं. मी त्या केविलवाण्या मुलांच्या कळपात आधार मिळवायचा प्रयत्न केला. काही जणांची स्थिती माझ्यापेक्षा वाईट होती. थोड्याच वेळात मी त्यांची समजूत घालू लागलो.''

अहमद हणच्या मनात येत असलेले विचार लेवनीला कळले असते, तर तो चकितच झाला असता. सम्राट आपल्या सोबत्याकडे मंत्रमुग्ध झाल्यासारखा पाहत होता; पण त्याला अजूनही काही दिसत होतं, काही भुतंसुद्धा. त्याच्या भावाच्या हालअपेष्टांना कशी त्याची आई कारणीभूत होती. माणसंच दुसऱ्या माणसांना दुःख भोगायला लावतात आणि तेही कसं!

''प्रिय सम्राट, एखाद्या अंतविहीन विहिरीसारख्या असलेल्या माझ्या नैराश्यातून वर आला तो परिस्थितीचा स्वीकार. आपल्यासाठी सगळं काही आधीच ठरलेलं असतं या विचारातच मी मोठा झालो. आणि या उलाढालींमुळे काही दारं कशी उघडतात तेही शिकलो. मला राजवाड्यात यावं लागलं, ती चित्रं

रंगवावी लागली, कविता म्हणायला लागल्या; आणि तुमच्यासमोर बसायला लागलं... आणि ते सगळं समजून घ्यायला पुन्हा सलोनिकाला जावं लागलं, जे तुम्ही जाणताच.''

त्या प्रवासाबद्दल वरवर जरी अहमद हण शांत दिसला, तरी चित्रकाराला तो त्यावरून डिवचत असे. राजाच्या नाराजीचं कारण आपल्यावरच्या त्याच्या प्रेमात आणि स्वत:वरल्या विश्वासात आहे हे लेवनीला समजत होतं. त्या ओटमन सम्राटानं आपली भावना आपल्याजवळच ठेवली असली, तरी तो बेचैन झाला होता हे खरंच. त्याला चित्रकाराच्या निष्ठेबद्दल यत्किंचितही शंका नव्हती. कारण राजप्रासाद, त्याचा राजप्रासाद, कुठल्याही खऱ्या कुटुंबाची जागा भरून काढू शकत होता.

शांत आवाजात सोबती पुढे बोलू लागला.

''आणि तरीही अजून ते माझ्या स्वप्नात येतात. कोण जाणे, कदाचित एखाद्या दिवशी...''

सुलतान अहमदच्या मनात कितीतरी वेगवेगळ्या विरोधी भावना उसळल्या. तो गप्प राहून विचार करत होता, ''मी ऐकतोय ती कहाणी फक्त एकाची आहे. आणि हो, तो खूप जवळचा आहे; त्याचं दैव वेगळं आणि अचल आहे; पण इतरांचं काय?'' किती अगणित त्यागांच्या जीवावर ही पद्धत, ही जीवनशैली उभी आहे? आणि ह्या सगळ्यांत फक्त नशिबाचाच हात आहे का?

त्याची कारकीर्द पुरेशी टिकली, तर तो देवशिर्मेची पद्धत बंद करणार होता. त्याचे प्रधान विरोध करतील, करू देत; आता या असल्या वेगळ्याच पद्धतीला पाठिंबा देणं शक्य नाही. ज्या काळात ह्या पद्धतीचा अवलंब करणं स्वाभाविक मानलं जाऊ शकत होतं, ते दिवस केव्हाच मागे पडले हे त्याला कळत होतं.

* * *

''माझे उदार सम्राट, जर एखाद्या राजपुत्राला मूल झालं तर काय?''

एकदा त्यांच्या गप्पांच्या बैठकीत लेवनीनं अचानक हा प्रश्न विचारला. राजा या प्रश्नानं दचकेल हे माहीत असूनही त्यानं तो विचारला. ते दोघं गप्पा मारतील ते बरोबरीच्या नात्यानं, हा त्यांच्यातला अलिखित करार होता. परावलंबित्वाच्या कुठल्याही जाणिवेशिवाय त्या दोघांचे संभाषण होई कारण, सुलतान अहमदचीच तशी खास इच्छा होती. त्या इच्छेची किंमत तर चुकवावीच लागणार आणि तो ती चुकवेल.

'मानवी आयुष्याचं मोल' या विषयावर त्यांच्या गप्पा चालल्या होत्या.

ज्याच्यावरून सम्राटाचं नाव ठेवलं गेलं. त्या पहिल्या सुलतान अहमदच्या 'राजपुत्राला मुलं व्हायला परवानगी नाही' या आज्ञेची सम्राटाच्या साथीदारानं त्याला आठवण करून दिली होती. पिंजऱ्यात राजपुत्राला साथ देणाऱ्या एखाद्या रखेलीला दिवस गेलेच, तर भविष्यात सिंहासनाच्या वारसाक्रमात अडचणी येऊ नयेत यासाठी जन्मत:च ते मूल मारून टाकलं जाईल. हे उघडच होतं की हा आदेश राज्यकारभारात कुठलीही गडबड, कुठलाही गोंधळ उद्भवू नये यासाठी होता; पण त्याची किंमत केवढी!

सम्राटानं लगेच उत्तर दिलं नाही. त्याची नजर महालातल्या रंगीबेरंगी सजावटीवर, जरतारी आवरणावर, सभोवतालच्या बागेतल्या फुलांवर गेली. लेवनीला एखादं सडेतोड उत्तर अपेक्षित नव्हतंच. सम्राटाला विचार करायला प्रवृत्त करावं एवढीच त्याची इच्छा होती. सत्ताधीशाचा देखणा, विचारात गढलेला चेहरा तो निरखत राहिला. त्याला असं निरखणं ही चित्रकारासाठीसुद्धा चेहऱ्यावरचे भाव मनात रेखाटून घेण्याची दुर्मीळ संधी असे. ही अमूल्य निरीक्षण नंतर हातावाटे कागदावर उतरत. सम्राट बोलला, तेव्हा त्याची नजर दूरवर खिळली होती.

''नशीब, माझे सर्व राजपुत्र अजून खूप लहान आहेत. लेवनी, स्वत:च्याच नातवाला मृत्यू देऊन या आदेशाचं मी पालन करीन का, हे मला खरंच सांगता येत नाही.''

जणू काही समोरच्या प्रतिमा नाकाराव्यात अशा तऱ्हेनं अहमद हणनं मान हलवली; आणि मग अधिक आत्मविश्वासानं त्यानं आपल्या सोबत्याच्या डोळ्यांत पाहिलं.

''बहुधा मी तो रिवाज मोडण्याचीच शक्यता आहे, आयुष्यात ढवळाढवळ करायचा अधिकार आहे का आणि असल्यास तो तरी किती, याबद्दल त्या दिवसापासून सम्राट वारंवार विचार करू लागला.

चित्रकार आता ज्याला मनातली कुठलीही गोष्ट सांगावी असा साथीदार झाला होता. आणि त्यामुळेच त्याच्याविषयीचं ते महाभयंकर रहस्य लपवणं अधिकाधिक कठीण होत होतं.

दुब्नितसेलीचा हलवा

खूप बारीक पीठ आणि लोणी

प्रमुख हलवाई दुब्नितसेली रफिक आगानं त्याच्या सहायकांनी नीट चाळलेलं बारीक पीठ जास्त प्रमाणात तांब्याच्या रुंद भांड्यात लोटलं. त्याच्या सहायकांनी लगेच त्यात स्टार्च टाकला. बोललं तर कोणीच नाही; एवढंच काय त्यांनी एकमेकांकडे बघणंही टाळलं. हलवायानं मान डोलावताच त्याच प्रमाणात तांदळाचं पीठही भांड्यात टाकण्यात आलं. तांब्याच्या भांड्यातलं मिश्रण खदखदू लागलं, तेव्हा चुलीतल्या लाकडाच्या उष्णतेनं वितळलेल्या शुद्ध लोण्यानं त्याला शांत केलं. स्वयंपाक्यानं आपल्या मोठ्या लाकडी चमच्यानं घाई न करता, पण कौशल्यानं ते ढवळलं. त्याच वेळेला हात न माखण्याची काळजी घेत सहायकानं त्यात चार किलो शुद्ध मध ओतला.

भाजलेल्या पिठात लोणी आणि मध मिसळल्याचा स्वर्गीय अनुभव देणारा स्वादिष्ट सुगंध स्वयंपाकघराला व्यापून मग धुरांड्यातून बाहेर गेला. पण त्याआधी या वारंवार केलेल्या खानदानी आणि भव्य समूहनृत्यात सामील झालेल्या प्रत्येक गोष्टीला त्या सुगंधानं व्यापलं : लाकडी कपाटात आणि मांडण्यांत चकचकीत करून ठेवलेल्या वेगवेगळ्या आकाराच्या तांब्याच्या भांड्यांना संगमवरवरी वाडग्यांना, चिनी माती आणि वर्खाच्या सरबताच्या सुरयांना आणि स्वच्छ, भल्याथोरल्या कामाच्या ओटाला, दिवसातून खूप वेळा धुवून चकचकीत केलेल्या दगडी फरशीला त्यानं दरवळून टाकलं. तोंडाला सुटणारं पाणी ते तरुण सहायक गुपचूप गिळत होते. नाहीतर त्यांना हावरट समजलं गेलं असतं, आणि राजवाड्याच्या रितीरिवाजात हावरटपणाला स्थान नसतं.

शांतपणे आपली पाळी येण्याची वाट पाहणाऱ्या सहायकानं शेजारच्या चुलीवर उकळत असलेल्या दुधाचं भांडं उचललं; आणि आपल्या उस्तादाच्या घारीसारख्या तीक्ष्ण नजरेच्या पहाऱ्यात योग्य वेळी त्या मिश्रणात दूध हळूहळू ओतलं, पाकगृहाच्या उस्तादानं पुन्हा एकदा स्वादिष्ट वासानं घमघमणारा तो सोनेरी हलवा जणू काही एखाद्या पवित्र धर्मकृत्याची अखेरची कृती करावी अशा थाटात कौशल्यानं मनगटाच्या एकाच झटक्यात शेवटचा हलवला.

तो राजेशाही हलवा योग्य तेवढा घट्ट झाला होता. 'आपल्या थोर सम्राटाच्या पवित्र मुखासाठी अगदी लायक आहे हा.' दुब्नितसेली हळूच पुटपुटला. त्याच्या आवाजात करुण सूर होता की सम्राटाबद्दलच्या अपरिमित आदरानं हे शब्द त्याच्या तोंडातून आले? त्यानं ते मिष्टान्न चुलीवरून उतरवलं आणि मलमलीच्या

दुहेरी कापडानं तसंच झाकून ठेवलं. त्याचे सहायक मागची आवराआवर करत असताना सम्राट आपण तयार केलेला हलवा खात असलेला बघताना कसं वाटेल त्याचा विचार तो करत होता. लवकरच एका देखण्या चिनी मातीच्या वाडग्यात तो हलवा काढेल आणि अहमद हणनं तो गरमगरम खावा यासाठी त्याच्या खास दूताबरोबर सम्राटाच्या खाजगी महालात पाठवेल. क्षुधा चाळवणारी फळं आणि फुलं यांची सुंदर चित्रं रंगवलेल्या त्या खोलीचा नोकर आगा याच्याकडे तो खास दूत हलव्याचं तबक देईल.

मेर्तबनी नावाच्या त्या पाण्यासारख्या हिरवट रंगाच्या चिनी वाडग्यात विष असलेला पदार्थ ठेवला, तर वाडग्याचा रंग बदलतो यावर दुब्नितसेली रफिक आगाचा विश्वास नव्हता. खरंच तसं होत असेल का यावर तो नेहमी विचार करायचा. त्याला कळत होतं की, हे पडताळून पाहणं शक्य नाही; विश्वाधिपतीवर तो विषप्रयोग करतोय असा उगीच कोणी आळ घ्यायचा. एकांतात गुपचूप तो प्रयोग करता येईल कारण, विष मिळवणं तसं काही अवघड नाही. कित्येक शतकं ओटमन सम्राट आग्रहानं कथायमधून येणाऱ्या नाजूक पोर्सेलिनच्या ताटं आणि वाडग्यांतूनच जेवले. हे खरं की बरेच वेळा कार्नेशन आणि ट्यूलिपची सुंदर सजावट असलेली इझनिकची भांडीसुद्धा वापरली जायची. पण मानाचं स्थान होतं ते चिनी थाळ्यांना. रफिक आगाच्या हातात असतं, तर त्यानं सम्राटासाठी इझनिकची भांडीच वापरली असती. त्यांचं पुरेसं चीज केलं गेलं नव्हतं. स्वयंपाकघरात एखाद्याच्या हातून चिनी भांडं फुटलं, तर तो थरथर कापायचा. कापायचा कसला, गर्भगळीत व्हायचा. पण इझनिक फुटलं, तर फारसा घाबरायचा नाही. पण आता इझनिकही कमी झाली होती. पूर्वीसारखी दर्जेदार भांडी आता मिळायची कुठे? प्रमुख वजिराची त्या पदावर नेमणूक झाल्यापासून त्याच्या भागातल्या नेवशेहिर स्वयंपाक्यांची मुदपाकखान्यात गर्दी झाली होती; आणि त्यांना इझनिक भांड्यांची योग्यता समजत नव्हती. त्यांना नेवशेहिर म्हणायचंही माहीत नव्हतं; त्यांच्यासाठी अजून त्यांचं गाव मुश्कराच होतं. प्रमुख वजिरानं त्याच्या गावाचं नाव बदलून त्याच्या स्वतःच्या दर्जाला शोभेलसं ठेवलं होतं. पण लोक बदल सहजासहजी स्वीकारत नाहीत. त्यांच्यासाठी...

प्रमुख हलवायाचे विचार कुठल्याकुठे पोहोचले. राजाच्या मुदपाकखान्यात होता तो. आणि तिथून राजाचा खाजगी महाल काही जवळ नव्हता. आता आणखीन उशीर नको. त्यानं मलमलीचं आवरण उचललं, स्वतःचा खास पदार्थ पुन्हा एकदा हलवला आणि पोर्सेलिनच्या गार वाडग्यात काढला. शाही सम्राटांना नजर करण्यासाठी शाही हलवा सज्ज झाला.

प्रमुख हलवायाला खात्री होती की, हलव्याला 'हलवा' म्हणवून घ्यायला

लायक ठरण्यासाठीचे रहस्य योग्य वेळेला तो योग्य प्रकारे हलवण्यात आहे. अर्थात त्यातले घटक पदार्थ महत्त्वाचे असतातच पण उभ्या आडव्या ओटमन साम्राज्यातले सर्वोत्तम तेच राजवाड्यात येणार हे सांगायलाच नको; खरं कौशल्य होतं ते त्यांना योग्य प्रकारे एकत्र आणण्यात. मधाच्या स्वादाविषयी तो फार चोखंदळ असायचा. त्यानं निवडलेल्या एका मधाल्या काळ्या समुद्री पाइन वृक्षांचा स्वच्छ, गहिरा गंध होता. छोटंसं पोळं मधानं भरण्यासाठी हजारो मधमाश्यांनी कित्येक दिवस केलेलं काम प्रमुख हलवायाच्या दृष्टीनं सप्त हवामानांच्या नृपतीचं भोजन तयार करण्यासाठी शेकडो लोकांनी स्वयंपाकघरात काम करण्यासारखंच होतं. अर्थातच मुदपाकखान्यातील त्या शेकडो जणांवर निर्विवादपणे राज्य होतं ते त्याचं. दरवर्षी जेव्हा तो सामान खरेदी करण्यासाठी इजिप्तला जायचा, तेव्हा त्याला फार महत्वपूर्ण वाटायचं. तिथे त्यांना खूप मान दिला जाई. प्रशंसा आणि भेटवस्तू यांचा त्याच्यावर वर्षाव होई. एकाचा माल तो जेव्हा उचले आणि दुसऱ्याचा नाकारे, तेव्हा त्याला आपल्या पदाचा गर्व वाटे. शिवाय इतर रंगढंग तो करी ते वेगळेच!

मुख्य हलवाई अचानक भानावर आला. पुदिन्याच्या डाहळ्यांनी सजवलेलं रसरशीत लिंबांचं सरबत हलव्याबरोबर पाठवायला तो विसरतच होता. येमेनी व्हेल माशांच्या शुक्राणूंपासून बनवलेलं मेण त्यानं सरबतात टाकून ठेवलं होतं जे त्याने नंतर गाळून लिंबाच्या सालीबरोबर काढून टाकलं होतं. उंच पर्वतशिखरांवरचा स्वच्छ बर्फ त्यानं सर्वांत वर घातला होता. सरबताच्या सोनेरी सुरईच्या थंड पृष्ठभागावरच्या माशांच्या खवल्यांच्या रचनेवरून आणि तोटीच्या झाकणावरच्या कठीण धातूचे बनलेले असूनही मृदू भासणाऱ्या पक्ष्यांच्या गोलाईवरून हलकेच हात फिरवला. हे छोटे, चमकदार पक्षी एक प्रकारे त्याच्यासारखेच होते. पंख फैलावून उड्डाणास सज्ज झालेले, पण उड्डाणाचं धाडस कधीच न करणारे.

अहमद आणि इब्राहीम

बागेतले कंदील महोत्सव

प्रमुख वजीर इब्राहीम पाशाच्या बेशिकताशमधल्या प्रासादाच्या बागांमध्ये गेले कित्येक दिवस मौजमजा सुरू होती. रंगवलेले लाकडी सज्जे एकमेकांकडे तोंड

करून उभे होते. खालीखाली जाणाऱ्या छोट्याछोट्या पायऱ्यांनी बनलेले ते सज्जे एखाद्या छोट्या (amphitheatre) नाट्यमंदिराप्रमाणे दिसत होते. ते कशासाठी आहेत हे प्रासादातल्या लोकांना कळत नव्हतं. ज्या कारागीरांनी हे काम उभारलं फक्त त्यांना त्यांच्या प्रमुखानं त्याचा बेत सांगितला होता; आणि ते रहस्य कोणालाही न सांगण्याची सक्त ताकीद दिली होती.

एप्रिल हा आशा जागवणारा आणि मन उल्हासित करणारा महिना. या महिन्याच्या मध्यावरच्या एका संध्याकाळी विश्वाधिपतीचं मनोरंजन करण्याची याल (काठावरचा प्रासाद) तयारी करत होता. यजमानाला समारंभ जराही बिनसायला नको होता. अहमद हणला थक्क करून टाकणं त्याला फार आवडे; आणि ती तशीच ऐश्वर्यसंपन्न मेजवानी असणार होती.

संध्याकाळ झाली तशा ट्यूलिप फुलांच्या काच आणि चांदीच्या अगणित फूलदाण्या बाहेर नेऊन ठेवल्या गेल्या. फक्त एकाच ट्यूलिप फुलाचा देठ राहू शकेल अशा सडसडीत नळीला तोल सांभाळला जाण्यासाठी रुंद तळ, अशी फूलदाणीची रचना होती. प्रत्येकीत फक्त एकच दुर्मीळ ट्यूलिप फुलाची ताजी टवटवीत कळी होती. मोजदाद करणं केवळ अशक्य इतक्या अगणित होत्या त्या.

स्वत: इब्राहीम पाशा रंगीत ट्यूलिप फुलांच्या रचनेकडे लक्ष देत होता; आणि कित्येकांच्या जागा बदलत होता. त्यामुळे ज्वाळेसारख्या लाल ट्यूलिपनंतर हळूहळू फिकट रंगच्छटांची होत शेवटची ट्यूलिप कळी पोवळ्याच्या रंगाची होती. अगदी मंद गुलाबी रंगापासून गडद गुलाबी रंगापर्यंतची ट्यूलिप एका वेगळ्या शेल्फवर होती. अशा सर्व रंगांच्या गडद आणि फिकट लाटा तयार झाल्या होत्या. त्यांच्या समोरच्या शेल्फवर फिकट जांभळ्या ते गडद जांभळ्या रंगाची ट्यूलिप्स होती, आणि मध्ये पिवळ्या रंगाची — तेजस्वी सोनेरी ते धातूसारख्या शीतल पिवळ्या रंगाची. जांभळ्या आणि पिवळ्या रंगाची ट्यूलिप्स मध्यभागी एकमेकांशेजारी ठेवून पाशानं त्यांच्यातला स्वर्गीय विरोधाभास अधोरेखित केला होता. विविध रंगच्छटांच्या ट्यूलिप्सनं रंगांतले बदल दाखवले होते; आणि 'अनोखा मोती' असं बिरुद असलेल्या पांढऱ्याशुभ्र ट्यूलिप्सनं तळाची आणि सर्वांत वरची रांग भूषवली होती.

नाजूक साखळ्यांनी जोडलेले पैलूदार काचेचे लोलक फूलदाण्यांच्या मध्ये टांगले होते. तळाच्या शेल्फवरल्या कंदिलांचा प्रकाश या लोलकांनी परावर्तित केला असता. बागेतल्या कुंजांवर रंगीत कंदील लावले होते.

हळूहळू काळोख पडू लागला, आणि सर्वांत महत्त्वाच्या पाहुण्याच्या आगमनाची घडी जवळ आली. सेबलच्या कातड्यांचं अस्तर असलेल्या

अंगरख्यांनी संध्याकाळचा गारवा दूर पळवला असता; वाऱ्याची मंद झुळूक वाहत होती. इब्राहीम पाशानं कंदील लावण्याचा हुकूम दिला.

शाही मेणा धक्क्याजवळ आला. सोनेरी रंगाचे नक्षीकामाचे खांब आणि मखमलीची बैठक असलेल्या मंडपात सुलतान अहमद उभा राहिला. इब्राहीम पाशानं ठेवलेल्या मेजवानीचा आनंद लुटण्यासाठी काठावर जायची तो वाटच बघत होता; आपली अधीरता लपवायची त्याला गरज वाटत नव्हती.

बागेत आल्यावर विश्वाधिपतींचा आपल्या डोळ्यांवर विश्वास बसेना. आपल्या लवाजम्याबरोबर येताना फुलांनी झालेल्या स्वागताला त्यानं यथायोग्य प्रतिसादानं गौरवलं होतंच. गडद होत जाणाऱ्या अंधारात ट्यूलिप्स चमकत होती; जणू नंदनवनातली उद्यानं पृथ्वीवर प्रकाशमान झाली होती. प्रकाशाचे हजारो किरण लोलकाच्या पैलूतून शतगुणित होऊन चांदीच्या चमकदार पुष्पदाण्यांतल्या फुलांवर परावर्तित होत होते. हे दृश्य आहे तरी काय हे समजणंच कठीण जात होतं. वाऱ्याच्या झुळकीनं ट्यूलिपची फुलं आणि पैलूदार लोलक झुलत होते; आणि त्या सौंदर्यात अधिकच भर घालत होते.

सम्राट ट्यूलिप्सच्या रांगांमधून चालत उंचावरच्या, पुढची बाजू उघडी असलेल्या थंडीपासून बचावासाठी बांधलेल्या छोट्या राहुटीत पोहोचला आणि संगीताला सुरुवात झाली. आपल्या वडलांबरोबर येण्याची परवानगी असलेले राजकुमार फांद्यांवर टांगलेल्या चांदीच्या पिंजऱ्यातले सोनेरी, पिवळे आणि इतर छोटे पक्षी बघून खूश झाले.

वर्खाच्या वाडग्यातील खाद्यपदार्थ संपल्यावर पीळदार शरीराचे नर्तक आले असते. आपल्या सन्माननीय धन्यासाठी जावई इब्राहीम पाशानं एक अनोखं टवटवीत रसरशीत झगमगतं जग निर्माण केलं होतं.

इतरांपेक्षा उच्चासनावर बसलेल्या अहमद हणला हजारो कंदिलांनी प्रकाशित केलं होतं; आणि एखाद्या आकलनापलीकडच्या पण प्रभावशाली राक्षसाप्रमाणे त्याची लांब सावली ट्यूलिपच्या बिछायतीवर पडून त्या फुलांवर स्थिरावली होती.

या सर्व मनोरंजनानं सम्राट खूश झाला होता. ''माझे गुणी वजीर, आपले प्रयत्न खरोखर कौतुकास्पद आहेत. आपण घेतलेल्या श्रमांनी आम्ही अतिशय प्रसन्न झालो आहोत. कंदिलांचा तो अप्रतिम देखावा, प्रकाशित केलेली ट्यूलिप्स; आणि सूर्यासारखे झगमगणारे पैलूदार लोलक हे सर्व आपल्या गुणांचा आरसा आहेत. खरोखर जणू स्वर्गच पृथ्वीवर उतरला आहे.''

माझे सम्राट, माझ्या डोळ्यांतील ज्योती, माझ्या शिरावरचे भूषण; हे सर्व

आपल्यामुळे, आमच्या उपकारकर्त्याच्या उपस्थितीमुळे उद्यानं अशी प्रकाशित झाली. आपली परवानगी असेल, तर मी आपणांस एक गोष्ट सांगू इच्छितो.

एकमेकांच्या केल्या गेलेल्या इतक्या उच्च कोटीच्या प्रशंसेनं इतर प्रधानांचा जळफळाट झाला. अर्थात त्यांनाही स्तुतीची सवय होतीच. कोणीही अशा एकाही शब्दाची संधी गमावली नसती. सम्राटानं मान डोलावल्यावर इब्राहीम पाशा पुढे बोलू लागला.

''माझे थोर सुलतान, ही पद्धत खूप जुनी, अगदी चिनी राजांपासूनची आहे. पीकिंगमध्ये ते झाडाच्या खूप फांद्यांवर अनेक कंदील लावायचे; आणि रात्री दिवसात रूपांतर करायचे. कुशल चिनी चित्रकार जमीन सजवण्यासाठी खेळणी तयार करायचे. अब्बासिद लोकसुद्धा वसंत ऋतूच्या आगमनानंतर असेच सोहळे करायचे.''

एका फूलवाल्यानं खास त्याच्यासाठी तयार केलेल्या एका पुस्तकातून वजिराला ही माहिती मिळाली होती. पण आपल्या माहितीचं उगमस्थान सम्राटाला सांगण्याची गरज त्याला वाटली नाही. आपल्या प्रमुख वजिराच्या चौफेर ज्ञानानं सुलतान अहमदवर चांगलीच छाप पाडली. देश चालवायची जबाबदारी त्याच्या ज्या जावयावर सोपवली होती, त्याला आपली योग्यता कशी सिद्ध करायची हे चांगलंच समजत होतं. रात्र संपता संपता शाही मेण्यात बसलेला माणूस स्वत:वर आणि स्वत: केलेल्या प्रमुख वजिराच्या निवडीवर बेहद्द खूश झाला होता.

त्या काळावर आपली मुद्रा उमटवणाऱ्या अनेक सोहळ्यांपैकी तो पहिला सोहळा होता आणि हे सोहळे त्यातल्या मनोरंजनाचं प्रमुख अंग असलेल्या रोशणाईनं ओळखले जाणार होते. 'कंदील सोहळे.'

अहमद आणि इब्राहीम आणि लेवनी

आनंद

तू आहेस माझा दिवा, माझ्या चतुर वजिरा
तुझ्यासम नच कुणी, तुझी निष्ठा प्रसिद्ध जगभरा

एका उत्सवी रात्रीनंतर सुलतान अहमदनं आपल्या जावयाचं असं कौतुक केलं.

आपण जरा जास्तच कौतुक केलं असं त्याला वाटलं असेल, तर सांगता येत नाही.

''माझ्या जावयानं नुकत्याच साजऱ्या केलेल्या कंदील रात्रीची आठवण लेवनी चेलेबी, माझ्या मनात अजून रेंगाळत आहे.''

त्या रात्रीबद्दल बोलताना सुलतान किंचितसा उसासला.

''त्या सुरेल संगीतात गुरफटून, आवतीभोवतीच्या कंदिलांच्या अपरिमित प्रभेमुळे, गोऱ्या नृत्यांगनाचा विश्वास बसू नये इतक्या सुंदर हालचालींमुळे, क्रिस्टल पेल्यांच्या झगमत्या तेजामुळे मी दुसऱ्याच सुखी विश्वात गेतो. ह्या अजोड विश्वात मी माझ्या सगळ्या काळज्या मागे टाकतो; आणि सारं आयुष्यच या सुंदर रीतीनं चालू राहील असं मला वाटतं. पण सकाळ उजाडते; आणि मी किती लवकर सवयीच्या अधीन होतो, हा विचार माझ्या मनात येतो.''

आदल्या रात्रीच्या अप्रतिम कंदील उत्सवांवर लुब्ध झालेल्या आपल्या अवस्थेचं सम्राटानं स्पष्टीकरण दिलं. ही अजब, खरं तर, मूर्खासारख्या स्थितीची वर्णनं लेवनी सौजन्यानं सहन करत होता; पण तरीही त्याला सौम्यपणानं सम्राटाला सांगितल्यावाचून राहवेना.

''जेव्हा आपण आनंदात असता, तेव्हा सुदैवी सुलतान, आपला नम्र सेवक असलेला मी, आणि आपले अन्य सेवकही आनंदी होतात. अन्य चांगल्या गोष्टींत मन रमवणं हा तर आपला हक्कच आहे. पण तरीही माझे थोर सम्राट, मी नम्रतेनं आपल्याला सांगू इच्छितो की, इब्राहीम पाशा हा अफाट खर्च करतोय तो सम्राटांच्या खुशीपेक्षा त्याचा स्वत:चा कार्यभाग साधण्यासाठी असं माझ्या मनात येत आहे. मी आपला नम्र सेवकही मद्यप्राशन करतो, संगीत आणि नृत्याचा आनंद घेतो; पण तरीही कल्पनेत रममाण होण्याची अपेक्षा जास्त करतो.

* * *

लेवनी आणि मुख्य वजीर इब्राहीम पाशा यांच्यातली अदृश्य स्पर्धा कधीच संपली नाही. वेळोवेळी ती वाढली आणि कमी झाली. सुलतान अहमदच्या जगाला त्या स्पर्धेनं समृद्ध केलं आणि त्याचा तोल सांभाळला. अर्थात लेवनीही सभोवतालच्या मन जिंकून घेणाऱ्या सुगंधी फुलांच्या सान्निध्यात ही भोवंडून टाकणारी करमणूक अनेक स्वादिष्ट खाद्यपदार्थ, नाइटिंगेलच्या गाण्याच्या साथीनं केलेली ती डौलदार कवनं; आणि विद्वत्तापूर्ण चर्चा व परिसंवाद यांचा आनंद लुटायचा; आणि तेव्हा त्याला आपल्या मनावर काबू ठेवता यायचा नाही. वरवर त्यानं कितीही बेपवाई दाखवली, तरी त्या तीव्र अथांग स्पर्धेमुळे त्याला कुठल्याही

उच्च दर्जाच्या कलाकाराप्रमाणे स्फुरण चढायचं. त्याची लेखणी आणि कुंचला हे दोन्ही इतके चमकदार आणि भेदक होते, ते या अशा विविध भावभावनांमुळेच.

तरीही खूप वेळा चित्रकार जिथे लोकशाहीर अनेकदा यायचे अशा सामान्य कॉफीच्या ठेल्यावर जाण्यातही आनंद घ्यायचा. तिथे तो दरबारी रितीरिवाजांचा बुरखा उतरवायचा, आणि त्याला खूप आवडणाऱ्या वेगळ्याच जगात रममाण व्हायचा. कित्येक वर्षांपूर्वी असेच तर तो आणि कवी ओमर भेटले होते.

त्याला हेही माहीत होतं की, या भेटींतून स्फूर्ती घेऊन त्यानं लिहिलेली गाणी खूप साधी आणि खूप अर्थपूर्ण व्हायची. हे म्हणजे एक नाही तर दोन आयुष्यं जगण्यासारखं होतं.

सुलतान अहमदनं विचारलं, तरच लेवनी या आयुष्याविषयी बोलायचा.

पूर्वेकडचे शेजारी

''सम्राट, अफगाणिस्तानहून बातमी आली आहे. महमद हणनं त्याच्यावर चालून आलेल्या इराणी सैन्याचा पराभव केला आहे. त्यानं केर्मन, याझ्द आणि मेशेद जिंकून घेतलं आहे. आपल्या भूदलानं कळवलं आहे की, तो खरोखर अतिशय शक्तिशाली आहे.''

प्रमुख वजिराला ही वार्ता राजाला स्वत: सांगायची होती. त्याला युद्ध जराही आवडायचं नाही; भले, मग ते दुसरीकडे का होत असेना.

''या महमद हणचे वडील कलजलर टोळ्यांचे प्रमुख होते ना? तोच सेनापती, जो अफगाणिस्तानचा प्रमुख झाला, कंदहारमध्ये बंड केलं, इराणच्या गव्हर्नरला ठार केलं, आणि स्वातंत्र्य जाहीर केलं तो?''

सम्राटाला किती अचूक माहिती आहे आणि त्याला या विषयात किती रस आहे याविषयी वाटलेलं आश्चर्य इब्राहीम पाशानं लपवलं.

''तुम्ही सांगताय ते तंतोतंत बरोबर आहे. सम्राट, तोच हा माणूस. आता असं म्हटलं जातंय की, तो इसफहानला वेढा देईल.''

सुलतान अहमदला शांततेत राहणं कितीही आवडत असलं, तरीही इराणविरुद्ध असलेल्या मूळच्या तुर्की टोळीमुळे सत्तेचा तोल बिघडण्याच्या धोक्याकडे त्याला दुर्लक्ष करून चालणार नव्हतं.

महत्त्वाकांक्षा आणि आक्रमकता सहज फैलावते. सगळ्यांत उत्तम मार्ग म्हणजे तयारीत राहून सर्व घडामोडींवर नीट नजर ठेवणं; आणि तेही मध्ये पडण्याचं टाळून.

आणि त्यातला प्रत्येक जण अतिशय प्रसन्न झाला

ट्यूलिप्स

"थोर कुळातले महान सम्राट, हवा इतकी सौम्य सुखद आणि ट्यूलिप्स पूर्ण बहरात असेपर्यंत आपल्या मनोरंजनासाठी एक कंदील उत्सव साजरा करण्याची माझी इच्छा होती. आपल्या दिव्य अस्तित्वानं ही जागा सन्मानित झाली आहे; आणि आम्हांलाही फार आनंद झाला आहे."

आपल्या आश्रयदात्याशी बोलताना पूर्णपणे विनम्र दिसण्याची काळजी जावई घेत असे. कुटाळ जिभांच्या मते प्रमुख वजिराची ऐश्वर्यसंपन्न रहाणी सम्राटाच्या बरोबरीचीच होऊ लागली होती.

प्रमुख वजीर आणि जावई असलेल्या इब्राहीम पाशानं बेशिकताश इथे त्यानं बांधलेल्या निवासाच्या पुष्पोद्यानात ट्यूलिप्स पूर्ण बहरण्याच्या अपेक्षित वेळी कंदील महोत्सवाची आज्ञा केली. विविध तऱ्हेचे तेलाचे दिवे, कंदील आणि मेणबत्त्यांनी उद्यानं सजवण्यात आली. ज्या सम्राटाला त्यानं आमंत्रित केलं होतं, त्याच्या मनोरंजनासाठी आवश्यक ते सर्व केलं गेलं. दरबाऱ्यांचा आपला लवाजमा आणि शाही जनानखान्याचे प्रमुख यांना घेऊन सम्राटांचं सकाळीच आगमन झालं. संगीत, गप्पा, काही मजेदार खेळ अशा मौजमजेत दिवस व्यतीत झाला. संध्याकाळी कंदिलाच्या उजेडातल्या ट्यूलिप्सची शोभा त्यांनी पाहिली.

ते निघायच्या वेळी प्रमुख वजिरानं आपला आश्रयदाता सम्राट आणि त्याच्या जनानखान्याच्या तानाला दागिने आणि सुवर्णमुद्रा दिल्या. आणि आपलं स्वतःचं खालचं स्थान दर्शवण्यासाठी किमती खोगीर घातलेले मौल्यवान घोडे आणि इतर अनेक भेटवस्तू दिल्या. सम्राटाच्या लवाजम्यातल्या प्रत्येक दास अथवा त्याच्या पदायोग्य भेटवस्तू मिळाली. प्रत्येक जण अतिशय संतुष्ट झाला; निघताना प्रत्येकाच्या ओठांवर प्रार्थना आणि मनात कृतज्ञता होती. नंतर सम्राट राजमातेच्या डयू इथल्या तीरावरच्या प्रासादाकडे गेला.

प्रमुख वजिरानं १७२० च्या एप्रिलच्या अखेरीस आपल्या बेशिकताश इथल्या तीरावरच्या प्रासादात साजऱ्या केलेल्या कंदील महोत्सवाचं रशीद एफेन्दि या इतिहासकारानं असं वर्णन केलं. कंदिलांच्या या रात्री तशाच जोमानं सुरू राहिल्या कुठल्याही विवंचनेच्या सावलीनंही बागेतले कंदील कधीच झाकोळले नाहीत.

* * *

सर्वत्र फुलंचफुलं होती.

एदिर्नेच्या एका घड्याळजीनं सुलतानावरच्या प्रेमापोटी केलेल्या श्रमांना राजवाड्यात मानाचं स्थान मिळालं होतं. ती वस्तू होती गुलाब, ट्यूलिप्स आणि इतर कैक फुलांनी सजवलेलं घड्याळ. थंडगार, चमकत्या सोनेरी धातूच्या पृष्ठभागाला वर्ख लावलेल्या उबदार लाकडी वर्तळानं एखाद्या सोनेरी झऱ्याच्या वलयाप्रमाणे वेटोळं घातलं होतं. हिरव्या लाकडी आच्छादनाला लाल, निळ्या आणि पिवळ्या गुलाबांनी, मग पॉपीच्या फुलांनी आणि मध्येमध्ये लाल ट्यूलिप्सच्या निमुळत्या पाकळ्यांनी सजवले होते.

एनॅमलचं काम करणारा प्रमुख कारागीर अली उस्कुदारीनं सम्राटाला देण्यासाठी एका कवितेच्या पुस्तकाची पानं तीस प्रकारच्या फुलांनी सजवली होती. किती तऱ्हेची फुलं : पिवळे ट्यूलिप्स, निळे, डेल्फिनिअम, गुलाबी गुलाब, जांभळे कोलंबाईन, भगव्या लिली, दुहेरी बटरकप, दुहेरी लायलॅक, अझालिआ, जूडास वृक्षाचे मोहोर, गुलाबी स्टार थिसल, ग्रेप हायसिंथ, लाल कार्नेशन, दुहेरी डॅफोडिल आणि सदाफुली...

पण ट्यूलिप्सचं स्वतःचं असं खास स्थान होतं. ह्या आकर्षक, डौलदार फुलानं लोकांना वेड लावलं होतं. एकापेक्षा एक सरस असे ट्यूलिप्सचे २३९ प्रकार होते.

''एनॅमर्ड (मोहित) नावाच्या ट्यूलिपचा एक कंद ५०० सुवर्णमुद्रांना विकला जातो. सम्राट! आणि तरीही तो मिळवण्यासाठी (घाई गडबड उडून जाते.) मोठ्या लोकांची झुंबड उडते.''

''पाशा, तू म्हणतो आहेस ते एनॅमर्ड या फुलांच्या बिछायतीत मधोमध आहे ते तर नव्हे?''

''उच्च कुलीन सम्राट, आपण म्हणताहात ते बरोबर आहे. त्या हिऱ्यासारख्या सफेद ट्यूलिपचाच तो मान आहे.''

''मग वजीर, त्याची जास्तीतजास्त किंमत ठरवून टाका. कोणीही त्या कंदासाठी १००० कुरुशांपेक्षा जास्त भाव सांगता कामा नये. नाहीतर या वेडेपणाला सीमाच राहणार नाही.

सोनेरी घुमटाखाली

शाही राजप्रासादातील सम्राटाचं आवडतं ठिकाण असलेल्या न्याहारीसाठीच्या लताकुंजात ते बसले होते. सुलतान अहमदचे आजोबा सुलतान इब्राहीम यांनी हे सुंदर ठिकाण बांधलं ते उन्हाळ्यातल्या संध्याकाळी रमदानचा उपवास सोडण्यासाठी. आता सुट्टीच्या भेटीगाठी तिथे होत. या कुंजाला 'चंद्रप्रकाशित' असेही म्हटले जाई. सुलतान अहमद, त्याचे वडील आणि आजोबा या सर्वांनी मरमरा नदीच्या पात्रात पडलेल्या पूर्ण चंद्राच्या प्रतिबिंबानं उजळलेला इस्तंबूलचा परिसर इथून न्याहाळला. सम्राटानं आपल्या साथीदाराबरोबर इथे बसणं रिवाजात बसत नव्हतं.

तो छोटा गझेबो म्हणजे प्रत्यक्षात एक छोटा आच्छादित सज्जा होता जिथून बराचसा राजप्रासाद आणि कॉन्स्टन्टिनी म्हणजे इस्तंबूल दिसत असे. जे लोक शहरातून राजवाड्याकडे पाहत असत, त्यांना तो एखाद्या रत्नाप्रमाणे मोहित करत असे. चार सडसडीत तांब्याच्या खांबांनी एका घुमटाकार छताला आधार दिला होता. त्यावर असलेल्या उंच मिनारावर सुबक सजावट होती; आणि त्यावरचा मुलामा असा होता की, संपूर्ण रचनाच गर्व करावा अशा सुवर्ण तेजाची दिसे. सुलतान इब्राहीमच्या वेडगळपणाच्या कथा सर्वश्रुतचं होत्या : आपल्या अनेक स्त्रियांकडे थंडगार नाणी फेकणे, ही झाली त्यातली एक गोष्ट. प्रमुख शाही वास्तुविशारदाला त्यानं हा गझेबो कसा काय बांधायला सांगितला? त्यानं स्वत: ही जागा निवडून त्यावर विशिष्ट रचना करायला सांगितली असेल का? त्या शाही वास्तुविशारदानं सम्राटाच्या नाराजीला घाबरून आणि त्याचबरोबर त्याला प्रभावित करण्याचा विडा उचलून त्या छोट्याशा टोकाचे इतक्या सुंदर जागेत रूपांतर केले असेल का? सम्राटाला भपक्याचं असलेलं अतोनात वेड सर्वांनाच माहीत होतं.

अहमद हणनं नजर मोठ्या घुमटाकडे वळवली आणि त्याच्याभोवती असलेलं लिखाण पुन्हा वाचलं. नंतर त्याचे डोळे दूरवर खिळले. त्याच्या पूर्वजांनी मागे सोडलेल्या इमारतींच्या तपशिलांचा तो विचार करत नसे. त्याला असा वारसा मागे ठेवायचा होता, जो त्याचं नाव अमर करेल. आत्ताचं अप्रतिम स्थानच पाहा: ते त्याच्या निर्मात्याच्या नावानं ओळखलं जात नव्हतं. बगदाद आणि रेवन महाल: इब्राहीमचा थोरला भाऊ मुराद याच्या सैन्यानं जिंकलेल्या शहरांच्या नावानं ओळखले जात होते. ज्याचं नाव उच्चारताच अवघ्या पृथ्वीत लाला धडकी भरायची, त्या मुरादची आठवण हे महाल सांगतील? का फार पूर्वी कधीतरी

जिंकलेल्या दूरवरच्या दोन शहरांची नावंच हे ऐश्वर्यशाली महाल मिरवतील?

त्यानं बागांपलीकडच्या आतूनच प्रकाशमान झाल्याप्रमाणे निळ्या दिसणाऱ्या सुवर्णशृंगाकडे पाहिले. जरा पलीकडल्या नवीन मशिदीकडे त्याची नजर गेली. या मशिदीच्या कबरस्तानात त्याची आजी तुरहान सुलतान, वडील महमद शिकारी, भाऊ मुस्तफा सुलतान यांचे देह चिरनिद्रा घेत होते. त्याच कबरस्तानात त्याची स्वत:ची कितीतरी मुले कायमची विश्रांती घेत होती; त्यांची संख्या कायम बदलत असे. त्यांतली कित्येक या ना त्या कारणानं लहानपणीच मृत पावली होती. त्याची वेळ भरली की बहुधा याच जागेत अनंतकाळ त्याचाही देह पहुडेल.

जेव्हा केव्हा सुलतान खोल विचारात गढून जाई, तेव्हा त्याच्या आधाराला आपलं फक्त अस्तित्व ठेवून लेवनी नि:स्तब्ध होऊन वाट पाही. थोर सर्व सत्ताधीशसुद्धा वेळोवेळी एखाद्या सर्वसामान्य माणसाप्रमाणे बिचारा, अगतिक दयनीय होत असे; आणि दुसऱ्या माणसांच्या सोबतीचा आधार घेत असे. सुलतानाच्या तोंडून अचानक एका मृदू कवितेला तोंड फुटलं, याचं लेवनीला नवल वाटलं नाही. अहमद हणनं कदाचित सर्व गोष्टी विचारात घेतल्या असाव्यात. त्याच्या कवितेनं निर्दयपणे त्याच्या स्वत:च्या हृदयावर आरोप केले होते. देवाच्या रहस्यापर्यंत पोहोचण्यासाठी धाव न घेतल्याबद्दल, लपवलेल्या खऱ्याखुऱ्या मौल्यवान खजिन्याविषयीच्या अज्ञानाबद्दल आणि स्वत:च्या इच्छांना न जिंकल्याबद्दल त्यानं आपल्या हृदयाला दोषी धरलं होतं. कवितेत त्यानं स्वत:चं 'नजीब' हे टोपणनाव वापरलं होतं.

अरे अडाणी हृदया! दया कर, मला कोडं आहे.
ईश्वरी रहस्य जाणून घेण्यासाठी का नाही घेतलीस तू धाव?

हे हृदया, नजीबसारखंच तूही साक्षात्कारसमयी
स्वीकारलं नाहीसं ईश्वरी ज्ञान प्रार्थनेच्या चटईवर.

आपल्या कबुलीजबाबाला काव्यात उद्‌गार दिल्यावर त्याच्या मनातला विचारांचा गोंधळ संपला; आणि अशा प्रसंगी हमखास मिळणारी, शब्दांत पडकता न येणारी अशी शांती अहमद हणच्या मनाला मिळाली. जगातल्या इतर गोष्टींत रस घेणारा त्याच्या आतला खुशाल चेंडू माणूस लवकरच पुन्हा बाहेर येईल याची लेवनीला पूर्ण कल्पना होती; पण त्यानं काहीच न बोलता मान तुकवली. कवितेची रचना डौलदार झाली होती. आपण दोघं, गरज पडली तर एकमेकांशी जराही न बोलता एकमेकांना समजून घेऊ शकतो याचं सोबत्याला बरं वाटलं. आत्ताची वेळ अभिप्राय देण्याची नाही हे त्याला कळत होतं. वाऱ्याच्या

झुळकीबरोबर हायसिंथ फुलांचा मनोरम सुगंध येत होता. खालच्या बागेतील पांढऱ्या आणि निळ्या हायसिंथकडे बघत ते थोडा काळ शांत बसले. आजपर्यंत जमा केलेल्या अनुभवाच्या बळावर राजाला आवडेल असा प्रश्न शेवटी सोबत्यानं विचारला.

''थोर सत्ताधीश, ही हायसिंथ नुकतीच लावलेली असणार. त्यांचे कंद कुठून आणल?''

लेवनीला वाटलं होतं त्याचप्रमाणे सुलतान अहमद उत्साहानं सांगू लागला.

''ही पांढरी आणि आकाशी हायसिंथ मराश इथून आली आहेत. प्रत्येक वर्षी या सुंदरींना इथे अत्यंत काळजीपूर्वक रुजवलं जातं.''

या दुर्मीळ हायसिंथकडे बघताना सुलतान अहमदचे डोळे चमकत होते. कदाचित तो जोडीनं त्याच्या लाजाळू अंगवस्त्राचाही उल्लेख करत असावा. आलेले ढग आता पांगले होते; ही वेळ उदास राहण्याची नव्हती. आदल्या दिवशीच्या चंद्र प्रकाशातल्या मेजवानीनं सम्राटाला आणखी एका कवनाची स्फूर्ती दिली होती... त्याला ते ताबडतोब लिहून संगीतकारांना बोलवायचं होतं. अर्थात त्या गाण्यातले काही सूर नक्कीच उदास असणार होते.

लेवनी आणि अहमद

सत्ताधीशाला सल्ला

''महान सुलतान आपल्यायोग्य काम आपल्याला नजर करणं कठीण आहे हे मी जाणतो. काही सदुपदेश आणि माझी स्वत:ची मतं एकत्रित करण्याचा प्रयत्न करून मी काही कवनांचा गुच्छ तयार केला आहे. माझ्या चुका आपण सांभाळून घ्याल अशी मला आशा आहे.''

असं बोलून लेवनीनं नुकतंच पूर्ण केलेलं एक असामान्य काम सादर केलं. त्यानं प्रचलित म्हणींमध्ये स्वत:चे कळीचे शब्द वापरून म्हणी आणि वाक्प्रचारांचं महाकाव्यच निर्मिलं होतं. इतर दरबारी काव्यांपेक्षा ते किती वेगळं होतं. लोककवी या बिरुदाला साजेशी सामान्यांची असते तशी अतिशय साधी, अनलंकृत भाषा त्यानं वापरली होती. कवीनं काहीच हातचं राखलं नव्हतं. त्यानं कोणाचीच, अगदी सम्राटाचीही गय केली नव्हती. त्या सुरेख काव्यानं सर्व प्रकारच्या मानवी

चुकांना कोपरखळ्या मारल्या होत्या. लेवनीचे स्वत:चे आदर्श त्यातून प्रतीत झाले होते.

तसं तर हे महाकाव्य इतिहासातल्या कोणत्याही काळात लिहिलं जाऊ शकत होतं. पण जेव्हा भपका आणि भ्रष्टाचार जीवनाचं सर्वसामान्य अंग झालं; जेव्हा माणसं मौजमजा आणि खुशालचेंडूपणा यांचा कळस गाठू लागलती तेव्हाच ते लिहिलं गेलं ही काही योगायोगाची गोष्ट नाही. ते काव्य म्हणजे आजूबाजूच्या अंदाधुंदीमुळे कष्टी झालेल्या पण तरीही आपली तीक्ष्ण विनोदबुद्धी शाबूत ठेवलेल्या माणसाचा कबुलीजबाब होता.

या म्हणी जरा ऐका, हृदय पवित्र ठेवा
म्हटलं आहे की, हृदयच पोहोचतं हृदयाला
संताप आवरा स्वभावात हवी ऋजुता
म्हणतात की तीव्र विनेगरनं इजा होते भांड्याला

जाणतोस तू पाणी धावतं खालच्या दिशेला
सूज्ञ माणूस सांगतो मूर्खाला
शब्द जपून वापर, वायफळ गप्पा टाळ
म्हणतात की श्रद्धा हेही नाव आहे कबुलीला

प्रत्येक नफ्याचा लोभ धरू नका
शेवटच्या प्रयत्नाचा होईल वातकुक्कुट
म्हणतात की तळ्यातली मूर्ख बदकं
बुडाकडून सूर मारतात डोकं विसरून

जगातल्या वस्तूंची भूल पडू देऊ नका
एखाद्या क्षणानी त्रासून जाऊ नका
आजचं काम ढकलू नका उद्यावर
म्हणतात की कोसळतानाच धूळ उडवतो कडा

या ठिकाणी मीपण दिला आहे बकऱ्याचा बळी या तर मग दाखवून द्या तुमची कला नशीबाला आधीच थोपवू शकत नाही काणीच असं म्हणतात की मोडतो खेळ जबरदस्तीनं.

दैव पाळतं फक्त स्वत:चे नियम
कुठलाही त्रास करून घेणं टाळा

शिकारी पक्ष्यांकडून धडा घ्या
आधी अजमावतो, मगच गिळतो, म्हणतात ना.
वेळ वाया घालवतात खूप जण
काहींना ते कळतं, काहींना नाही
पद्धतच आहे म्हणतात, डोंगरावरून खाली येणारे
द्राक्षमळ्यातल्यांना हाकलतात

ज्यांना ज्यांना मी सल्ला विचारला ते सांगतात
अडाण्यांना कधीही विचारू नकोस सल्ला
राख खावी, पण नीच माणसाचा घास नये खाऊ
कधीतरी तो मोल मागेल असं म्हणतात.
व्यर्थ पळतात काही सैरावैरा
कधी सरळ, कधी वळणं घेत
जे स्वेच्छेनं पडतात
कदाचित दोन्ही डोळे गमावून बसतात असं म्हणतात.
हा सल्ला नीट ध्यानात ठेव
हसून बघणाऱ्या प्रत्येकाला मित्र समजू नकोस
तुझ्या मित्राच्या सच्च्या शब्दांचा राग मानू नकोस
सत्य नेहमीच बोचतं असं म्हणतात –

जुन्या काळचा शहाणपणा ठेवून वाग
आणि मान मिळव अगदी संतांसारखा
रितीरिवाज न जाणणारा मूर्ख
ढोलक वाईट वाजवतो असं म्हणतात

ज्यांना विद्वान हितोपदेशक मिळाला नाही
ज्यांनी शहाण्या सल्ल्याकडे दुर्लक्ष केलं
ज्यांच्या बोलण्याला पुरावा नाही
ते रिकाम्या साठ्यासारखे असतात असं म्हणतात

लक्षात घे, गाढव आणि घोडा एकत्र जुंपल्यावर
काही काळानं त्यांचे स्वभाव सारखे होतात

सेवाच करायची तर चांगल्या माणसाची कर
पाणी वाहतं तो त्याचा स्वभाव आहे म्हणतात

दैवाच्या बाजारपेठेत केवढा हा गोंधळ
धीर धरून वाट पाहतो तो खूप मिळवतो
नीतिमान व्यापारी करतो यथायोग्य सौदा
लबाड बाजार कोलमडवतो असं म्हणतात

असंच असतं सारं, नेहमीच असंच
दुखऱ्या हृदया, माणसाला हवा असतो माणूस
कंगालाला मदत करायची आहे?
मध हाताळतो, तो हात चाटतो असं म्हणतात

जर तुमच्या हृदयात दुष्टावा असेल
तर मत्सराला मनात घर करून देऊ नका
तुमचा नफा मर्यादित ठेवा, ग्राहकाला मान द्या
ग्राहक विक्रेत्यावर विश्वास ठेवतो, म्हणतात

शब्दात आणि कृतीत ताळमेळ ठेवा
नाही केलात नफा तरी तोट्यात मात्र जाऊ नका
लोभ टाळा, थोडक्यात समाधान माना
म्हणतात की स्वस्त विकणारा सत्वर विकतो

समाधानाची अंगठी हरवू नका कधीच
जर ताब्यात ठेवायचं असेल सुकाणू
उंटाला हवी झाली हरिणाची शिंगं
गमावून बसला दोन्ही कान असं म्हणतात

हे मना! चिखल झाकू शकत नाही सूर्याला
मुका असला तरी महंत उठून दिसतो
मूर्ख माणूसच करतो फक्त स्वत:ची स्तुती
कोणताच माणूस बेट नसतो असं म्हणतात

प्रयत्नाला हवं असतं कौशल्य
उनाड घोड्याला असते खुराची खात्री
कवीला लागतो आवाज, तारा, आणि शब्द
म्हणतात की एका दगडात भिंत बनत नाही.

लक्ष द्या, चलाखी करणं टाळा
चांगला माणूस अशी तुमची ख्याती असू द्या
तुम्ही एकाचा दरवाजा चोरा
म्हणतात की, दुसरा कोणी तुमचाही चोरील

प्रेयसीच्या गल्लीत गेलात
डोळे उघडे ठेवायचं लक्षात असू दया
बर्फावर चाला, खुणा मागे न ठेवता
म्हणतात ना, अनोळखींनाही समजेल ते.
नि:संशय देवाच्या मर्जीनं सारं घडतं
प्रेमाच्या दु:खानं हृदय दुभंगतं.
प्रेमिकांच्या पुनर्भेटीसाठी काहीही करावं
म्हणतात ना, हजार सुवर्णमुद्रांचं मोल पुनर्मीलनाला.
गायलेलं असो, अथवा बोललेलं
ज्ञानी त्यागत नाही स्वत:चं शहाणपण
तुमच्या दैवतावरचा विश्वास कधीच गमावू नका.
म्हणतात ना पहाटेआधी काय होईल कुणास ठाऊक.
सूज्ञांच्या सल्ल्याकडे लक्ष दे लेवनी
हे वाक्प्रचार काव्यात बसव
वावर गंभीर विद्वत्तेनं कौशल्याच्या क्षेत्रात
असं म्हणतात उजाडण्यासाठी शक्तिमान खाली दाबतात.

हे ऐकताना सम्राटाच्या चेहऱ्यावर हलकंसं स्मित पसरलं होतं; आणि त्याचे काळे डोळे चमकत होते. मग तो उठला आणि लेवनीच्या कपाळाचं त्यानं चुंबन घेतलं कुठल्याही प्रजाजनासाठी यापेक्षा उच्च कोटीची प्रशंसा काय असणार? हा शाही कौतुकाचा केवळ अनुपम आविष्कार सुलतान अहमदन दुसऱ्या दिवशी पाठवलेला सोन्याचा बाटवा जेव्हा लेवनीनं उघडला; तेव्हा आजपर्यंतच्या

आयुष्यातली सर्वांत किमती भेटवस्तू आपल्याला मिळाली आहे हे ही त्याला कळून आलं.

सत्ताधीशानं आपल्या स्वत:च्या बोटातली जी मोठी लंबगोल पाचूची अंगठी लेवनीच्या डाव्या हाताच्या करंगळीवर चढवली ती अतिमूल्यवान निशाणी चित्रकार आयुष्यभर जवळ बाळगणार होता.

लेवनी आणि अहमद

प्रत्यक्षात सम्राट आहे कोण? तो काय करू शकतो आणि करू शकत नाही?

'स्थिर बुद्धी असलेला' असं सुलतान अहमदचं वर्णन होऊच शकत नव्हतं. खऱ्याखुऱ्या प्रश्नांना तोंड देणं त्याचं काम नव्हतं. इब्राहीम पाशामुळे प्रस्थापित झालेल्या शांततेच्या वातावरणाला तडा जाऊ द्यायला तो कधीच राजी झाला नसता. त्याचा लाडका जावई असलेला प्रमुख वजीरच साम्राज्यावर, राजवाड्यावर, लोकांवर, खजिन्यावर, एवढंच काय, साक्षात सम्राटावरही राज्य करत होता. वजिराला अफाट बुद्धिमत्तेचं आणि प्रतिभेचं देणं मिळालं होतं, शिवाय त्यात अमर्याद सत्तेची भर पडली होती. परंतु जगाचा सम्राट एकटाच असताना त्याची सदसद्विवेकबुद्धी जागी होई तेव्हा आपल्या स्वत:च्या दोषांना शरण गेल्याच्या आणि थोडाही विरोध न केल्याच्या भावनेनं तो ग्रासून जाई. जणू काही राजाच्या विचारांचा पाठपुरावा करत असल्याप्रमाणे त्याचा प्रिय मित्र आणि सोबती लेवनी राजाचं मन नीट जाणत असे.

राजाने आणि चित्रकारानं या खेळाला अधिक मोठं रूप दिलं. त्यांना स्फूर्ती मिळाली ती दरवेश्यांमुळे. पण त्यांना दरवेश्याइतकं जास्त सहन करण्याची गरज नव्हती. कारण स्वत:च्या परीक्षेची वेळ आणि काठिण्याचं प्रमाण ठरवणं त्यांच्याच हातात होतं. अहमद आणि लेवनी जणू दोन सामान्य माणसं. त्यांनी स्वत:ची परीक्षा घेण्याचा खेळ सुरू केला. वासना किंवा संताप यांना आवर घालणं ही अहमद आणि लेवनी यांची आवडती कसोटी होती. सुलतान अहमदला माहीत नव्हतं की, समुद्रासारखा उफाळणारा क्रोध किंवा दरीत भिरकावल्याप्रमाणे येणारे वैफल्य यावर विजय मिळवणं त्याच्या नशिबात लिहिलं आहे.

सम्राटाला सगळ्या भौतिक सुखांत असलेली रुची जगजाहीर होती; पण

स्वेच्छेनं आपल्या सर्व कामनांवर काबू मिळवण्याचा त्याचा निश्चय फक्त लेवनीला ठाऊक होता. ''सर्वसत्ताधीश सुलतान, इतर कोणीही करू शकणार नाही अशा गोष्टी आपण करू शकता हे सर्वांना माहीत आहे. पण जेव्हा मी विचार करतो; तेव्हा माझ्या असं लक्षात येतं की, इतर लोक करू शकतील पण आपण करू शकत नाही अशा गोष्टींची संख्याही बरीच आहे.''

सम्राट कसली ना कसली तक्रार करणार हे लेवनीला माहीतच होतं; परंतु त्याचं उत्तर ऐकून फुटणारं हसू दाबण्यासाठी त्याला आतल्या बाजूनं गाल दातांत धरावा लागला.

''माझ्या खाजगी महालातले अनेक हुजरे मी कोठेही गेलो; तरी मला एकटा सोडत नाहीत. किती डोळ्यांच्या पहाऱ्याखाली मी विजार चढवतो ठाऊक आहे तुला? शेवटी मला एक दिवस इब्राहीम पाशाला कळवावं लागलं की त्यानं योग्य शब्दांत शस्त्राधिकाऱ्याला समज द्यावी, तेव्हा कुठं त्यानं बहुतेकांना काढून फक्त तीन-चार जणांना ठेवलं. आता कुठे मला विजार शांततेत चढवता येते.''

* * *

स्त्रियांच्या विषयात सम्राटाला खूप मोकळीक आहे असं प्रत्येकाला वाटत असलं तरी, प्रत्यक्षात याच क्षेत्रात त्याला खूप मर्यादा होत्या. स्वत:च्या जनानखान्यासाठी स्त्रिया निवडण्याची त्याला मुभा नव्हती. स्त्रिया निवडण्याचा हा मान त्याची आई किंवा बहिणींना असे सेनाधिपती युद्धात जिंकलेल्या लुटीचा भाग म्हणून स्त्रिया देत; किंवा साम्राज्याच्या काही भागांतून अधिकारी अगदी बाल्यावस्थेतल्या मुली विकत घेऊन त्यांना प्रथम शिक्षण देत, तेव्हा त्यांना एखाद्या गोष्टीत पारंगत व्हावे लागे. आपली शय्यासोबतीण निवडण्याची सवलत त्याला होती खरी; पण त्याही वेळी त्या स्त्रीबरोबर तो पूर्णपणे एकटा कधीही नसे. बिछान्याच्या पडद्यामागे एखाद्या दासीची उपस्थिती आवश्यक होती. सम्राटाच्या सुरक्षिततेसाठी, तसेच त्या समागमातून गर्भधारणा झाल्यास पितृत्वाचा पुरावा म्हणूनही तिचा उपयोग होई. त्यामुळे त्यानं कोणाशी शय्यासोबत केली ही बाब कधीच खाजगी राहत नसे. खूप खोलात जाऊन विचार केला नाही, तर या सगळ्याची सवय होऊन जात असे.

त्याच्या स्त्रियांच्या बाबतीत आणखी एक मर्यादा अशी होती की, जिथे सुलतानाचे पुरुष मित्र - आणि त्याला फक्त पुरुष मित्रच होते - हजर असतील; त्या करमणुकीच्या कार्यक्रमांना त्यांना हजर राहता येत नसे.

सुलतानाला खराखुरा एकांत कधीच मिळत नसे; कारण अगदी अंघोळीपासून

ते पोशाख करण्यापर्यंत प्रत्येक गोष्ट केवळ त्यासाठी नेमल्या गेलेल्या त्याच्या सेवकांच्या मदतीनंच करण्याचा संकेत होता.

याउलट अन्नप्राशनाच्या वेळी त्याला कोणाचीच सोबत नसे. असलेले लोक फक्त वाढण्याचं काम करीत.

''ते झालंच सुलतान, पण काही गोष्टी तुमच्याशिवाय दुसरं कोणीच करू शकत नाही. उदाहरणार्थ : फक्त तुम्हीच दुसरं अंगण पार करू शकता, आणि जनानखान्याच्या दरवाजानं घोड्यावरून जाऊ शकता. ओटमनच्या प्रदेशात पाडली जाणारी नाणी फक्त आपल्या नावानं पाडली जातात. आपल्याला क्रोध आला, तर आपण एखाद्याच्या शिरच्छेदाची आज्ञाही देऊ शकता.''

सम्राट आणि त्याचा सोबती दोघेही मूक झाले. ''उघड गोष्टी कोणीच बोललं नाही की राजप्रासादात समागमाची परवानगी फक्त राजाला आहे; तो रोज़ नवी स्त्री उपभोगू शकतो; आणि अनेक मुलांना जन्माला घालू शकतो. खजिना उघडणं मोठमोठे उत्सव आखण्याची परवानगी देणं; आणि प्रजेला आनंदित करणं फक्त आपणच करू शकता.''

सर्वांत शेवटी सोबत्यानं त्याच्या मते सर्वांत महत्त्वाचा असलेला सुलतानाचा महत्त्वाचा अधिकार सांगितला.

''सर्व प्रकारचे कलाकार वास्तुविशारद, कवी, सुलेखनकार, संगीतकार आणि चित्रकार यांना अजोड स्थापत्य आणि नवीन कला यांच्या निर्मितीसाठी अपरंपार उत्तेजन केवळ आपण आणि आपणच देऊ शकता.''

ऐकताऐकता सुलतान अहमद हसला. हा खेळ त्याला आवडत होता हे उघड होतं.

''अशाही काही गोष्टी आहेत लेवनी, ज्या मी कधीच करणार नाही; अगदी कराव्याशा वाटल्या तरी करणार नाही. मला कितीही वाटलं तरी युद्धाच्या मोहिमेव्यतिरिक्त अन्य परदेश प्रवास मी करू शकत नाही. माझ्या स्वत:च्या देशातही मी सोबतीशिवाय फिरू शकत नाही. अगदी नागरी वेषात फिरलो, तरीही गुपचूप का होईना. काही रक्षक मागे येणारच.''

सुलतानाला एकदा एखाद्या सामान्य नागरिकाची इस्तंबूलची संध्याकाळ देण्याचं लेवनीनं तिथल्यातिथे ठरवलं. सुलतानाच्या तक्रारी पुढे चालू राहिल्या.

''आणि माझ्या लाडक्या सोबत्या, हे नाकारू नकोस की माझ्याबद्दल कोणाला खरोखर काय वाटतं हे मला कधीच कळू शकणार नाही. यावर चर्चा करायची माझी इच्छा नाही, कारण तुला माहीत आहे माझ्याशी कोणीही वाद घालू शकत नाही.''

“आपल्या परवानगीनं, सुलतान, आपण करू न शकणारी अजून एक गोष्ट मी सांगतो. माहीत नाही, कदाचित, तुम्ही नाराज व्हाल; पण तुमच्या स्थानाची तुम्ही खरी किंमत ती चुकवता. तुम्ही तुमचे भाऊ किंवा पुतणे यांच्याशी खरीखुरी घनिष्ठ मैत्री कधीच करणार नाही; कारण ते सिंहासनासाठी (गादीसाठी) तुमचे प्रतिस्पर्धी आहेत.”

साथीदाराच्या शेवटच्या शब्दांनी सुलतानाला जणू डंख केला. त्याला स्वत:ला तशी शक्यताच वाटत नव्हती; पण तरीही लेवनीला काही सुगावा लागला असणं शक्य आहे का?

लेवनी आणि काल्पनिक शेबसेफा

आज फरहाद असता, तर मलाही नसती का आवडली तीच कसोटी द्यायला?

लेवनीला काही वेळा शेबसेफाचं पडद्या मागून दर्शन घडलं होतं; त्याने चित्रात पुढच्या भागात तिला तंतुवाद्य वाजवताना दाखवलं होतं. पार्श्वभूमीला त्यानं काही इतर वादक दाखवले होते. काथेनमधल्या पहिल्या भेटीनंतर त्याला ती इब्राहीम पाशाच्या बेशिकताश इथल्या प्रासादात दिसली होती. आणि नंतर दोन वेळा जिथे ती संगीत शिकायला जात होती, त्या घरात नजरेला पडली होती. राजाची लाडकी आणि प्रमुख वजिराची पत्नी असलेल्या फातमा सुलतानच्या सेवेत असलेल्या अनेक दासींपैकी ती एक होती. ती वेळोवेळी सली एफेंदी या वृद्ध शिक्षकाकडे संगीताचे धडे घ्यायला जायची; तेव्हा अर्थातच हिजडा सोबत असायचाच. या चित्रासाठी लेवनीनं ती इतर वादकांबरोबर बसली असल्याची कल्पना केली होती.

ज्या फुलावरून तिचं नाव शेबसेफा ठेवलं गेलं, त्या फुलासारखीच लेवनीच्या चित्रात ती डौलदार, सुगंधी आणि विलक्षण नाजूक दिसत होती; जर कोणी तिला हात लावू शकलं असतं, तर हातातून सुळसुळत जाईल ती असं वाटत होतं. तिच्या बसण्याच्या ढबीमुळे ती अधिक मोहक दिसत होती: नम्र, संकोची तरीही उठून दिसणारी; एखाद्या बहुरंगी छटेच्या फुलासारखी, स्वत:च्या सौंदर्याची जाणीव नसलेली. चित्रातल्या इतर तीन मुलींपेक्षा ती उठून दिसत होती. तिच्या एकटीच्या भुवया मध्यभागी जुळलेल्या होत्या. त्या तिघींनी डोक्यावर कार्नेशनचे

शिरोभूषण घातले होते, तर फक्त हिच्या केसांत एकच ट्यूलिपचे फूल होते. तिची मान इतरांपेक्षा अधिक गोंडस आणि लांब होती; आणि तिच्या इवल्या ओठांवर एक हलकंसं स्मित तरळत होतं.

तिच्या शेजारी बसलेल्या दुसरं तंतुवाद्य वाजवणाऱ्या तरुणीचे डोळे शेबसेफावर खिळले होते. तिच्या नजरेत छुपं कौतुक – एवढंच काय – आदरसुद्धा होता. तिच्या लाल पोशाखामुळे शेबसेफाचा साधासा, पांढराशुभ्र पोशाख अधिक उठून दिसत होता. झिरझिरीत रेशमी क्रेपचा कमीझ तिच्या पट्टेरी तुमानीवर पसरला होता; आणि मोहक शेबसेफाला अधिकच लोभस बनवत होता. इतर मुलींचे पोशाख बंद गळ्याचे होते; फक्त शेबसेफाच्या पोशाखाच्या गळ्यातून तिचे मांसल, गोलाकार उरोज बाहेर डोकावत होते, आणि तिला त्या गोष्टीची जाणीवही नव्हती. डौलदारपणे नखीनं धनुकलीनं तारा छेडणाऱ्या तिच्या बोटांवरच्या अंगठ्यांनी आणि तिच्या गोऱ्या मनगटावरच्या कंकणांतल्या सोनेरी घुंगरांनी एक गूढ कामोत्तेजक आकर्षण निर्माण झालं होतं. मेंदीनं रंगलेली तिची बोटं सहज कौशल्यानं वाद्य वाजवत होती. सुंदर शेबसेफाच्या डोक्यावरच्या जरतारी रुमालातून एकच जांभळं ट्यूलिप थरथरत होतं.

त्या चित्रात काळ थबकला होता; आणि दर्शकाला हात लांबवून स्पर्श करायची गळ घालत होता. किंवा शेकडो वर्षं ते चित्र संभाव्य दर्शकांना लेवनीच्या प्रेमाविषयी सांगणार होतं. एका कमानीनं वादकांभोवती चौकट आखली होती आणि संगमरावतल्या रेघांनी दोन्ही बाजूना एकत्रित येऊन गोलाकार केले होते. कलाकाराचं गण आणि दासीचं जग, दोन्हीही प्रवाही सारखी पण वेगळी. चित्रातलं काही प्रकारचं उच्च सौंदर्य फक्त चित्रकारासाठी होतं; तरीही ते इतरांना जाणवावं अशी कलाकाराला आस होती.

सुलतान अहमद हणनं खूप काळ चित्र टक लावनू निरखलं. चित्रापलीकडचं काहीतरी उमगल्यागत त्यानं मग लेवनीच्या डोळ्यांत डोकावलं.

''लेवनी या सुंदर तंबूर वादिकेची तुझ्यावर मोहिनी पडलेली दिसतेच आहे. मला ती कथा ऐकायची आहे.''

''उत्तर देणं कठीण आहे, सुलतान. मी कबूल करतो की ही सुंदरी माझ्यासाठी नाही; मला ती परवानगीच नाही. मी तिला प्रथम पाहिली ती काथनेच्या सहलीत. नंतर दुसरीकडे ती मला पुन्हा एकदा दिसेल. अशी मी व्यवस्था केली. तरीही चित्रातली ही गुलाबफुलासारखी परी माझ्या स्मृतीइतकीच माझ्या कल्पनेतूनही अवतरली आहे. जर तिला मी फ्रँकिश चित्रकारांप्रमाणे

माझ्यासमोर बसवून तिचं चित्र रेखाटलं असतं, तर माझ्या हृदयांतरीचं गुपित असं कागदावर उतरलं नसतं.''

चित्रकार आणि कवी एक होऊन गेले. ''आता माझ्या लक्षात आलंय सुलतान खरं सुख आहे ते कधीच न मिळणाऱ्या प्रेमात, कधीच आपली होऊ न शकणाऱ्या सुंदर प्रियतमेचं चित्र रेखाटण्यात. सर्व प्रेमीजनांचा आदर्श असणाऱ्या फरहादची कसोटी देण्यात.'' लेवनी, प्रेमाचा मार्ग आपल्याला देतो ते सर्जन पहाडावर उठवावे पहाड.

आज फरहाद असता, तर
मलाही नसती का आवडली तीच कसोटी

शेवटी लेवनीची नवीन कविता असलेलं त्याचं उत्तर सम्राटाला आवडलं. त्या उत्तरानं त्याच्या मनातली विचित्र उदासी दूर झाली.

लेवनी आणि शेबसेफा

खरं सुख स्वप्नात लपून ठासतं का?

तो जाड रेशमी पडदा उचलून लेवनी आत आला. आदल्याचं दिवशी जिचं चित्र त्यानं रंगवलं होतं ती शेबसेफा त्याच्यासमोर उभी होती. जणू चित्रच जिवंत झालं होतं. फातमा सुलतानच्या राजवाड्यात चित्रातून प्रत्यक्षात अवतरलेल्या त्या लावण्यखणीबरोबर लेवनीला एकटंच सोडण्यात आलं होतं. हे सगळं केवळ सम्राटामुळे झालं होतं. त्याला कदाचित लेवनीची परीक्षा घ्यायची होती; किंवा कदाचित त्याला ही अमूल्य भेट द्यायची होती.

मध्ये योग्य अंतर असलेले बदामी आकाराचे हिरवे डोळे, त्याउलट मध्यभागी जुळणाऱ्या भुवया, छोटेसे लाल ओठ, गोऱ्या, गोंडस गळ्याला वेटाळून बसलेले काळे लांब केस, खळ्या पडणारे गुलाबी, फुगीर गाल आणि नाजूक, काहीसे कमकुवतच, गोरे हात, आणि या सर्वांवर कडी करणारी ती नजर... निरागस आणि त्याच वेळी तरीही मादक...

लेवनीला आदल्या रात्री सम्राटाबरोबर झालेलं संभाषण आठवलं. कुठल्याही परिस्थितीत आपल्या वासनेला लगाम घालणं शक्य आहे का? का वासना हे पाप नसतं; कदाचित हे ईश्वरानं माणसाला दिलेलं विलक्षण वरदानच आहे? राजाशी

असं काही बोलल्याबद्दल त्याला आता दु:खच होत होतं. इतक्यात ती सुंदर तरुणी किंचित पुढे झुकली, अशी की जणू काही तिच्या कुडत्यांच्या गळ्यातून बाहेर उडी मारू बघणारे तिचे मौल्यवान रूपविशेष ती त्याला नजर करू इच्छित होती. मग तिने आपल्या पोशाखाचा घेर सावरला; तिची ही कृती एकाच वेळी लाजरी आणि आवाहन करणारीही होती. मग तिनं आपल्या डोक्यावरचा सोनेरी कशिद्याची किनार असलेला पारदर्शक रुमाल मागे सारला. तिच्या या स्त्रीत्वाच्या अनेक विभ्रमांनी लेवनी वेडावून गेला. त्याचे पाय थरथरू लागले. तिला स्वत:ला अर्पण करण्याची सवय आहे हे उघडच होतं. पण तिच्या मते त्यानं आता काय करायला हवं होतं? तिला घेऊन जायला हवं होतं?

त्या युवतीनं आवाहन करून त्याच्यातला पुरुष जागा केला होता. त्याचा स्वत:वरचा ताबा सुटला आणि त्यानं तिच्या गोऱ्या गळ्याला स्पर्श केला. तिच्या डोळ्यांच्या रंगासारख्याच हिरव्या असलेल्या पाचूच्या कर्णफुलांच्या थंड स्पर्शानं तो दचकला. त्या गार हलक्याशा स्पर्शानं त्या क्षणाचा अनावर आवेग थोपवला; आणि तो भानावर आला. त्या क्षणी, तिथल्यातिथे त्यानं निश्चय केला; तो ठाम राहील, सुलतान अहमद हणला निराश करेल. तो स्वत:च्या शरीराच्या आणि त्याच्या सम्राटानं योजलेल्या सुंदर परीक्षेच्या विरोधात ठाम उभा राहील.

तो वळला आणि खोलीबाहेर आला. ते दोघं एकमेकांशी अवाक्षरही बोलले नव्हते; पण लेवनीला वाटलं की, त्या मुलीला त्याचा भावनिक संघर्ष समजला आणि पटलाही. ही तीव्र भावना पुढे होणाऱ्या गोष्टींची केवळ सुरुवात होती.

पूर्णत्वाला न गेलेल्या स्वप्नांतच खरा आनंद असतो हे लेवनीला पुन्हा एकदा कळलं. तरीही न मिळणाऱ्या स्वप्नांचा पाठपुरावा करणं छान असतं. डोळे मिटून आनंद घ्यायचा; त्या फरकाची मजा लुटायची. माणसाला मिळालेल्या या देणग्यांबद्दल कृतज्ञच असायला हवं.

चित्रकार परत जायला, रंग तयार करायला, ब्रश घेऊन पुन्हा एकदा शेबसेफाला कधीही न गमावण्यासाठी कागदावर उतरवायला उतावीळ झाला. चित्र काढायला सर्वांत उत्तम कारण : प्रेम आणि प्रेमाची वेदना. पुनर्मिलनाला अजून वेळ आहे; कुठली वेळ त्यासाठी योग्य ठरेल, काय माहीत?

लेवनी आणि अहमद

सम्राटाशी साधर्म्य

मोहमयी ट्यूलिप्सचं जेमतेम आठवडाभराचं आयुष्य म्हणजे मानवी जीवनाच्या क्षणभंगुरतेचंच प्रतीक. ज्यांना हे कळतं अशा लोकांच्या मते आयुष्य म्हणजे एक मेजवानी असते, जिथे नशीबानं मिळालेल्या प्रत्येक गोष्टीचा शेवटच्या थेंबापर्यंत उपभोग घ्यायचा असतो. जसजसे सुलतान अहमद आणि इब्राहीम पाशा मानवी आयुष्याच्या अटळ शेवटाकडे सरकत होते; तसतशी काहीही करण्याची मुभा त्यांना वाटत होती, म्हणून ते सुखाच्या सुंदर क्षणांचा पाठलाग करायचे.

कामोपभोगातही नाही किंवा उधळपट्टीतही नाही, सम्राटाला कुठेच काहीच निषिद्ध नव्हतं. म्हणूनच तो ओलांडण्यासाठी दुसऱ्या सीमारेषा शोधायचा. लेवनीची चित्रं प्रस्थापित मर्यादा तोडायची. तोपर्यंत पुस्तकातल्या चित्रांत माणसांचं फक्त बाह्यरूप किंवा देखावे असायचे लेवनीची कला त्यात प्राण ओतायची. ही चित्र पाहण्याचा आनंद लुटणं हा सुलतान अहमदसाठी रूढी तोडण्याचा आणि अलिखित नाव नसलेला आक्षेप नाकारण्याचा एक मार्ग होता. काही झालं तरी तो उच्च अभिरुचीचा माणूस होता.

लेवनीनं पूर्वी थोर वंशावळीतली व्यक्तिचित्रं काढून सम्राटाला नजर केली होती. तिसऱ्या सुलतान अहमदनं ओटमन राजसत्तेच्या सम्राटांची तेवीस चित्र एकामागोमाग एक न्याहाळली होती. सुलतान उस्मान गझीपासून स्वत: त्याच्यापर्यंत ती चित्रं होती. अर्थात खजिन्यात त्याच्या पूर्वजांची आणखीही चित्रं होती; पण लेवनीच्या चित्रांची गोष्टच वेगळी. ती इतकी खरी वाटायची. थोर विजयी वीर महमदच्या चित्रात त्याच्या फेट्याभोवतीची सोनेरी पट्टी, बाजूला असलेली तलवार... असं वाटायचं आदल्याच दिवशी त्यानं कॉन्स्टन्टिनी जिंकलं. गंभीर सलीमच्या भेदक नजरेमुळे त्याच्या चित्रातल्या चेहऱ्याकडे बघणाऱ्यांना धडकी भरायची. तर ऐश्वर्यशाली सुलेमानचं चित्रातलं वैभव (राजवटीची) अगणित वर्षं आणि विजयांचा पुरावा द्यायची...

अहमद हणचा मोठा भाऊ मुस्तफा हण हा कागदावरून जणू चिडवत असल्यासारखा बाहेर बघायचा. त्याच्या आईचं-गुलनुश सुलतानचं-स्मित खिजवायचं, तर त्याची विरळ तांबूस सोनेरी दाढी आणि निळे डोळे चमकायचे. जणू तो म्हणायचा, ‘‘काय बंधुराज? मला पदच्युत करून त्यांनी तुला सिंहासनावर बसवलं. तू आरामात सुखात आहेस का? का ही छळणारी प्रियतमा सत्ता तुलाही

शोषून घेत आहे? मला जसं रेखाटलं तसंच लेवनी, तुलाही तू जसा प्रत्यक्षात आहेस तसाच रेखाटेल? पण मी तुला एक सांगतो, त्याची तुझ्यावर फारच निष्ठा आहे. तो तुझं चित्र तितक्याच काळजीपूर्वक खरंखुरं काढेल असं मला सांगता येत नाही.''

श्रेष्ठ ओटमन साम्राज्याचा राज्यकर्ता; ज्याच्या कीर्तीनं चारही वाऱ्यांना कापरं भरतं, पूर्वीचा थोर शहेनशहा दोन खंडांच्या विलक्षण नगरीचा अप्रतिम सत्ताधीश जनानखान्याचा सामर्थ्यशाली राजा, कलाकारांचा उदार आश्रयदाता सम्राट अहमहणचा किंचित थरकाप झाला; आणि हे त्रास देणारे विचार हुसकावून लावण्यासाठी त्याने खोलीत अन्यत्र नजर वळवली. त्याच्या भावानं सिंहासन सोडलं तो दिवस त्याला आठवला. त्यालाही कदाचित या अवमानाला तोंड द्यावं लागेल या शक्यतेनं त्याचा थरकाप उडाला. अहमद हण जेव्हा पिंजऱ्यातच होता; आणि त्याचा भाऊ अद्यापि कीर्तीमंत पादशहा मुस्तफा होता, त्या काळात लेवनीनं हे आणि इतर व्यक्तिचित्र काढली होती. मुस्तफा आणि त्याचे वडील महमद शिकारी या दोघांची व्यक्तिचित्रं त्यांना एका पट्टेरी पडद्यासमोर बसवून वेगळ्या तऱ्हेनं काढली गेली होती. पिता-पुत्राबद्दल स्वत:ला वाटणारी निष्ठेची भावना लेवनीनं अशा सूक्ष्म आणि नाजूक पद्धतीनं व्यक्त केली होती. या दोघांतलं साम्य सहज लक्षात येत होतं. दोघंही धिप्पाड, मानी आणि निर्मळ चेहऱ्याचे दिसत होते. दु:खाची गोष्ट ही की, लेवनी हे चित्र मुस्तफाला नजर करू शकला नव्हता. राजधानीकडे तो लक्ष देत नसल्याची सबब सांगून दंगलखोरांनी त्याला पदच्युत केलं होतं. त्यामुळे पदभ्रष्ट सम्राट आणि त्याची दोन मुलं महमूद आणि उस्मान ही पिंजऱ्यात गेली होती. लेवनीच्या चित्रातला मुस्तफा किती शांत, निर्भर दिसत होता; जणू जगातल्या वाईटपणाची त्याला यत्किंचितही जाणीव नव्हती.

राजानं स्वत:ला भानावर आणलं आणि तो स्वत:चं व्यक्तिचित्र पाहू लागला. संग्रहामध्ये लेवनीनं या चित्राची नंतर भर घातली होती. इतर व्यक्तीचित्रात इतक्या जोरकसपणे सम्राटपद व्यक्त झालेलं त्याला आढळलं नव्हतं. आणखी एक गोष्ट म्हणजे त्याचं चित्र त्याचा लाडका युवराज सुलेमान याच्यासोबत काढण्यात आलं होतं. एखाद्या सम्राटाच्या व्यक्तिचित्रात त्याच्या मुलाचा अंतर्भाव प्रथमच होत होता.

चित्रांतल्या पोशाखांच्या रंगांकडे नीट बघितल्यावर चित्रकाराच्या हुशारीवर तो खूश झाला. लेवनीनं सम्राटाला आतला कफ्तान सोनेरी आणि बाहेरचा चंदेरी रंगाचा दिला होता; तर युवराजाला आतला चंदेरी आणि बाहेरचा सोनेरी रंगाचा

दिला होता. सोन्याच्या आणि चांदीच्या धाग्यांमुळे असे कपडे खूप जड व्हायचे. वरवर पाहता साधी दिसणारी ही रंगसंगती सम्राटाला आवडायची हे लेवनीला माहीत होतं. त्याच्या लाडक्या राजपुत्रानंही तेच रंग, पण आरशातल्या प्रतिबिंबाप्रमाणे उलट्या क्रमानं वापरलेले चित्रकारानं दाखवले होते. सम्राटाला वाटलं की, या रंगयोजनेतून चित्रकारानं त्याचा मुलगा त्याच्या रक्ताचा वंश पुढे नेणार हे सूचित केले आहे? पण तो राज्य करील का?

या रंगयोजनेतून कलाकारानं आणखी एक टिप्पणी केली होती. तेच रंग, पण उलटे; याचा अर्थ सम्राट एकमेव आहे, त्याचं अनुकरण होऊ शकत नाही. युवराजाच्या उभं राहण्याच्या स्थितीतूनही तोच विचार ध्वनित होत होता. हात पुढच्या बाजूला बांधलेले तरतरीत चलाख न दिसणारा चेहेरा, अहमद हणच्या पुढे जाण्याची कोणतीच लक्षणं नाहीत. केवळ वंशसातत्य दाखवणाऱ्या त्या घटकाला या क्षणी कोणत्याच व्यक्तीमत्वाची गरज नव्हती. एखादा युवरा सिंहासनापर्यंत पोहोचण्यामागे कितीतरी गोष्टींचा हात असतो. भले मग तो युवरा सर्वात मोठा, पहिला किंवा सर्वात चिवट असो. आपल्या पादशहा वडलांचा आत्मा शरीर सोडेपर्यंत किंवा त्यांना पदच्युत केलं जाईपर्यंत त्यानं टिकायला हवं.

आपल्या वंशसातत्याचे विचार सुलतानानं बाजूला ठेवले. लेवनीच्या चित्रात सुलतानाच्या उंच फेट्यावर पिसांच्या आकाराचे तीन अप्रतिम दागिने शिरपेच जडवले होते. त्यावर त्याची नजर खिळली. खास प्रसंगी त्याला ते ज्या पद्धतीनं लावायला आवडत, तसे ते ओळीनं लावलेलं होते. शाही जवाहिऱ्यांनी एका सुट्टीत सुलतानाला हा दागिना भेट म्हणून दिला होता आणि सोन्यानं भरलेल्या थैल्यांनी त्याला मोठं बक्षीसही दिलं गेलं होतं. सोन्याच्या फुलांच्या आकारावर मोठे हिरे, माणकं आणि पाचू बसवलेले होते. प्रत्येकावर माणकांची आणि मोत्यांची एकेक ओळ होती. मोत्यांच्यावर आणि हिऱ्यांनी मढवलेल्या फांद्यांच्यामध्ये बगळ्याची फैलावलेली पिसं होती. ही काळी पिसं दर्शकांच्या डोळ्यांपुढे हलताहेत असं वाटे.

लेवनीनं त्याला ज्या सिंहासनावर बसलेलं दाखवलं होतं; तसं सिंहासन खजिन्यात तर नव्हतं, पण सुलतान अहमदला लवकरच हे रहस्य उलगडलं. लेवनीनं सिंहासनाला खऱ्या आणि कल्पनेतल्या अशा दोन्ही प्रकारच्या फुलांनी सजवलं होतं. त्यामुळे ती दोन्ही जगं एकत्र आल्याचा आभास निर्माण झाला होता. लेवनीच्या मनात असलेल्या सिंहासनाचं हे प्रतीक होतं, हे अहमद हणच्या लक्षात आलं.

सोनं, पाचू, मदर ऑफ पर्ल किंवा कासवाचं कवच यांसारख्या मौल्यवान

गोष्टींनी ते सिंहासन शृंगारलेलं नव्हतं. एकेकटी फुलं, पानं किंवा त्यांचे गुच्छ वापरणारी शेकडो वर्षांची उच्च ओटमन अभिरुची दाखवणारी कैक रंगांतल्या पानाफुलांची नक्षी सिंहासनाची पाठ, डोकं आणि बाजूंवर रंग आणि आकाराचं सुंदर विश्व निर्माण करत होती. विशेषत: सम्राटाची पाठ जिथे टेकत होती, तिथे सूर्यप्रतिमांमध्ये काढलेले, नुकतीच तोडल्याप्रमाणे दिसणाऱ्या ताज्या टवटवीत फुलांचे गुच्छ होते; ज्यात एका बाजूला गुलाबकलिका आणि दुसऱ्या बाजूला हायसिंथ आणि ट्यूलिप्स होती. लेवनी फुलांसाठी विख्यातच होता. ह्या गोंडस फुलांनी आपली आकृती दुर्लक्षित होते आहे का काय, असा विचार सुलतानाच्या मनात क्षणभर तरळला. जेव्हा त्यानं गुलाबी रंगाच्या दुहेरी गुलाबपुष्पाकडे आणि कळ्यांकडे पाहिले, तेव्हा पुन्हा लेवनीच्या चातुर्यानं त्याला हसू आले. जनानखान्यातल्या अहमद हणच्या छोट्या लाकडी खाजगी खोलीच्या छतावर जी मनोवेधक फळाफुलांची नक्षी होती, हुबेहूब तशीच होती ही फुलं. कलाकारानं सम्राटाच्या आवडत्या खोलीचं छतच सिंहासनावर उतरवलं होतं. आणि ज्यावर सिंहासन उभं होतं, त्या भगव्या रंगाच्या गालिच्यावरील कार्नेशनचं काय? पृष्ठभागावरून उडी मारू पाहणाऱ्या, नदीच्या फेसाळ लाटांसारख्या या आकृती चित्राच्या एका बाजूकडून दुसऱ्या बाजूकडे धावत होत्या; आणि ज्यावर विश्वसम्राटांनी आपला पाय ठेवला होता, ती सोन्याची पायरी मधोमध होती. अहमद हणला नवल वाटलं ते याचं की, त्याच्या पायाखालच्या कार्नेशनचा प्रवाह त्याला किती वाहून जाणाऱ्या कालौघासारखा वाटतो आहे.

मग तो आपल्या स्वत:च्या डौलदार आकृतीकडे वळला. सिंहासनावर तो सहज रुबाबात बसला होता. फरच्या कॉलरमुळे अधिकच रुंद वाटणाऱ्या खांद्यांमधून डोकं अभिमानानं वर आलं होतं. त्याच्या बदामी आकाराच्या काळ्या डोळ्यांतले विचारी भाव त्याच्या चेहऱ्याला अधिकच बोलका बनवत होते. त्याच्या राज्यारोहणाच्या वेळी रिवाजानुसार त्यानं वाढवलेल्या दाढीची सावली पडली होती. त्याच्या लांब बोटांनी खुर्चीचा हात धरला होता; आणि त्याच्या करंगळीवर पाचू आणि मोत्याची अंगठी खुलत होती. त्याच्या पट्ट्याचं रत्नजडित बक्कल त्याच्या पिसांच्या शिरोभूषणाशी मिळतंजुळतं होतं; फरचं अस्तर असलेल्या त्याच्या अंगरख्याला चुण्या होत्या. त्यानं हे सर्व निरखून पाहिलं; आणि तो अतिशय प्रसन्न झाला.

जणू काही त्याला समजलं की, कागदाच्या बाहेर दूर बघणारी त्याची प्रतिमा आगळी ठरणार होती. ती प्रतिमा शेकडो वर्षं पुढे भविष्यात पोहोचणार होती; आणि अनेकांना स्तिमित करणार होती.

लेवनी आणि अहमद

कुटुंब

ज्या मुलाला आणल्यावर अब्दुलजलील हे नाव दिलं गेलं आणि एन्देरूनमध्ये ठेवण्यात आलं, तो त्याच्या आयुष्यातल्या खळबळजनक चढउतारातूनसुद्धा सर्वोत्तम ओटमन कलाकार ठरेल, याची गुलनुश सुलतानला काय कल्पना? काही झालं तरी त्या दुर्दैवी राजपुत्राला चांगलंच आयुष्य मिळावं एवढीच तिची इच्छा होती. हा तरुण माणूस आणि त्याचा मोठा भाऊ सुलतान अहमद जणू काही रक्ताच्या ओढीमुळे एकमेकांचे इतके घनिष्ठ मित्र होतील असं तिला कधी वाटलं नव्हतं.

ते रहस्य लेवनीला सांगून टाकण्याची ऊर्मी सुलतान अहमद वारंवार दाबून टाकायचा. अशा प्रत्येक वेळी तो राज्यरोहणाच्या आधीच्या काळात आपण सोसलेला त्रास, आपल्या जीवाला असलेला धोका आठवायचा. सत्याला वाचा फुटण्याच्या शक्यतेनं सुलतान अहमद भयभीत व्हायचा; खूप काळ ही एकच भावना त्याच्या मनात घर करून होती. या विविध भावनांच्या कल्लोळातून त्याच्या मनात एक विचित्र आनंद जन्माला आला, ज्याची फोड सुलतान स्वत:च्या मनातही करू शकत नव्हता. ज्या लेवनी अब्दुलजलील चेलेबीच्या कलेतल्या प्रतिभेनं तो दिपून गेला होता; आणि ज्याचा साधा मोकळा स्वभाव त्याला आवडायचा तो लेवनी त्याच्या रक्ताच्या नात्याचा होता ह्या विचारानं त्याला आनंद व्हायचा.

आणखी एक : आपल्याच भावाबरोबर मैत्री होणं, एकाच वडलांची मुलं असूनही सिंहासनासाठी न भांडणं, ना त्याच्याकडून मारलं जाण्याची भीती, ना आधीपासूनच केलेली कटकारस्थानं... हे सर्व किती छान होतं. बोलताना त्याला निरखणं, त्याचा आवाज ऐकणं, त्याच्या चेहऱ्यात आपल्या वडलांच्या किंवा पूर्वजांच्या खुणा शोधणं... सुलतान अहमद गोंधळूनही जायचा आणि संतुष्टही व्हायचा – निदान त्या वेळेपुरता. त्या तशा परिस्थितीत दबा धरून बसलेल्या कित्येक धोक्यांकडे त्याला दुर्लक्षच करायला हवं; अर्थात ते रहस्य कोणालाही माहीत नसल्यामुळे कोणी ती आठवण देण्याचा धोका नव्हताच. कुठलाही सामान्य माणूस बंधुत्वाच्या भावनेचा आनंद घेऊ शकतो; पण राज्यकर्त्याला तो आनंद मिळत नाही. सुलतान अहमदच्या त्या बंधुत्वाच्या भावना जाग्या झाल्या

होत्या. शिवाय तो त्याच्या पद्धतीनं आपल्या मुलांवर खूप प्रेम करणारा पिताही होता. फातमा सुलतानबरोबरचं त्याचं नातं खरोखरच खूप मायेचं होतं.

* * *

"थोर सम्राट, आपला सुरेख बांधा जवळजवळ माझ्या बांध्यासारखाच आहे. आपलं उच्चकुलीन नाक माझ्या साध्याशा नाकासारखं दिसतं; आणि जेव्हा मी आपल्या सुदैवी डोळ्यांत बघतो, तेव्हा मला जणू मी आरशातच मला बघत आहे असं वाटतं. काय हा योगायोग."

सम्राट आणि तो यांच्या रूप आणि स्वभावांत केवढं साधर्म्य आहे ते लेवनीच्या प्रथमच लक्षात आलं. आजपर्यंत हे कसं कळलं नाही याचंच त्याला आश्चर्य वाटलं. ते दोघे एकाच पातळीवर असल्याप्रमाणे मनातला प्रत्येक विचार बोलून दाखवायचा असा त्यांच्या खेळाचा नियम होता. त्यामुळे आपल्या मनातले विचार सम्राटाला सांगायला लेवनीला जराही संकोच वाटला नाही; कारण ती त्यांच्या मैत्रीची देणगी होती. चित्रकाराचं निरीक्षण अगदी अचूक होतं.

सुलतान मनातून अस्वस्थ झाला असला, तरी वरकरणी त्यानं आपला आब कायम राखला. या शेऱ्याला त्यानं फारसं महत्त्व दिलेलं दिसलं नाही. हे कौतुक असल्याचं भासवून त्यानं तो विषय संपवला.

ते रहस्य कधीकाळी आपल्याला आपल्या सोबत्याला सांगावं लागेल का काय हे अहमद हणला कळत नव्हतं. त्याच्या आईच्या मृत्यूनंतर एकही क्षण ते रहस्य त्याच्या मनाआड झालं नव्हतं. तो प्रतीक्षा करत होता, कसली ते त्यालाच माहीत नव्हतं. तो लेवनीला चांगलं जाणत होता. लेवनी हा विषय कधी तरीच काढत असला, तरी आपला भूतकाळ शोधून काढायचे त्याचे प्रयत्न सम्राटाला बेचैन करत. तरीही तो आपल्या या लाडक्या भावाला त्याचे कष्ट विनाकारण आहेत, त्याच्या शोधाची वाट चुकीची आहे हे किंवा त्याच्या कुळाचं मूळ कोणतं आहे हे सत्य सांगू शकत नव्हता. त्यानं खूप वेळा प्रयत्न केला होता; पण त्याला एकदाही धीर झाला नव्हता. लेवनीही प्रतीक्षा करत होता; कसली ते त्यालाही माहीत नव्हतं. जगातल्या स्वत:च्या स्थानाविषयी मात्र तो दिवसेंदिवस उदासीन होत होता. हा विषय सम्राटाला आवडत नाही हे त्याला माहीत होतं; तरीही आपल्या पूर्वीच्या कुटुंबाला एक तरी माणूस मिळावा म्हणून तो कितीतरी वर्षं शोध घेत होता. त्या शोधातून काहीच निघत नव्हतं. एका छोट्या आगीत काही थोड्या खोल्यांतली नोंदणी पुस्तकं जळली त्यात त्याच्या भागाच्या सर्व खुणाही पुसल्या गेल्या एवढंच त्याला सांगता येत होतं. सलोनिकाहून तो रिकाम्या

हातांनीच परतला होता. परतीच्या वाटेवरल्या त्या भयानक वादळानं त्याला जणू ताकीद दिली होती, ज्यामुळे त्याचा आयुष्याकडे बघण्याचा दृष्टिकोनच बदलला गेला. पण त्याला कसलाच विसर पडला नाही.

म्हणूनच त्यानं ठरवलं होतं की भविष्यात काय वाढून ठेवलं आहे, त्याचा विचार न करता आला दिवस साजरा करायचा. त्यानं त्याचे विचार सुलतान अहमदला सांगितले. ''जर समोरच्या एका पायरीऐवजी दूरवरच्या अनेक पायऱ्यांचा तुम्ही सातत्यानं विचार कराल; तर आजचा क्षण हातातून गमावून बसाल.''

* * *

जर आपल्या भूमिकांची अदलाबदल झाली असती, तर आपली आयुष्य कशी असती हा विचार सम्राटाच्या मनात आला. त्या रात्रीसाठी योजलेली सर्व करमणूक, अगदी स्त्रीची संगतही त्यानं रागानं नाकारली. दरबाऱ्यांच्या चौकस नजरांकडे दुर्लक्ष करून तो लवकर झोपायला गेला. इतर सर्व बाबी विसरायला लावून त्याचं मन व्यापून टाकणाऱ्या त्या प्रश्नावर त्यानं रात्रभर विचार केला; आणि पहाटे तो एका निर्णयाप्रत आला. तो प्रश्न त्याच्या पद्धतीनं सोडवायचा असं त्यानं ठरवलं. पुढच्या वेळी ते एकत्र येतील, फक्त दोघेच असतील त्या वेळी ते भूमिकांची अदलाबदल करतील. लेवनी पादशहा बनेल; आणि तो स्वत: कवी आणि चित्रकार. अहमदसाठी ही गोष्ट इतकी कठीण नव्हती; कारण तो स्वत:ही एक सिद्धहस्त कवी होता; आणि त्याचा त्याला अभिमान होता. जर तो सम्राट नसून फक्त कवी असता, तर त्याचं आयुष्य जास्त सोपं झालं असतं का? पण त्यानं ह्या विचाराला मनात जराही थारा दिला नाही. त्याच्याआधी हा विचार कितीतरी राजांच्या मनात आला होता; आणि कितीतरी राजांनी तो झटकून टाकला होता.

* * *

ते त्यांच्या स्वप्नांविषयी बोलू लागले तेव्हा लेवनी त्याच्या भूमिकेत काळजीचा ठोका चुकावा. इतका शाही दिसत होता. लेवनी किती सहजपणे त्या भूमिकेत गेला होता याची अहमदला गंमत वाटती; पण त्याचबरोबर तो धास्तावलाही. हा खेळ लवकर संपवला पाहिजे असं त्यानं ठरवलं.

अचानक त्याला एक खूप वर्षांपूर्वीचा तोतया आठवला. एक तरुण माणूस शिओस इथे एक असंभवनीय कथा सांगत अवतरला होता. त्याच्या म्हणण्याप्रमाणे त्याची आई महमद शिकारीच्या अनेक स्त्रियांपैकी एक होती. का ते माहीत नाही,

पण तिच्यावर सम्राटाची खप्पा मर्जी झाली आणि त्यानं तिला इजिप्तला हद्दपार केलं. पण तिच्या पोटात त्याचे मूल आहे हे तेव्हा माहीत नव्हते. सम्राटाशी संग केलेल्या स्त्रीला हद्दपार केलं जाणं अशक्य होतं; खरं तर अशा वेळी तिचा गळा आवळून तिचं प्रेतच राजप्रासादाबाहेर गेलं असतं. पण त्याचं म्हणणं वेगळं होतं. त्याच्या म्हणण्याप्रमाणे त्याच्या आईला स्पेनच्या राजाकडे नेण्यात आलं; तिथे तिचा भूतकाळ समजला. तिचं मूल स्पेनमध्ये जन्माला आलं. तिथून ती प्रथम मोरोक्कोला आणि नंतर अल्जीअर्सला गेली. हा फक्त अरेबिक आणि फ्रेंकिश बोलणारा तथाकथित युवराज काही नकली फर्मानं सोबत आणून ओटमन सिंहासनावर हक्क सांगत होता. त्याच्या मनात अनातोलिआ पार करून काही लुटारू, दरोडेखोरांच्या पाठिंब्यानं स्वत:चं राजेपद जाहीर करायचं होतं हे उघडकीला आलं. ताबडतोब पावलं उचलण्यात आली, तो तरुण आणि त्याचा वजीर म्हणवणारा तो दुसरा माणूस या दोघांचीही डोकी उडवण्यात आली. ती डोकी इस्तंबूलमध्ये आणून राजवाड्याबाहेर मांडली गेली.

अहमद हणच्या डोळ्यांसमोर शाही दरवाजाच्या बाहेर प्रदर्शनार्थ मांडलेलं लेवनीचं डोकं तरळलं; आणि तो शहारला. तो विचार त्वरेनं पुसून टाकत त्यानं लेवनीला सत्य कधीच न सांगण्याचा निर्णय घेतला; कारण त्याला आपल्या मित्राला वाचवायचं होतं. फक्त पराकोटीच्या परिस्थितीतच त्यानं हा निर्णय बदलला असता.

प्रिंकीपो

या बेटानं जे पाहिलं

प्रिंकीपो बेटावर वसंत ऋतूचं भरभरून स्वागत झालं. आलुबुखारच्या पांढऱ्याशुभ्र मोहराला आणि पीचच्या फिकट ते गर्द गुलाबी मोहराला पाइन आणि देवदाराच्या गडद हिरव्या रंगाची पार्श्वभूमी मिळाली. जुडास वृक्षांवरच्या कळ्या उमलायला आतुर झाल्या. नंतर विस्टेरियाची पाळी होती. त्यांनी बागेतल्या कुंजांना सजवलं असतं किंवा ते सायप्रस चढून गेले असते. आजूबाजूचा निसर्ग पुन्हा एकदा जागा होताना बघून रस्त्यातली धूळसुद्धा उन्हाळ्याच्या रंगांना सामोरी गेली होती.

बेटावरच्या रहिवाशांनी उन्हाळी साफसफाईच्या कामांना फक्त ग्रीकच करू शकतात अशा आनंदी बेदरकारपणे सुरुवात केली. घरातून दरवळणारे स्वयंपाकाचे वासही ह्या वातावरणात सामील झाले. वाईननं स्वादिष्ट केलेले स्ट्यू, नव्यानं गोळा केलेल्या सुगंधी वनस्पती आणि पातीचे कांदे, सोनेरी घोसाळी ऑलिव्ह तेलात परतून व नंतर त्यावर ताजी लसूण असलेलं दही घालून, मुठी थरथरून पुदिना आणि मिरे घातलेल्या भरल्या भाज्या आणि मुख्य म्हणजे रॉकेट लेट्यूसची पानं भुरभुरवून किंवा ताज्या पाल्यात गुंडाळून भाजलेला मासा...

वसंत ऋतू आल्यामुळे समुद्र किनाऱ्यावरच्या मूठभर गचाळ गुत्यांनी नूतनीकरणाची गडबड सुरू केली. मारमरा समुद्रातल्या इस्तंबूलकडे तोंड करून असलेल्या त्या द्वीपसमूहातल्या सगळ्यांत मोठ्या बेटाला आपण त्या थोर साम्राज्याच्या राजधानीच्या नजीक असल्याचा आनंद; आणि त्याचबरोबर तिथला गोंधळ आणि कट कारस्थानं यांपासून पुरेसं दूर असल्याचं समाधान वाटत असे. मोठ्या शहरांतली जी सुखं इथे नव्हती, त्यांची भरपाई इथलं सौंदर्य आणि शांततेनं केली होती. इथलं आयुष्य पाण्यासारखं निर्मळ आणि समुद्रासारखं प्रगाढ होतं; अशी मनोवस्था हे इथल्या रहिवाशाचं वैशिष्ट्य होतं. इथल्या रहिवाशांना धास्ती वाटायची की, शहरांतल्या माणसांना सुचेल आणि ते आपलं चंबूगबाळं आणि गोंधळ घेऊन इथे येतील.

आता हा भाग म्हणजे शेकडो वर्षांच्या जुन्या काळ्या बायझंटिन इतिहासातली दु:खिकष्टी हद्दपारीची जागा राहिली नव्हती. या बेटाचं सौंदर्य तडीपार झालेल्या त्या लोकांच्या कितपत लक्षात आलं कोण जाणे पोहोचण्यासाठी खूप दुर्गम आणि कारभार हाकण्यासाठी सोयीचं असल्यामुळे ते बेट हद्दपारीसाठी आदर्श ठरलं हातं.

इथे आलेल्यांनी सुरुवातीला सुटकेचा नि:श्वास सोडला. त्यांची डोकी आणि गळे अजून तिकडेच गुंतले होते. बिचारे राजपुत्र, अतिमहत्त्वाकांक्षी काझी, मर्जीतून उतरलेले सैनिकी अधिकारी, एके काळी वर्चस्व असलेल्या राण्या या सर्वांच्याच बाबतीत हे खरं होतं. पण लवकरच त्यांना शहरापासून दूर म्हणजे सत्तेपासून दूर हे परत असे. आपल्या अमर्याद महत्त्वाकांक्षेपायी लवकरच ते त्यांची गेलेली सत्ता परत मिळवण्याचे मार्ग शोधायला प्रारंभ करत खेळाडू बदलत; पण खेळ तसाच चालत राही.

मौल्यवान लोखंडी खनिज आणि चुन्याचे थर यांच्या मिश्रणाच्या दाट घनतेसाठी 'मादेन', – 'खाणी' नावाच्या वैराण भागातली माती प्रसिद्ध होती. अनेक दुर्दैवी लोक किंवा ज्यांनी आपल्या महत्त्वाकांक्षेपायी आपलं दुर्दैव खेचून

आणलं असे लोक यांना आसरा देणारं प्राचीन प्रार्थनाघरही प्रसिद्ध होतं. त्या बेटाचं नाव 'राजकुमार बेट' असं असण्यामागे कारण होतं: पूर्व रोमन साम्राज्याच्या दुसऱ्या जस्टिनिअननं इथे सहाव्या शतकात एक प्रासाद बांधला होता. तरीही बेट कुप्रसिद्ध होतं ते तडीपार लोक आपलं उर्वरित आयुष्य ज्या प्रार्थनास्थळांत व्यतीत करायचे त्यांच्यामुळे.

दुसऱ्या महमदचं सैन्य कॉन्स्टन्टिनोपलवर नजर ठेवून विनाअटकाव आगेकूच करत होतं. कॉन्स्टन्टिनोपलच्या नेत्रदीपक विजयाआधी महिनाभर सैन्याचा मुख्य असलेल्या बलताओलु सुलेमान या गव्हर्नरनं हा द्वीपसमूह ओटमन साम्राज्यासाठी जिंकला. १४५३ च्या एप्रिल मधला दिवस होता तो. उबदार वारे मोहरलेल्या झाडांना कुरवाळत होते. बेटावरल्या रहिवाशांच्या काळज्या सूर्यप्रकाशानं कमी होण्यासारख्या नव्हत्या. भयानक लोडोस वादळवाऱ्याला तोंड दिलेल्या त्या खंबीर सैनिकांना पाय जमिनीवर ठेवल्यामुळे बरं वाटत होतं. त्यांना विरोध नावापुरताच झाला होता. कारण नशीब बदलणार नाही हे दोन्ही बाजूंना कळत होतं. पण तरीही आपलं अजिंक्यपण इतक्या सहज सोडायला बेटावरचे लोक राजी नव्हते; मग विजय कोणाचा का होईना.

शेकडो वर्षं मारमराच्या चमकत्या पाण्यात सुखावून आळसावलेल्या, आपल्या सौंदर्याची खात्री असलेल्या अस्पर्शित प्रिंकिपोचा पाडाव झाला. थबकलेल्या काळानं क्वचितच इथला एकसुरीपणा भंगू दिला. सुलतान अहमदच्या राजवटीत अठरा वर्षांपूर्वी या बेटावर ताज्या इतिहासातला सर्वांत रोमांचक प्रसंग घडला. इस्तंबूलचा गव्हर्नर आणि शाही इमाम काही बंडखोरांच्या साथीनं कारस्थानं करत होते. मनिकाहुसेन बे हे त्यांचं शिडाचं जहाज बेटापासून दूर नांगरण्यात आलं होतं; आपल्या भविष्याची चिंता करत त्यांना त्यांच्या देहदंडाची आज्ञा येईपर्यंत वाट पाहायला लावलं होतं.

बेटावरच्यांचं आयुष्य दवळून टाकणारी एकमेव गोष्ट म्हणजे समुद्र घुसळून काढणारं लोडोस तुफानाचं थैमान. पण वर्षानुवर्षांच्या अनुभवानं ते कसं टाळायचं हे तिथल्या कोळ्यांना शिकवलं होतं. त्यामुळे ज्या दिवशी लोडोस शरण यायला फर्मावत असताना, सगळ्या होड्या किनाऱ्यावर असताना; समुद्र नावाचा तो गूढ प्राणी स्वतःच्या मर्जीप्रमाणे वागत असताना एक जहाज बेटाकडे येताना दिसलं तर कुतूहल वाटणारच.

जाकिस

प्रिंकिपोवरील गुप्त धन

''जर नशिबानं साथ दिली तर दुपारच्या आत, लोडोस सुरू होऊन समुद्रावर थैमान घालायच्या आधी किनाऱ्यावर पोहोचू. पण जर जंगी तुफान सुरू झालं, तर आपण सतत हेलकावे खात राहू.

करड्या केसांचा जेनिओज कप्तानपदी असलेला तो मोठा तराफा काराकायहून शिडं उभारून निघाला तेव्हा त्यावरचे तुर्की खलाशी कुरकुरतच होते. मोठी बिदागी मिळणार असूनही कप्तॉन त्या प्रवाशांना त्या दिवशी प्रवास करण्यापासून परावृत्त करत होता; पण त्याच्या प्रयत्नांना यश आलं नाही. त्या फ्रॅंकिश प्रवाशांनी आग्रह धरला; आणि स्वत:च्या नाविक कौशल्याचा अभिमान असलेला कप्तॉन शेवटी शरण गेला. त्याच्या बिदागीविषयी तर बोलायलाच नको; असे पैसे त्यानं आजपर्यंत पाहिले नव्हते. स्वत:चं म्हणणं खरं ठरलेलं त्याला आवडत असे. येणाऱ्या वादळात त्याचे अशक्त प्रवासी असे हैराण होणार होते; खरोखर त्या दृश्याच्या कल्पनेनंसुद्धा त्याला अतिशय आनंद होत होता!

जरा जास्तच भपकेबाज पोशाख केलेला तो फ्रेंच माणूस चांगलाच श्रीमंत असणार, कारण सांगितलेला तीन सुवर्णमुद्रांचा दाम त्यानं तत्काळ काढून दिला. त्या प्रवाशाला चालके बेटावरच्या जुन्या ग्रीक प्रार्थनास्थळांना भेटी द्यायच्या आहेत असं दूतावासाच्या अधिकाऱ्यानं कप्तॉनाला सांगितलं होतं. तिथे असलेली तीन प्रार्थनास्थळे जमिनीवर ठेवलेल्या थैल्यांसारखी वाटायची; त्यामुळे त्याचं तुर्की नाव हेबेलिआडा म्हणजे थैला असलेलं बेट असं पडलं. या तीन प्रार्थनास्थळांकडे विशेषत: सायप्रस आणि पाइनच्या झाडांच्यामध्ये वसलेल्या हागिआ त्रिआडाकडे, प्रवाशांचं लक्ष वेधायचं. या प्रार्थनास्थळांना भेट देण्याच्या हेतूवर कोणीच संशय घेतला नसता; फारफार तर या प्रवाशाच्या कॅथलिक श्रद्धेचं कप्तॉनाला थोडंसं नवल वाटलं असतं; पण त्यानं चौकश्या केल्या नसत्या. ते त्या द्वीपसमूहाजवळ आले की आपला बेत बदलला असल्याचं कप्तॉनाला सांगायचं असं त्या गूढ प्रवाशानं ठरवलं होतं. त्याला सगळ्यांत मोठ्या असलेल्या प्रिंकिपो बेटावर आधी जायचं होतं. त्याला आशा होती की कप्तॉनाला हे प्रवासी काहीसे चमत्कारिक, निसर्गप्रेमी परदेशी प्रवासी आहेत एवढंच वाटेल.

फ्रेंच दूतावासात उदयोन्मुख सचिव असलेल्या जाकिसला खात्री होती की पुरलेल्या बायझंटिन खजिन्याचं ९०० वर्षं जुनं रहस्य त्यानं शोधून काढलं आहे. वर्षानुवर्षांच्या श्रमांचं प्रार्थनेचं आणि आशेचं हे फळ होतं.

या खजिन्याबद्दल प्रथम त्याला केव्हा कळलं हे त्याला आता नक्की सांगता येत नव्हतं. जणू काही मनाच्या कोपऱ्यात कुठेतरी ती माहिती कायमच होती. त्यानं कितीतरी प्रयत्न केले होते; आणि दर वेळी त्याची घोर निराशा झाली होती. आता इतक्या वर्षांनंतर ती माहिती असणाऱ्यांना त्यानं कल्पनेपलीकडे खूप काही देऊ केलं होतं. पण त्याला कसंही करून त्या खजिन्यापर्यंत पोहोचायचंच होतं; आणि ते फक्त त्या संपत्तीसाठी नाही. शेकडो वर्षांपूर्वीचं रहस्य उलगडणं हेच आता त्या फ्रेंच माणसासाठी सगळ्यांत महत्त्वाचं झालं होतं. तो कॉन्स्टन्टिनीमध्ये नोकरी करत असतानाच्या काळात पूर्व रोमन साम्राज्याच्या इतिहासानं त्याला भुरळ घातली; ज्या रत्नांनी शेकडो वर्षांत सूर्यप्रकाश पाहिला नव्हता, जी रत्नं एखाद्या सत्ताशालि सम्राज्ञीची होती त्या रत्नांना स्पर्श करण्याची आणि ती मिळवण्याची इच्छा त्याला स्फूर्ती देत होती. महत्त्वाकांक्षेनं पछाडलेल्या कोणत्याही माणसाप्रमाणे त्यालाही त्याची प्रत्येक कृती समर्थनीयच वाटत होती.

सचिवानं प्रत्येक टप्पा विचारपूर्वक आखला होता. काही काळ तो 'निसर्ग' पर्यटन करत होता. बॉस्फरस, मारमरा आणि काळ्या समुद्रावरच्या या विविध ठिकाणांत त्याला काडीचाही रस नव्हता तरीही स्वत:ची निसर्गप्रेमी म्हणून विश्वसनीय प्रतिमा निर्माण करण्यासाठी ते आवश्यक होते. ही बोट भाड्यानं घेण्याआधी इतरही अनेक बोटी त्यानं अशा घेतल्या होत्या. बॉस्फरस समुद्रातल्या अकन्तबुर्नुजवळच्या पाण्यात उलटायला लागलेली बोट किनाऱ्यावरून दोर टाकून कशी वाचवण्यात आली हे तो कधीच विसरू शकणार नाही. हे सगळं सोसलं ते चांगलंच झालं कारण त्यामुळे आता तो प्रिंकिपोला गेला; किंवा त्या बेटावर त्यानं अगदी काही दिवस व्यतीत केले तरी कोणालाही संशय पण महत्त्वाकांक्षेने सावधगिरीवर मात केली; आणि लोडोस वादळाचा धोका असतानासुद्धा घाईनं प्रवासाला सुरुवात करायच्या त्याच्या हट्टामुळे त्याच्याकडे लक्ष वेधलं गेलं. मारमरा समुद्रानं त्याला विरोध करायचा जणू निश्चय केला होता. महाभयंकर लोडोस तुफान आता वाहू लागलं होतं; त्याचा बेत उधळायला ते सज्ज झालं होतं. पण तो तिकडे लक्षच देणार नव्हता. तो ठरल्यापेक्षा जास्त काळ बेटावर राहिला असता, तर ते वादळामुळे असंच समजलं गेलं असतं. त्याला परतायची कितीही इच्छा असली, तरी तो परतू शकला नसेल आणि एकदा का बायझंटिनची संपत्ती त्याच्या हातात पडली की कोण काय म्हणतील त्याची त्याला तमा नव्हती.

जणू एखादी अदृश्य शक्तीच त्याला त्या खजिन्याजवळ त्वरेनं पोहोचू देत नव्हती. लोडोसमुळे स्पष्ट दिसण्याइतकी हवा स्वच्छ झाली होती. किनाऱ्यापासून दूर अंतरावर तो अनपेक्षित पडाव कित्येक तास खवळलेल्या लाटांना तोंड देत

किनाऱ्याला यायचा प्रयत्न करत होता. किनाऱ्यावरचे लोक कित्येक तास ही धडपड बघत होते; पण कोणीही काहीच करू शकत नव्हते.

थकलेला पडाव कुरकुरत होता. खाली पडणारं मुख्य सुकाणू (शिडाचा खांब) हे जाकिसच्या बिचाऱ्या नोकरानं पाहिलेलं शेवटचं दृश्य. त्या निष्ठावान माणसानं कित्येक वर्षं जाकिसची सेवा केली होती. त्याचा आत्मा त्याला सोडून गेला, तरीही त्याच्या फुटलेल्या कवटीतून रक्त वाहतच होतं. आपल्या अविचल स्वभावाचा जाकिसला अभिमान होता. त्यानं पटकन निर्णय घेतला. या वादळात उलट फिरता येण्याची शक्यताच नव्हती. दफनासाठी त्यांना मृतदेह जमिनीवर न्यायला लागणार होता; आणि तेव्हा निश्चितच त्याला पाहणी करण्याची संधी मिळणार होती. प्रार्थनास्थळाच्या जमिनीवर देह पुरायला मिळाला तर फारच चांगलं खरंच ही विचित्र मागणी नक्कीच पुरी करून घेता येईल. योग्य बक्षिसं वाटली, तर त्याच्या प्रामाणिक नोकराला प्रतिष्ठित जागी पुरता येईल.

हा मृत्यू म्हणजे धोक्याची सूचना तर नसेल ना, असं जहाजावरच्या काही जणांच्या मनात आलं; पण जाकिस प्रयत्न सोडणाऱ्यांतला नव्हता. शोध घेणाऱ्यांवर गुप्त धनाच्या मोहिनीचा दाट अंमल होता. त्याची ती जबरदस्त पकड...

कँटेमीर

मोल्डोवाचा राजकुमार

आपल्याला माहिती देणाऱ्याच्या नावाच्या नुसत्या उल्लेखानंही त्या फ्रेंच माणसाला संकटात टाकलं असतं; म्हणून जाकिसनं दिमित्री कँटेमीरबरोबरचा आपला पत्रव्यवहार गुप्त ठेवण्याची खास दक्षता घेतली होती; आणि त्या राजकुमाराला कॉन्स्टन्टिनोपलमध्ये दडपून ठेवल्याबद्दल स्वत:चं बक्षीस मिळवण्याची तो तयारी करत होता. तो वसंत ऋतूचा उत्तरकाळ होता. सुलतानाच्या मनोरंजनासाठी इब्राहीम पाशा करत असलेल्या कंदील उत्सवांच्या गप्पांना अख्ख्या इस्तंबूलमध्ये ऊत आला होता. ट्यूलिपचं वेड जनसामान्यांपर्यंत पसरलं होतं; आणि ते सहलीच्या मैदानांमध्ये गर्दी करत होते. सारे त्रास आणि काळज्या दूर सारून ते पुरातन / काळच्या प्रथेप्रमाणे वसंत ऋतूचे आभार मानून

तो साजरा करत होते. फारसं लक्ष वेधून न घेता तो धाडसी प्रयत्न करायला अगदी योग्य काळ होता तो.

वोयवोडा कॉन्स्टन्टि कँटेमीरचा मुलगा मोल्डोवनचा मांडलिक राजपुत्र दिमित्री कँटेमीरनं १७११ मध्ये प्रुट इथे ओटमनना दगा देऊन रशियनांची बाजू घेतली होती. त्यामुळे त्याला रशियाला पळून जाण्याशिवाय दुसरा मार्ग नव्हता. पण तरीही त्याची इस्तंबूलची ओढ कधीही ओसरली नाही. पहिल्या पत्नीच्या मृत्यूनंतर राजकुमारी ॲनास्तेसियाशी केलेल्या विवाहानंतरही नाही; किंवा झारच्या उपस्थितीत होणाऱ्या मुखवट्यांच्या बॉल नृत्यांमध्ये ओटमन पोशाख घालूनही नाही; त्याची ओटमन साम्राज्यातल्या वास्तव्याची आठवण कशानंच बुजली नाही. शेवटचा श्वास घेण्यापूर्वी ती अनुपम नगरी, ज्याला तो झारग्रॅड म्हणायचा ती त्याला पुन्हा एकदा पाहायचीच होती. तिथे तो पकडला गेला असता, तर त्याच्या गळ्याभोवती दोर आवळला जाईल याची त्याला खात्रीच होती; पण तरीही त्याला प्रयत्न करायचाच होता.

दिमित्रीनं इस्तंबूलमध्ये घालवलेली वर्षं त्याच्या आयुष्यातली सर्वांत रंगीबेरंगी, सर्वांत अविस्मरणीय वर्षं होती. त्याच्या बावीस वर्षांच्या कारकिर्दीत त्यानं चार सम्राटांची सत्ता पाहिली होती. ही गोष्ट साधीसुधी नक्कीच नव्हती. तुर्की लोक, त्यांची जीवनपद्धती, त्यांची कला या साऱ्यांची त्याला सवय झाली होती. आणि त्या लोकांनी त्याला विलक्षण मान दिला होता. युवराज इस्तंबूलमध्ये आला होता तो एक प्रकारे ओलीस ठेवलेला म्हणून. जेव्हा वडील मोल्डोवन मांडलिक असतील, त्या काळात त्यांचा मुलगा राजधानीत राहण्याची परंपरा होती. मग तो ओटमन दरबाराच्या खिदमतीत एका राजदूतासारखा राही. या काळात त्याला ढोंगीपणाचे काही अनुभव आले असणार यात शंकाच नाही. पण त्याच्या आठवणीत घर केलं होतं ते स्नेहपूर्ण मैत्र्यांनी. पण नेहमीच असं होतं नाही का? मागे पडलेल्या काळातल्या चांगल्या गोष्टींची आठवणच कोणालाही राहते.

दिमित्री कँटेमीरला अकरा पौर्वात्य आणि पाश्चिमात्य भाषा अवगत होत्या; ग्रेको-लॅटिन, इटालिअन मानवतावाद आणि इस्लाम या तीन थोर संस्कृतीशी त्याचा परिचय होता. तो कवी, संगीतकार, इतिहासकार आणि तत्त्वज्ञ होता. हा असामान्य माणूस ओर्टाकॉयच्या मोल्डोवन प्रासादात, त्याचप्रमाणे फेनेर इथे त्यानं बांधलेल्या प्रासादात राहत असे. स्वत:भोवती त्यानं इस्तंबूलमधले उच्चवर्गीय लोक जमवले होते. त्याच्या संगीतसंध्या अतिशय लोकप्रिय होत्या. त्यानं तुर्की संगीत स्वत: निर्माण केलेल्या नोटेशन पद्धतीत लिहून ठेवलं होतं. त्याचं तंबूर वादन ऐकणं हा एक उच्च प्रतीचा आनंद होता.

चित्रकार लेवनी चेलेबी हा त्याचा जवळचा मित्र होता. रशियन राजदूत प्योत्र आन्द्रयेविच टॉलस्टॉय याच्याशीही त्याची चांगली मैत्री होती. या मैत्रीमुळेच पुढे त्याच्या आयुष्याला वेगळंच वळण लागणार होतं. फ्रेंच राजदूत फेरिओल आणि कवी नेफी यांच्याशीही त्याची मैत्री होती. साझजओलु सिनेक महमद, बाहकिच महमद चेलेबी, कामबुहो महमद, दाऊद इस्माइल चेलेबी, लतीफ चेलेबी आणि नयी अली मुस्तफा केवसरी या थोर संगीतकारांना त्यानं दीक्षा दिली होती. त्याला सूफी रचनांमध्ये खास रस होता; आणि त्यानं काही पेशरेव आणि सेमइस या पारंपारिक सूफी धून तयार केल्या होत्या.

१७१० मध्ये दिमित्री कँटेमीरनं मोल्डोवन वोयवोडा म्हणून सूत्रं हातात घेतली तेव्हा इस्तंबूल सोडलं.

फंदक्ल मेहमत आगा या बखरकारानं राजघराण्यातल्या माणसांना या असामान्य माणसाविषयी वाटत असलेल्या आदराचं आणि वोयवोडा म्हणून त्याच्या उज्ज्वल कारकिर्दीचं वर्णन केलं आहे. पण स्वत:ची नाराजी त्यानं जराही लपवली नाही.

''धार्मिक सुट्टीच्या दिवशी सभा बोलवायची पद्धत नसतानासुद्धा या वेळी सुट्टीच्या तिसऱ्या दिवशी या काफिराला खूश करण्यासाठी सभा बोलावली गेली. नवीन वोयवोडा ए ग्रेट दागिना आणि लाल मखमलीचं अस्तर असलेली, सेबल कातडीची केप घालून सजला होता; त्याला प्रेक्षागृहातील भव्य सिंहासनावर आपला चेहरा घासायची संधी मिळाली. खरं तर त्याला एखाद्या शाही महालात सम्राटाच्या भेटीला आणणं शक्य होतं; पण रिवाज आणि कायदा यांच्याविषयीच्या प्रमुख वजीर बाल्ताज महमद पाशा याच्या अज्ञानामुळे प्रसंगाला असं विचित्र वळण लागलं.

नवनिर्वाचित वोयवोडामुळे आणखी एक गोष्ट सम्राटाच्या पाठिंब्यानं प्रथमच घडली होती. सम्राटासमोर त्याने आपली नवी सेमई संतूरवर सादर करून स्वत:ची कृतज्ञता व्यक्त केली होती. या आगळ्यावेगळ्या माणसाची या महत्त्वाच्या पदावर नेमणूक करण्याची शिफारस केल्याबद्दल बाल्ताज महमद पाशाला अतिशय समाधान वाटलं होतं.

याच बाल्ताज महमद पाशाला आपण केलेली चूक केवढी मोठी होती. हे समजणार होतं, आणि तेही लवकरच : एक वर्षाच्या आतच प्रूट इथे शाही सैन्य आणि रशियन यांचं युद्ध जुंपलं. त्यानं ज्या वोयवोडा कँटेमीरवर पूर्ण विश्वास टाकला होता, त्यानंच ओटमनच्या पाठीत खंजीर खुपसला; रशियन सेनापतीला रस्ता दाखवलाच; शिवाय स्वत:च्या सैन्याला पाठिंबा दिला. तो दिवस

बाल्ताजचा ठरला. त्या क्षणी त्याला वोयवोडा कुठे आहे ते जाणून त्याला शिक्षा करायची होती. पण तो पळून गेला आहे असं त्याला सांगण्यात आलं. रशियनांच्या या सांगण्यावर बाल्ताजचा खरंच विश्वास बसला, का आपली निराशा आणि फसवणुकीचं दु:ख लपवून त्यानं विश्वास बसल्याचं भासवलं ते कोण जाणे.

कँटेमीर आणि इरिन

शतकांपलीकडे

मोल्डोवन वोयवोडा दिमित्री कँटेमीर हा खरोखर बहुश्रुत असून त्याला बायझंटिन इतिहासात खास रस होता. म्हणूनच शाही राजधानीतल्या त्या आनंदी काळात इतरांनी दुर्लक्षिलेले मार्ग त्यानं अनुसरले. पूर्व रोमच्या त्या अनुपम संस्कृतीतल्या काळोख्या भुयारातून तो जितका आत अज्ञाताच्या शोधात गेला; तितकी त्या अद्वितीय रोमांचकतेची त्याला अधिक गोडी लागली. इस्तंबूल ही त्याला राहण्यासाठी अत्यंत आदर्श जागा ठरली. फायदे कसे मिळवायचे ते कँटेमीरला चांगलं कळत होतं.

वोयवोडाच्या प्रभावामुळे त्याच्या मुलाला अनेक दारं खुली झाली. कोणीही ज्यांचा शोध घेत नव्हतं; आणि कोणालाही ज्यांत काडीचाही रस नव्हता अशा अनेक बाजूला पडलेल्या ठिकाणांपैकी एका ठिकाणी त्या तरुणाला काही कागदपत्रं मिळाली. एका जुन्या चर्चच्या अस्ताव्यस्त ग्रंथालयातल्या एका हस्तलिखिताच्या बांधणीत आपला शोध घेतला जाण्याची वाट बघत असलेली जी तिथे अशी कागदपत्रं घाईघाईनं दडवली गेली असावीत कशातरी लिहिल्या गेलेल्या त्या कागदपत्रात प्रिंकिपो इथल्या जोगिणींच्या वसतिगृहात सम्राज्ञी इरिनने दडपून ठेवलेल्या खजिन्याचा उल्लेख होता; जो खजिना परत मिळवण्याची संधी तिला कधीच मिळाली नाही. त्या कागदांबरोबरच एक रेखाचित्रंही होतं.

राणीच्या एखाद्या विश्वासू दासीनं सन ८०२ मध्ये जेव्हा त्या दोघींना हद्दपार केलं गेलं, तेव्हा हा मजकूर लिहिला असणार. इतका काळ टिकलेलं ते पार्चमेंट दिमित्रीच्या हातात पडलं होतं. सुवाच्य नसलेला आणि कच्च्या व्याकरणाचा तो मजकूर लिहिला मात्र होता त्या वेळच्या सुशिक्षितांच्या अभिमानाचा विषय असलेल्या ॲटिक ग्रीक या बोलीभाषेत. खुद्द सम्राज्ञीच्या आज्ञेनं प्रिंकिपोवरच्या

जोगिणींच्या निवासस्थानातील एका खोलीच्या जमिनीत कल्पनेपलीकडचा खजिना पुरून ठेवला असल्याची माहिती त्या मजकुरात होती. त्या कागदावरले शब्द जणू काही लिहिणाऱ्याला वाटणारी खात्री सांगत होते : राणी किंवा लेखिका पुन्हा कधीही ते मौल्यवान धातू अथवा रत्नं बघणं केवळ अशक्य आहे; तरीही त्या जिनसा कायमच्या मातीत लोटायला ती तयार नव्हती. ही कागदपत्रं मागे ठेवण्यानं आपल्या अस्तित्वाचंच समर्थन होत आहे, असंच सेविकेला वाटत असावं.

या लेखिकेच्या नशिबी काय आलं असेल हा विचार या ओळी वाचल्यावर दिमित्री कँटेमीरच्या मनात आला. इतिहास हा नेहमी स्वामी आणि स्वामिनींची दखल घेतो; आणि दासांना नेहमीच अज्ञानात सोडून देतो.

या उदास कहाणीत निर्देशलेली संपत्ती खरंच अस्तित्वात होती का आणि असल्यास अजूनही ती तिथेच असेल का हे कोणीही सांगू शकत नव्हतं. मुकुटाच्या मध्यभागी शोभावे असे तीन भले मोठे पाचू आणि द्राक्षाकाच्या रंगाचं माणीक यांचं मजकुरात थोडक्यात पण स्पष्ट वर्णन होतं. लेखिकेला बहुधा ते सगळ्यांत जास्त आवडत असावेत. पौर्वात्य रोमन साम्राज्याच्या सम्राज्ञीची, इरिनची कहाणी फार लांबलचक नाही. जेव्हा ती सत्तेत होती तेव्हा तिनं आपली सुंदर नात – तिचा स्वत:चा मुलगा सहावा कॉन्संटिन – याची मुलगी युफ्रोजिन हिला ७९७ सालच्या ऑगस्टमध्ये बेटावरच्या जोगिणींच्या निवासस्थानात हद्दपार केलं. पण काळ बदलला; वारे फिरले; आधीच्या सत्तासंघर्षात तिला पाठिंबा मिळाला होता; पण फक्त पाच वर्षांत इरिन नावडती झाली; आणि सन ८०२ मध्ये त्या क्रूर राणीला स्वत:लाच हद्दपार व्हावं लागलं. नव्यानं आलेल्या सम्राट निकेफोरसनं उचलेलं पहिलं पाऊल म्हणजे पूर्ण चकोट केलेल्या इरिनला प्रथम प्रिंकिपोला आणि नंतर लेसबॉसला हद्दपार करण्यात आलं. तिथेच सम्राज्ञीचा मृत्यू झाला. तिचा मृतदेह ८०३ साली प्रिंकिपोच्या जोगिणींच्या निवासात दफनासाठी आणला गेला. जिवंतपणी जरी नाही; तरी नंतर ती महत्त्वाकांक्षी राणी आपल्या संपत्तीजवळ पुन्हा पोहोचलीच.

पुन्हा सत्तेवर येण्याच्या आशेनं दडवून ठेवलेल्या संपत्तीनं इरिनला शेवटी तिच्या थडग्यामध्ये सोबत केली. या विचित्र घटना कँटेमीरला नेहमीच चक्रावून टाकत.

प्रत्यक्ष संपत्तीपेक्षा कँटेमीरला जास्त महत्त्व वाटायचं ते या लेखांबद्दलच्या विचित्र माहितीचं. त्याला भूतकाळात पोहोचण्यात निमिषभर तरी एका प्राचीन आयुष्याला स्पर्श करण्यात जास्त रस होता. घरच्या एका ओल्या पार्टीत जेव्हा दारू मनसोक्त वाहत होती. तेव्हा आपल्याला लागलेल्या शोधाची बढाई

मारल्याचा त्याला नंतर पश्चात्ताप झाला. त्याचा उत्साह नवीन शोध लावलेल्या एखाद्या शास्त्रज्ञाच्या उत्साहासारखाच होता; त्यामुळे आपल्या पाहुण्यांना तो शोध सांगण्याची त्याला घाई झाली. इतक्या उशिरा, जेव्हा बहुतेक पाहुणे दारूच्या अमलाखाली कुठल्याही संभाषणाकडे लक्ष देण्याच्या मन:स्थितीत नव्हते; त्या वेळी फक्त एकानं फ्रेंच दूतावासात उपसचिव असलेल्या तरुणानं कान टवकारले होते.

ज्या नगरात आपल्या तरुणपणचे सर्वोत्तम दिवस घालवले होते. त्या इस्तंबूल शहरात कँटेमीरला गुपचूप प्रवेश करायचाच होता. नुकतीच नेमणूक झालेल्या फ्रेंच दूतावासातल्या खालच्या दर्जाच्या अधिकाऱ्याचं तो रूप घेणार होता. त्याला इस्तंबूल सोडून नऊ वर्षं होऊन गेली होती. ह्या सर्व काळात त्याच्यावर दबाव आणणारा हा फ्रेंच माणूस त्याला मदत करणार होता. शिवाय कँटेमीरला फ्रेंच भाषा एखाद्या फ्रेंच माणसासारखीच अवगत होती. सचिवानं दूतावासातल्या बहुतेक कामांची जबाबदारी स्वत:वर घेतली होती; आणि दूतावासाच्या राजदूताला बेलग्रेड जंगलाच्या गाबातल्या धरणाजवळ दीर्घकाळ विश्रांतीसाठी जाण्यासाठी राजी केले होते; त्यामुळे फ्रेंच राजदूतानं त्याला कधीही पाहिले नसते.

लेवनी आणि अहमद आणि कँटेमीर

जुने मित्र

''सत्ताधीश सम्राट, मला रम काफिरांच्या काळात मोठ्या बेटावर पुरलेल्या खजिन्याचं स्वप्न पडतं; चांगलाच मोठा आहे तो खजिना.'' लेवनी सौम्यपणे म्हणाला प्रिंकिपो बेटावरच्या हालचालींची माहिती तो त्याला पडलेलं स्वप्न म्हणून सांगत होता.

ज्याचा कधीही उच्चार करायचा नाही ती गोष्ट सम्राटाला सांगणं हे कठीणच काम होतं. ती गोष्ट केवळ काल्पनिक म्हणून सांगितली, तर सम्राटाचा राग ओढवणं टळू शकत होतं. स्वप्नं सांगायच्या वेळी त्यांनी एकमेकांना खूप हक्क बहाल केले होते, त्यामुळे मनात आलं तरी अहमद हण आपल्या साथीदाराला दटावू शकत नव्हता. पण हीच माहिती जर अधिकृत मार्गांनी आली असती, तर

स्वतःच्या पदामुळे त्याला कित्येक लोकांना शिक्षा करणं भाग होतं. त्याच्या मनावरचं दडपण, जे काही त्याच्या बरोबरीच्या मित्रांचं दडपण नव्हतं, तरीही विरोध करणं कठीणच गेलं असतं. त्यामुळे बरोबरीच्या मित्रांचं नसलं तरी त्याच्या मनावर दडपण हे आलंच असतं. लेवनीच्या सांगण्याच्या पद्धतीमुळे सुलतानाला मनातल्यामनात आनंदच झाला. ते दोघे पुरुष एकमेकांशी डोळ्यांनीच संवाद साधत होते.

सगळ्यांत पहिली गोष्ट म्हणजे सुलतान अहमदला पुरलेली संपत्ती अशुभच वाटायची. अशी संपत्ती त्याच्या राज्यातून कोणी बाहेर नेली असती; तर त्याला वाईट तर सोडाच, उलट बरं वाटलं असतं.

"रोमन साम्राज्याच्या काळात अतिशय सामर्थ्यशाली अशा सम्राज्ञी इरिनकडे केवळ अपूर्व अशी रत्नं होती; मोठमोठे मोती आणि मौल्यवान खडे यांनी पेटारे ओसंडून वाहत होते. तिच्याविरुद्ध कारस्थानं करून तिला पदच्युत करण्यात आलं; आणि सगळ्यांत मोठ्या बेटावर तिला घालवण्यात आलं. पण ज्यांनी तिला कॉन्स्टन्टिनीमधून हद्दपार केलं; ते तिचा प्रभाव संपवू शकले नाहीत. आणि या थेरडीनं तिच्या निष्ठावान सेवकांकडून शाही खजिन्यातली दुर्मीळ रत्नं पळवली; आणि जोगिणींच्या वसतिगृहाच्या एका कोपऱ्यात दडवली. अर्थातच ती नंतर पुन्हा उकरून काढायचा तिचा बेत होता. आपण पुन्हा सत्ता मिळवणारच याची त्या बयेला खात्री होती. आणि तरीही तिची योजना व्यर्थ ठरली.. तिला स्वतःलाच त्या ठिकाणी पुरण्यात आलं. ती रक्तरंजित संपत्ती कित्येक शतकं कोणाच्याच कामी आली नाही..."

त्या नगराच्या आधीच्या सत्ताधाऱ्यांच्या कृत्यांबद्दल सुलतान अहमदला जिज्ञासा होती; या रक्तरंजित गोष्टींचा कोणालाच उपयोग नाही हे माहीत असूनही त्या जाणून घ्यायची त्याला विलक्षण उत्सुकता होती. हा आणखी एक विरोधाभास; जो समजायला कठीणच होता. आपल्या गोष्टींत सुलतान गुंतला आहे हे लेवनीला कळलं होतं. जणू काही आपल्या श्रोत्याची उत्कंठा शिगेला पोहोचवत, त्यानं दूरवर बघत एक दीर्घ श्वास घेतला. चित्रकारानं मान्य केलं नसतं; पण खरं तर तो पुढचं नाव उच्चारण्यासाठी सगळा धीर एकवटत होता. त्यानं शब्दांची काळजीपूर्वक योजना केली

"हा जो कॅन्टेमीरचा दिमित्री होता - मला माहीत आहे प्रिय सुलतान, त्याच्या नावाचीसुद्धा घृणा वाटते, पण आपणही जाणता की हा माणूस अतिशय चौकस होता; आणि शास्त्रज्ञही होता. सगळ्याच विचित्र गोष्टींबद्दल त्याला कुतूहल होतं; आणि तो त्यांचा माग काढायचा. कुठेतरी त्याला काहीतरी खरडलेलं

मिळालं — त्या शब्दांतून या अफाट संपत्तीविषयी कळत होतं. या सगळ्या कष्टांचं उगमस्थान या माहितीत आहे.''

आपली अस्वस्थता सुलतान अहमदनं बेमालूम लपवली. त्याची उत्सुकताही आता जागी झाली होती. दिमित्री कँटेमीर म्हणजे सुलतानाला झालेली जखम होता. सुलतानानं त्या माणसाला महत्त्व दिलं होतं आणि त्याच्यावर विश्वास टाकला होता; त्याच्या मैत्रीत आनंद मानला होता. त्यामुळे तर त्या माणसानं दिलेला दगा अधिकच बोचत होता. आत्तापर्यंत आठवणीतच उरलेला तो मोल्डोवन खानदानी पुरुष आता पुन्हा रंगमचावर अवतीर्ण झाला होता. प्रूटच्या लढाईनंतर पळून गेलेल्या ह्या फितुराचं नाव आपला साथीदार उगाचच काढणार नाही हे सम्राटाला माहीत होतं.

सम्राट जेव्हा या विचारात गढला होता; तेव्हा लेवनीही मनानं काही वर्षं मागे गेला होता. अचानक तो फेनरमधलं सुवर्णशृंग ज्या प्रासादातून दिसायचं, त्या प्रासादाच्या द्वारात उभा होता. जणू काही आत्ताच त्याला तिथला सेवक त्या अप्रतिम स्वागतकक्षात प्रवेश करायला सांगणार होता. डोळे भरून चित्रकारानं तिथली साधी पण अभिरुचीपूर्ण सजावट पाहिली असती: पुस्तकांनी भरलेली कपाटं, डौलदार पुष्पदाण्या ठेवलेली वर्खाची टेबलं, आणि खोली उजळून टाकणारी झगमगती काचेची झुंबरं. खिडक्यांना महिरप करणाऱ्या फ्रँकिश पडद्यांच्या चुण्या आणि सोनेरी गोंड्यांचे पडद्यांचे पट्टे तो निरखून बघेल; पण याहीपेक्षा डोळे तृप्त होईपर्यंत तो पाहील भिंतीवर लावलेली वॅन मूरची चित्रं. या प्रासादात सौंदर्य बघायला मिळेल याची खात्री वाटायची; आणि ती कधीच फोल ठरली नाही.

मग अचानक त्याला दिमित्रीचं खेळीमेळीचं बोलणं ऐकू आलं असतं, 'माझ्या अनमोल लेवनी चेलेबी, नेहमीप्रमाणे थोडा लवकर; मला काळजी वाटायला लागलीच होती.'' दरबाराच्या मोल्डोवन मांडलिकाचा आवाज लेवनीच्या मागून आला असता.

''काळजी कशाला महाराज, मी चांगली बातमी घेऊन आलो आहे.''

लेवनीनं हातातला कागद उलगडला.

''दिमित्री महाशय, मी करत असलेली थोर ओटमन सम्राटांची व्यक्तिचित्रं आपल्याला आवडतात, हे मला माहीत आहे. तो संग्रह लवकरच पूर्ण होईल. मी इथे एक प्रत आणली आहे.''

कँटेमीरला आनंद झाला; तो याची किती काळ वाट पाहत होता; पण आपल्या मित्रावर दडपण येऊ नये म्हणून तो स्वत:च्या जिभेला आवर घालत होता.

‘‘केवढं थोर नशीब आहे माझं. इतका प्रतिभावान कलाकार माझा मित्र आहे.

तेवढ्यात दरवाजाचा आवाज आला; बहुधा कवी नेफी दरवाजाशी असणार. उत्तेजित होऊन तो विचारेल की, त्याच्या नव्या कवितेला मोठ्या मनानं कँटेमीर चाल लावेल का? संगीत देईल का?

लेवनीनं सुस्कारा सोडला. हे सगळं तर आता भूतकाळात जमा झालं. माणूस किती पटकन् स्वप्नांत रमतो. त्याला तर तिथे जेवणाबरोबर देण्यात येणाऱ्या ॲपल वाइनचा वासही येतो आहे. बदामाबरोबर मुखलेले पेअर्स आणि वायलेटचं सरबतही पाठोपाठ आलं असतं.

सम्राटाला या गोष्टीनं आणखी राग यायचा की ज्यांनी त्याला या मोल्डोवन माणसाविरुद्ध सांगितलं होतं ते बरोबर ठरलं होतं. म्हणूनच त्या फितुराचं नाव अहमद हणसमोर काढायला अलिखित बंदी होती. तरीही लेवनीनं मात्र ते नाव अशा तऱ्हेनं घेतलं होतं की, सम्राट कानांत प्राण आणून ते ऐकू लागला. गतकाळातल्या विस्मृतीच्या पडद्याआड दडवलेल्या गोष्टी लेवनी उगाचच काढणार नाही हे सम्राटाला माहीत होतं.

‘‘जिभेच्या लेवनी पुढे बोल.’’

जणू आपणच घातलेली बंदी आपल्याच हातून मोडली जात आहे या भीतीनं सम्राट स्वत:ही अतिशय मृदूपणे बोलला.

असं दिसलंय की माजी फ्रँकिश राजदूत फेरिऑल याच्या तरुण सचिवाच्या कानांवर काही गोष्टी गेल्या. पण त्याला एकट्यालाच कँटेमीरचं हे रहस्य कळलं, आणि त्यानं कितीही प्रयत्न केले तरी त्या खजिन्याचं नेमकं ठिकाण कँटेमीरकडून जाणून घेण्यात त्याला अपयश आलं. ज्या मेजवानीत कँटेमीरनं रोमन सम्राज्ञी इरिनच्या पुरलेल्या खजिन्याची माहिती सांगितली, तिथे खरं तर लेवनीही हजर होता. त्यानंही ती माहिती ऐकली होती; पण तिच्या अर्थाकडे त्यानं दुर्लक्ष केलं होतं. पण हे गाळून टाकून तो लक्षपूर्वक ऐकणाऱ्या सम्राटाला पुढे सांगू लागला.

‘‘खजिन्याची जागा आपली आपण शोधायचे त्या सचिवाचे प्रयत्न अयशस्वी ठरले; पण दूरवरची ही माहिती मिळवणाऱ्या माझ्या मित्राच्या म्हणण्याप्रमाणे सचिवाने तो नाद कधीही सोडला नाही. आत्ताची वेळ अगदी योग्य आहे, असं माझा मित्र म्हणतो. वसंत ऋतूचा फायदा घेऊन इस्तंबूल नगराला भेट द्यायचं दिमित्री कँटेमीरच्या मनात आहे. फ्रँकिश माणसाच्या वेषात त्याला गुपचूप या शहरात आणण्याची म्हणूनही काही किंमत असणार, हे उघडच आहे. तो घेत असलेल्या त्रासाबद्दल त्याला खजिन्याचं नेमकं ठिकाण सांगणं हे मोल योग्यच आहे.’’

अहमद हणच्या डोळ्यांसमोर उभा राहणारा कँटेमीर कोणी वेगळाच होता. हा पूर्वीचा सामर्थ्यशाली कँटेमीर नव्हता. आयुष्याचे सर्वोत्कृष्ट दिवस ज्या शहरात घालवले ते शहर येऊ घातलेले मरण येण्याआधी एकदा तरी पुन्हा पाहण्यासाठी तळमळणारा, गुपचूप येणाऱ्या चोरासारखा होता. आनंदनगरीत भेदरलेल्या अवस्थेत तात्पुरतं येण्यासाठी फक्त आपल्याला असलेली माहिती द्यावी लागणं हा केवढा कमीपणा होता. मोल्डोवन माणसाचा अपराध केवढाही असला, तरी त्याचं आपल्या राजधानीवरचं प्रेम बघून अहमद हण आतल्याआत गहिवरला.

सत्ताधारी आणि त्याचा साथीदार दोघंही आपापल्या विचारात हरवून काही काळ मूक झाले. आवडत्या, विश्वासू मित्रानं दिलेल्या दग्यानं एखाद्या तापलेल्या लोखंडी सळीप्रमाणे त्याला घायाळ केलं होतं.

हे खरं की तो असामान्य माणूस होता, पण दगा देणाऱ्याला क्षमा करणं नव्हतं.

* * *

खजिन्याचा लपूनछपून घेतलेला शोध ही सुलतानाची आवडती कहाणी झाली होती. तो लेवनीकडून ती दुसऱ्या देशीची कथा असल्याप्रमाणे ऐकायचा. जर कँटेमीर आणि त्याचे साथीदार पकडले गेले असते, तर तो त्यांना उघडपणे क्षमा करू शकला नसता; पण जर त्यांना खजिना मिळाला असता, तर कुठल्याही शारीरिक इजेशिवाय ते सुखरूप परत जाणं उचित ठरलं असतं. माणसाची आपल्या ध्येयावरची अविचल निष्ठा अहमद हणला आवडायची. ते ध्येय म्हणजे फक्त संपत्ती असली, तरी त्यांच्या निश्चयीपणाचा कदाचित त्याला हेवाही वाटला. त्याला हेही कळत होतं की कँटेमीरचं ध्येय होतं, आपल्या शहराचा अखेरचा निरोप घेणं; आणि त्या ध्येयाकडे जाताना तो दुसऱ्याच्या महत्त्वाकांक्षेला मदत करत होता.

खेळाच्या आतले खेळ; आणि इतके कमी प्रेक्षक! अहमद हणच्या मते हेच तर असतं आयुष्य.

‘‘माझ्या अनमोल साथीदारा, तू बघशील. जमिनीच्या आत असेल ती जमिनीवर राहणाऱ्यांच्या दुःख आणि कष्टांची बेरीज. ते यशस्वी होतील ते फक्त त्या बेटाच्या लाल जमिनीतून संकटं उकरून काढण्यात. पण आशेला अंत नसतो. कोणीच तिला पायबंद घालू शकत नाही.’’

इब्राहीम आणि एकडोळ्या हुसेन

"म्हणजे ही खजिन्याची कहाणी खरी आहे तर?"

इब्राहीम पाशाच्या बेशिकताश प्रासादात क्वचितच असणारी ती एक शांत रात्र होती. बाजूच्या दरवाजानं पुरुषांच्या स्वागतकक्षात हतर झालेल्या बातमीदाराची माहिती इब्राहीम पाशा ऐकत होता.

"पाखंडी लोकांना प्रिंकिपोत घेऊन जाणाऱ्या जहाजावर कामाला असलेल्या टकल्या युसुफला या माहितीसाठी मी एक सुवर्ण मोहोर दिली. लोडोस वादळ येत होतं, तरी या विचित्र थेरड्यांना बेटावर पाहोचायची घाई झाली होती. इतरांनीसुद्धा त्या खजिन्याविषयी ऐकलं होतं."

इब्राहीम पाशाचा वैयक्तिक बातमीदार भरवशाचा होता. जिथे मोठे राजकारणी पोहोचू शकणार नाहीत, तिथे सहज मिसळून एकडोळ्या हुसेन मैत्रीही करू शकत होता. आपल्याच प्रदेशात असलेल्या आपल्या आश्रयदात्याची या अग्निरक्षकानं चांगली सेवा केली होती. बदल्यात त्याला चांगलीच बक्षिशीही मिळायची. मग आपला स्वत:चा आश्रयदाता असलेल्या सुलतानाला कोणती माहिती पुरवायची, कोणती भविष्यात उपयोगात आणायची; आणि कोणती तशीच ठेवायची हे इब्राहीम पाशा ठरवायचा. बुयकाडावर पुरलेल्या खजिन्याची माहिती सध्या स्वत:पुरतीच ठेवण्याचं त्यानं ठरवलं. पण त्यानं हे लक्षात घेतलं नाही की, लोककवी आणि भुरटे चोर या दोघांबरोबर सहज मिसळू शकणाऱ्या लेवनीचे कॉफीच्या ठेल्यांवरही स्वत:चे बातमीदार होते...

त्या माहितीचा काही उपयोग होणार होता का हे अजून गुलदस्त्यातच होतं.

इरिनचा खजिना, जाकिसचा खजिना

प्रिंकिपोमधल्या जुन्या वसतिगृहात

तिसऱ्या सुलतान अहमदच्या काळात बुयुकाडाचं जोगिणींचं वसतिगृह डळमळतं होतं. भक्कम भाग कमी; जास्त ओसाड आणि ढासळलेलं असं ते होतं. घुमट पूर्णपणे पडला होता; मोडलेल्या काही खांबांवर अजून पिरॅमिडच्या आकाराचे वरचे रुंद भाग टिकून होते, पण काही खाली जमिनीवरही आपतीमेपल

पानाच्या आकाराची नक्षी दाखवत पडले हेते. बेटावरची माणसं अजून जरी त्या ठिकाणाचा उल्लेख 'कमरेज' म्हणून करत असली, तरी जोगिणींच्या खोल्यांचा फारच थोडा भाग शिल्लक होता. प्राचीन वसतिगृह एका साध्याशा सायप्रस झाडांनी झाकलेल्या उताराच्या तळाला बांधलेलं होतं. त्यानं गौरवाचे दिवस ताठ मानेनं पाहिले होते; आणि खूप दु:खंही झेलली होती.

बायझंटिन साम्राज्य त्या काळात पूर्व रोमन साम्राज्य म्हणून ओळखलं जायचं; दुसरा जस्टिनिअन या त्याच्या सम्राटानं त्या वसतिगृहाला उदार हस्ते देणग्या दिल्या होत्या.

त्या वेळी साम्राज्य नवीन होतं; राजधानीजवळच्या, सौम्य हवामानाच्या या सगळ्यांत मोठ्या नंदनवनासारख्या बेटावर राजप्रासाद बांधण्याची सम्राटाची इच्छा होती. दोनशे वर्षांनंतर, जणू आपल्या आयुष्याच्या अखेरच्या काळातलं या वसतिगृहाचं आपल्या आयुष्यातलं महत्त्व जाणल्याप्रमाणे सम्राज्ञी इरिननं हे स्थान दुरुस्त केले आणि वाढवले. जर तिला हेच साधं स्थान भविष्यात आपलं थडगं होणार आहे हे कळलं असतं, तर तिनं जास्त काही केलं असतं का, कोण जाणे. पण त्या वसतिगृहाचं स्वत:चं भवितव्य मात्र लवकरच स्पष्ट झालं : ते वारंवार बायझंटिन सम्राज्ञींचं हद्दपारीचं ठिकाण ठरलं; आणि त्याची सुरुवात झाली ती इरिनपासूनच...

त्या सुंदर बेटाच्या एका शांत कोपऱ्यात वसलेल्या शेजारी समोरचं निर्मनुष्य बेट असलेल्या त्या वसतिगृहाला दुर्दैवाशी सामना करावा लागला. १२०४ मध्ये लॅटिन मोहिमेच्या पाठीराख्यांनी त्यावर कब्जा मिळवून भिक्षू आणि जोगिणींना गुलाम बनवलं. १३०२ मध्ये व्हेनेशिअन लोकांनी तेच केले. नंतर हळूहळू पण निश्चितपणे त्याचा ऱ्हासच झाला. आणि तरीही त्यानं इरिनच्या वैभवाचं हिरा नावाच्या त्या अपशकुनी दगडांचं आणि सोनेरी धातूचं — आपल्या लाल मातीच्या कुशीत एका अजब निष्ठेनं रक्षण केलं. कदाचित त्याची इच्छा इतरांचं त्या त्रासापासून रक्षण करायची असेल. शिवाय बेटावरची लोकंही त्या वसतिगृहाकडे जाणं टाळायची. त्या साध्या लोकांना चांगलं काय; आणि काय वाइटाला आमंत्रण देतं हे कळायचं.

* * *

त्या बेटावरचं एकसुरी आयुष्य अचानक ढवळलं गेलं. बेटावरच्या जुन्या धक्क्याला लागलेल्या त्या मोठ्या जहाजावर सगळ्यांच्या नजरा खिळल्या होत्या. वेड्यासारखा हैदोस घालणाऱ्या लोडोस तुफानाला तोंड देऊन ते जहाज आलं

खरं; पण अतिशय वाईट कितीतरी वर्षांनी प्रिंकिपोत असं जहाज उतरलं अवस्थेत होतं. बेटावरची प्रमुख मंडळी मदत करण्याठी गोदीकडे धावली. ताडपत्रीत गुंडाळलेलं शव घेऊन चांगल्या पोशाखातले काही लोक खाली उतरले. फाटक्या ताडपत्रीच्या आवरणातून रक्त लपत नव्हतं.

संध्याकाळचं स्वागत करत बेटाभोवतीचा समुद्र निळाभोर झाला होता. मे लोडोसचा झगझगीत प्रकाश उतरणाऱ्या काळोखानं झाकोळला जात होता. त्या मंडळींचा पुढारी वाटत असलेल्या फ्रँकिश माणसानं आपल्या जहाजावर मेलेल्या सेवकाचं दफन त्या जुन्यापुराण्या वसतिगृहात करण्याचा मनसुबा जाहीर केला. त्यासाठी आवश्यक त्या सर्व गोष्टी करायला उदाहरणार्थ बेटावरच्या चर्चला भलीमोठी देणगी द्यायला तो तयार होता. असे होते तर कॉन्स्टन्टिनचे लोक : मोठ्या शहरवासियांच्या या अजब कोलाहलानं बेटावरच्या रहिवाशांना धक्काच बसला. पैसे कसे पेरायचे ते त्या फ्रँकिश माणसाला कळत होतं. लोक त्याची इच्छा पूर्ण करतील; पण बेटावर असं घाईगडबडीनं काही होत नाही. शव योग्य तळघरात ठेवून, पाहुण्यांची इतरत्र व्यवस्था लावून माणसं सकाळ होण्याची वाट पाहतील. उजाडताच ते कामाला लागतील. गरम वातावरणामुळे तेही जास्त वेळ घालवणार नाहीत; पण पाद्रीही सकाळी येऊ शकेल. लोभापायी सचिवानं सगळीच दक्षता झुगारली असली; तरीही पाद्र्याशिवाय दफन केलं, तर बऱ्याच नकोशा चौकश्यांना तोंड द्यावं लागेल हे त्याला समजत होतं. दफनानंतर पाद्र्याला तो लगेच परत पाठवेल; आणि आपल्या कामाला लागेल. पण सगळंच बिघडलं आणि पाद्र्याला संशय आला तर? तर त्या माणसाचा बळी द्यायलाही तो मागेपुढे पाहणार नाही; खरं ना?

आपल्याला झोप येणार नाही याची जाकिसला खात्री होती; पण थकण्यानं, आणि जेवणात पाजल्या गेलेल्या गोड वाइननं त्यांचं काम केलं; त्यामुळे उशीवर डोकं टेकताच तो दिवा मालवल्याप्रमाणे झोपी गेला.

दुसऱ्या दिवशी १४ मे १७१९ ला ते सकाळी लवकर उठले; आणि न्याहारीसाठी न थांबता घाईनं बेटाच्या आग्नेयेकडे असलेल्या वसतिगृहाकडे गेले. ना त्यांना बेटावरचा विस्टेरिया आणि लॉरेलनं सुगंधित झालेला ताजा वारा जाणवला, ना पहाटेच्या पक्ष्यांचा किलबिलाट ऐकू आला. घाईत केलेली ती शवपेटिका आणि हत्यारं घेऊन जाणाऱ्या मदतनिसांना या शहरी माणसाच्या जलद चालण्याशी जुळवून घेणं कठीण जात होतं.

सायप्रसच्या सावलीपलीकडे मऊ मातीत असलेल्या वसतिगृहाच्या भग्नावशेषांजवळ ही विचित्र दफनयात्रा पोहोचली. तेव्हा शेवाळलेले ते दगडी चिरे

पाहून ते दचकले. त्याच्या मार्गात आता काहीही आडवं येऊ शकत नाही, याची पुढारीपणाची सवय झालेल्या जाकिसला खात्री होती. जागा शोधण्यासाठी पाठ झालेल्या रेखाचित्राकडे बघायचीही त्याला गरज नव्हती. वरवर थडग्यासाठी निवडलेल्या जागेकडे बोट दाखवून त्यानं खणण्याची जागा दाखवली. तेवढ्यात अचानक त्यांच्या मागच्या बाजूला एक घोडा आपल्या मागच्या पायांवर उभं राहून दयनीय आवाजात खिंकाळला, तेव्हा कुठे आपल्या आजूबाजूला पसरलेल्या भयाण शांततेची त्यांना जाणीव झाली. पक्ष्यांची मंजुळ गाणी थांबली होती. तसेच सी गल्सचं अर्भकासारखं ओरडणंही बंद पडलं होतं. आदल्या दिवशीचा उसळणारा आणि फेसाळणारा समुद्र आता थोड्याशा उंचीवरून काचेसारखा स्तब्ध दिसत होता. आत्तापर्यंत आपल्या कुऱ्हाडी परजत, उत्तम बिदागीच्या अपेक्षेनं उत्साहित झालेली माणसं आता गातीतून अचानक झुंडीनं बाहेर येणाऱ्या हर एक प्रकारच्या कीडे आणि कीटकांकडे घाबरून पाहत होती. जणू एखाद्या अदृश्य शत्रूपासून सुटका करून घेण्यासाठी जमिनीतले प्राणी ढकलाढकली करत, एकमेकांच्या अंगावर पडत बाहेर येत होते.

अचानक जाकिसला आपल्या शरीराच्या नसांतून थंडगार पाणी वाहत आहे असं वाटलं. काय होत आहे ते त्याला सांगता येत नव्हतं. त्याला सगळं टाकून पळून जावंसं वाटलं; पण जी जमीन उकरायला तो इतका उतावीळ झाला होता, ती आता त्याला सोडायला तयार नव्हती. त्याचे पाय त्या लाल मातीत जणू खिळले होते. खोलवरून आसमंत घुमवत वर येणारा तो चित्कार, तो आगीसारख्या आवाजाचा कल्लोळ, तो एखाद्या बेलगाम राक्षसाचा निषेधाचा सूर तर नव्हता?

अनपेक्षित का अंदाज असलेला?

भूकंप

''थोर सम्राट, सकाळी जमिनीला बसलेल्या भयानक धक्क्यांनी आपल्या प्रदेशाचं अपरिमित नुकसान झालं आहे.''

त्याच्या स्वारांनी सम्राटाला हवी असलेली माहिती आणल्याबरोबर इब्राहीम पाशा लगेच सम्राटाकडे गेला. भूकंपाचं केंद्रस्थान आणि नुकसान झालेल्या ठिकाणांची नावं सम्राटाला हवी होती.

‘‘इझमित शहर आणि बाजूची गावं, अर्धं यलकाबाद, संपूर्ण पाझरकॉय आणि करमुर्सेल जमीनदोस्त झालेलं आहे. इझनिकमिद, काझक्ल, सापनजा आणि यांचं अतोनात नुकसान झालं आहे. आपले खूप प्रजाजन मृत्युमुखी पडले आहेत.’’

शक्यतोवर कुठलीही वाईट बातमी सुलतानाला देणं इब्राहीम पाशा टाळत असे. प्रथम तो अडचणीचं निवारण करायचा; आणि नंतरच वाटलं तर सुलतानाला सांगायचा. सुलतानाचं वजिराबद्दल खूप चांगलं मत असण्याचं हेही एक कारण होतं. पण निसर्गाचा हा कोपच एवढा भयंकर होता की, इब्राहीम पाशा सुलतानाला दु:ख देणं टाळण्यासाठी तो लपवू शकत नव्हता.

सुलतानाच्या चेहऱ्यावरचं दु:ख बघून जणू काही सांत्वन करत तो पुढे म्हणाला, ‘‘पण देवाच्या दयेनं युरोपिअन किंवा ॲनातोलिअनं बाजूला इतर कुठेही फारसं नुकसान झालं नाही.’’

मग सत्ताधीशानं यालोवा आणि इझमितच्या चांगल्या समाजात किती जण दगावले; आणि किती नुकसान झालं त्याची माहिती गोळा करायला सांगितली; आणि वेळ न दवडता शक्य ते सर्व करण्याची आज्ञा दिली.

‘‘जे झालं ते बदलता येत नाही; शोक करून काही उपयोग नाही. माझे सर्वोत्तम वजीर, जखमींच्या जखमा ताबडतोब बांधल्या जाण्याची; वाचलेल्यांसाठी तंबू उभारून त्यांना अन्न मिळण्याची लगेच व्यवस्था करा.’’

त्या भयानक धक्क्यांनी सुलतान अहमदला मिहरिशाच्या गोड मिठीतल्या झोपेतून उठवलं होतं. तिच्या किंचाळण्यानं पलंगाच्या पायथ्याशी बसून पेंगणारी दासी घाबरली; आणि मग त्या दोघी ओरडू लागल्या. आता राजवाड्यातले सगळे लोक जागे झाले होते. पण जनानखान्यातल्या नियमांमुळे काय वाटेल ते झालं तरी मोठा आवाज करायला बंदी होती; त्यामुळे बहुतेक जण गप्प राहिले. बरेच जण अंगणात किंवा ओट्यांवर जमले; हिजड्यांच्या देखरेखीखाली जनानखान्यातील स्त्रिया आणि मुलांना बाहेर काढलं गेलं; आणि रडणाऱ्यांना शांत करण्यात आलं.

प्रमुख पत्नीच्या जबाबदारीची नीट जाणीव असणारी, स्वत:चा आब सांभाळून वागणारी एमेतुल्ला सुलतान आजूबाजूला हिंडून धीर देत होती. सगळ्यांत बालवयाच्या रखेल्यांना आईच्या मायेच्या आधाराची गरज होती. काहींना सौम्यपणे दटावण्याची गरज होती, ‘‘अशी किंचाळू नकोस मुली, आपल्याला फक्त थोडी भीती वाटलीये. इतर ठिकाणी लोकांनी किती गमावलंय याचा जरा विचार कर. थोडं मन त्यांच्यासाठी राखून ठेव.’’ त्या मुलींना शांत करत असताना आपल्या स्वत:च्या मुलीची काळजीही तिला होतीच; पण त्याचबरोबर जावई

मुलीला सांभाळेल याची तिला खात्री होती. ती मुख्य पत्नी असल्यामुळे सुलतानानंही प्रथम तिची विचारपूस केली; आणि मग जनानखान्यातील इतरांबद्दल विचारलं; आपल्या पदाला मिळालेला हा मान तिनं अदबीनं स्वीकारला. संकटाच्या काळात तिच्या धन्याला सर्वांत प्रथम तिची आठवण येई यावरच ती समाधान मानून घेई.

हुशमा नेहमीप्रमाणे शेरमीला बिलगून होती; त्या वेळी ती अधिकच चिमुकली दिसत होती. तिची मैत्रीण तिच्याकडे दुर्लक्ष करते आहे ते घाबरल्यामुळे, असं तिनं स्वत:ला सांगितलं. अशा वेळीसुद्धा ती दुसऱ्याला संशयाचा फायदा देत होती. शेरमीचं काय? हे संकट कोसळलं तेव्हा सुलतानाच्या शय्येवर मिहरिशा होती. या गोष्टीचा स्वत:च्या फायद्यासाठी कसा उपयोग करून घेता येईल या विचारात ती गढली होती. यात शकुन-अपशकुनाचं काही काढता येईल का? परिस्थितीचा फायदा उठवण्याचे छोटे-मोठे मार्ग शोधण्यात गर्क होऊन शेरमी सर्व न्याहाळत होती. याउलट मिहरिशाला आपल्याबद्दलच्या मत्सराचा पत्ताच नव्हता. आपल्या नऊ वर्षांच्या सुलेमानचा हात धरून आणि दोन वर्षांच्या मुस्तफाला कवटाळून ती बसली होती. आपण किती घाईनं आपली विजार आणि कुडता चढवला, सुलतानाला सोडून जनानखान्याच्या काळोख्या बोळातून आपल्या मुलांजवळ पोहोचायला धावलो हेही तिला आठवत नव्हतं. सगळे जण कडेला सरकून थोडेफार शांत होत आहेत, तोच जमिनीला पुन्हा धक्के बसू लागले. या धक्क्यांमुळे बायकांची भीती ओसरणं अशक्यच झालं. काळ्या हिजड्यांना मागे घेऊन सर्वसत्ताधीश जेव्हा तिथे आला, तेव्हा कुठे बाग पुन्हा शांत झाली. त्या महाभयंकर दिवशी त्यांचा धनी आणि पोषणकर्ता तिथे आला होता. सुलतान अहमद आपल्या मोठ्या कुटुंबाची काळजी घ्यायला आला होता.

जनानखाना किंवा अंतर्गृहालाही इजा झालीच होती; पण प्रदेशाला झालेल्या हानीच्या तुलनेत ती किरकोळ होती. काही भिंतींना भेगा पडल्या होत्या, खिडक्यांच्या चौकटी ढासळल्या होत्या, याल महालाच्या बाजूची दोन-चार नौकाघरं पडली होती; मुदपाकखान्यांमधल्या कित्येक चिनी मातीच्या वस्तू अगणित तुकडे होऊन स्वयंपाकघरात विखुरल्या होत्या.

शहराच्या सर्व भागांतून व्यथित करणाऱ्या बातम्या येत होत्या. काहीच हानी पोहोचली नाही अशी घरंच नव्हती, निदान धुराडी तरी पडलीच होती. मशिदींची स्थिती फार वाईट होती. फतिह घुमट, बेयझिद आणि एदिर्नकाप मिहरिमा मशिदींना तडे गेले होते; अनेक मिनार कोसळले होते. गलाटा तुरुंगाची संरक्षक

भिंत बाजूच्या पुस्तकांच्या दुकानावर पडून चार माणसं ढिगाऱ्याखाली गेली होती. खूप तासांनंतर फक्त एकाला जिवंत बाहेर काढता आलं होतं. यालकलजर बाजारपेठेतली एक कमान कोसळून दहा जण चिरडले गेल्याची बातमी होती.

काही दिवसांनी पूर्ण पाहणी केली गेली : चाळीस मशिदी आणि सत्तावीस मिनार जमिनीवर कोसळले होते. येदिकुलपासून आहरकापपर्यंतच्या जमिनीवरच्या भिंतींची बरीच हानी झाली होती. भूकंपाच्या हानीतून थ्राजचीही सुटका झाली नव्हती.

इझमित आणि यालोवातल्या मृतांची संख्या सहा हजारांवर गेल्याचा अंदाज होता. इझमितच्या चार पंचमांश भागाचं पूर्ण नुकसान झालं होतं. फक्त मशिदीखाली पुरलं गेलेल्यांची संख्याच सहाशेच्यावर होती. किनाऱ्याला जोडलं गेलेलं गोदाम त्यातला जकातअधिकारी आणि त्याच्या कर्मचाऱ्यांसह समुद्रात बुडालं होतं. या आपत्तीचे साक्षीदार इतके घाबरले होते की, ही कहाणी कायम आठवणीत राहिली. बंदरात करमउरसलच्या पूर्वेला असलेलं काझक्ल जवळजवळ दिसेनासंच झालं. भूकंप पीडितांना आधार देण्याचा मुख्य वजिरानं निश्चय केला होता.

* * *

भूकंपानंतरही कित्येक दिवस जमीन धक्क्यांनी कापत होती; पण जीवन चालूच राहिलं.

भूकंपानंतर दहा दिवसांनी इब्राहीम पाशानं सम्राटाच्या मनोरंजनार्थ काथेनमध्ये जंगी मेजवानी दिली. त्या मेजवानीचं आयोजन कित्येक आठवडे आधी सुरू होतं. त्या मोठ्या भूकंपानंसुद्धा मुख्य वजिराची मौजमजेची आवड कमी होणार नव्हती.

मेजवानीनंतर पंधरवड्यानं आपल्या आवडत्या स्त्रियांना बरोबर घेऊन सुलतान अहमद शाही गोदी उद्यानातल्या अयनलकवल राजवाड्यात नव्या उन्हाळ्याची मजा लुटण्यासाठी गेला.

* * *

तरीही उत्सव–सोहळे

सुवर्णशृंग किनारा उन्हाळ्याची तयारी करत होता. ट्यूलिप्सच्या रंगात बागा रंगल्या होत्या आणि गुलाबांनी सुगंधित झाल्या होत्या. सम्राटाच्या स्वागताची तयारी करण्यात अयनलकवल प्रासाद गुंग होता. एके काळी गोदीतला प्रासाद म्हणून ओळखलं जाणाऱ्या वास्तूचं नाव व्हेनेशिअनांकडून भेट आलेल्या भल्यामोठ्या आरशांमुळे बदलण्यात आलं होतं. 'ज्याचे पॉपलरसारखे आरसे' म्हणजे 'अयनालार कवल' असं आणि नंतर 'अयनलकवल' असं त्याचं नामकरण झालं. दुसऱ्या अफवेप्रमाणे जवळच असलेल्या नेमबाजीच्या ठिकाणी आरसे (आयने) वापरत असल्यामुळे असं नाव पडलं.

उन्हाळ्याच्या महिन्यांसाठी हा प्रासाद सुलतानाच्या खास आवडीचा होता. त्यानं सोबतीसाठी निवडलेल्यांनाही जनानखान्यातल्या गर्दीपासून दूर असलेला हा प्रासाद आवडत असे. सम्राटाची त्या दिवशीची आवडती लावण्यखणी कोणीही असली, तरी विश्वाधिपतीची प्रमुख पत्नी एमेतुल्ला सुलतान हिचं मानाचं स्थान अबाधित होतं. इतरांची स्थानं मात्र वेळोवेळी बदलत. मात्र भूकंपाचे भयावह तास विसरायला आता सगळेच उत्सुक होते.

दूरवर असलेल्या पीडितांची तंबूंच्या वसाहतीत व्यवस्था करून त्यांच्या भोजनाचाही प्रबंध करण्यात आला आहे, ही माहिती दरबाऱ्यांना इथल्या सुखोपभोगात मग्न व्हायला पुरेशी होती.

सुलतानही आता मोकळ्या मनानं सुवर्णशृंगाच्या पाण्याच्यावर पोहोचणाऱ्या, घुमटाच्या स्वागतकक्षात आगामी मौजमजेची वाट बघू शकत होता. जवळच असलेल्या नेमबाजीच्या क्षेत्रात तो सहज जाऊ शकणार होता; त्याच्या बाणांनी जो लांब पल्ला गाठला असेल, तिथे दगडांच्या खुणा उभारून लोकांच्या मनात त्याचं कर्तृत्व कोरलं गेलं असतं. किंवा संध्याकाळच्या शांत पाण्यात तरंगणाऱ्या दिव्यांनी प्रकाशित केलेल्या ट्यूलिप्सच्या रंगांचे कपडे घालून निष्णात लोकांनी सादर केलेल्या संगीतात तो स्वत:ला विसरू शकला असता. अर्थात त्या पाठोपाठ साहजिकच कविता आल्या असत्या.

दिमित्री

अखेरचा निरोप

माजी मोल्डोवन गव्हर्नर आणि सध्यापुरता आश्रित असलेल्या दिमित्रीला जाकिसच्या मृत्यूची बातमी काही दिवसांनी कळली, भूकंपामुळे सगळ्याच गोष्टी थंडावल्या होत्या. दोघांनाही इतिहासाविषयी अलोट प्रेम असल्यामुळे कँटेमीरला जाकिसविषयी आपुलकी वाटायची; पण त्याचबरोबर त्या तरुण माणसाचा लोभीपणा कँटेमीरला आवडत नसे. पण तो इहलोकातून परलोकात गेला असं कळल्यावर त्याच्या स्वत:च्या कटकटी विसरल्या जाऊन कँटेमीरला विचित्र स्वप्न पडू लागली. तो फ्रेंच सचिव आता दुसऱ्याच जगात होता. दुर्मीळातले दुर्मीळ काटेरी शिंपले कुटून तयार केलेल्या अतिसुंदर जांभळ्या रंगातल्या पोशाखातल्या जाकिसानं हातात इरिनचे झगमगते हिरे धरले होते. तशाच जांभळ्या रंगाच्या वाऱ्यावर फडफडणाऱ्या फलकाखालून तो बहुधा एका देखण्या घोड्यावर स्वार होऊन दौडत होता. काळाच्या आरपार जाऊन तो गर्विष्ठ बायझंटिन खानदानी लोकांच्या रांगेत बसला होता.

ही स्वप्नं दूर सारणं कँटेमीरनं योग्य समजलं. त्याला लपायला मदत करील; आणि शेवटी गुपचूप शहराबाहेर काढील असं आता इस्तंबूलमध्ये कोणीच उरलं नव्हतं. सर्वत्र भरला होता तो फक्त भूकंपानंतरचा गोंधळ; आणि कदाचित त्याचा जुना मित्र, चित्रकार लेवनी चेलेबी?

* * *

प्रूटच्या लढाईनंतर जेव्हा मुख्य वजीर आणि ओटमन सैन्याचा सेनाधिपती बलताज महमद पाशा शिक्षा ठोठावण्यासाठी कँटेमीरला शोधत होता; तेव्हा रशियनांनी तो पळून गेला असल्याची ग्वाही दिली होती. आताही, अगदी तेव्हासारखाच कँटेमीर अदृश्य झाला. भूकंपामुळे सगळीकडे पुरेसा गोंधळ माजला होता; आणि नाही तरी तो उघडपणे जाहीररीत्या आलाच नव्हता.

त्या दिवसांत लेवनी कुठे आणि काय करत होता हे त्याला कोणीच विचारलं नाही. सम्राटानं तर नाहीच नाही.

लेवनी आणि प्रिंकिपो

बेटाशी पुनर्भेट

लेवनी जहाजावरून उतरला तेव्हा एका तरुण खलाशानं त्याला मदत केली. भूकंपापासून उपयोगात आणला जात असल्यामुळे धक्का आता घाणेरडा राहिला नव्हता. आपल्या अंगरख्याचा घोळ एकत्र करून लेवनीनं फलाटाच्या उरलेल्या काही फळ्यांवर काळजीपूर्वक पाऊल ठेवलं. किनाऱ्यावर आवाज होता तो फक्त हलकेच फुटणाऱ्या लाटांचा...

शहराच्या मोठ्या चौकाकडे जाण्यासाठी तो धक्क्यावरून वर चढला. रस्त्यावर पसरलेली लाल वाळू त्याच्या पावलांखाली आवाज करत होती. 'लाल बेट' लेवनीच्या मनात विचार आला, त्या जमिनीतल्या लोह खनिजाच्या समृद्ध साठ्याची त्याला माहिती होती. पण रंगांमध्ये असलेली गुपितं समजून घेताना कलाकाराला शास्त्रीय स्पष्टीकरणं पुरत नाहीत.

चौकाकडे जाणाऱ्या मार्गावरच्या दुमजली दगडी घरांना भेगा गेल्या होत्या. आणि छपरावरची कौलं जमिनीवर विखुरली होती. काही घरं राहण्यालायक दिसत नव्हती. त्यांना पाडून पहिल्यापासून बांधायला लागलं असतं; निदान कमीतकमी खूप प्रमाणात दुरुस्ती करणं आवश्यक होतं. त्यांचे मालक रात्रीच्या वेळी बाहेर राहत असणार. अजून जमिनीला जोराचे धक्के अधूनमधून बसतच होते. पण खिडक्यांच्या तुटलेल्या चौकटी किंवा निखळलेले दरवाजे एवढंच ज्यांचं नुकसान झालं आहे अशा घरांतसुद्धा राहण्याचा धोका पत्करायला कोणीच तयार नव्हतं.

प्रिंकिपोला भेट द्यायला हे कारण होईल असं लेवनीच्या मनात कधीही आलं नव्हतं. उघड्या समुद्रावरचे काही कोळी आणि प्राचीन वसतिगृहांत काही माणसं एवढेच मर्यादित बळी गेले असले, तरी द्वीपसमूहावर जखमींची संख्या बरीच असल्याचं लेवनीला सांगण्यात आलं होतं.

भेटीचं कारण इतकं दुःखद होतं तरीही प्रिंकिपो बेटावर असणं त्याला का बरं आवडत होतं? त्याचं कारण बेटावरची ताजी हवा होती का तिथलं नैसर्गिक सौंदर्य होतं? का त्याच्या कल्पनेत ते बेट त्याच्या अंतर्यामीच्या कशाशीतरी एकरूप होत होतं? स्मृती आणि स्वप्नं एकजीव झाली होती. तो जेव्हा आपल्या वादळी भविष्याची कल्पना नसलेलं लहान मूल होता, तेव्हा कधीकधी त्याचं कुटुंब सलोनिकाला यायचं. ते त्याच्या आयुष्यातले सर्वांत सुखी दिवस होते. त्या वेळी त्याच्या कोवळ्या मनावर कोरली गेलेली ती जाईच्या (जस्मिनच्या) कुंडीची प्रतिमा अजून इतक्या वर्षांनंतरही ताजी होती.

जाईच्या सौम्य सुगंधानं त्याला कधीच सोडलं नाही. ज्या राजवाड्यात त्याचं भविष्य ठरलं, त्या एदिर्न राजवाड्याच्या चित्रशाळेत जाईची लयलूट होती. सम्राट महमद शिकारीच्या या आवडत्या फुलांच्या रोपट्यांचं थ्राजच्या कडक थंडीपासून रक्षण करण्यासाठी त्याचे हुशार माळी ती मौल्यवान रोपं मोठमोठ्या कुंड्यांत लावत. चित्रकार लहान असताना रुबाबदार राजमाता गुलनुश सुलतानच्या अनपेक्षित भेटींच्या वेळी तो सुगंध त्यानं हपापून सुंगला होता. इतक्या वर्षांनी या बेटावर त्याला जस्मिनची झाडं दिसली होती. कसं कोण जाणे; पण जस्मिन हे त्याच्यासाठी अप्राप्यतेचं प्रतीक झालं होतं. हे खरं की जेव्हाजेव्हा त्याला कंटाळा येई, तेव्हा उठून खिडकीतून तो मारमरा समुद्राकडे बघू शके. कशी कोण जाणे, पण प्रिंकिपोच्या दिशेनं टाकलेली नजर त्याच्या जड हृदयाला दिलासा देई; त्याच्या आत्म्यात आणि त्या बेटात एक बंध निर्माण करी. तरीही कधीकधी त्याच्या अंतरातलं दुःख असह्य होई. मग डोळे बंद करून तो कल्पनेत स्वतःला सलोनिकाच्या रस्त्यांवरून चालणारं लहान मूल, किंवा एदिर्न राजवाड्यातला तरुण मुलगा किंवा बेटावरचा तो अशा रूपात स्वतःला डोळ्यांसमोर आणी. हे दिवास्वप्न त्यानं इतकं पक्कं केलं होतं की आपण खरोखरच त्या जागी गेल्याची, तरुणपणीचे ते सुगंध हुंगल्याची; आणि आपल्या केसांत तो वारा खेळल्याची त्याला खात्री पटत असे.

आणि ज्या जागेला त्यानं दीर्घकाळ भेट दिली नव्हती त्या जागी तो आता होता, तेही पृथ्वी हादरल्याच्या भयानक कारणामुळे. चित्रकाराला आपल्या आधीच्या विचारांबद्दल अपराधी वाटलं. इथे एक फार मोठी दुर्घटना घडली होती; भूकंपाच्या जरा आधी झालेल्या चमत्कारिक घटनांमुळे सम्राटानं त्याला इथे पाठवलं होतं. प्राचीन, निर्मनुष्य वसतिगृहाला भेट देणाऱ्या अजब पाहुण्यांच्या मृत्युमुळे तो इथे आला होता. शेवटी बेटावरचे रहिवासी त्या माणसांच्या मदतीला गेले होते मग घरंगळणाऱ्या मातीनं अकल्पित गुप्त खजिना बाहेर फेकला होता.

* * *

त्या प्रचंड भूकंपापाठोपाठ लगेचच मिळालेल्या त्या गुप्त संपत्तीमुळे बेटावरचे रहिवासी झाले. त्यांच्यातले काही जण तो खजिना आपापसांत वाटून घेऊन आयुष्याची नवी सुरुवात करायला राजी होते; पण ही बातमी बाहेर फुटली तर काय होईल या भीतीनं त्यांना थोपवलं होतं. हा, लहानसहान वस्तू त्यांनी खिशात घातल्या असतील; पण किमती ऐवज सुरक्षित राहिले; त्यांत मोठ्या सम्राटाच्या खजिन्यातच शोभावे असे तीन टपोरे पाचू, एक मोठं माणीक आणि सोन्याच्या

जड वस्तू होत्या. शिवाय एका प्राचीन राणीच्या मस्तकाचा छाप असलेल्या सुवर्णमुद्रा. लोकांच्या लक्षात न येता त्या विकणं अशक्यच होतं. हे जडजवाहीर बेटावर कसं आलं याबद्दल एकामागून एक अफवा उठत होत्या. पण हा खजिना दुर्दैवाला आमंत्रण देतो याबद्दल साऱ्यांचं एकमत होतं. त्यामुळे ही पीडा लवकरातलवकर इथून जावी अशी बेटावरच्या रहिवाशांची इच्छा होती. त्यामुळे गोष्टींचा ताबा घेण्यासाठी शाही दलांसोबत आलेल्या माणसाचं त्यांनी आनंदानं स्वागत केलं. त्यांच्या प्रामाणिकपणाचं कौतुक सम्राटानं उदार हस्ते केलं असतं याची त्यांना खात्री होती.

ज्या वसतिगृहात सापडला तिथे तो किमती माल आता नव्हता; तो विश्वासानं पाद्र्याच्या ताब्यात देण्यात आला होता. परंतु तरीही लेवनीनं प्रथम त्या जागी जाण्याचा आग्रह धरला. त्याला निवांतपणे चालत जाऊन अशा घटनांची साक्षीदार असलेली ती जागा पाहायची होती; ती जागा जिथे पुरलेल्या संपत्तीनं कोणाचंच भलं झालं नव्हतं; ज्या संपत्तीसाठी इतक्या जणांचे मृत्यू ओढवले होते...

* * *

सत्य स्वप्नाइतकं चांगलं नसलं तर? या एकाच भीतीनं तो इतका काळ लांब राहिला होता. कदाचित यासाठीच त्यानं ते बेट आपल्या कल्पनेत बंदी करून ठेवलं होतं. ओढ जशी वाढली, तसं अप्राप्य गोष्टीचं मोलही वाढलं. आता ते बेट पृथ्वीवरचं राहिलंच नव्हतं; लेवनीच्या स्वप्नात ते बेट अंतर मोजताच येणार नाही अशा ठिकाणी होतं; लेवनीच्या आत्म्याच्या आतलं उदास सौंदर्य जिथे एकवटलं आहे अशी ती जागा कुठल्याही स्वप्नांच्या पल्याड होती.

प्रसंग कुठला आहे ते विसरून चित्रकार चालतच राहिला. योग्य अंतर ठेवून त्याच्याशी बोलणाऱ्यांकडे त्याचं लक्षच नव्हतं. कोसळलेल्या इमारतींकडे त्याचं लक्ष गेलं नाही; त्याची ज्ञानेंद्रिय एकवटली होती ती समुद्रानं वेढलेल्या पृथ्वीच्या या तुकड्याच्या सारभूत गोष्टीकडे. सगळं कसं स्वच्छ, शांत, सुंदर आणि आश्वासक होतं; अगदी त्याच्या मनात कोरल्या गेलेल्या बालपणीच्या त्याच्या नगरासारखंच होतं ते. अलेप्पो पाइन, ज्युनिपर, मॅस्टिक वृक्ष आणि ऑलिव्हची झाडं, पृथ्वी नटवणारे, दिलासा देणारे पण आता उदास झालेल्या झाडांच्या वातावरणानं या पाहुण्याला वेढून टाकलं.

बेट एखाद्या घायाळ लावण्यावतीसारख होतं.

ते वसतिगृहाच्या भग्नावशेषांशी पोहोचले; आणि लेवनी चालू जगात

परतला. आता तो महान सम्राटांचा विश्वासू माणूस होता; आणि त्यामुळे आजूबाजूचे त्याला जास्तच आदरानं वागवत होते. जिथून त्यांनी मृत माणूस आणि खजिना उकरून काढला होता ती जागा त्यांनी दाखवली. लेवनीला कित्येक वर्षांपूर्वीची ती रात्र आठवली स्वत:ला लागलेला शोध सांगताना मोल्डोवन कँटेमीर किती उत्तेजित झाला होता. त्या वाटण्याला अर्थ नव्हता; तरीही ती संध्याकाळ उगवलीच नसती, तर बरं झालं असतं असं त्याला वाटलं आणि वाटलं की ही शापित संपत्तीही जमिनीखालीच राहायला हवी होती.

त्या मृत सेवकाचं दफन करणारी माणसंच फक्त त्या भूकंपात मेली होती; त्या महाभयंकर आपत्तीनं इतर सर्वांनाच जीवदान दिलं होतं. हे गूढ कधीच उलगडणार नव्हतं.

सचिव त्याच्या आयुष्याच्या ध्येयप्राप्तीच्या इतका जवळ आला होता की आपण तिथं पोहोचलोच असं वाटून तो आनंदानं वेडावून गेला असणार. नक्की काय झालं असेल कोणीच सांगू शकत नाही. वर्षानुवर्षं त्यानं ज्याचं स्वप्न पाहिलं होतं त्या काळापलीकडच्या कशालातरी, क्षणार्ध का होईना, स्पर्श करण्यात जाकिस यशस्वी झाला होता.

पाचू आणि माणीक

भविष्यवाणी

''मला अशी माणकं दिसताहेत जी रक्तासारखी अजोड, वाइनसारखी लालजर्द आणि ज्वालामुखीच्या तोंडासारखी निष्ठुर आहेत; आणि असे पाचू जे समुद्रशेवाळासारखे पारदर्शक, दफनभूमीतल्या सायप्रससारखे गडद, आणि सापाच्या डोळ्यांसारखे निर्दय आहेत.''

भविष्यवेत्ता इतकं स्पष्ट क्वचित्‌च बोलायचा. ज्यातून वेगवेगळे अर्थ काढता येतील अशा तऱ्हेचं गोलगोल तो नेहमी बोलायचा; तशा बोलण्यामुळे चांगल्या प्राप्तीची खात्री असे. पण या वेळी मात्र त्याच्या तोंडून शब्द जसे आपोआप फुटत होते.

''यांच्या बाजूनं सैन्यं गेली आहेत; जातील तिथे ह्यांनी धुरळा उडवला आहे. दु:खी हृदयाच्या माणसांनी लोभी हृदयाच्या माणसांशी लढा दिला आहे. हे खडे

खूप प्राचीन, खूप शक्तिमान आहेत. आकाशातून विजेनं फेकून द्यावेत तसे ते खोल, जमिनीच्या सातव्या थरापर्यंत गेले होते; आणि नंतर लाव्हारसाप्रमाणे कशालाही न जुमानता बाहेर आले. काही काळ त्यांनी एका सामर्थ्यशाली मुकुटाला शोभायमान केलं नंतर तिथून त्यांचं उच्चाटन झालं; आणि ते पुन्हा एकदा त्यांच्या उगम स्थानी मातीत गाडले गेले. पण पृथ्वीनंही त्यांना आपल्या कुशीत जास्त काळ ठेवायला नकार दिला. ते जमिनीतून बाहेर उडाले ते पुन्हा एकदा रक्तात माखून.''

भविष्यवेत्त्याला श्वास घ्यायला त्रास होत होता. मंतरलेल्या पाण्यावर दिसत असलेल्या प्रतिमांच्या ओझ्यामुळे तो कोणासमोर बोलत आहे याचाही त्याला विसर पडला. तो त्या क्षणी तिथे जमिनीवर पडायच्या बेतात होता; पण त्यानं स्वतःला भानावर आणलं; आणि तो पुढे बोलू लागला. त्याच्या आवाजात निराशा होती.

''शाप. शाप, अहंकार आणि लोभ यांचा वेढा या रत्नांना पडला आहे. जिनं त्यांना सूर्यप्रकाश नाकारून इथं गुप्तपणे पुरलं. तिला त्यांनी खाली खेचलं आहे. जिनं त्यांचं तेज हे सत्तेची खूण होऊ दिली नाही; जिनं त्यांची प्रशंसा होऊ दिली नाही, तिला त्यांनी मातीत मिळवलं.''

उच्चासनावर बसून श्रवण करणाऱ्या त्या रुबाबदार माणसाला शिसारी आली; त्याला पुढे काहीही ऐकायची इच्छा नव्हती; पण त्याचबरोबर त्याची जिज्ञासा अजून शमली नव्हती. थांबलेल्या भविष्यवेत्त्याला उत्तेजन देण्यासाठी त्यानं मान डोलावली.

''ते जिथे होते, तिथे काळ ही संकल्पनाच नव्हती. त्यांना पुन्हा दिवसाचा प्रकाश बघायचा होता. म्हणून त्यांनी माणसाच्या आत वसलेल्या लोभीपणाला एखाद्या लोहचुंबकाप्रमाणे आकर्षित करून घेतलं; आता ते खानदानी हातात पडले आहेत; आपल्या होणाऱ्या प्रशंसेनं ते अतिशय प्रसन्न झाले आहेत. पण त्यांच्या शापाचा प्रभाव मात्र तसाच आहे.''

भविष्यवेत्त्याच्या बोलण्यातला जोर कमी होऊ लागला : आता भविष्याविषयी बोलायची वेळ आली होती. ज्या मोठ्या व्यक्तीच्यासमोर तो बसला होता, ती आता लक्षपूर्वक कान देऊन ऐकत होती. या क्षणापर्यंत त्या माणसानं एकही शब्द उच्चारला नव्हता. आपण यापुढे जे बोलणार आहोत ते सगळ्यांत महत्त्वाचं असणार आहे याची भविष्यवेत्त्याला कल्पना होती.

''आता हे खडे दुष्ट शक्ती बाहेर टाकत नाहीत; पण हे नक्की की, त्यांच्या नव्या मालकाच्या नशिबी त्यांच्यामुळे आनंदही येणार नाही.''

जणू एखाद्या भूतपिशाचची प्रतिमा डोळ्यांसमोरून घालवण्यासाठी हात हलवणारा भविष्यवेत्ता अचानक थरथरला. थोडा काळ शांत राहून त्यानं त्याचं तोंड उघडलं; आणि पुन्हा बंद केलं. आता श्रेष्ठी आणि धनी बोलता.

''भविष्यवेत्ते, तुमचं पुटपुटणं थांबवा; ते खडे सध्याच्या मालकाला दुर्भाग्य आणतील का? त्यानं कधीही या खड्यांचा लोभ बाळगला नव्हता.''

''पण या रत्नांना तो मालक हवा होता. त्यांना फक्त सम्राटच त्यांच्यायोग्य वाटतो. भविष्यवेत्त्याच्या मनात हे येऊनसुद्धा प्रत्यक्षात तो वेगळंच बोलला.''

''कृपाळू महाराज, काळजीचं काही कारण नाही. आपल्या अपरिमित ताकदीपुढे पृथ्वीच्या सात थरांखालून उकरून काढलेले काही खडे काय करू शकणार?''

इतक्या ताकदवान माणसालाही आपल्या दिलाशाची गरज आहे यामुळे भविष्यवेत्त्याला बरं वाटलं. तरीही स्वत:कडे बाहेरून बघावे तसे बघत असताना त्याच्या स्वत:च्या आत्म्याला होणारे क्लेश बघून तो हादरला. त्याच्या मनात अफाट गोंधळ, उलथापालथ होत होती; मग त्यातून काही स्वच्छ, स्पष्ट दिसू लागलं. जणू काही दुसरंच कोणी त्याच्या अंतरंगात प्रवेश करून त्याचा आवाज वापरू लागलं. डोळे मिटून तो भविष्यात डोकावला; आणि स्वत:शीच बोलत असल्याप्रमाणे हळू आवाजात पुटपुटू लागला.

''ते मोठे तीन पाचू आजपासून काही वर्षांनी एका देखण्या खंजिराच्या मुठीवर बसवलेले मला दिसत आहेत.''

फक्त एक जण सोडून सगळे ज्याच्यासमोर झुकतात अशा त्या माणसाचा हात आपोआप स्वत:च्या पट्ट्याला लावलेल्या खंजिराकडे गेला; आणि चटका बसल्याप्रमाणे झटक्यात मागे आला. त्या हालचालीकडे लक्ष न देता भविष्यवेत्त्यानं आपलं बोलणं चालू ठेवलं.

''इथून खूप अंतरावर, एका मोठ्या कारव्यातून ते पर्शियन लोकांच्या प्रदेशाकडे जात आहेत. लाल मखमलीत गुंडाळलेला खंजीर एका तेजस्वी ओटमन सेनापतीनं आपल्या हृदयाशी धरला आहे; पण तो त्याच्या मालकीचा नाही. थोर सर्वसत्ताधीशांनी तो खंजीर मोठ्या विश्वासानं त्याच्या ताब्यात दिला आहे...''

या माणसाच्या भविष्यकथनात सत्याचे अंश निश्चितच आहेत असं इब्राहीम पाशाला वाटलं. पण इतकी लांबलचक आणि विचित्र कहाणी पाण्याच्या एका वाडग्यात कशी बसेल? त्या सकाळी त्याला ते अविश्वसनीय वाटलं; त्या पाचूंच्या नशिबात पुढे काय वाढून ठेवलं आहे त्याचीही त्याला कल्पना करता आली नाही; दुसरा कोणी सम्राट हे पाचू वापरून एखादा देखणा खंजीर बनवून घेईल; एखाद्या

पर्शियन सम्राटाला भेट म्हणून तो हा खंजीर पाठवेल, आणि तो पर्शियन सम्राट स्वत:चा आणि ती (भेट पाठवणाऱ्या) आपल्या हितचिंतकाचा ऱ्हास घडवून आणेल; का ज्याला भेट पाठवली आहे तो खंजीर मिळण्याआधीच स्वत: मारेकऱ्यांचा बळी ठरेल, आणि तो रत्नजडित खंजीर आपल्या मूळ ठिकाणी कॉन्स्टन्टिनीला परत येईल; आणि थोडा काळ त्याच्या मालकांचं मन प्रसन्न करील; पण शेवटी आपलं पुरेसं कौतुक होत नाही असं वाटून, रागावून त्यांनाही उलथून टाकेल? आणि सरतेशेवटी खंजिराच्या मुठीवर बसवलेले हे पाचू बघण्यासाठी पृथ्वीच्या चारही कोपऱ्यांतले लोक येऊन गर्दी करतील. ही रत्नं आपल्या आश्रयदात्यासाठी सौभाग्य आणणार नाहीत. एवढंच त्याला समजत आणि पटत होतं.

प्रमुख वजीर उदार आहे हे भविष्यवेत्त्याला माहीत होतं, पण तरीही त्याला देण्यात आलेली थैली त्याच्या अंदाजापेक्षा बरीच जड होती. म्हणजे त्यानं आपले ओठ बंद ठेवावेत यासाठीच ही थैली होती तर! तो म्हातारा माणूस निघून गेल्यावरही इब्राहीम पाशा पुन्हापुन्हा विचार करत होता. ''या शापित खड्यांपासून आपली सुटका करून घ्यायचा काहीतरी मार्ग असणारच.

* * *

''महान सत्ताधीश, जेव्हा ते तीन चमकते पाचू त्या जुनाट कातडी, बटव्यातून घरंगळत माझ्या तळव्यावर पडले, तेव्हा खरं सांगतो, माझा श्वासच रोधला गेला.''

लेवनी करत असलेलं वर्णन पराकोटीचं प्रामाणिक होतं.

विचित्र वाटली तरी इब्राहीम पाशाची विनंती अहमद हणनं मान्य केली होती. त्याला लाल बेटातल्या मौल्यवान रत्नांची कहाणी पुन्हा एकदा ऐकायची होती; आणि तीही लेवनीकडूनच म्हणूनच ते खाजगी महालात एकत्र जमले होते.

बेटावर आलेले अनुभव त्याचबरोबर स्वत:च्या प्रतिक्रिया लेवनीनं शक्य तितक्या स्पष्टपणे सांगितल्या. पण प्रमुख वजिराचा यात काय उद्देश असू शकतो याचा तो विचार करत होता; कारण इब्राहीम पाशा अतिशय लक्षपूर्वक त्याचं बोलणं ऐकत होता. नंतर वजिराची पाळी होती : पाशाला भविष्यवेत्त्याचं भविष्यकथन सांगणं कठीण जात होतं.

मुळातच अहमद हणला ही शापित रत्नं आणि सुवर्ण स्वत:च्या खजिन्यात नको होतं. पण जिज्ञासेचा विजय झाला; आणि त्यानं पुन्हा एकदा ते न्याहाळलं. सम्राज्ञी इरिनची प्रतिमा सुवर्णमुद्रांच्या दोन्ही बाजूंना होती : हे काहीतरी वेगळंच

होतं. सम्राज्ञी इरिनच्या असाधारण ठरण्याच्या इच्छेचं ते पराकोटीचं रूप होतं. दोन्ही बाजूंना तिचं साधं-सोपं आणि शक्तिशाली पद लिहिलं होतं : इरिन बसिलिसा. ओली सुकी करण्यासाठी कोणीही वापरू शकणार नाही अशा नाण्यातून इरिन बघत होती. तिच्या चेहऱ्याच्या दोन्ही बाजूंना मोत्यांच्या माळा होत्या. कशिदा काढलेले पट्टेरी अंगरखे घालून हातात राजदंड घेतलेली इरिन शेवटी एकदाची समाधान पावल्यासारखी नऊशे वर्षांआडून बघत होती. तिचा मुकुट त्या पाचू आणि माणकांनी सहज सजवला जाऊ शकला असता.

सुवर्णमुद्रांचं काय करायचं ते सम्राटानं लगेचच ठरवलं. त्यांना वितळवून तो ते पैसे सार्वजनिक मुदपाकखान्यांना देणार होता. अशा तऱ्हेनं सोनं धर्मादाय कामांसाठी वापरण्यात येईल. त्यामुळे त्या दुष्ट राणीची दुर्दैवी प्रतिमा नष्ट होईल. खड्यांबद्दल निर्णय घेणं मात्र जास्त कठीण होतं.

ही रत्नं सत्तालोभाची प्रतीकं बनून शतकानुशतके एकाकडून दुसऱ्याकडे गेली; आणि त्यांच्या मालकांसाठी त्यांनी दुर्दैवच आणलं. पण मुळात हे बायझंटिअममध्ये आले तरी कुठून? त्यांच्या शापापासून स्वत:ला वाचवण्याचा कुठलाच मार्ग नाही का? सम्राट, त्याचा जावई आणि साथीदार हे इतके गंभीर झाले होते की, जणू काही ते एखाद्या शासकीय बाबीवर विचार करत होते.

''हे नक्की की इरिन नावाच्या स्त्रीची संपत्ती काहीही शुभ घडवणार नाही. इब्राहीम पाशानं सुचवलेला मार्ग खरोखर अभिनव होता. मान तुकवावी अशीच ही कल्पना आहे. असं लेवनीलासुद्धा वाटलं. कायमचं वैर असणाऱ्या प्रदेशाच्या राजाला ही रत्नं भेट म्हणून पाठवावी; आणि तशी वेळ येईपर्यंत ही रत्नं जवळ बाळगावी ही कल्पना मुख्य वजिरानं सम्राटाला पटवून दिली. पर्शियाच्या राजासाठी एक खंजीर बनवण्याची आज्ञा सम्राट देईल; आणि त्या खंजिराच्या मुठीला हे तीन पाचू बसवले जातील. हा खंजीर पाठवायचा योग्य प्रसंग येईल; तेवढा वेळ वाट पाहावी आणि हे खडे धारण करण्यासाठी खंजीर हीच वस्तू योग्य ठरते.

आपल्याला ही कल्पना कुठून सुचली हे इब्राहीम पाशानं सांगून टाकलं असतं; (पण) वरवर तरी त्यानं भविष्यवेत्त्यावर विश्वास ठेवला नव्हता. प्रत्यक्षात मात्र त्याचा शब्दनूशब्द त्यानं खरा मानला होता. असा खंजीर बनवेल तो भावी सम्राटच; आपण किंवा आपला सम्राट नाही हे त्याला माहीत असणार.

एखाद्या नि:स्वार्थी सेवकाला साजेशी नम्रता दाखवत इब्राहीम पाशानं आपला प्रस्ताव पूर्ण केला.

''जर सम्राटांनी उदार होऊन ही माणक आपल्या सेवकाकडे, माझ्याकडे सुपूर्द

केली तर या रत्नांच्यात फारकत होईल आणि त्यांच्या शापापासून सुटकाही होईल. आपल्याला त्रास होऊ नये म्हणून मी, आपला सेवक, हा धोका पत्करायला तयार आहे!''

पण सुलतान अहमदच्या डोक्यात वेगळीच कल्पना होती. ती रत्नं एकमेकांपासून वेगळी करणं हीच योग्य कृती ठरेल असं त्यालाही वाटत होतं; पण ही माणकं आपल्या जावयाला द्यायचं त्याच्या मनात नव्हतं. ती माणकं वापरून एक शिरपेच (अ‍ॅग्रेट) तयार करून तो त्याचा आत्मा भारून ऐकणारी व्यक्ती यायची वाट पाहणार होता.

ग्रंथालय

एंदरून आगांचं नवं क्षितिज

शाही प्रासादाच्या तिसऱ्या अंगणात असलेल्या एन्देरून नावाच्या अंर्तप्रासादात सम्राटाच्या फक्त अतिजवळच्या लोकांनाच प्रवेश होता. तलाव सभागृह पाडून त्याच्या पायावर ऐश्वर्यशाली श्रोतृगृहाशी स्पर्धा करणारी नवी इमारत त्याच्या मागेच पूर्णपणे नव्या उद्देशासाठी बांधणं हे काम साधंसुधं खचीतच नव्हतं. अनेक घडामोडींनी भरलेल्या १७१९ या सालातल्या अनेक नव्या आविष्कारातला एक आविष्कार 'ग्रंथालय' हा होता.

हे खरं की पुस्तकांना नेहमीच खूप महत्त्व दिलं जाई. अनेक मौल्यवान ग्रंथ सम्राटांच्या मालकीचे होते. त्यांचं खजिन्यांमध्ये नीट जतन केलं जाई; पण तरीही एक संपूर्ण इमारत पुस्तकांसाठी राखून ठेवायचा विचार तोपर्यंत कोणी केला नव्हता. आणि आता एन्देरूनच्या अधिकाऱ्यांनी पुस्तकं वाचावीत म्हणून अहमद हण केवळ पुस्तकांच्या इमारतीवर अवाढव्य खर्च करत होता. राजाच्या नवनव्या कल्पनांचा प्रशंसक आणि जीवनातल्या सुंदर गोष्टींचा आनंद काव्यात वर्णन करणारा कवी नेदिम याच्यावर या ग्रंथालयाच्या संग्राहकाची जबाबदारी सोपवण्यात येणार अशी चर्चा होती. कपाटं धर्मविषयक पुस्तकांनी, तसंच शास्त्र, साहित्य, औषधी आणि इतिहास याविषयीच्या पुस्तकांनी भरली होती. एन्देरून आगांना स्वप्नांचा अन्वयार्थ लावणाऱ्या पुस्तकात खास रस असल्याची चर्चा होती. तो अमूल्य ठेवा, साधी आणि चित्रांकित हस्तलिखितं यांचं आर्द्रतेपासून

रक्षण करण्यासाठी प्रमुख वास्तुशिल्पीनं इमारत एका अर्धतळघरावर उभारली होती. त्या इमारतीत भपका नसलेलं पुरातन वैभव आणि त्याच्या स्वत:च्या काळातला आनंदी बेदरकारपणा यांचं मिश्रण होतं.

पुढच्या भागात दोन जिन्यांच्यामध्ये असलेल्या जलपानाच्या कारंजाला तोटीवर बदामी आकाराची वर्खाची फिरकी होती, आणि दोन्ही बाजूंना वळणदार ट्यूलिप्स कोरलेले होते. ग्रंथालयाप्रमाणे हे कारंजही डोळ्यांना सुखावणारं आणि आकर्षक होतं. जिन्यांच्या मागे असलेल्या चौकात सडसडीत खांबांनी तोललेल्या कमानींचं भव्य प्रवेशद्वार होतं ज्यातून सम्राटाच्या कृपादृष्टीचा इच्छुक याचक मुख्य दिवाणखान्यात प्रवेश करू शकेल. या वास्तुशिल्पावर सम्राट अतिशय खूश झाला; आणि त्याच्या प्रसन्नतेची पावती भरघोस बक्षिसाच्या रूपात रचनाकाराला मिळाली.

* * *

पुढल्या चौकातला जिना चढून ग्रंथालयात आलेल्या लेवनीचं उबदार प्रकाशानं स्वागत केलं. या नव्या रचनेबद्दलचं त्याचं प्रामाणिक मत सम्राटाला हवं होतं. म्हणून नीट पाहणी करण्यासाठी कोणालाही बरोबर न घेता तो आला होता.

रंग आणि वर्ख लावलेलं घुमटाकार छत जणू ग्रंथालयात सामावलेल्या समृद्ध जगाचं प्रतिबिंब होतं. आडव्या ओळींत मांडलेल्या पुष्पदाण्यांमधली रंगीबेरंगी फुलं, विशेषत: ट्यूलिप्स सदैव ताजी टवटवीत दिसत होती. मध्यवर्ती खोलीच्या तिन्ही बाजूंना असलेल्या पडव्यांच्या आतल्या भिंतीच्या खिडक्यांतून वाचणाऱ्यांवर झिरपणारा दिवसाचा प्रकाश तळपता नसून सौम्य होता.

जमिनीवरच्या सोनेरी षट्कोनी फरशांपासून ते चमकत्या दगडांच्या खांबातल्या रेघांपर्यंत, भिंतींच्या (टाइल्स) फरशीवरल्या निळ्या पांढऱ्या रचनांच्या गुंगवणाऱ्या पुनरावृत्तीपासून चंदेरी पडद्यापर्यंत आणि भिंतीतल्या कपाटांवरच्या मौल्यवान शिंपल्यांपर्यंत सर्वत्र खाशी शांती पसरली होती. दोनशे वर्षांपूर्वी जेव्हा ओटमनची सत्ता कळसाला पोहोचली होती, तेव्हा निर्मिलेल्या या अप्रतिम टाइल्सनी इतर सम्राटांच्या प्रासादांची शोभा वाढवली होती. जेव्हा हे प्रासाद काळापुढे झुकले, तेव्हा पुनर्वापरासाठी या मौल्यवान टाइल्स तिथून काळजीपूर्वक काढल्या गेल्या; आणि आता इथे एका नव्याच सम्राटाच्या अभिमानाचा विषय बनल्या. त्याला आपण निर्मिलेल्या कृतीचा गर्व होता.

जिवंत प्राण्यांच्या चित्रांत प्राण फुंकणारी त्यांना चिरंतन आयुष्य बहाल करणारी चित्रं काढून लेवनीचं समाधान झालं नव्हतं. आता तो निर्जीव वस्तू

सचेतन असल्यासारखी चित्रं काढू लागला होता. ही गोष्ट कळली, तर काही लोकांना किती अपमानित वाटेल हा विचार लेवनीच्या मनात येई. कल्पनेच्या ऐश्वर्याची त्याला कदर होती; आणि उघड दिसणाऱ्या गोष्टींपलीकडे कसलीही कल्पना न करू शकणाऱ्यांची त्याला कीव येई. सगळे तुकडे योग्य जागेवर बसवले की भिंतीवरच्या टाइल्स त्याच्यासाठी जणू डोकं, हात, पाय असलेला एखादा मनोहर प्राणी होत. सगळी पानं चिकटवून एकत्र शिवली की जसं पुस्तक जन्म घेतं; किंवा एखाद्या महालाला भिंती, छत, दरवाजांबरोबर पडदे आणि गालिचे सचेतन होण्यासाठी लागतात.

घुमटाच्या मध्यभागी असलेल्या झुंबराच्या बाबतीत काहीच साधंसुधं नव्हतं. उघडउघड, बिनदिक्कतपणे भपकेदार असलेलं हे झुंबर माळ्यांच्या दलाधिकाऱ्याची निर्मिती होती. ग्रंथालयाला समृद्धी देणाऱ्या सत्ताधीशाच्या औदार्यानं तो इतका दिपला होता की, त्यानं कागदी कलाकृतींमधलं आपलं सर्व कौशल्य पणाला लावलं होतं. निर्मात्याच्या हृदयातल्या आनंदासारखा प्रकाश पसरवत हे झुंबर तिथे शेकडो वर्षं टांगण्यासाठी सम्राटाला भेट देण्यात आलं होतं. या प्रतिभावंत रक्षकाला सम्राटानं कृतज्ञतेनं पंधरा कुरूश भेट दिले होते.

''या ग्रंथालयात असे विचार माझ्या मनात येतात हा योगायोग असेल का?'' लेवनी विचार करत होता. अलभ्य आनंद सगळ्यांत जास्त चमकतो; त्याप्रमाणे काही गूढ न उकलण्यातच कदाचित शहाणपण असावं.

लेवनी विचार करत होता. पुस्तकात कोंडलेल्या आकृत्या सजीव होतात. हजारो वर्षांपूर्वीच्या कहाण्यांना ही खोली उजाळा देते. त्या एकमेकींना सांगतात, किंवा कल्पक श्रोत्यांना उद्देशून बोलतात. अशाच त्याच्या कृती, त्यानं निर्मिलेल्या आकृत्या जिवंत राहतील अशी चित्रकाराला आशा वाटली.

अहमद हणलाही त्याचं काम त्याच्यानंतरही मागे उरायला हवं होतं. ग्रंथालयाच्या इमारतीनं त्याला प्रसन्न केलं होतं. प्रत्येक गोष्ट काळजीपूर्वक निवडून अचूक वापरली गेली होती. ते ठिकाण, त्याचं आकारमान, सामान आणि सजावट... सारं काही चोख होतं इमारतीचा पाया सोन्याच्या कुदळीनं खोदणं योग्यच होतं; कारण ती कुदळ त्याचा पूर्वज पहिला सुलतान अहमद यानं त्या वैभवशाली मशिदीच्या पायाखणी समारंभाला वापरली होती. भव्य मशिदींना अलंकृत करण्यात आपण आपल्या पूर्वजाला मागे टाकू शकत नाही हे बहुधा तिसऱ्या सुलतान अहमदला कळून चुकलं असावं. देखणी कारंजी आणि भव्य ग्रंथालय ही त्याचं अंतरंग जास्त चांगल्या तऱ्हेनं परावर्तित करत होती. आणि त्याचं नाव अमर होण्यासाठीही तीच योग्य साधनं होती.

इब्राहीम आणि अहमद

कोबी आणि भेंड्या

"माझे वजीर,

मी तुम्हांला कालपासून पाहिलं नाही; तुमच्याशिवाय कसली गंमत? मी एन्देरून आगांना जिरिट खेळांची आज्ञा दिली आहे; तेव्हा या, म्हणजे आपल्याला खेळ एकत्र पाहता येईल. अल्ला आपल्याला एकमेकांपासून कधीही दूर न करो. जर माझी मुलगी राजी असेल, तर तिलाही पाठवा..."

आपल्या जावयाबरोबर खेळाचा सामना पाहायला सज्ज झालेल्या, आणि आपल्या मुलीला भेटायची इच्छा असलेल्या एका पित्याचं आणि सम्राटाचंही हे पत्र त्यानं मनापासून लिहिलं आहे. जावयासारखीच सम्राटालाही खेळांची आवड होती. जिरिटचा खेळ आणि बंदुकीची नेमबाजी पाहणं त्याला विशेष आवडे.

सामना सुरू व्हायच्या वेळी गुलहेन चौकाभिमुख असलेल्या सिंहासनावरच्या मऊ गादीवर सुलतान अहमद बसला. शाही बागेतलं ते संगमरवरी सिंहासन स्वत: उत्तम घोडेस्वार आणि नेमबाज असलेल्या चौथ्या सुलतान मुरादचं होतं. सिंहासनाच्या शेजारी पण त्यापेक्षा कमी उंचीच्या आसनावर इब्राहीम पाशा बसला होता. लेवनी इतर प्रधान आणि अधिकाऱ्यांच्याबरोबर सम्राटाच्या मागे उभा होता.

'भेंड्या' संघाच्या लाल रंगाच्या पोशाखातले एन्देरून आगा प्रथम क्रीडाक्षेत्रात येऊन उभे राहिले. त्यांच्या पाठोपाठ जनानखान्याचे काळे हिजडे आगा 'कोबी' संघाच्या हिरव्या मखमली पोशाखात आले. सम्राटाचं निश्चितपणे मोठं असलेलं बक्षीस जिंकायचंच असा निश्चय करूनच दोन्हीही संघ उतरले होते. राजाची 'भेंड्या' संघाला असलेली पसंती सर्वज्ञातच होती; त्यामागे साथीदाराचा राजावरचा प्रभाव हे कारण असेल का? प्रमुख वजिरानं मात्र या वेळी अनपेक्षितपणे सम्राटाच्या संघाऐवजी 'कोबी' संघाला पाठिंबा दिला.

या दोन संघांतली चढाओढ तीनशे वर्षं जुनी, म्हणजे चेलेबी सुलतान महमदच्या काळापासून चालत आलेली होती. सुलतानानं अमास्या आणि मर्झिफॉन यांच्यामधल्या मैदानात एक अतिशय काटेकोर घोडदळ पाठशाळा (प्रशिक्षण केंद्र) स्थापन केली होती. अमास्याची भेंडी प्रसिद्ध होती तर मर्झिफॉनचा कोबी. घोडेस्वारी त्याचप्रमाणे रुंद पात्याची व नेहमीची तलवारबाजी यांत निपुण असलेल्या एखाद्या घोडदळ नेत्याच्या मार्गदर्शनाखाली कोणत्याही संघाच्या नव्या उमेदवाराला शिकावं लागत असे. सगळ्यांत कठीण चाचणी होती

ती तीस तारांभोवती गुंडाळलेला. ओल्या स्नोफेल्टचा तागा कापण्याची. आधी मंदगतीनं येणारा तलवार बहाद्दर अचानक घोडदौड सुरू करून एका झटक्यात त्या गुंडाळीला कापून काढत असे.

प्रेक्षकांचं लक्ष मैदानावर एकवटलं होतं. घोडदळानं प्रथम सैनिकी वाद्यवृंदाच्या तालावर फेरी मारली. त्यांच्या घोड्यांचे अलंकार उठून दिसत होते. ही आव्हानाची वेळ होती. दोन्ही संघांनी काठ्या मैदानावर टाकायला सुरुवात केली, तेव्हा खेळाला खरी सुरुवात झाली. कोणी संघातले जनानखान्याचे आगा एखाद्या काळ्या ढगाप्रमाणे चपळ होते. त्यांच्याकडे फेकलेल्या काठ्या ते कुशलतेनं चुकवत होते. अश्वारोहणातलं त्यांचं नैपुण्य खरोखर थक्क करणारं होतं. 'भेंडी' संघाचे गोरे आगासुद्धा त्यांच्या लाल रंगाच्या पोशाखातून उसळणाऱ्या त्वेषानं बचाव करत ओरडत होते! ''एऽऽ तू काळुंद्र्या आगा!'' प्रतिपक्षाला चौथाई देऊन खेळ उत्तरोत्तर रंगला. एकाही संघाचा जखमी खेळाडू थांबला नाही. इजा झालेले खेळाडूसुद्धा खेळतच राहिले. शेवटी पंचांनी असा निर्णय दिला की, भेंड्यांपेक्षा कोबी संघानं आपल्या प्रतिपक्षाला जास्त वेळा मारल्यामुळे कोबी संघाचा विजय झाला आहे.

जरी त्याचा संघ हरला असला, तरी खेळ चांगला रंगल्यामुळे अहमद हण खूश झाला. दोन्ही संघांना वाटलेल्या सुवर्णमुद्रांच्या बटव्यांची संख्याच त्याच्या प्रसन्नतेची ग्वाही देत होती.

इब्राहीम

हातातही आणि पोटातही

मध्य अनातोलिआच्या उर्गुप जिल्ह्यात असलेल्या मुश्करा खेड्यातली विचित्र भूगर्भशास्त्रीय रचना प्रसिद्ध होती. १८ व्या शतकाच्या पूर्वार्धापर्यंत ते खेडं म्हणजे एक साधीशी वस्तीच होती. सत्तावीस वर्षांच्या एका तरुण माणसानं आपलं हे जन्मगाव सोडलं आणि आनंद सिंहासनाच्या इथे आपलं नशीब अजमावलं. दरबारातली (राजपरिवारातली) त्याची कारकिर्द हलवाई म्हणून सुरू झाली. रक्षक, कारकून अशी बढती होतहोत लवकरच तो युवराज अहमदचा सेवक या उच्च पदाला पोहोचला.

आपल्या जन्मगावाला साक्षात आनंदनगरीसारखं करण्याची प्रमुख वजीर आणि जावई इब्राहीम पाशाची इच्छा पूर्ण होण्याची वेळ आली. त्यानं मुश्करा गाव जवळजवळ नव्यानं उभं केलं. दोन मशिदी, एक मदरसा, सार्वजनिक मुदपाकखाना, शाळा, ग्रंथालय, स्नानगृह, कारवासराई त्याचप्रमाणे अनेक कारंजी आणि दुकानं बांधण्यात आली. या सगळ्या नवीन बांधकामांमुळे नव्यानं विस्तारलेल्या या शहराचं नाव झालं नव–शेहिर–नवंनगर.

आयुष्याचा एकही क्षण कमी त्रास भोगयला इब्राहीम पाशा तयार नसायचा. त्याच्या यादीत सम्राटाला प्रसन्न ठेवणं आणि त्याचं रात्रंदिवस मनोरंजन करणं याला अग्रस्थान होतं यात जराही शंका नाही; पण त्यानं याहूनही बरंच काही केलं. असा दिवस जात नसेल ज्या दिवशी त्यानं राज्यशकट हाकायची नवी, सुधारित पद्धत सुरू केली नाही. हे करण्यासाठी सुलतान अहमदच्या पाठिंब्याची गरज होती हे वादातीत आहे; पण या सगळ्या कल्पनांचा जनक होता तो प्रमुख वजीर.

''थोर सम्राट लिआंडर मनोऱ्याजवळून खूप जहाजं जातात, त्यांना प्रकाशाची गरज आहे. जर आपली तशी इच्छा असेल, तर आपण त्या जागी मशालीची व्यवस्था करू शकतो.''

''हे तर फारच योग्य ठरेल; माझे प्रमुख वजीर, या गोष्टीला किती खर्च येईल ते काढा!''

''माझे उच्चकुलीन सम्राट, आपल्या या सेवकानं आधीच कच्चा हिशेब करवून घेतला आहे; पण आत्ता मी अंदाजे सांगू शकतो की, आपल्याला रोज रात्री अकरा पौंड ऑलिव्ह तेल वापरायला लागेल.''

''मग तसं करा!''

* * *

जावई इब्राहीम पाशाची कामं दूरगामी आणि दूरवर पसरणारी ठरली. ती खूप जणांना आवडली, तसेच त्यामुळे खूप जण अस्वस्थ झाले. चलनाची किंमत वाढावी म्हणून वापरातल्या नाण्यांमधल्या चांदीचं प्रमाण नियमित करणं, एक शाळा, ग्रंथालय आणि शेहझादबश इथलं स्वत:चं कबरस्तान अर्पण करणं, जेरुसलेम इथल्या मशीद अल अकसाची दुरुस्ती, आत्मघातकी दलं अशी नावं असलेली सैन्यातली निरुपयोगी दलं काढून टाकणं, शस्त्रांचा नवीन कारखाना उभारण्यासाठी कर वाढवणं, आणि आनंदनगरीत इतर कितीतरी सार्वजनिक इमारती उभारणं... अशा कित्येक सुधारणा.

इब्राहीम आणि लेवनी

छुपी / गुप्त स्पर्धा

सम्राटाला ज्यांचा सहवास आवडायचा अशा लोकांना कंदील उत्सव आणि काथेन मेजवान्यांना आमंत्रित करणं इब्राहीम पाशाला भागच होतं. तशी जणू आवश्यक अटच होती. त्यामुळे इब्राहीम पाशाला आवडो अथवा न आवडो पण या समारंभांना साहजिकच लेवनी उपस्थित असे.

प्रमुख वजिराला लेवनीची कला आवडायची; त्याची लेवनीच्या वागणुकीबद्दलही काही तक्रार नव्हती. सर्व पाशांत सर्वांत सामर्थ्यशाली असलेल्या त्या पाशाला खटकायचं ते सम्राटाचं लेवनीवरचं विलक्षण प्रेम – खरं तर सम्राटाला लेवनीबद्दल असलेला एक प्रकारचा आदर. आपण दोघं सम्राटाचं लक्ष वेधून घेण्यासाठी तारेवरची कसरत करणारे डोंबारी आहोत, असंच त्याच्या मनात येई. त्याला आणखी हेही समजत होतं की, तो स्वत: पुढे जातोय का मागे पडतोय याची लेवनीला जराही पर्वा नव्हती. त्याच्या अगदी उलट असलेल्या या औद्धत्याचा त्या थोर सम्राटाच्या जावयाला विलक्षण राग यायचा.

फक्त ते दोघंच असायच्या अपवादात्मक प्रसंगी, आपल्या आश्रयदात्याची ते वाट पाहत असताना प्रमुख वजिरानं लेवनीला त्याच्या कुठल्याही परिस्थितीत आनंदी राहण्याचं आणि कुठल्याही परिस्थितीत सम्राटाला शांत करू शकायचं रहस्य विचारलं. तो प्रामाणिकपणे सांगेल अशी अपेक्षाच नसलेल्या पाशाला साथीदाराच्या उत्तराचं आश्चर्य वाटलं.

''आत्ता आपल्याजवळ असलेल्या वरदानाचं मोल कळण्यासाठी, थोर पाशा, आपण जेव्हा या पृथ्वीवर राहणार नाही अशा काल्पनिक भविष्यातून वर्तमानाकडे पाहायला पाहिजे!''

इब्राहीम आणि राजदूत

डोळे दिपवणारं वैभव

डौलदार कोनातल्या आधाराच्या मदतीनं तो किनाऱ्यावरचा प्रासाद समुद्रावर ओठंगून उभा होता. भिंतींचा लाल विटकरी रंग येणाऱ्या प्रत्येक नव्या लाटेबरोबर

समुद्रालाही कमी-अधिक लाल रंग देत होता. आपल्या उच्च पदस्थ पाहुण्याचं स्वागत करण्यासाठी इब्राहीम पाशाला कोप्रुलु कुटुंबाचा बॉस्फरसचं सर्वांत विहंगम दृश्य असलेला पाण्याच्या काठावरचा प्रासाद पसंत पडला होता.

प्रथम प्रमुख वजिराच्या सात-जोडी वल्ह्यांच्या होडीनं तरंगत येऊन नांगर टाकला. पाठोपाठ ऑस्ट्रियन राजदूत वीरमाँड आणि त्याचा कबिला असलेलं प्रचंड जहाजही दाखल झालं. सैनिकी वाद्यवृंदानं दोन्ही आगमनाचं स्वागत केलं. तिथून प्रयाण करण्यापूर्वी पाहुण्यांनी प्रमुख वजिराच्या बेशिकताश राजवाड्याच्या वर्खानं सुशोभित झरोक्यातून बाहेर पडणाऱ्या गोड सुगंधी आणि रंगीत धुराचं अवलोकन करत चांदीच्या पेल्यातल्या सरबताचा आणि रत्नजडित अवगुंठनात विसावलेल्या कपातून कॉफीचा आस्वाद घेतला. या स्वागतानं थक्क झालेला राजदूत भानावर येण्यापूर्वीच ते संगमरवरी कुंड्यांत बोन्साय झाडं हे दुतर्फा संगमरवरी कुंड्यात असलेल्या रंगीत गोट्यांच्या रस्त्यावरून चालत बागेत येऊन विसावले. बागेच्या मागच्या बाजूला असलेल्या रुंद छपरांच्या उंच इमारतींकडे पाहुणा फक्त धावती नजर टाकू शकला; त्यांतली एक जनानखाना असणार, आणि जास्त कुतूहल दाखवणं असभ्य ठरेल हे त्याला माहीत होतं. एखाद्या मिरवणुकीप्रमाणे हळूहळू मार्गक्रमण करत, बंधाऱ्यावरच्या भपकेदार सजावटीविषयी बेपर्वाई दाखवत ते जलदर्शन करणाऱ्या स्वागत कक्षात आले.

अनादोलुहिसरजवळचा अम्जझादे हुसेन पाशा प्रासाद एखाद्या विवाहस्थळासारखा सजवला होता. सरत्या उन्हाळ्याच्या बहराच्या फुलांनी प्रथम पाहुण्यांचं स्वागत केलं. लांब मानेच्या बिलोरी पुष्पदाण्यांत पिकल्या जरदाळूच्या रंगाचे गुलाब, तेजस्वी गुलाबी रंगच्छटांचे दुहेरी कार्नेशन, आणि त्यांच्यामागे सडसडीत जस्मिन ठेवली होती. कापून ठेवलेली खरी फुलं भिंतीवर सजावटीसाठी काढलेल्या फुलांशी स्पर्धा करत होती. भिंतीवरली हायसिंथ आणि ट्यूलिप्स खऱ्या फुलांपेक्षा चैतन्यात कुठेही उणी नव्हती. तो ट्यूलिप्सचा मोसम नव्हताच; त्यामुळे संपूर्ण क्षेत्रावर रंगवलेल्या प्रतिमेचाच प्रभाव होता.

स्वागतकक्षाच्या तीन भिंतींना खिडक्या होत्या. वर्ख लावलेल्या कमानीच्या बरोबर खाली असलेल्या संगमरवरी कारंजाचे तुषार संध्याप्रकाशात स्वत:चं इंद्रधनुष्य तयार करत होते. वीरमाँड थक्क झाला होता.

फुलांचा सुगंध घेत तो चालत आला; आणि निर्देशिलेल्या ठिकाणी बसला. ती सोन्याचा मुलामा दिलेली, सुरेख नक्षीकामाची फ्रँकिश खुर्ची होती. मोठ्या प्रमाणावरच्या आजूबाजूच्या भपक्यानं दिपून न जाण्याचा कितीही प्रयत्न केला, तरी राजदूत त्यामुळे भारावून गेलाच होता. लाल मखमली अभ्र्यावरचे कशिदा

केलेले मोर, मुख्य वजिराचा जांभळ्या आणि पिवळ्या रेशमाचा जरतारी अंगरखा किंवा भिंतीवरल्या हस्तिदंताच्या फोटोफ्रेम्स यावरची नजर तो हटवू शकत नव्हता. तरी त्याच्या डोळ्यांसमोर उलगडणाऱ्या बॉस्फोरसच्या भल्यामोठ्या दृश्याकडे तो काणाडोळा करू शकला होता. त्याला हेही माहीत होतं की जेवण झालं की त्यालाही प्रथेनुसार असाच एखादा अंगरखा भेट म्हणून देण्यात येईल.

त्यांच्यासमोरच्या उंच चांदीच्या थाळ्यावर चांदीच्या अनेक, झाकलेल्या छोट्या वाट्या नोकरांनी जराही घाईगडबड न करता, हलक्या, अदबशीर हालचाली करत मांडल्या. जेवणाच्या सुऱ्यांचं काम हातांनी करायचं असल्यामुळे टेबलावर सुऱ्या नव्हत्या; पण मौल्यवान शिंपल्यांचे, कासवाच्या कवचांचे हात असलेले चमचे आणि वेगळ्याच तऱ्हेचे काटे-चमचे होते. ओटमन प्रदेशात आल्यापासून त्यांचे इतके सत्कार सोहळे झाले होते की राजदूत पदार्थांच्या संख्येनं चकित झाले नाहीत. पण तरीही प्रमुख वजिराचा पाहुणचार हा शाही मेजवानीलाही फिका पाडणारा होता. खरं तर हे प्रचंड संपत्तीचं भपकेदार प्रदर्शनच होतं. त्याचं हे निदान अचूक होतं. खूप प्रयत्न करूनसुद्धा त्या गर्विष्ठ ऑस्ट्रियन माणसाला वाटलेलं आश्चर्य लपवता आलं नाही.

मागच्या बाजूला उभ्या असलेल्या अनुवादकांनी राजदूताची प्रशंसा कळवली तसा मुख्य वजीर इब्राहीम पाशा गुपचूप हळूच हसला. महिन्यापूर्वी शाही प्रासादातल्या प्रस्तुतीकरणाच्या वेळीच राजदूत आश्चर्यानं थक्क झाला होता. श्रोतृसभागृहाचं ऐश्वर्य कल्पनातीत होतं, पण ओटमन सत्ताधीशाच्या उपस्थितीत राजदूताला आसमंत निरखण्याची संधी मिळणं शक्य नव्हतं. तो ओटमन दरबाराच्या सेवकांचा पगाराचा दिवस होता. छाप पाडणारी शेकडो दलं आपल्या कष्टाचा पगार घेण्यासाठी ओळी करून पूर्ण स्तब्धतेत उभी होती. नंतर ते खास शाही मुदपाकखान्यात तयार केलेल्या पुलाव, कोंबडी आणि केशरी पुडिंगवर तुटून पडले ते खरोखर अविस्मरणीय दृश्य होतं. त्यानंतर काही दिवसांनी शेकर बैराम इद अल अदाच्या नियमानुसार प्रसंगी एक शिष्टाचाराची कवायत झाली जेव्हा सुलतान आणि त्याच्या लवाजम्यानं निळ्या मशिदीत जाऊन खास सुट्टीची प्रार्थना केली. ही कवायत थक्क करणारी होती. हिपोड्रोमच्या एका बाजूला असलेल्या मंडपातून राजदूत बघत होता. सम्राटाच्या घोड्याचं पाचू आणि हिरे जडवलेले खोगीर सकाळच्या सूर्याशी स्पर्धा करत चमकत होतं; अंगावरच्या जवाहिराचं अवजड वजन पेलूनही स्वत: सम्राट ताठ बसला होता. कुंचल्यांच्या अेग्रेट्सचं (शिरपेचाचं) उंच शिरस्त्राण घातलेल्या आणि कुऱ्हाडी घेतलेल्या रक्षकांचं दर्शन दुरूनही थरकाप उडवत होतं. शेवटी आयुष्य म्हणजे तरी काय, एखादा देखावाच असतो की!

इब्राहीम पाशानं आपलं लक्ष पुन्हा वर्तमानात वळवलं. प्रासादाच्या स्वागतकक्षात आता पीळदार शरीराचे तीन नर्तक प्रवेशद्वाराशी असलेल्या ढोलकी आणि तंतुवाद्याच्या संगीतावर झुलत होते. स्त्रियांसारखे दिसायला खूप काळजीपूर्वक सजवलेले हे पुरुष समाधी अवस्थेच्या काठावर असल्यासारखे नाचत होते. राजदूत आणि त्याचा लवाजमा अधिकाधिक कोड्यात पडत होता. ते जे काही बघत होते, ते त्यांच्या स्मरणात आयुष्यभर राहणार यात काहीच संशय नव्हता. सूर्यप्रकाश मावळू लागून आकाश काळवंडलं तसा देखावा समुद्राकडे सरकला. राजदूतानं बघितलं की, समुद्रावर ओठंगलेला स्वागतकक्ष आता जहाजांवरच्या कंदिलांनी वेढला आहे. या प्रकाशस्रोतांना खिळवून टाकणारी हलत्या, काळोख्या समुद्राची पार्श्वभूमी लाभली होती. इमारतीच्या आत कुठेही प्रकाश नव्हताच हे त्याच्या लक्षात आलं. परिणामत: निष्पाप आगीनं झळाळून उठलेल्या समुद्रात एका तराफ्यावर तरंगत असल्याचा भास होत होता. मुख्य वजिराच्या कलाप्रतिभेनं दिपून जाऊन राजदूतानं मुख्य वजिराकडे वळून पाहिलं.

समारंभाच्या शेवटी मानाच्या पाहुण्यांना अंगरख्याची भेट देण्यात आली. सोनेरी सायप्रसेसभोवती फेर धरलेल्या गुलाब, हायसिंथ आणि ट्यूलिप्समुळे तो अंगरखा एखाद्या रेशमी पुष्पोद्यानासारखा दिसत होता. सूर्य क्षितिजाआड जाताना पसरणाऱ्या अजोड गुलाबी रंगाचं ते कापड होतं. अनुवादकानं सांगितलं की ह्या रंगाला ओटोमनमध्ये ‘गुलगुनी’ म्हणजे गुलाबकलिका असं म्हणतात. अंगरख्याचं अस्तर क्रोशिया इथल्या केसाळ कातड्याचं होतं.

ऑस्ट्रियन राजदूताची कामगिरी आपल्या सम्राटाच्या हितेच्छा पोहोचत्या करण्याची होती; तो परत जाताना सुलतानाची शुभेच्छा घेऊन तर गेलाच; शिवाय त्याच्या कल्पनेतही न सामावणाऱ्या परीकथेच्या आठवणीही त्यानं बरोबर नेल्या.

सुंता उत्सव

असा उत्सव कधीच झाला नव्हता. इतक्या जणांना अशी मजा कधीच वाटली नव्हती.

‘‘महाराज आपल्या आज्ञेप्रमाणे विविध ठिकाणांहून सामान आणण्यासाठी माणसं रवाना झाली आहेत. इझमितहून दहा हजार लाकडी जेवणथाळ्या, टेकफूर

डोंगरावरून, इनेजिक आणि हुदवेंडिगर जिल्ह्यातून एक हजार बदकं, आठ हजार कोंबड्या, दोन हजार टर्की, तीन हजार स्प्रिंग चिकन आणि दोन हजार कबुतरं पैदा करण्यात आली आहेत.''

''हलील एफेंदी, छानच काम केलंस! तुझ्या कष्टांचं फळ तुला मिळेलच. हेपण लक्षात ठेव की या उत्सवासाठी संगीत आणि नृत्यक्षेत्रातील केवळ सर्वोत्तम आणि सर्वश्रेष्ठच हवं आहे.''

''माझे नशीबवान पाशा, मुख्य गायक नाकाड्या हसन चेलेबीनं ऐंशी गायक आणि वादक जमवलेच आहेत, जे लवकरच सुरुवात करतील. अनेक जिप्सी नर्तकांना सोनेरी धाग्यांचे पोशाख देण्यात आले आहेत, आणि सर्व भागांतल्या डोंबाऱ्यांना तयार ठेवलं आहे.''

''हलील एफेंदी, उत्सव काळात सार्वजनिक व्यवस्था सांभाळायची खास काळजी घ्या.''

''सार्वजनिक व्यवस्थेच्या अधिकाऱ्यांना प्रशिक्षण देऊन तयार ठेवलं आहे. काही गोंधळ झाला, तर विदुषकी धनगरांच्या पोशाखातली दलं विनोदी चेहरे करून वातावरण निवळवतील. दंगलखोरांवर ते त्यांच्याजवळच्या पिशव्यांतलं पाणीही ओततील. जर एखादं भांडण उद्भवलंच, तर या उपायानं ते प्रेक्षकांना कोणतीही इजा न होता सौम्यपणानं मिटेल, याविषयी निश्चित राहावं महाराज.''

इस्तंबूलच्या इतिहासात १७२० चा सप्टेंबर हा अत्यंत आनंदाचा आणि उत्साहाचा म्हणून नोंदला जाईल.

सुलतानाचे चार मुलगे : दहा वर्षीय सुलेमान, तीन वर्षांचे महमद आणि मुस्तफा हे दोघे; आणि दोन वर्षांचा बैझिद यांच्या सुंतेच्या सोहळ्याच्या तयारीची सर्व जबाबदारी प्रामाणिकपणा आणि कार्यक्षमता याबद्दल दूरवर ख्याती असलेल्या मुदपाकखान्यातला अधिकारी हलील एफेंदीवर सोपवण्यात आली होती. तो हे सर्व सांगत होता कारण उत्सव यशस्वी होण्यासाठी प्रत्येक बाब आपल्या कानांवर घालण्यात यावी, अशी मुख्य वजिराची हुकूमवजा इच्छा होती.

इब्राहीम पाशाच्या स्वत:च्या मुलाची-सुलतानाच्या नातवाची-सुंताही युवराजांच्या बरोबरच होणार होती. आजपर्यंत एकाही वजिराला हा मान मिळाला नसल्यामुळे खळबळ उडाली होती. जानिसरींच्या कमांडरचा मुलगाही राजघराण्यातल्या मुलांबरोबर असणार होता. या वेळी पाच हजार गरीब मुलांची सुंता करण्याचं धर्मादाय कृत्य करणंही प्रसंगोचित होतं. या कामासाठी नेमले गेलेले दीडशे शल्यतज्ज्ञ प्रमुख शल्यतज्ज्ञाच्या देखरेखीखाली काम करणार होते. आमंत्रण

आल्यावर लगेच आपल्याला या थोर संस्थानाकडून मिळालेल्या चांगल्या गोष्टींबद्दलची कृतज्ञता कोणती भेट नीटपणे व्यक्त करील याचा खानदानी लोक, वजीर आणि साम्राज्याचे गव्हर्नर खोलात जाऊन विचार करू लागले. हे खरं की सुलतान अहमदनं सुंताप्रसंगी रिवाजाप्रमाणे द्यायच्या भेटवस्तूंची यादी काढून टाकली होती; आणि भेटवस्तू कोणती, किती आणि काय किमतीची हे देणाऱ्याच्या अभिरूची आणि आर्थिक क्षमतेवर सोडलं होतं, पण त्यामुळेच हे जास्त मोठं आव्हान झालं होतं. या ड्यूक आणि सेनापतींनी अशी कोणती भेटवस्तू निवडावी ज्यायोगे त्यांची आपल्या आश्रयदात्याप्रति असलेली निष्ठा व्यक्त होईल, पण त्यांच्या संपत्तीचं संकटात पाडणारं प्रदर्शनही होणार नाही; आणि तरीही इतरांना ती चकित करून सोडेल?

* * *

हा उत्सव ओकमेडन अणि सुवर्णशृंग इथे होणार होता. संघटनेच्या मिरवणुकीत प्रत्येक व्यावसायिक भाग घेऊन आपली सर्वोत्तम वस्ततू किंवा कौशल्य सम्राट आणि पाहुण्यांसमोर दाखवेल आणि भेटवस्तू नजर करेल... डोंबारी कुस्तीगीर आणि नर्तक यांचे कुशल वादकांच्या साथीनं सादर केलेले श्वास रोखून धरायला लावणारे कार्यक्रम, सर्व प्रकारचं दारूकाम, उदार हस्ते दिलेले अन्नपदार्थ आणि पेयं यांमुळे समारंभाचं ऐश्वर्य वृद्धिंगत होईल.

राजदूतांच्या दलांना त्याचप्रमाणे शहराच्या नागरिकांनाही आमंत्रण होतं. प्रत्यक्ष तो शुभप्रसंग साजरा करण्यासाठी जसं सोहळ्याचं वैभवी आयोजन होतं तसंच ते ओटमन साम्राज्याच्या एकीचेही प्रदर्शन होतं; ते प्रजाजनांसाठी होतं, त्याचप्रमाणे हजर असणाऱ्या परदेशाच्या प्रतिनिधींसाठी तो राज्याच्या सामर्थ्याची चुणूक दाखवणारा देखावा होता.

ओकमेडनमध्ये सम्राटाचा शामियाना उभारला जात असताना दहा बकऱ्यांचे; आणि प्रमुख वजिराच्यासाठी सात बकऱ्यांचे बळी दिले गेले. इब्राहीम पाशाचं औदार्य सगळ्यांचं डोळे दिपवतच राहिलं.

दरबाराचे अधिकारी मुदपाकखाना, शल्यक्रियातज्ज्ञ आणि पाहुणे या सगळ्यांना आकाशी रंगाचे तंबू दिले गेले. छोटे, तपकिरी तंबू प्रसाधनगृह म्हणून होतं. राजप्रासादातील न्यायमिनाराच्या धर्तीवर उभारलेल्या सुलतानाच्या खाजगी विभागातून सर्व दृश्य दिसत होते. सकाळ, दुपार आणि सम्राट यांचं स्वागत

करण्यासाठी चौकामध्ये तीस तोफा ठेवण्यात आल्या होत्या. जणू संपूर्ण शाही दरबार या ठिकाणी आणून बसवण्यात आला होता.

* * *

शामियान्याच्या रेशमी, जरतारी, झालरींखाली उंच पाठीच्या सोन्याच्या सिंहासनावर बसलेला सुलतान अहमद स्वत:च्या आयुष्यावर खूश दिसत होता. त्याच्या फेट्यावरच्या मोठ्या ट्यूलिपकळीच्या आकाराच्या हिऱ्यांच्या शिरपेचानं जणू संपूर्ण दिवसाचा प्रकाश हस्तगत केला होता. त्याच्या एका बाजूला त्याचा प्रमुख वजीर तर दुसऱ्या बाजूला त्याचे राजपुत्र उभे होते. सर्व मुलांनी सोन्याच्या बक्कल असलेले केसाळ कातडीच्या अस्तराचे चंदेरी अंगरखे घातले होते. आपापल्या दर्जाप्रमाणे राजप्रासादातले अधिकारी सम्राटाच्या मागे त्याची सावली असल्यासारखे उभे होते. त्याचे रक्षण करता यावे, त्याचप्रमाणे त्याची छोटीशी इच्छाही ताबडतोब पूर्ण करता यावी यासाठी अशी रचना होती.

ट्यूलिप चित्रांच्या गालिच्यावरून सम्राटासमोर नेण्यात येणारे लोक एका ओळीत प्रासाद अधिकाऱ्यांच्यामधून चालत होते; आणि सम्राटाच्या अंगरख्याच्या घेराचं चुंबन घेत होते. इतर प्रात्यक्षिकांच्याआधी हा समारंभ पार पडला. कोणालाच कसली घाई नव्हती. हा आगळा काळ शांतपणे उपभोग घेण्यासाठीच होता.

सम्राटाला अभिवादन करून राजअधिकारी आपल्या तंबूत विश्रांतीसाठी आणि कॉफी आणि मिठाईचा आस्वाद घेण्यासाठी गेले. शाही मुदपाकखान्यातून त्यांना आठवड्यातून दोनदा मिळणाऱ्या जेवणांव्यतिरिक्त आणखी एक अनपेक्षित मेजवानी त्यांच्यासाठी होती: दोनशे मेंढे आणि तीनशे मेंढ्यांच्या पोटात जिवंत कबुतरं भरून ते प्राणी भाजण्यात आले होते. शिवाय पुलाव आणि केशरी पुडिंगच्या साडेचार हजार थाळ्या आल्या होत्या. जानिसरींची दलं जेवणाभोवती अशी जमली, जसे कॅनरी पक्ष्याभोवती तित्तर पक्षी जमावेत असं वर्णन कवी वेहबीनं केलं. भाजलेल्या मांसाचे पहिले काही लचके तोडले जाताच मोकळे झालेले पक्षी फडफडत उडाले. त्यामुळे आश्चर्यचकित झालेल्या गर्दीला मजाही वाटली.

सम्राटाला सोडून इब्राहीम पाशा आपल्या स्वत:च्या तंबूत आला; आणि त्याने त्याच्या उत्सव सहायकाला बोलावून घेतलं.

''आपल्या थोर पादशहानं पायाच्या जिरिट खेळासाठी फर्मावलं आहे. तयार ठेवलेल्या माझ्या आगांना बोलावून घ्या; सम्राटाला खूश करण्याची त्यांनी इतका काळ वाट पाहिली ती काय उगाच?''

“थोर प्रमुख वजीर, आपला शब्द मला प्रमाण आहे.”

“आणि सैनिकी वाद्यवृंदाला मोठी ढोलकी वाजवायला सांग. हलील एफेंदी, काहीच कमी पडता कामा नये.”

“सगळं काही आपल्या आज्ञेप्रमाणेच होईल. आपल्या आश्रयदात्यांचा दिवस मजेत जाईल.”

मग एकदाची करमणुकीला सुरुवात झाली. सुरूवातीचा खेळ अपेक्षेप्रमाणेच सुलतानाला प्रिय, पायाच्या जिरिटचा होता. तो वारंवार जिरिटच्या सामन्यांची फमाईश करायचा हे प्रत्येकाला माहीत होतं. युवकांनी खेळाला सुरुवात केली. ढोलकी आणि तंतुवाद्यांचा ताल, त्याचप्रमाणे द्वारपालांच्या जोरदार मोठ्या आरोळ्या त्यांना चेतवू लागल्या; तशा काठ्या हवेत उडू लागल्या. इब्राहीम पाशाच्या माणसांनी खेळाडूंची तयारी करून घेतली होती. सुलतान आणि त्या गर्दीत हजर असणाऱ्या, पाठिंबा देणाऱ्या साऱ्यांनाच अटीतटीच्या खेळामुळे चेव आला. इतक्या कमी वेळात सामना असा रंगला; आणि दोन्ही संघ एकमेकांवर अशा आवेशात तुटून पडू लागले की, द्वारपालांना हस्तक्षेप करणं अनिवार्य ठरलं. भेंडी संघ कोबी संघावर मात करायच्या बेतात होता; पण अशा सोहळ्यात रक्त सांडणं अशोभनीय होतं. अशा तऱ्हेच्या सामन्यात थोडी सवलत, सूट देण्याचा प्रघात होता. अमर्याद तीव्र चताईखोरपणानं कधीकधी खेळ हा खेळ न राहण्याचा धोका होता.

स्पर्धा करणाऱ्या खेळाडूंनंतर आलेल्या पर्शियन माणसांचा पोशाख केलेल्या विदूषकांनी वातावरण हलकं केलं. रंगीबेरंगी कागदांच्या अवाढव्य दंडुक्यांनी त्यांनी एकमेकांना बदडलं; आणि विनोदी चेहरे करत जखमी झाल्याची बतावणी करत प्रेक्षकांना रिझवलं. तेवढ्यात सम्राटाच्या समोरून खऱ्याखुऱ्या शहामृगाएवढं अवाढव्य कळसूत्री शहामृग आपले पंख फडफडवत गेलं. चित्तवेधक कठपुतळी नर्तकांनी त्यांची गाडी सम्राटासमोरून जाताना तंतुवाद्य वाजवून थिरकूनही दाखवलं . कठपुतळी-प्रमुखाच्या कौशल्याचा तो पुरावाच होता. शेवटी एकदाचं कल्पना शक्तीला पूर्ण रान मोकळं मिळालं.

अचानक ‘घोडदल’ मैदानात उतरलं; आणि चाकांवरच्या किल्ल्यावर शौर्याचा आविर्भाव करत त्यांनी मोठी चढाई केली. या माणसांनी आपल्या कमरेखाली घोड्याची प्रतिकृती बसवली होती. किल्ल्यावर हल्ला झाला; आणि मग त्याचं ठिणग्या उडणाऱ्या आणि स्फोट होणाऱ्या प्रचंड आगीत रूपांतर झालं. सैनिकी वाद्यवृंद त्यांच्या जोरदार आवाजानं आकाश-पाताळ एक करत राहिला. गर्दीलाही आता चेव आला होता.

मग आले इजिप्तच्या गव्हर्नरने भेट म्हणून पाठवलेले मृत्यूला आव्हान देणारे डोंबारी. नाव सार्थ करणाऱ्या त्यांच्या खेळांनी प्रत्येकाचं लक्ष वेधून घेतलं. पेटत्या पलित्याच्या तळाशी असलेला खिळा एकानं आपल्या भुवयांच्यामध्ये ठेवला; आणि डावीकडे व उजवीकडे उड्या मारत त्यानं तो पलिता गोल फिरवला. एकामागून एक कमी व्यासाच्या होत जाणाऱ्या कड्यांमधून दुसऱ्या एकानं स्वत:ला पाण्याच्या प्रवाहासारखे बाहेर काढलं. अखेरीस तलवारीची टोकं आत वळवून तयार झालेल्या अरुंद कड्यातून शेवटच्या डोंबाऱ्यानं स्वत:ला सुईतून दोरा ओवावा, तसे बाहेर काढले.

सेवकांनी चांदीच्या चमकत्या थाळ्यांवर लाल रेशमी कापड टाकून त्यावर जेवण मांडायला सुरुवात केली. महत्त्वाच्या ओटमन अधिकाऱ्यांना प्रमुख वज़ीराच्या तंबूत मेजवानी होती.

सोहळ्याच्या पहिल्या दिवसाच्या अखेरीस सम्राटानं भेटवस्तू नजर करायला परवानगी दिली. सोहळ्याच्या या भागाची खूप जण वाट पाहत होते. अपेक्षेप्रमाणे प्रथम भेटवस्तू सादर करण्याचा मान प्रमुख वजिराचा होता. त्या भेट वस्तूंतल्या एकीचं वर्णन कवी वेहबीनं केलं. ती वस्तू म्हणजे माणीक आणि पाचू यांच्या पट्ट्याच्यामधला हिरा. जो दवबिंदू असलेल्या दुहेरी गुलाब पुष्पापेक्षा जास्त निर्मळ आणि स्वर्गीय घुमटाचं झुंबर असलेल्या चंद्रगोलापेक्षा जास्त तेजस्वी होता. प्रमुख वजिरानं सुलतान अहमदसमोर आणखीही कित्येक चीजा पेश केल्या भपकेदार रत्नं, चिनी पोर्सेलीन, मौल्यवान खडे बसवलेल्या ट्रंका तीनशे सुगंधी अत्तराच्या कुप्या, घड्याळं, जड भरजरी वस्त्रं, कोल्हा, सेबल, रानमांजर आणि एर्मिनची अप्रतिम कातडी, चांदीच्या मुलाम्याच्या बंदुका आणि रत्नजडित खोगिरांनी सजवलेले उमदे जातिवंत घोडे... राजकुमार आणि त्यांच्या मातांसाठी अमूल्य कुराणं, पुस्तकं, घड्याळं, कापड आणि घोडे...

अधिकारी आणि इतर वजिरांनी त्यांची निष्ठा सिद्ध करणाऱ्या भेटी दिल्या दुर्मीळ पुस्तकं, रत्नजडित वस्तू, कापड, कातडी या गोष्टी त्यांच्या धन्याला देण्यात आल्या. त्या सर्व वस्तूंबद्दल सम्राटानं समाधान व्यक्त केल्यामुळे सगळ्यांनाच कृतज्ञता वाटली. नंतर या वस्तू मोठ्या तंबूआधीच्या प्रदर्शन-विभागात मांडण्यात आल्या.

* * *

दोरावरची कसरत करणाऱ्यावरून राजपुत्र सुलेमानचे डोळे हटत नव्हते. त्या इजिप्शिअन डोंबाऱ्यानं प्रत्येक पायाला तीन तलवारी बांधल्या होत्या.

तलवारींमधलं अंतर अतिशय कमी असल्यामुळे प्रत्येक पावलाबरोबर त्या एकमेकींमधून जात होत्या. आणि त्याच्या पायांत वाटलं होतं तसे मऊ तळव्यांचे जोडे नव्हते; तर उंच टाचांचे लाकडी सँडल्स होते. आपल्या धाकट्या भावाची बाही खेचत सुलेमाननं त्याला डोंबारी दाखवला, तशा छोट्या मुस्तफानं खूश होऊन टाळ्या वाजवल्या. एखाद्या सामान्य मुलाप्रमाणे वागायची परवानगी कुठल्याच युवराजाला नसायची. त्याच्या स्वत:च्या सुंतेचा प्रसंग हा फक्त एक अपवाद होता.

श्वास रोखून धरायला लावणारे हे कार्यक्रम मुलं सहसा त्यांच्या वडलांच्या शेजारून बघत. त्यांच्या पाठीमागे नोकर आणि रक्षक यांची फौज संरक्षणासाठी सज्ज असे. इतकं मोकळं, इतकं आनंदी त्यांना पुढच्या संपूर्ण आयुष्यात क्वचितच व्हायला मिळे. सुलतान अहमद अधूनमधून आपल्या मुलांकडे नजर टाकत होता; त्यांचा आनंद बघून तोही खूश होत होता.

रात्रीचा काळोख पसरला, तसे रोशणाईचे प्रयोग सुरू झाले. वेगवेगळ्या कल्पनांवर आधारित रोशणाई दर दिवशी होत असे; आणि आदल्या दिवशीपेक्षा ती रोशणाई अधिक वरचढ असे. कॅथरिनची चक्रं रात्रीचा काळोख सोनेरी ठिणग्यांनी भेदायची; तर रंगीबेरंगी होड्यांच्या अचानक ठिकऱ्या-ठिकऱ्या होऊन त्या आकाशाकडे झेपावायच्या. चंदेरी पाण्याचा वर्षाव करणारी कारंजी आणि पाचूच्या रंगाचे पंखे जे आकाशात जाऊन उघडायचे... सगळं काही इतकं खरंखुरं वाटत होतं की ही फक्त शोभेची रोशणाई आहे. यावर विश्वास ठेवणं कठीण होतं. प्रत्येक वेळी हे प्रकार पेटले की त्यांच्या नाश पावण्यामुळे प्रेक्षकांना वाईट वाटे. संगीतात मिसळलेल्या कौतुकाच्या चित्कारांनी वातावरण पूर्णपणे उत्सवी बनलं होतं.

मोठ्या संख्येनं असलेल्या बुरख्यातल्या स्त्रिया प्रेक्षकांत उठून दिसत होत्या सर्व प्रजननांना ही मजा लुटता यावी म्हणून सम्राटासमोर पुरुषांच्या बरोबरीनं समारंभ पाहण्याची स्त्रियांना खास परवानगी देण्यात आली होती. स्त्रियांना सर्वांत आवडला होता तो, पुरुष ज्यात एकमेकांना अक्षरश: फाडून काढत होते तो जिरिटचा विचित्र खेळ. अशा सार्वजनिक ठिकाणी प्रेक्षक होण्याची संधी त्यांना पुन्हा कधी मिळेल का कुणास ठाऊक?

पैलवान

नेहमीच उत्सव थक्क करणारे उत्सव

"वजीर, त्या उंच खांबाच्या टोकावर एक चांदीच्या नाण्यांनी भरलेलं भांडं ठेवायला सांगा. कोणता धाडसी वीर हे भांडं तिथून खाली आणायचं साहस करतोय हे तरी बघू या. ते आपल्या कुवतीची पराकाष्ठाही करतील; आणि त्यांच्या कौशल्याची आपल्याला पारखही करता येईल."

"थोर सम्राट, आपली इच्छा हीच माझ्यासाठी आज्ञा."

इब्राहीम पाशानं एक चांदीचं भांडं मागवून ते एकेशे तीस कुरूश किमतीच्या चांदीच्या नाण्यांनी भरलं; आता त्याला मैदानाच्या मध्यावर असलेल्या त्या उंच खांबावर चढण्यासाठी कोणीतरी माणूस हवा होता. त्या खांबाच्या आसपास एकही झाड किंवा तंबू नव्हता. हातानं पकडायला एकही जागा नसलेल्या त्या उंच खांबावर चढायला कोणीच धजत नव्हतं. शेवटी कोणाला तरी सम्राटाची इच्छा पूर्ण करण्यासाठी (बांबूची) परात बांधायची युक्ती सुचली. आणि मग गोदीतल्या गुलामांना तिथे बांधकाम करण्यासाठी आणण्यात आलं.

वेगवेगळ्या मोहिमांत बंदिवान करून आणलेल्या या माणसांना मोठाली जहाज वल्हवण्याची शिक्षा दिली गेली होती. पायांत बेड्या असलेली आणि गळ्यातल्या लोखंडी साखळदंडांनी एकमेकांना बांधलेली ही माणसं हळूहळू चालत होती. अचानक त्या गुलामांतला एक जण उत्तेजित स्वरांत बरोबरच्या रक्षकाशी काहीतरी बोलला. त्या रक्षकानं प्रमुख वजिराशी बोलण्याची परवानगी मिळताच वजिराला त्या माणसाचं म्हणणं सांगितलं: त्या गुलामाच्या मते परात बांधायची गरजच नव्हती. कुठल्याही मदतीशिवाय खांबावर चढून काम फत्ते करायला तो माणूस तयार होता. त्या बदल्यात त्याला मुक्त करण्यात यावं अशी त्याची मागणी होती. वजीर या गोष्टीला ताबडतोब तयार झाला; आणि त्या माणसाला अधिक प्रोत्साहन मिळावं यासाठी वजिरानं तिथल्यातिथे लगेच गुलाममुक्तीचे रीतसर कागद तयार केले. लगेच त्या माणसाच्या बेड्या काढण्यात आल्या. त्या माणसानं अंगोरा रेशमाच्या पट्ट्यानं स्वत:च्या कमरेला त्या खांबाशी जोडले. दुसरा पट्टा खांबावर शक्य तितका उंच टाकून तयार झालेल्या विळख्याला तो स्वत: चिकटला. संपूर्ण गर्दी श्वास रोखून त्या माणसानं स्वत:ला कसं शक्य तितकं उंच चढवलं ते पाहत राहिली. नंतर त्यानं आधीसारखाच पुन्हा एकदा दुसरा पट्टा आणखी उंच टाकून विळखा बनवला. अशा तऱ्हेनं वरच्या टोकावर पोहोचल्यावर त्यानं एक दोर खाली सोडून त्याला ते भांडं बांधायला सांगितलं.

मग ते भांडं वर खेचून, स्वत:च्या मुक्तीचं प्रतीक असणाऱ्या त्या चांदीच्या पात्राचं त्यानं आधी आदरपूर्वक चुंबन घेतलं; मग ते खांबावर व्यवस्थित ठेवलं; आणि जितक्या सहजतेनं तो वर गेला होता, तितक्याच सहजतेनं तो खाली आला. जमिनीवरच्या लोकांना ते भांडं एखाद्या सायप्रस झाडावर असलेल्या कबुतरासारखं दिसत होतं. आता बऱ्याच तरुणांनी ते भांडं आणि त्यातला मुद्देमाल हस्तगत करण्याची धडपड करून गर्दीचं लक्ष वेधून घेतलं असतं.

इब्राहीम पाशानं स्वत:चा शब्द पाळला; आणि सम्राटाची इच्छा आपल्या नैपुण्यानं पूर्ण करणाऱ्या गुलामाला मुक्त केलं. शिवाय त्याला वजिरानं मूठभर सुवर्णमुद्राही दिल्या. देण्यात आलेल्या या आयुष्याच्या नवीन संधीबद्दल कृतज्ञता वाटून त्या माणसानं तिथल्यातिथे कलमा पढल्या आणि इस्लाम धर्माचा स्वीकार केला. त्याला कप्तान म्हणून बढती देण्यात येऊन स्वत:च्या जहाजाचे अधिकार प्रदान केले गेले. श्रद्धावानाची कसोटी पूर्ण करण्यासाठी तो सुंतेच्या तंबूकडे गेला. प्रेक्षकांच्या डोळ्यांसमोर घडलेल्या या परीकथेचा असा सुखान्त झाला.

* * *

''सुलतान, आता आपल्यासमोर सादर होणाऱ्या रोषणाईचं नाव आहे. 'औरंगजेबाची कबर' खरं तर तो एक रोशणाईच्या बाराशे प्रकारांनी भरलेला किल्ल्याचा मनोरा आहे.''

''वजीर, ही कल्पना उत्सवाच्या प्रमुखाची आहे का?''

''अगदी बरोबर, थोर सत्ताधीश, जर या प्रकारानं आपलं मनोरंजन होऊन आपलं मन प्रसन्न झालं; तर आपल्या अनुज्ञेनं आपला हा सेवक त्या माणसाला बक्षीस देईल.''

राजप्रासादातल्या न्याय मनोऱ्यासारख्या भासणाऱ्या उंचावर वसलेल्या टोकदार शिखर मंडित शामियान्यात बसून सुलतान अहमदनं रोशणाई पाहिली.

बुरुजावरल्या तोफांतून गोळे सुटावेत तसे किल्ल्याच्या त्या प्रचंड प्रतिरूपातून रोशणाईचे अग्निबाण उसळले. त्या अविश्वसनीय दृश्यानंतर मनोऱ्याच्या शिखरावरच्या कळसूत्री वेगळ्यानं शिंकत आपल्या चोचीतून अग्निवर्षाव केला. त्यानंतरचा अग्निबाण म्हणजे सात तोंडांचा अजगर होता जो एक तासभर हवेच्या झोताबरोबर हलून नरकातल्या राक्षसाप्रमाणे केशरी ठिणग्या ओकत होता. बेहवी कवीनं नंतर या दृश्याचं वर्णन केलं ते असं, 'मृतालाही हसवून आनंदित करणारं आणि पांगळ्यालाही बरं करणारं दृश्य.'

* * *

सुवर्णशृंगाच्या बाजूच्या देखाव्यांच्या काळात अयनलकवक प्रासादात सम्राटानं तात्पुरता मुक्काम ठोकला होता. दिवसभराची करमणूक संपली की तो रात्र इथे व्यतीत करी. पाण्यावर ओठंगलेल्या स्वागतकक्षात तो बसला होता. मोठ्या खिडक्यांखालच्या दिवाणांवरच्या मऊ गाद्यागिरद्यांत सम्राट आणि त्याच्या मुलांसाठी भरपूर जागा होती. इब्राहीम पाशासाठी उद्यानामध्ये देखणा शामियांना उभारण्यात आला होता. पाण्यावर तरंगणारे तराफे हा आत्ताच्या दृश्यांचा रंगमंच होता.

एका रुंद तराफ्यावर एक दुमजली रचना उभी होती. खालच्या मजल्यावरच्या वादकांनी एक सळसळती धून छेडली. स्त्रियांच्या पोशाखातले पुरुष नर्तक त्यांच्यासमोर माना हलवत आणि शरीराला झोके देत त्यांच्या वस्त्रांच्या निऱ्यांचा घोळ उडवित होते. पण बहुतेक प्रेक्षकांचं लक्ष होतं ते वरच्या मजल्याकडे. तिथून हवेत उडणारे अग्निबाण आता सोनेरी सायप्रस, तर नंतर तारे तर कधी कॅथरिनचं चक्र असे आकार करत होते. सगळ्यांत शेवटी भला मोठा कळसूत्री बाहुला पेटला. प्रथम त्याची रुळणारी दाढी (पेटली), नंतर ठिणग्या त्याच्या पोशाखावर पडल्या. मग त्याच्या हातातला दंडुका पेटला; मग तो अचानक बहुरंगी आगीचा गोळा बनला. ज्याला बघून मुलं भीतिमिश्रित आनंदानं किंचाळू लागली. स्वत: मोठमोठ्यानं हसत सम्राटही मुलांच्या आनंदात सामील झाला. त्यांच्यामागे उभ्या असलेल्या सेवकांनी एकमेकांकडे बघून स्मित केले. स्वत:पेक्षा आपल्या धन्याच्या आनंदाला जास्त महत्त्व द्यायला त्यांना शिकवण्यात आलं होतं. त्यामुळे ते स्वत:पेक्षा सम्राटाच्या मनाशी जास्त एकरूप झाले होते. त्यामुळे ज्या लोकांनी त्यांच्या धन्याला इतकं प्रसन्न केलं त्यांच्याविषयी सेवकांना वाटणारी कृतज्ञताही अस्सल होती.

दुसऱ्या दिवशी तराफ्यांवर एक मोठं चक्र, झोपाळे आणि फिरती चक्रं बसवण्यात आली. त्यांच्याशेजारी ठेवलेल्या भल्या थोरल्या कळसूत्री बाहुल्यांनी अधिकच मजा आणली होती. पण पाण्यावरच्या या रंगीबेरंगी सफरीत सामील होण्याची परवानगी न मिळाल्यामुळे छोटे राजकुमार रुसले होते.

* * *

पैलवान हाज शाहीन चौकाच्या मध्यभागी येऊन पाठीवर झोपला.

उत्सव अगदी रंगात आला होता. सम्राट, राजपुत्र, दरबारी, वजीर आणि इस्तंबूलची जनता ओकमेडन आणि सुवर्णशृंग या दोन ठिकाणांमध्ये फेऱ्या मारत

होती; पण कोणाचीच तक्रार नव्हती. मौजमजा आणि उत्सव यांनी संपूर्ण शहराचा कब्जा घेतला होता; आणि अडचणी जणू काही थिजल्या होत्या.

एक धिप्पाड गाढव चौकात आणलं गेलं. पैलवानानं गाढवाला मिठी मारली आणि त्याचा सहायक त्या प्राण्याला दोरांनी नीट बांधेपर्यंत तो थांबला. नंतर उभ्या धरलेल्या एका छोट्या कड्यातून सुईच्या नेढ्यातून दोरा बाहेर काढावा तसे माणूस व प्राणी बाहेर आले. त्याच्या दोऱ्या सैल केल्यावर लगेच पुढचा प्रयोग सुरू झाला. हाज शाहीननं त्याच्या सहायकाच्या खांद्यावर अलगद उडी मारली; नंतर खाली वाकून त्याच्यापेक्षा जास्त उंच असलेली पाण्यानं भरलेली सुरई उचलली; आणि ती आपल्या डोक्यावर ठेवत तो सरळ बसला. तो इतका निवांत होता की ते दोघं चौकातून चालत असताना तो जणू काही हात लोंबत ठेवत बागेत फिरतोय असंच वाटत होतं. पण त्यानं सगळ्यांत कमाल केली ती ढोलकी वाजवणाऱ्या दोघांना एकाच खांबावर ठेवून तो खांब आपल्या एका खांद्यावर तोलून चौकात फेऱ्या मारल्या तेव्हा. या प्रयोगानंतर त्याला भरपूर मोठं बक्षीस मिळणार यात काही संशय नव्हता.

नंतर होतं ते दारूगोळा विभागाचं प्रात्यक्षिक. रंगीत कशिदाकारी केलेल्या वस्त्रांनी सजवलेली भीतिदायक हत्तीची प्रतिकृती गोलगोल फिरणारा दुमजली किल्ला ओढत होती, आणि त्या किल्ल्यातून बंदुकीच्या गोळ्यांचा वर्षाव होत होता. तीन घोडे दळं यांच्या प्रतिकृती किल्ल्यावर गोळ्यांचा प्रतिवर्षाव करून हा देखावा पूर्ण करत होत्या. सम्राटाच्या करमणुकीसाठी विदुषकी चाळे करणारे बुटके थांबून पाहत राहिले. काय माहीत; दारूगोळा विभागातल्या शूरांच्या जागी ते कदाचित स्वत:ला कल्पत असतील.

या अचंबित करणाऱ्या देखाव्यातल्या एकूण एक दृश्याचं रेखाटन आपण कसं करू याची सम्राटाच्या शेजारी उभा राहून लेवनी कल्पना करत होता. प्रत्येक दृश्याचं हुबेहूब चित्रण करण्याऐवजी तो बहुधा पंचेंद्रियांना आव्हान करणाऱ्या दृश्यांचं, ज्यात रंग आणि हालचालींचं सूचन होतं; आणि ज्यांत गंध आणि चव जाणवत होती अशा दृश्यांचं रेखाटन करणार होता. वेगवेगळ्या बंदुकीतून बाहेर येणाऱ्या धुराच्या विविध रंगच्छटा, आकाश आणि ढग यांचे सफेद, हलके आणि गडद निळे रंग, तर त्या महाकाय हत्तीच्या पाठीवरच्या पिवळ्या आणि केशरी रंगाच्या कापडाच्या चुण्या काढायला लेवनी अधीर झाला होता. या बाजूला आणि त्या बाजूला वळणारी मस्तकं आणि शरीरे यांना कागदावर नवं जीवन द्यायला तो उतावीळ झाला होता.

* * *

अयनलकवक राजवाड्यासमोर लवकरच काहीतरी नवीन घडणार होतं. बंधाऱ्यावरलं मोठ्या पानांचं उंच झाड आणि पाण्यावरली ती दोन मोठी जहाजं यांच्यामध्ये बांधलेल्या दोन दोरांनी खुद्द सम्राटासकट बघणारे सगळेच कोड्यात पडले होते. मधल्या जागेत प्रेक्षकांना बसवून अनेक होड्या शक्य तितक्या जवळ आल्या होत्या. सोहळ्यासाठी मुद्दाम आमंत्रित करण्यात आलेले युरोपियन राजदूत सुरुवातीपासून शेवटपर्यंत छोट्या होड्यांत हजर राहिले होते. प्रमुख वजीर इब्राहीम पाशासुद्धा किनाऱ्यावर नांगरलेल्या मोठ्या जहाजाच्या डोलकाठीजवळून दृश्य बघण्यासाठी तयार होत होता.

प्रत्येक जण श्वास रोखून वाट पाहत होता. सर्व काही इतकं स्तब्ध होतं की, खोल निळ्या जलाशयातल्या माशांच्या हालचालीही जाणवत होत्या. दोराखाली नांगरलेल्या दोन छोट्या होड्यांतल्या वादकांनी उस्तादाच्या इशाऱ्यानिशी एक उत्तेजक गत वाजवली. अचानक दोनपैकी एका जहाजाच्या गुंडाळलेल्या शिडांखालून हातात पंखा घेतलेली एक बुरखाधारी स्त्री घोडागाडीत बसून बाहेर आली.

या सर्व कठपुतळ्या किंवा मॉडेल्स होत्या. घोडागाडीचं नियंत्रण दुरूनच होत होतं. त्या दोन दोरांवरून बरोबर सरकणारी गाडीची चाकं; आणि कळसूत्री घोड्याची हुबेहूब वाटणारी चाल हे सर्व चमत्कारच वाटत होतं. हळूहळू ती घोडागाडी दुसऱ्या जहाजावर आली. दिग्दर्शक आणि अभियंत्यानं अशक्य कोटीतली गोष्ट करून स्वत:ची पात्रता सिद्ध केली होती. आत्तापर्यंत एकदम शांत असलेल्या प्रेक्षकांनी कौतुकोद्गारांचा जल्लोष केला. सम्राट काय बरं म्हणेल?

रात्री उत्सवी खेळ सुरू होते ते संतुलनाच्या कल्पनेवर आधारलेले. तशाच ताणलेल्या इतर दोरांवर छोटे गोल चबुतरे होते ज्यांचा तोल काट्यांच्या वजनानं सांभाळला होता. देवदूतासारख्या चेहऱ्याचे नर्तक स्वत:ची पाळी येण्याची वाट पाहत थांबले होते. घोडागाडी जहाजावर उतरताच संगीत बदललं; आणि त्यांच्या बोटांवरल्या झांजांच्या तालावर नर्तक नाचू लागले. जेव्हा दोरावरून चालणाऱ्यांच्या कसरती संपल्या तेव्हा नर्तकांनी काठ्यांवरून स्वत:ला झोकून दिलं, पाण्यामध्ये सूर मारून त्यांनी स्वत:चं पोहोण्यातलं कौशल्यही सिद्ध केलं.

* * *

उत्सवामध्ये व्यावसायिक संघटनांचा सहभाग आवश्यक असे. इस्तंबूलमधल्या प्रत्येक संघटनेनं सम्राटासमोर संचलन केलं. हा रंगीबेरंगी प्रवाह अनेक दिवस वाहत होता. तंबू बनवणारे, चांभार आणि सुरेख पादत्राणं बनवणारे

एकत्र चालले; किराणा मालाचे आणि ताज्या मालाचे (भाजीपाल्याचे) व्यापारी एका गटात होते. तांबट, सोनार आणि शिंपी यांनी स्वतःचा गट केला. तर मेणबत्त्या बनवणाऱ्यांनी हजामांबरोबर आणि रजया बनवणाऱ्या (पिंजाऱ्यांनी) टोप्या आणि छोट्या टोप्या बनवणाऱ्याबरोबर प्रत्येक संघटना अभिमानानं स्वतःच प्रतीक घेऊन किंवा स्वतःच्या उत्पादनाचा नमुना घोडागाडी किंवा पालखीवर ठेवून मिरवत नेत होती. त्यांना साथ होती ती नट, विदूषक, नर्तक आणि रोशणाईची. संचलन संपलं तेव्हा त्यांनी स्वतःचे एकापेक्षा एक सरस नजराणे सादर केले. ही एक बिननावाची निष्ठुर स्पर्धा होती. कोण इतरांना मागे टाकील? जोडे बनवणाऱ्याचे उत्कृष्ट मऊ कातडीचे, मोती आणि पाचूंनी सजवलेले दोन जोड सम्राटाच्या पावलांलायक ठरतील, का हलक्या फूल अशा, मोती आणि सोन्याचा धागा यांचं कशिदाकाम असलेल्या चमकदार सिरकेशिअन चपला? चांदीच्या मेणबत्त्या, वर्खाच्या थाळ्या, जरीच्या नक्षीकामाचे टॉवेल का चांदीच्या कलाबतूचं कापड?

जवाहिऱ्यांच्या पालखींच्या वैभवाच्या कथा उत्सवानंतरही खूप काळ चघळल्या जात होत्या. पालखीच्या बाजूला टांगलेल्या फ्लेमिंगो पक्ष्याची पिसं लावलेल्या मोठाल्या रत्नांच्या शिरपेचांनी प्रत्येक जण भारावून गेला होता. वेहबी कवीनं लिहिलं सप्तरंगाच्या बुंदांसम मोती सूर्य आणि चंद्रासम.

किराणा विक्रेते आणि भाजीपाला विक्रेते यांनी तोफांमधून सिनॉप सफरचंद आणि बंदुकांमधून मेडलर फळं उडवण्याचा खेळ केला, जो सम्राटाला खूप मनोरंजक वाटला; आणि त्यामुळे इतर संघटनांना खूप मत्सर वाटला. शिवाय काही झालं तरी भाजीपाला विक्रेत्यांच्या झालरी लावलेल्या गाडीवरचं दृश्य म्हणजे डोळ्यांना मेजवानीच होती. पिवळ्या ते गुलाबी रंगच्छटांमधली सर्व प्रकारची ताजी फळं, फळांच्या मध्येमध्ये ठेवलेल्या रक्तासारख्या लाल ट्यूलिपच्या आणि गुलाबी कार्नेशनच्या फूलदाण्या, बाजूला टांगलेली पिवळी धमक क्विन्स आणि भलीमोठी कलिंगडं. शिवाय सप्टेंबरच्या अखेरच्या या दिवसात ही फळं अशी ताजी मिळवणं ही नक्कीच अतिकठीण गोष्ट होती.

गुरंढोरं विक्रेते, धनगर आणि कसाई यांच्या मिरवणुकीची वेगळीच तऱ्हा होती. अतिमऊ लोकरीच्या मोहेर केप घालून आणि हातात लांब पाइप घेऊन सर्वांत पुढे धनगर चालत होते. त्यांच्या शेजारून शिंगांना बेगड लावलेले त्यांच्या कळपातले सगळ्यांत मोठे मेंढे आणि दातांचे सुळे विचकत चाललेले थोराड धनगरीकुत्रे चालत होते. नंतर आले. त्यांच्या गाडीच्या बाजूला नुकत्याच मारलेल्या प्राण्यांची नीट सोललेली शरीरं लटकत होती. हे काही फार रुचणारं

दृश्य नक्कीच नव्हतं; पण तेवढंच एक कौशल्य त्यांना दाखवता येत होतं. पण तेवढंच एक कौशल्य त्यांना दाखवता येत होतं. पण त्यामागून येणारं धष्टपुष्ट बैलांनी ओढत आणलेलं भलंमोठं कळसूत्री बाहुलं मात्र मजेदार होतं. एक बाजू स्त्रीची आणि एक बाजू पुरुषाची असलेला त्याचा चेहरा मोठा विनोदी होता. चौकाच्या मध्यभागी फिरत्या कबाबवाल्यानं आपला ठेला टाकला होता. शिगेवर भाजलेल्या मांसाच्या पसरलेल्या वासानं तोंडाला पाणी सुटत होतं. या मिरवणुकीच्या शेवटी होते कातडी कमावणारे कारागीर. या व्यावसायिकांचं शेवटचं दृश्य होतं - कमावलेली आणि रंगवलेली अत्युत्कृष्ट कातडी.

मग आले व्यावसायिक मेणबत्ती बनवणारे, त्यांचे विद्यार्थी स्वत:च्या उंचीएवढ्या मेणबत्ती पेटवण्याच्या वर्ख लावलेल्या पेटत्या लाकडी काड्या घेऊन चालत होते. त्यांच्या उस्तादांनी एक सुगंधी मेणबत्ती ठेवलेला भलामोठा, सजवलेला चांदीचा मेणबत्त्यांचा जड स्टँड प्रासाद अधिकाऱ्यांना दिला. पण आता सगळ्यांचे डोळे लागले होते ते नंतर येणाऱ्या हजामांच्या गाडीकडे. गाडीत एक छोटंसं हजामतीचं दुकान उभारलं होतं. त्याच्या बाजूंना फुलं भरलेली कापडं लटकत होती. गुलाबी वस्त्रातला आणि गुलाबी गालांचा एक देखणा तरुण न्हावी त्याच्या गिऱ्हाइकाचं डोकं कौशल्यानं आणि संथ गतीनं धुवत होता. त्यासाठी तो वरच्या झालरीत टांगलेल्या पिशवीतलं पाणी घेत होता. बाजूची कापडं (वाऱ्यानं) हलत असल्यामुळे ग्राहकानं स्थिर धरलेल्या बेसिनमध्ये ते पाणी तो ओतत होता. हे दृश्य इतकं अस्सल आणि खरं दिसत होतं की, एखाद्या हजामाच्या दुकानाचं दार उघडून आपण आत डोकावत आहोत असंच कोणालाही वाटेल.

* * *

एकही कार्यक्रम न चुकवता या उत्सवाची सगळ्यांत जास्त मजा कोणी लुटली असेल तर समारंभाचा भाग म्हणून ज्यांची सुंता करण्यात आली त्या दरिद्री मुलांनी. ते सगळे राजवाड्यातून दान मिळालेले छान अंगरखे आणि लाल टोपी घालून कळपाने फिरत होते. हा आपल्या आयुष्याचा सर्वात चांगला काळ आहे; आपल्याकडे इतकं लक्ष पुन्हा कधीही दिलं जाणार नाही, हे त्यांतल्या मोठ्या मुलांना कळत होतं. तर इतकी सारी करमणूक आणि मिठायांची चंगळ यांमुळे लहान मुलं थक्क झाली होती.

खेळ

अटीतटीची स्पर्धा

प्रथम 'किट' असा आवाज आला; आणि लगेच पाठोपाठ लाल मातीचं भांडं ठिकऱ्या-ठिकऱ्या होऊन उडालं, पाठोपाठ दुसरं, तिसरं... ओळीनं ठेवलेली एकूण एक भांडी फोडेपर्यंत इब्राहीम पाशाची बंदूक थांबली नाही. पावसाची पर्वा न करता बघणाऱ्या प्रेक्षकांनी एकच गल्ला केला. प्रमुख वजिराची त्याच्या नेमबाजीबद्दल ख्याती होतीच. आता अधिकच अभिमानानं पाशानं नेमबाजी चालू ठेवली. तो थकायच्या कितीतरी आधी बंदुकांमध्ये गोळ्या भरूनभरून त्याचे सेवक दमून गेले.

आकाशात जमणाऱ्या काळ्या ढगांची भीती न बाळगता त्या दिवशीच्या कार्यक्रमाला सुरुवात झाली खरी; पण शरद ऋतूतला तो पाऊस एकदा कोसळू लागल्यावर त्या दिवशीचे कार्यक्रम रद्द करायला लागले. सम्राट अयनलकवक प्रासादात निघून गेला. पण इब्राहीम पाशाला मौजमजा थांबवायची इच्छा नव्हती. त्याच्या अंगात उत्साह नुसता सळसळत होता आणि काही झालं तरी ही एक संधीच होती. बंदूक नावाचा हा नवीनच प्रकार वापरून नेमबाजीतलं कौशल्य इतकं सिद्ध करायचं की, वर्णन लिहिणाऱ्याला प्रमुख वजिरानं तीस भांडी फोडळी असं लिहीत त्याच्या नैपुण्याचं विस्तारानं वर्णन करणं भाग पडेल. पण चित्रकारानं मात्र काही कारणानं हे प्रसंग कधीच रंगवले नाहीत. आपल्या तंबूत सुखावणारं संगीत आणि नर्तिकांच्या मनमोहक हालचालींची मजा लुटत आराम करायचं सोडून अशा मुसळधार पावसात नेमबाजीचा सराव करणं हेच धाष्टर्याचं नव्हतं का? हे तर आव्हान दिलं होतं आयुष्याला, मित्राला आणि शत्रूलाही..

आपले वडील महमद शिकारी यांच्यासारखीच सुलतान अहमदलाही स्फोटक शस्त्रांची आवड आहे हे सर्वांनाच माहीत होतं. या दुसऱ्या सुलतानाच्या सत्तेच्या सुरुवातीच्या काळात सम्राटाच्या नेमबाजीच्या कौशल्यामुळे मैदानात गौरवपूर्ण शिलालेख लावला गेला होता. पण जिरिट, घोड्यांच्या शर्यती आणि पायांच्या जिरिटचा एक प्रकार मटरक यांच्यावर सम्राटाची मर्जी होती. त्यामुळे मटरकमधले बरेच स्पर्धक एकमेकांना दणके देऊन वरचढ ठरायचा प्रयत्न करत.

* * *

चौकाच्या दोन्ही बाजूंनी भटरकचे खेळाडू येताच बाकीचे सर्व कार्यक्रम बंद झाले. मेहतर वाद्यवृंदाच्या हृदयाच्या वाढलेल्या गतीसारख्या खोल, नादमय अशा

ढोलांच्या आवाजांनी इतर सर्व आवाजांवर मात केली. बासऱ्या आणि झांजा या केवळ त्या सैनिकी तालाला साथ देण्यापुरत्याच उरल्या. या थोराड दांडगटांनी प्रथम सम्राटाला वंदन केलं; नंतर आपल्या प्रतिस्पर्ध्यांना वंदन करून ते दोन रांगांत एकमेकांसमोर खेळ सुरू करण्याच्या इशाऱ्याची वाट बघत उभे राहिले. त्यांच्यातला प्रत्येक जण पीळदार स्नायूंचा, गुंडाळलेल्या स्प्रिंगसारखा शक्ती एकवटलेला होता, दंडांच्या स्नायूंमुळे बाह्या ताणल्या गेल्या होत्या, ढगळ विजारी आणि पायांत आरामदायक जोडे हा त्यांचा पोशाख होता. ताठ उभे राहून वरवर बेफिकिरी दाखवत ते हळूच आपल्या प्रतिस्पर्ध्याकडे छुपी नजर टाकून त्यांना अजमावत होते. इतकी वर्षं त्या सर्वांनी ज्यासाठी प्रशिक्षण घेतलं ती हीच वेळ होती. या शाही समारंभात आपली पारंगतता त्यांना सिद्ध करायची होती.

बॉक्स झाडाच्या लाकडापासून तयार केलेली मटरक ही लांब काठी एखाद्या निष्णात खेळाडूच्या हातात संहारक शस्त्र बनायची. जर ती डोक्यावर पाशवी शक्तीनं मारली गेली; तर रक्ताचे पाट वाहणार हे नक्की. स्वत: अशा माराचं लक्ष्य होणं टाळणं हेही अतिशय महत्त्वाचं होतं.

सामन्याबरोबरच शंकास्पद डावांनाही सुरुवात झाली. खांद्याच्याखाली फटका देणं यासारख्या दोषपूर्ण हालचाली करणाऱ्याला डावातून लगेच बाद करण्यात येत होतं. एका खेळाडूनं प्रतिस्पर्ध्याच्या डोक्यावर निर्दय फटका मारून त्याला खाली पाडलं; पण दुसऱ्याच क्षणी त्याचीही तीच गत झाली. दंडुके एकमेकांवर आपटून होणाऱ्या आवाजाला मेहतर संगीताची साथ होती. काही दंडुके तुटले. एक खेळाडू जो काठी डोक्यावर भाल्यासारखी परजत होता तो अचानक पकडला जाऊन स्वत:चं वर्चस्व गमावून खाली पडला. अशा तऱ्हेनं खेळ चालू राहिला. सम्राट, दूत, वजीर आणि सामान्य लोक सगळ्यांवरच या खेळाच्या निष्ठुर तालानं गारूड घातलं. खेळ संपला, तेव्हा स्वत:ची चांगली ओळख करून द्यायला मिळाल्यामुळे खेळाडूंनी कृतज्ञतेनं हात उंचावून प्रार्थना केली. विजेत्याचं नाव जाहीर झालं तेव्हा उत्साहाच्या आरोळ्यांबरोबरच वेडावण्याचे आवाजही घुमले. निकालामुळे प्रत्येक जण खूश झालेला दिसत नव्हता. आनंदात होते ते खेळाडू. सम्राटानं त्यांना नाण्यांनी भरलेले बरेच जड बटवे दिले होते.

* * *

"माझे वजीर, मला हे जाणून घ्यायचं आहे की आपण पोलोचा सामना कधी बघणार आहोत?"

"आपली इच्छा हीच माझ्यासाठी आज्ञा आहे थोर सत्ताधीश, हा आपला

सेवक उद्यासाठी मैदान तयार करायला उत्सव प्रमुखाला ताबडतोब कळवेल.''

प्रमुखानं पाणक्यांना पाठवले. चौकातली चोपलेली जमीन झाडली गेली; आणि पोलो सामन्याची तयारी म्हणून त्या जमिनीवर भरपूर पाणी शिंपडण्यात आलं. निष्णात घोडेस्वारांसाठी क्षेत्र सज्ज होतं. दंडुके वळणदार मुठींच्या सडसडीत काठ्या आणि बॉक्स लाकडाचा चेंडू हे पॉलिश करून बेगड लावून तयार केले गेले. मध्ये बरोबर पाच मीटरचं अंतर ठेवण्याची काळजी घेऊन उभारलेल्या जमिनीत पुरलेल्या दोन दगडी खांबांनी गोलची जागा तयार झाली. प्रमुखानं पाणक्यांना शक्य तितका जोर लावून ते खांब हलवायला सांगितले. पण जमिनीत नीट पुरले गेलेले ते खांब कुठलीही ताकद हलवू शकत नव्हती. जेव्हा खांब इंचभरही हलले नाहीत, तेव्हा प्रमुखानं सुटकेचा नि:श्वास टाकला. दुसऱ्या दिवशीच्या सकाळचा पोलो सामना खूपच रंगणार होता आणि शांत, स्तब्ध राहणं सम्राटाला शक्यच होणार नव्हतं.

या खेळाला दक्षिण चीनमध्ये 'बोलो' असं म्हणायचे. खरं तर हा खेळ प्रथम पर्शियन लोकांच्या देशात खेळला गेला हे सर्वांना माहीत होतं. या खेळाला आवश्यक असणाऱ्या उत्कृष्ट घोडेस्वारीमुळे हा खेळ तुर्कांना इतका प्रिय झाला असेल का? असं म्हणायचे की दोन हजार वर्षांपूर्वी हा खेळ तुरन राजाच्या देशात खेळला गेला, आणि भूतकाळात बायझंटिन आणि अरबी लोकांनी तो त्यांच्यात्यांच्या पद्धतीनं खेळला. सुलतान अहमदच्या एका आवडत्या पुस्तकात पोलो सामन्याचा एक सुंदर देखावा होता. सोळाव्या शतकातलं हे पुस्तक साथीदाराबरोबर जेव्हाजेव्हा सम्राट चाळायचा, तेव्हा ते नेमकं या भागात उघडायचं याच्या जोडीची दंतकथाही तितकीच रमणीय होती. अलेक्झांड्रियाच्या राजाचा रत्नखचित चेंडू आठव्या शतकातल्या मुस्लीम कमांडरनं केवळ अंगरख्याच्या बाहीनं पकडला होता; आणि त्याची इजिप्तचा गव्हर्नर या पदावर नेमणूक झाली.

ते खंदे घोडेस्वार चौकात आले; आणि त्यांनी सत्ताधीशाला मुजरा केला. ओटमान भूमीतले हे सर्वोत्तम स्वार म्हणजे डौलदारपणाचं मूर्तीमंत प्रतीक होतं. त्यातल्या अर्ध्या स्वारांनी कोणी संघाचा हिरवा, तर इतरांनी 'भेंडी' संघाचा लाल पोशाख केला होता. प्रत्येक खेळाडूला आपल्या श्रेष्ठत्वाची जाणीव असल्याचं उघडउघड जाणवत असलं तरी वरवर मात्र प्रत्येकानं तुच्छतेचा आणि अज्ञानाचा आव आणला होता. केवळ त्यांच्या ताठ बसण्यामुळेच नाही तर ज्या घोड्यांशी ते एकरूप झाले होते, त्यांचे लगाम हातात धरण्याच्या त्यांच्या पद्धतीवरूनही त्यांचं प्रावीण्य कळून येत होतं. घोडेस्वारीत असं नैपुण्य मिळवणं येड्यागबाळ्यांचं काम नाही; त्यासाठी कल्पनाही करता येणार नाही इतकं कठीण प्रशिक्षण घ्यावं

लागायचं. उच्च जात कुळीचे ते घोडेही अतिशय गर्विष्ठ, अत्त्युत्तम तऱ्हेनं प्रशिक्षित केलेले; आणि आपल्या स्वाराची प्रत्येक इच्छा झेलणारे असे असायचे.

मेहतर वाद्यवृंद सुरू होताच संगीत धरतीपासून आकाशापर्यंत पोहोचलं. उत्तेजित संगीताला सरावलेल्या त्या घोड्यांना आता स्थिर उभं राहवत नव्हतं. घोडेस्वारांची तीच गत होती; पण त्यांना शिकवलं गेल्याप्रमाणे नियम पाळणं आवश्यक होतं. त्यामुळे त्यांनी संयम राखून घोडे आवरले आणि खेळ सुरू करण्याच्या इशाऱ्याची ते वाट पाहू लागले. अचानक हवेने ढोल आणि झांजांवर मात केली; आणि बासरीनं दोन्ही संघांतल्या एकेका स्वारानं पुढे येऊन मध्यभागी ठेवलेल्या चेंडूकडे जाण्याचा इशारा दिला. दोघांनीही विरुद्ध बाजूच्या गोलकडे चेंडू पाठवण्यासाठी आपल्या आकड्याच्या काठीत चेंडू अडकवण्याचा प्रयत्न केला. खेळाडूंच्या केवळ काठ्याच नाहीत तर जणू त्यांचे आत्मेही एकमेकांवर आपटले. पहिल्या खेळीनंतर इतरही स्वार मैदानात येऊन चेंडूपर्यंत पोहोचायचा प्रयत्न करू लागले. त्यांचे घोडे हा त्यांच्याच शरीराचा एक हिस्सा बनले होते. चेंडू इकडून तिकडे फिरत होता. दौडणाऱ्या घोड्यांच्या पायांमधून चमकत फिरत होता; आणि खेळाडूंच्या काठ्या एकमेकींवर वेगाने आपटत होत्या. ज्या वेळी चेंडू खांबांमधून जाई तेव्हा गोल होत असे; मग सम्राट उत्तेजित होऊन थोडी हालचाल करी; गर्दी हात उंचावून हलवत असे; आणि मेहतर वाद्यवृंद सुरुवातीइतक्या धडाक्यात वाजवायला लागे.

'भेंडी' संघाचा विजय झाला आणि सामना संपला. 'कोबी' संघही तितकाच चांगला खेळला; पण या वेळी नशीब त्यांच्या बाजूला नव्हतं. विजेत्यांना तर बक्षीसं मिळालीच; पण पराजितांनाही वगळण्यात आलं नाही. या निकालामुळे इब्राहीम पाशालाही बरं वाटलं; त्यानं ज्या संघाला पाठिंबा दिला होता तो संघ हरला होता; पण त्याच्या आश्रयदात्याचा आवडता संघ 'जिंकल्यामुळे तो अतिशय खूश होणार होता.

प्रमुख वजिरानं उत्सव प्रमुखाला थोड्याच दिवसांत घोड्यांची शर्यत आयोजित करायला सांगितलं. सुलतान अहमद आणि त्याचा मोठा भाऊ मुस्तफा यांच्या सुंता समारंभाच्या वेळी एदिर्न प्रासादात आयोजिलेली घोड्यांची शाही शर्यत अजूनही कित्येकांना आठवत होती. त्यांचे वडील महमद शिकारी यांनी विजेत्यांना दिलेली अप्रतिम बक्षिसंही लोकांच्या स्मरणात होती. आधीच्या सम्राटाच्या वेळच्या समारंभापेक्षा हा सोहळा कांकणभर सरसच करायचा इब्राहीम पाशाचा निश्चय होता.

शर्यतीचे घोडे निवडण्याचं काम दुसऱ्यावर सोपवून चालण्यासारखं नव्हतं;

वजिरानं स्वत: जातीनं ती निवड केली. सहासष्ट घोडे कसोटीला उतरले; पहिल्यापेक्षा दुसरा अधिक प्रभावी; प्रत्येक घोडा प्रेषिताच्या पवित्र अश्वापेक्षाही वेगवान होता. सहारांच्या रांगेत उभे असलेले हे डौलदार सडपातळ पायांचे घोडे आणि त्यांच्यावरचे पटाईत स्वार बघून वाटलेलं कौतुक सम्राटही लपवू शकला नाही. सहा मार्गिकांतून गळ्याला गळा, लगामाला लगाम भिडवत ते असे धावले की जणू उडतच आहेत. प्रत्येक शर्यत फक्त नाकावर जिंकली गेली. अंतिम शर्यत आणि विजेत्यांची बक्षिसं दोन्हीही लोकांना श्वास रोखून धरायला लावणार होतं.

मेहतरन वाद्यवृंदाच्या संगीताच्या साथीनं पार पडलेल्या कुस्त्यांचाही सुलतान अहमदनं आस्वाद घेतला. कुस्तीगीरांच्यांत तो स्वत:ला पाहत होता किंवा कसं ते सांगता येणार नाही; पण सामना सुरू असताना अधूनमधून सत्ताधीश दात खात होता. मुठी वळत होता; तर कधी खालचा किंवा मागचा तक्क्या आवळत होता, हे लेवनीच्या लक्षात आलं. अधिक शक्ती असलेल्यानं आपल्या प्रतिस्पर्ध्याला कुचलून स्वत:चं श्रेष्ठत्व निर्विवादपणे सिद्ध केलं. त्यामुळे प्रेक्षकांच्यात अवर्णनीय भावना उसळल्या, त्यांना अजोड आनंद झाला. कठोर नियमांमुळे कधीकधी उत्साहाला आळा बसला, तर कधी सुटकाही झाली. माणसानं अमानुष क्रौर्याची सीमा गाठू नये यासाठी तर हे नियम होते.

सम्राट योग्य तिथे आवर्जून प्रशंसा करणारा चांगला प्रेक्षक होता. जर आपण प्रतिस्पर्ध्यांना पटकन, कौशल्यानं आणि अविवाद्य तऱ्हेनं हरवलं तर आपल्याला मोठं बक्षीस मिळणार हे प्रत्येक कुस्तीगीराला माहीत होतं. विशेषत: अशा उत्सवाच्या वेळी मिळणाऱ्या बक्षीसानं पुढच्या काही काळाची भ्रांत मिटत असे. मेहतर संगीताच्या साथीनं प्रोत्साहन मिळालेल्या कुस्तीगीरांनी संपूर्ण उत्सवातले काही क्षण अविस्मरणीय केले.

उत्सवाची सांगता ही त्याच्या उद्‌घाटनापेक्षाही जास्त दिमाखदार होती. दरबार पुन्हा राजप्रासादात परतला, त्या वेळपर्यंत ओकमेडनमधले तंबू काढून टाकण्यात आले होते. खास राजपुत्रांसाठी तयार केलेली कागदी झाडे, मिठाईच्या बागा, आणि प्राणी यांची शहरातून जंगी मिरवणूक काढण्यात आली, ती बघून नजर सुखावत होती, तर तोंडाला पाणी सुटत होतं.

ओटमन उत्सवाचं महत्त्वाचं अंग असलेल्या कागद आणि मेण यांच्यापासून बनवलेल्या झाडांमुळे स्थापत्यशास्त्राचं काम निर्माण केलं. राजवाड्याच्या वाटेवरच्या काही इमारती जबरदस्तीनं विकत घेऊन त्यांच्या पुढे आलेल्या खिडक्या पाडल्या तेव्हा कुठे त्या अरुंद रस्त्यातून त्या भल्यामोठ्या, रंगीबेरंगी

रचना जाड दोरखंडानं ओढून नेता आल्या. मिठाईचे बगीचे खूपच जड होते. गोदीतले तगडे युवकच त्यांना थाळ्यांवरून नेऊ शकले. उठून दिसणाऱ्या या बागांमध्ये सर्व काही होतं; आणि होतं ते सगळं साखरेपासून बनवलं होतं; मध्यभागी असलेले विश्रामकुंज, कारंजी आणि तुषारही. कुंजाभोवती संत्री, क्विन्स आणि पेअरची झाडं, सायप्रस वृक्ष आणि फुलं होती. बागेतली माती कस्तूरीच्या पिठीसाखरेपासून केली होती; आणि गोटे म्हणजे साखरेत पाकवलेले वेगवेगळ्या रंगांचे बदाम होते. गोदीतले कामगार डोक्यावरून वाहून नेत असलेल्या प्रचंड थाळ्यांमध्ये साखरेचे प्राणी होते. ज्यांची शिकार होते असे पक्षी, लांब पिसाऱ्यांचे पक्षी, पोपट, लव्हबर्ड्स, मोर, जंगली कबुतरांची जोडी, कोंबडा, मेंढा, सिंह, चित्ता आणि हरणांची जोडी. प्रत्येक प्राणी अन् पक्षी इतक्या बारकाव्यानिशी केला होता की, जणू ते खरेच आहेत; कुठल्याही क्षणी ते उडी मारतील; किंवा उडू लागतील. केवळ तोंडात गोड चव घोळीवी यासाठी राजपुत्र इतक्या अप्रतिम कलाकृतींचा नाश कसा करतील?

लेवनी आणि सईद वेहबी आणि अहमद

हुशार माणसा, उत्सव हुकला असेल; तर तू दुर्दैवी! आता मी केलेलं त्याचं वर्णन तरी ऐक.

लेवनीनं हातातला ब्रश खाली ठेवला; आणि मागे सरून, ज्या चित्रावर तो शेवटचा हात फिरवत होता, त्याकडे चिकित्सक नजरेनं पाहू लागला. हो, चित्र त्याला अगदी असंच हवं होतं. जितंजागतं. चित्राची चौकट दूर करून आतली माणसं बाहेर पडतील असं वाटत होतं. नाइलाज झालेले आणि स्वत:वरचा ताबा सुटलेले अफीमबाज इकडेतिकडे फेकत होते. अस्वलांच्या कातडीचा तपकिरी रंग नजरेत भरत होता. मातीच्या पिवळट रंगाच्या पार्श्वभूमीवर व्यसनी माणसांचे कपडे अनेक रंगांच्या डागांसारखे दिसत होते. अंगावर सोडलेल्या अस्वल आणि सापांना चुकवण्याचा प्रयत्न करणारे अफूबाज त्यानं रंगवले होते.

या लोकांना 'दुर्दैवी खिशातली आयुष्य' असं म्हटलं जात असे. लोकांचं त्यांनी मनोरंजन करावं म्हणून त्यांना अफू आणि कॉफीची लालूच दाखवली जात असे. आधीच ते फटाक्यांच्या आवाजानं गर्भगळीत झालेले असायचे; त्यात लोक

त्यांच्यावर नाणी फेकायला लागले की त्यांचा स्वत:वरचा ताबा पूर्ण सुटे. साध्या चेष्टामस्करीच्या पलीकडे जाणारा तो एक निंद्य सापळा होता. स्वत:चा जीव वाचवताना तोल गमावलेल्या त्या लोकांचं धडपडणं बघून आनंदानं गर्दीला अनावर हसू लोटायचं; या लोकांचे हाल हा उत्सवाच्या मौजमजेचा भाग बनला होता. काही लोक अडखळून खाली पडले होते; काहींनी अंगाची जुडी करून घेतली होती; आणि काही जण अस्वलाच्या पंजाच्या पकडीत सापडले होते. काही सापांबरोबर झगडत होते. हातात काठी घेतलेले अधिकारी त्यांच्यामधून ताठपणे चालत होते.

चित्रकारानं चित्रातल्या माणसांच्या चेहऱ्यावर भाव दाखवले होते; भय, धक्का, संताप, मूक राग, क्रौर्य, आनंद आणि हृदयशून्यता. प्रेक्षकांमध्ये ज्यांच्यावर दयेखातर सुंता करायची होती अशी गरीब मुलेही होती, ज्यांच्यावर एक शल्यतज्ज्ञ लक्ष ठेवून होता. त्यांना सांगितलं गेल्याप्रमाणे त्यांनी एकमेकांचे हात घट्ट पकडले होते. सर्वांत पुढच्या मुलानं सार्वजनिक व्यवस्थेचा अधिकारी असलेल्या जानिसरीचा हात धरला होता. लाल टोपी आणि रंगीत अंगरखे असा वैशिष्ट्यपूर्ण पोशाख केलेल्या त्या मुलांचे चेहरे इतके निरागस होते... लेवनीच्या चित्रातली ती मुलं आपल्या सताड उघड्या डोळ्यांनी समोरचा घाबरवणारा, विचित्र देखावा बघत नव्हती, ते फारच ठरावीक पद्धतीचं झालं असतं. चित्रकाराला माहीत होतं की त्या क्षणी त्या दयापात्र मुलांना सुंतेच्या तंबूत नेलं जाईल आणि त्यामुळे त्या मुलांची चेहऱ्यावर दिसत होती ती अस्वस्थ काळजी आणि एक उत्सुकताही : ते आता समाजाच्या नजरेत पुरुष बनण्याच्या उंबरठ्यावर उभे होते. त्या क्षणी तरी ती कडमडणारी मूर्ख माणसं त्यांचं लक्ष वेधू शकत नव्हती.

पांढरे ढग विखुरलेल्या आकाशात दूर अंतरावर पक्ष्यांचे थवे उडत होते. चित्रकाराने ते का रेखाटले होते? पृथ्वीवर घडणाऱ्या विविध घटना दाखवायचं त्याच्या मनात होतं का?

अफूबाजांवर अस्वलं सोडणं, त्या दुर्दैवी जिवांचा जीव वाचवण्यासाठी होणाऱ्या धावपळीनं किंवा पकडले जाण्यानं आणि घायाळ होण्यानं करमणूक होणं; तेही सुंतेच्या उत्सवाच्या वेळी. हा निसर्गाच्या क्रौर्याकडे बघण्याच्या त्या वेळच्या दृष्टिकोनाचा पुरावाच आहे की. क्वचितच कोणाला हे सगळं विलक्षण चमत्कारिक वाटलं असेल, हा संपूर्ण देखावा त्यातल्या सळसळत्या उत्साहासकट लेवनीनं पुन्हा निर्माण केला होता. ताकदवान माणूस कसा दुबळ्याला चिरडून स्वत:ची ताकद सिद्ध करतो; पण त्याच वेळी त्याचा स्वत:चा दुबळेपणा त्याला दिसत

नाही... हा विरोधाभास त्याच्या चित्रात पूर्णपणे उमटला होता.

कोलांट्या उड्या मारणारेसुद्धा तितकेच लक्षवेधी होते; पण जर ते धडपडून पडले असते तर त्यांच्याकडे जास्त लक्ष गेलं नसतं का? डोंबाऱ्यांसाठी तुर्की भाषेत कम्बाझ हा शब्द आहे. जो 'कन'पासून बनला आहे. 'कन' म्हणजे आयुष्य; आणि 'बाझ' म्हणजे हातात घेणारा; म्हणजे आपलं आयुष्य तळहातावर घेणारा. त्यांना आपल्याला असलेल्या धोक्याची पूर्ण कल्पना दिसत होती. त्यांची प्रत्येक हालचाल केवळ भौतिकशास्त्रांच्या नियमांनाच नाही, तर प्रेक्षकांनाही आव्हान देत होती. लेवनीनं प्रत्येक चौकटीत त्यांचं हे आव्हान पकडायचा प्रयत्न केला होता. उत्सवाच्या सौंदर्यामधल्या वैयक्तिक प्रतिक्रियांचे हे शोभादर्शक होतं. रंगाचा प्रत्येक थेंब समाधानाचा स्रोत होता. त्यातून लेवनीला अपरिमित आनंद मिळत होता. आजपर्यंत काढलेल्या चित्रांपेक्षा वेगळाच परिणाम यायला हवा होता.

चित्रांचा क्रम चित्रकारानं घटनाक्रमाप्रमाणे ठेवला नव्हता. तसं करणं चूकच ठरलं असतं. त्याला प्रथम चित्र काढायचं होतं. ते स्मृतीत उरलेल्या एकसंध परिणामांचं, आणि त्यावर कल्पनेनं चढवलेल्या अलंकारांचं. प्रसंग बघताना त्याच्या मनात उठलेल्या भावना त्याला शक्य तितक्या प्रामाणिकपणे व्यक्त करायच्या होत्या. त्याला व्यक्तिश: ज्या देखाव्यांनी उत्तेजित केलं होतं, ते चितारायला तो अधीर झाला होता. उदाहरणार्थ, वजीर आणि धर्मगुरू यांची सभा; हा आगळावेगळा प्रसंग रेखाटताना त्यानं किती परिश्रम घेतले होते. काही झालं तरी उत्सवाचा स्मरणिका ग्रंथ सुलेखनकारांनी नेटकाच केला असता; रेखाटनं एका विवक्षित क्रमानं टाकून मगच त्या ग्रंथाची काळजीपूर्वक बांधणी करण्यात आली असती. म्हणजे विदूषकांच्या आधी रोशणाईला अग्रक्रम मिळाला नसता. गर्दीचे देखावे चितारताना लेवनीला खूप आनंद मिळाला होता. उस्ताद वॅन मूरच्या चित्रात पाहिल्याप्रमाणे लेवनीनं काही आकृत्या कागदाच्या बाहेर असल्याप्रमाणे अर्धवट सोडल्या होत्या; जणू काही कागदाच्या मर्यादेबाहेरही ती हालचाल चालू होती.

* * *

संपूर्ण उत्सवभर लेवनीनं सम्राटाच्या निकट सान्निध्यात राहून प्रत्येक क्षण आपल्या स्मृतिपटलावर कोरून ठेवला होता. सर्व घटना नीट प्रतिबिंबित करून त्या अजरामर करणं हे त्याचं कर्तव्य असणार होतं. तो उत्सव चित्रांकित करण्यासाठी फक्त त्याची आणि त्याचीच निवड होऊ शकते हे त्याला सुरुवातीपासूनच पक्कं ठाऊक होता. याखेरीज दुसरं काही होणं केवळ असंभवनीय

होतं. सोहळ्याची वर्णनं लिहिण्याचा मान प्रमुख वजिराच्या खास मर्जीतला कवी सैद हुसेन वेहबी याला मिळाला होता, म्हणून तर त्या ग्रंथाचं नाव सुरनाम-इ-वेहबी- सोहळ्याचा वेहबीनं लिहिलेला वृत्तान्त असं होतं.

त्या १७५ पानी पुस्तकात वेहबीनं स्वत:चा आणि सोहळ्यादरम्यान स्वत:ला आलेल्या अनुभवांचा उल्लेख वारंवार केला होता; पण चित्रकाराविषयी अवाक्षरही काढलं नव्हतं. पण अर्थात वेहबीकडे लेखणी असली, तरी कुंचल्यावर लेवनीची पकड होती. शेकडो वर्षांनंतर हे पुस्तक चाळून हा दिमाखदार सोहळा बघणाऱ्या लोकांना वेहबीचं व्यक्तिचित्र एकदाही दिसलं नाही; पण एका गजबजलेल्या दृश्यात दिसला त्याच्या घोड्यावर बसलेला, दूर नजर खिळवून विचारात गढलेला लेवनी. एकूण १३७ चित्रांपैकी फक्त दोन चित्रांवर लेवनीनं आपली सही केली होती : एकदा सोहळ्याच्या प्रारंभी भरवलेल्या वजीर आणि शास्त्रज्ञांच्या बैठकीत त्याच्या प्रिय सिंहासनाधिष्ठित सम्राटाच्या पायाशी; आणि एकदा उत्सवाच्या सांगते वेळी राजवाड्याकडे परतणाऱ्या एन्देरून अधिकाऱ्यांच्या लांबलचक मिरवणुकीच्या दृश्यात. ही दुसरी सही एका घोड्याच्या टापेखाली करण्यात आली होती. त्या सहज कुठेही केलेल्या सह्या नव्हत्या. आपली निष्ठा आणि अभिमान दर्शवणाऱ्या स्थानांची निवड सह्यांसाठी काळजीपूर्वक करण्यात आली होती.

लेवनीनं सर्व क्षेत्रांतली माणसं चितारली आहेत; आनंद, उत्साह आणि सामंजस्य दर्शवणारी, रोजच्या एकसुरी जगण्यातला बदल उपभोगणारी, तो वेडावून टाकणारा काळ त्यानं त्याच्या कलेतून जिवंत केला आहे. चित्रात कृती उजवीकडून डावीकडे अखंडितपणे संक्रमित झाली आहे. कधीकधी चित्रकारानं मागं सरून जास्त माणसांचा वेध घेतला आहे; तर इतर वेळी खूप जवळ जाऊन बारीकसारीक तपशील भरले आहेत. कधीकधी सगळं करून एखाद्या महत्त्वाच्या क्षणाचं दर्शन घडवलं आहे; आणि नंतर पुन्हा वेग पकडला आहे; एवढं सगळं करूनही सलगता कुठेच भंग पावली नाही आहे.

लेवनीनं सगळ्यांत भर दिला आहे तो प्रत्येक प्रकारच्या लोकांचं चित्रण करण्यावर. स्वत:च्या दिमाखानं इतरांना फिकं पाडणारा प्रमुख वजीर, बाजूला गावगप्पांत दंग झालेले राजवाड्यातले सेवक; सर्वत्र नजर ठेवणारे जानिसरी, खूश करायला धडपडणारे वजीर, गर्दीतल्या कुरापतखोरांवर पाणी ओतणारे हसतमुख पाणके, भरीव बक्षिसाची अपेक्षा करणारे पहिलवान, आठ्या घालणारे रक्षक, आपल्या पुरुषांच्या जोडीनं हे सोहळे बघण्याची परवानगी मिळाल्यामुळे या फुटकळ स्वातंत्र्याचा आस्वाद घेणाऱ्या आणि तरीही सर्व वेळ बडबडणाऱ्या स्त्रिया, छान पोशाखांत नटलेले फिकट चेहऱ्यांचे राजपुत्र, त्यांचे प्रेमळ दास, वाटणारे आश्चर्य

लपवण्याचा प्रयत्न करणारे युरोपियन राजदूत, आपल्या कौशल्याची परिसीमा गाठू पाहणारे नर्तक (... अशी कितीतरी व्यक्तिचित्रं शिवाय प्रत्येक चित्रात सम्राटाचे अनुपम, हेवा वाटायला लावणारे अंगरखे निसर्गाच्या विविध सौम्य रंगात रंगवले, होते) : विजेचा तसेच बर्फाचा रंग, हिऱ्यांचा आणि गुलाबाचा, वाटाण्याचा आणि दालचिनीचा, केशराचा आणि अक्रोडाचा पिस्त्यांचा आणि लिंबांचा, तसेच पोवळ्यांचा आणि लायलक फुलांचा रंग... प्राण्यांचे चेहरेसुद्धा प्रत्येकाचा वेगळा... कलाकाराची नजर खेचून घेणारा प्रत्येक प्राणिमात्र वेगळा उठून दिसत होता. काही जण स्वत:च्याच विचारांत गढले होते; आणि पानं उलटणाऱ्या दर्शकांविषयी पूर्णपणे अनभिज्ञ असलेल्या त्यांना चिरंतन चालू राहणाऱ्या त्या क्षणानं आपल्यात सामावून घेतलं होतं. तर इतर काही जण दर्शकाला वाटणाऱ्या नवलाईकडे पूर्ण दुर्लक्ष करून त्याच्या नजरेत नजर मिळवून त्याच्याशी एक अजोड नातं जोडत होते. त्या चित्रांमध्ये असलेल्या एका गोष्टीचं रहस्य मात्र एकट्या चित्रकाराशिवाय कोणालाच उमगलं नव्हतं. गर्दीच्या प्रत्येक देखाव्यात एखाद्या प्रेक्षकाच्या किंवा कारागिराच्या चेहऱ्याच्या जागी अशक ओमर या कवीचा चेहरा असे.

लेवनीच्या आवडत्या व्यक्तिरेखांपैकी एक होती जादूगाराची. उलटे केलेले कप आणि छोटे चेंडू यांच्या मदतीनं तो आपल्या हातचलाखीची करामत दाखवायचा; प्रेक्षकांच्या डोळ्यांना फसवायचा पण त्यांना खूशही करून सोडायचा; त्याचं रेखाटन इतकं हुबेहूब होतं की दर्शकाची नजर त्यावर खिळून राहायची. चित्रात त्याला विरळ, टोकदार दाढी होती; तर भल्याथोरल्या नाकाखाली वर वळवलेल्या मिश्या होत्या. हाताच्या चपळ हालचाली करता याव्यात म्हणून त्यानं बाह्या वर गुंडाळल्या होत्या, आणि कमरबंद सैल केला होता. त्याच्याबरोबर असलेल्या तंतुवाद्य वाजवणाऱ्याचं खरं काम प्रेक्षकांचं लक्ष विचलित करणं हे होतं; पण प्रत्यक्षात त्याच्याकडे कोणीच लक्ष देत नव्हतं. जादूगाराच्या पुंगळीसारख्या टोपीवर अगणित चिन्हं होती; त्यानं डोकं हलवलं की त्या टोपीच्या टोकांवरच्या छोट्या घंटा किणकिणायच्या. तेव्हा प्रेक्षकांना तो आवाज जणू ऐकू यायचा.

वेडेपणा... वेडेपणा आणि प्रतिमेची बेभान धुंदी वारंवार एकत्र येत होती. अशा वेळी विरोधी रंगांना एकत्र आणण्यात लेवनीला आत्तापर्यंत न आढळलेली सुसंगती दिसत होती. वेगवेगळ्या दिशेनं जाऊ पाहणाऱ्या रंगांना कल्पनेपलीकडच्या तऱ्हेनं एकत्र आणताना चित्रकाराचा उत्साह जणू उचंबळत होता; आणि चित्राच्या कोपऱ्यानूकोपऱ्यात तो प्रतीत होत होता... आणि नेमकं

हेच सुरनामच्या शेवटच्या छोट्या चित्रात झालं होतं; त्या अवर्णनीय देखाव्यात त्याचा आवडता सम्राट मुलाम्याचा घुमट असलेल्या न्याहारी कुंजाच्याबाहेर उभं राहून सुवर्णमुद्रा उडवत होता. उत्सवाच्या शेवटी सुलेमान, महमद, मुस्तफा आणि बैझिद या चार युवराजांची सुंता पार पडली होती. आणि ते बगदाद महालात सज्ज केलेल्या त्यांच्या बिछान्यात पहुडले होते. त्यांच्याशेजारी उभा असलेला शल्यकर्मी 'सगळं काही ठीक असल्याचा' निर्वाळा इब्राहीम पाशाला देत होता. बिछान्यावर, सर्वोत्कृष्ट कापड अंथरलेलं होतं. ते होतं वेगवेगळ्या रंगांत आणि रचनांत, पण त्या खऱ्या अर्थानं रचना नव्हत्याच, असल्याच तर कलाकाराच्या कल्पनेत असतील. शरद ऋतूतल्या थंडीपासून बचावासाठी राजकुमारांच्या बिछान्यांच्या दोन्ही बाजूंना जाडजाड पडदे सोडले होते. इतक्या सगळ्या जड आणि जाड कापडांमुळे मुलं अगदी छोटी दिसत होती. प्रत्येक बिछान्याच्या झालरीची सजावट ऐग्रेटच्या (शिरपेचांच्या) जोडीनं केली होती ज्यात पंख्यासारखी पसरलेली फ्लेमिंगोची (रोहित पक्ष्याची) गुलाबी पिसं, आणि पाचू आणि हिरे झळकत होते.

या एकमेव प्रसंगी चारही मुलं एकत्र दाखवली गेली होती. फक्त दोन वर्षांचा असलेला बैझिद इतर मुलांबरोबर उत्सवाला हजर नव्हता. इथे तो एका मोठ्या बिछान्यावर मध्यभागी ठेवला गेला होता. काय चाललं आहे ते न समजल्यामुळे तो गोंधळलेला आणि घाबरलेला होता. बगदाद महालाच्या सुशोभित घुमटाखाली वेगवेगळी आई असलेले ते राजपुत्र बालपणीची निरागसता लपेटून पहुडले होते. सत्ता आणि सुख, का वंचितावस्था आणि वेदना. भविष्यात त्यांच्यासमोर काय वाढून ठेवलं आहे याची त्यांना कल्पना नव्हती. सम्राटाच्या हृदयात जिचं स्थान निर्विवादपणे अढळ आहे अशा मिहरिशाची दोन मुलं त्यांत होती. एक मुलगा फारशी आवडती नसलेल्या उम्मुगुलसुमचा होता. चौथा मुलगा होता तो एका लहान गुबगुबीत मुलीचा होता. सम्राटानं तिच्यावर एकदाच मेहेरनजर केली होती. पण त्या वेळी नेमका तिचा योग्य मासिक काळ होता. त्या सगळ्या मुलग्यांमागे एक समान हेतू होता : राजवंश सुरू ठेवणं.

आता निघण्याची वेळ झाली आहे असं सुलतान अहमदनं आपल्या प्रिय वजिराला सांगितलं होतं. स्वत: लेवनी चित्रात दिसत नव्हता; पण त्यानं बहुधा रेवन महालाच्या छपरावरून तळ्याशेजारच्या अंगणातलं हे दृश्य पाहिलं असावं. चित्राकडे बघणारा चित्रात ओढला जायचा. सम्राटाच्या बाजूला उभे असलेले अग्निदल अधिकारी आणि वैयक्तिक सचिव आणि नेहमीप्रमाणे त्यांच्याही बाजूला उभे असलेले नोकर. सगळ्यांनीच उंच, चेहऱ्याच्या दोन्ही बाजूंना हनुवटीपर्यंत

लोंबणाऱ्या वेण्या सोडणाऱ्या जरीच्या टोप्या, आणि फिकट शेंदरी, हिरवे आणि पिवळे अंगरखे घातले होते. जरीबुट्टीच्या पट्ट्यांनी ते बांधले होते. अहमद हणनं आपल्या पिवळ्या अंगरख्याच्या खिशात एक हात घातला होता. उंच धरलेल्या दुसऱ्या हातातून सुवर्णमुद्रा खाली पडत होत्या; अक्रोडाच्या रंगाच्या त्याच्या अंगरख्याच्या घोळाचं एक टोक वाऱ्यानं फडफडत होतं. जणू एखादं सर्वसामान्य काम पार पाडत असल्यासारखी त्याची मुद्रा शांत आहे. त्याचा पोशाख साधा आहे आणि त्यानं कोणतेही दागिने घातले नाहीत. त्याच्या चर्येवर काम नीट पार पाडल्याचं समाधान आहे. सुलतानाच्याभोवती त्याचे निकटवर्ती सहायक आहेत. उचलण्यासाठी जमिनीवर खूप नाणी पडली आहेत. संगमरवरी मत्स्य तलावाच्या तळातही काही पडली असतील. काही सेवक हावरेपणानं धडपडत संगमरवरी जमिनीवरची नाणी उचलत आहेत. काही जण आदरपूर्वक आपले हात पोटाशी पकडून न हलता आपल्या आश्रयदात्याकडे एकटक पाहत आहेत. जमिनीवर रांगणाऱ्या आपल्या सहकाऱ्यांकडे पाहणं त्यांना उचित वाटत नाही आहे.

चित्रकारानं शरद ऋतूतल्या विलक्षण समृद्धीचा जिवंत प्रत्यय दिला होता तो जांभळ्या रंगाच्या हर एक छटेच्या द्राक्षघोसातून. कुंपणांवर पसरलेल्या द्राक्षवेलींच्या कोवळ्या आणि गर्द पानांतून ते चमकत होते. प्रतिभेनं त्याच्या आत्म्याचा ताबा घेऊन त्याला अधिक बेभान करत 'लेवनी' या शब्दाचा 'रंगीबेरंगी' हा अर्थ साकार करणारे गुलाबी रंगाचे अनेक प्रकार कागदावर उमटवले होते. जुन्या छोट्या चित्रातल्या चिनी ढगांप्रमाणे, अधिक गहिऱ्या होत जाणाऱ्या उत्फुल्ल गुलाबी रंगांनी आकाश रंगलं होतं. इंग्रजी 'व्ही' आकारात ढगांसमोर उडणारे पक्षी हा वास्तव जगाशी चित्रकारानं ठेवलेला एकमेव दुवा होता. ज्यातला सूर्य कधीही मावळणार नाही, आणि रंग कधीही कोमेजणार नाहीत असा देखावा... डोळे खिळायचे ते मध्यभागी अगदी ताठ उभ्या असलेल्या सम्राटावर, आपल्या पूर्ण दिमाखात उभा असलेला लेवनीचा सम्राट...

लेवनीची रेखाटनं ही एका विशिष्ट प्रकारातली शेवटची रेखाटनं होती. ना पुन्हा इतक्या अप्रतिम रेखाटनांनी नटलेली विलक्षण सुंदर पुस्तकं होणार होती, ना कधी असे वैभवशाली उत्सव की ज्यांच्यासाठी स्मरणिका बनाव्यात; आणि अशा अपार ऐश्वर्यशाली देखाव्यांचा सम्राटही पुन्हा होणार नव्हता. लवकरच चित्रं पुस्तकाचं जग मागे टाकून चित्रफलकांकडे जाणार होती.

* * *

सुलतान अहमदनं सुरनाम हा जड बांधीव ग्रंथ काळजीपूर्वक उचलला. तेव्हा

त्याचा आविर्भाव हा एखादं अनमोल रत्न स्वीकारावं तसा होता. त्यानं लेखक आणि चित्रकाराला मोठमोठी बक्षिसं तर दिलीच, पण सुलेखनकार, बांधणी करणारा आणि पुस्तक निर्मितीत सहभागी असलेल्या कलादालन कारागिरांनाही तो विसरला नाही. हे त्याचं आवडतं पुस्तक होणार होतं. सम्राटानं बघताना दर वेळी प्रत्येक देखावा बघितला; जणू प्रत्येक वेळी तो हे क्षण पुन्हा जगत होता.

इब्राहीम पाशालाही हे अविस्मरणीय क्षण चित्रात पकडून ठेवायचे होते; म्हणून त्यालाही स्वत:साठी एक पुस्तक हवं होतं. पण त्यानं रेखाटनासाठी लेवनीच्या एका विद्यार्थ्याची निवड केली. या विचित्र निवडीबाबत काहीही मत व्यक्त करणं लेवनीनं टाळलं. फक्त आपला मित्र यिरमिसेकिझ चेलेबी याला लेवनीनं सांगितलं की, एवढ्या प्रचंड मोठ्या कामानं त्याचा खूप वेळ खाल्ला असता. याहीपेक्षा जास्त म्हणजे प्रमुख वजिराच्या पुस्तकासाठी काम करणाऱ्या चित्रकाराला त्यानं मार्गदर्शनही केलं. पण याचा अर्थ इब्राहीम पाशानं सल्लामसलतीशिवाय घेतलेल्या निर्णयाबद्दल तो नाराज नव्हता असं नाही. प्रत्यक्षात तो अतिशय नाराज होता.

* * *

सम्राट खूप वेळा लेवनीला बोलावून आपल्याशेजारी बसवे; आणि त्याच्या संगतीत पुस्तक बघे. कामाला दाद मिळताना कुठल्याही कलाकाराला होईल तसाच आनंद अशा वेळी लेवनीला वाटे. अहमद हणला लेवनीची विनोदबुद्धी आवडे. ज्यांची व्यक्तिरेखाटनं केली गेली आहेत, त्या व्यक्तींना प्रत्यक्षात नीट ओळखत असल्यामुळे, सम्राट प्रत्येकाच्या चेहऱ्यावरचे भाव नीट निरखून पाही; आणि त्यांच्या काही आविर्भावांकडे बघून कधी गालातल्या गालात; तर कधी मोठ्यानं हसे. उदाहरणार्थ भोजन प्रसंगीचे जानिसरी बघून त्याची खूप करमणूक झाली; कारण मानवी स्वभावात त्याला फार रस होता. इथे पुलाव आणि केशरी पुडिंगकडे धाव घेताना एका अधाशी माणसाची उंच टोपी डोक्यावरून पडली होती; आणि त्याची ही दैना बघून दुसऱ्यानं पळताना आपली टोपी गच्च पकडली होती.

कधीकधी अहमद हण कलाकाराला प्रत्येक रेघेविषयी प्रश्न विचारे.

"लेवनी चेलेबी, माझं ग्रंथालय असं दाखवावं असं तुला का वाटलं? त्याचं बाह्यरूप सर्वोत्तम संगमरवरात बनवलं आहे हे तुला माहीत नाही का?"

कुठल्यातरी कारणानं लेवनीनं ग्रंथालय त्याच्या निळसर घुमटांना खुलून दिसणाऱ्या, चक्राकार रचनेत बसवलेल्या, चमकदार, कुताह्च्या फरश्यांनी आच्छादलेलं दाखवलं होतं. ग्रंथालय साध्या एकरंगी संगमरवरात मढवलं आहे

हे अर्थातच त्याला माहीत होतं; शिवाय प्रत्येक गोष्ट शक्य तेवढी वास्तवाच्याप्रमाणे दाखवण्याचा त्याचा प्रयत्न होता. पण कदाचित त्याच्या कल्पनेतलं ग्रंथालय जास्त रंगबहुल होतं.

"थोर सत्ताधीश, क्षमा असावी, पण ही साधी इमारत माझ्या कल्पनेप्रमाणे अलंकृत दाखवावी असं मला वाटलं; आपल्याला वाटलं तर हे चित्र असंच ठेवून सहन करावं."

"म्हणजे ग्रंथालयातलं सर्वांत मौल्यवान पुस्तक सदैव ग्रंथालय आहे त्यापेक्षा वेगळंच दाखवत राहणार!"

सम्राटाच्या नजरेतली मुभा, आणि त्याला वाटलेली गंमत जाणवून लेवनीनं स्वत:च्या कल्पनाशक्तीला मुक्त सोडलं.

"कित्येक वेळेला जसं आपल्या कल्पनाशक्तीला आपलं शब्दभांडार तोकडं पडतं. तसंच सुलतान, माझा कुंचलाही व्यक्त करण्याच्या ठरावीक नियमांना जुमानत नाही."

अशा तऱ्हेनं लेवनीनं केलेल्या ग्रंथालयाच्या रेखाटनातलं रंगीत जग तसंच राहिलं; आणि इतकी वर्षं दर्शकाला गोंधळात पाडत राहील.

सुलतान अहमदला सगळ्यांत हृदयस्पर्शी वाटल्या. त्या शेवटच्या दोन चित्रचौकटी.

"साथीदारा, माझ्या नजरेत तू प्रेमळपणा किती छान प्रतीत केला आहेस. मला अगदी भरून आलं आहे. तुझ्यासारख्या जाणत्या आणि प्रगल्भ माणसाच्या रचनेतच असं दिसू शकतं.

राजकुमारांवर शल्यविशारदाची सुरी चालण्याआधी राजकुमार राजवाड्याकडे भव्य मिरवणुकीनं जात असतानाचं चित्र सम्राट पाहत होता. दिवानयोलुवरच्या कलामंदिरातल्या पहिल्या मजल्यावरच्या खिडकीसमोर रेशमी तक्क्यांचं सिंहासन ठेवलं होतं. लेवनीबरोबर या कलामंदिरातून या सोहळ्यांच्या उत्सवमूर्ती असलेल्या आपल्या जीवश्चकंठश्च मुलांना पाहण्याचं सम्राटानं ठरवलं होतं. एखाद्या साजेशा ठिकाणाऐवजी या लोखंडी कठड्याच्या छोट्या खिडकीमागे बसण्याच्या सम्राटाच्या निर्णयाचं इब्राहीम पाशाला आश्चर्य वाटलं खरं, पण तो राजाचं मन बदलू शकला नाही. सम्राटाच्या लाडक्या साथीदारानं प्रमुख वजिरावर पुन्हा एकदा कुरघोडी केली होती. लेवनीच्या चित्रातला कठड्यामागून बघणारा सुलतान अहमद अतिशय समाधानी दिसत होता.

अनेक छोट्या उपकथा असलेली एक संपूर्ण कहाणी या बहुविध चित्रचौकटीतून सांगण्यात लेवनी यशस्वी झाला होता.

अहमद हणला आवडायचा तो चित्रकाराचा नजरेच्या पल्याड असणारं रेखाटायचा प्रयत्न. हे खरं की चित्रात उठून दिसायची ती सत्तेची चिन्हं : पंख्यांसारख्या दिसणाऱ्या रक्षकांच्या पांढऱ्या पिसांच्या टोप्या सर्वत्र नजरेला पडत होत्या. राजकुमार सुलेमान घोड्यावर तर इतर राजपुत्र गाडीत होते. रत्नजडित खोगिरांखालच्या झुली या वाघ आणि चित्ता यांच्या कातड्यांच्या होत्या. पण तरीही आपल्या मुलांकडे अभिमानानं पाहणारा प्रेमळ पिता हाच चित्राचा मुख्य विषय होता. लेवनीनं सत्ताधीशाला राजेशाहीच्या सापळ्यातून हेतूत: दूर केलं होतं. हेच तर सम्राटाला सगळ्यांत जास्त भावलं होतं. आणि प्रेमळ नजर त्याची एकट्याची नव्हती. लहानग्या राजकुमारांच्या आवतीभोवती असणाऱ्या दास, सेवक आणि रक्षक यांच्यातल्या काही जणांच्या डोळ्यांतही खराखुरा जिव्हाळा आणि दक्षता दृग्गोचर होत होती. दहा वर्षांचा सुलेमान घोड्याच्या पाठीवर एवढासा दिसत होता. या चित्रात पकडलेल्या क्षणानंतर तो लगेचच त्याचे वडील जिथून पाहत होते त्या इमारतीच्या उंबरठ्याचं चुंबन घेणार होता. या अनपेक्षित हळव्या कृतीमुळे प्रेक्षकांतून आनंदाचे चीत्कार येणार होते; तर त्याच्या पित्याचे डोळे पाण्यानं भरणार होते. होय, या शेवटच्या चित्रांमधलं खूप काही हृदयाला हात घालणार होतं.

यिरमिसेकिझ चेलेबी आणि अहमद

फान्सिआहून परत

एनॅमलमध्ये तलावाचं तंतोतंत रेखाटलेलं दृश्य असलेलं खिशातलं घड्याळ सुलतान अहमदनं चमकत्या रोजवुडच्या लिखाणाच्या डेस्कवर ठेवलं. सडसडीत लाकडी पाय असलेल्या त्या डेस्कवर देखणी फुलं कोरलेली होती. लिहिण्यासाठी इतका उंच असलेला पृष्ठभाग कसा सोयीचा पडेल असं कोडं सम्राटाला पडलं; तो आणि तिथले इतर सगळेच लिहिताना मांडी घालून बसत.

मग तो अक्रोडाच्या लाकडाच्या खणांच्या उंच मांडणीकडे गेला. पुष्पचक्राचा

आकार दिलेल्या सोनेरी कड्या पकडून तो ते खण वारंवार बाहेर ओढून पुन्हा आत ढकलू लागला. सोनेरी वर्खाच्या बैठकीवर कोरलेली नग्न बाळं कशी गुटगुटीत आणि अगदी खरी वाटत होती. तशीच तान्हुली पण आरशाच्या चौकटीवर उडी मारून बसली होती. जनानखान्यातल्या स्त्रियांना हे आरसे फार हवेहवेसे वाटत. आणि ज्या कुणाला असा आरसा मिळे; तिचा थाट काही वेगळाच असे.

यिरमिसेकिझ महमद चेलेबीनं परत येताना आणलेल्या अगणित वस्तूंपैकी काही वस्तू सम्राट पाहत होता. फ्रेंच राजाबरोबर चांगले संबंध प्रस्थापित करण्याची जबाबदारी या राजदूतावर सोपवण्यात आली होती.

२० ऑक्टोबर १७२१ ला परत आलेला महमद चेलेबी सम्राटाची आज्ञा झाल्यामुळे तसाच प्रवासातल्या धुळीनं भरलेले पाय घेऊन राजप्रासादाकडे धावला. राजदूताचे अनुभव, त्यानं काय पाहिलं हे ऐकायला सुलतान अहमद अतिशय अधीर झाला होता. सुंता सोहळ्याची सांगता होताच लगेचच राजदूत निघाला होता; आणि त्या पाखंड्यांच्या देशात त्यानं एक वर्ष व्यतीत केलं होतं.

* * *

''फ्रान्सिआमधल्या स्त्रियांना पुरुषांपेक्षा जास्त मान मिळतो, त्यांना पाहिजे ते त्या करतात; आणि हवं तिथं जातात. सगळ्यांत खानदानी पुरुषसुद्धा सगळ्यांत कमी लायकीच्या स्त्रीलाही खूप आदर देतो; आणि सर्व परगण्यांमध्ये त्यांच्या इच्छेप्रमाणेच घडते.''

यिरमिसेकिझ महमद चेलेबीच्या वर्णनांनी अहमद हणचं कुतूहल चांगलंच चाळवलं गेलं. त्याच्या जगातल्या स्त्रिया त्याला चांगल्याच कळतात याबद्दल त्याला पूर्ण खात्री होती; पण इतर स्त्रियांबद्दल त्याला जिज्ञासा वाटे. यातला गमतीचा भाग असा की दूरदूरच्या प्रदेशात जावं, वेगळ्या लोकांना भेटावं ही तीव्र आस त्याच्या मनाला आधीच लागली होती ती ब्रिटिश राजदूताची पत्नी लेडी हिच्यामुळे मोन्तागु तेव्हापासूनच तो खूप वेळ दूरचे देश आणि इतर माणसे यांचा विचार करी. कोणास ठाऊक, पण कधीतरी तोही कदाचित पाखंड्यांच्या प्रासादांना भेट देईल. आणि म्हणून त्यानं शेवटी ठरवलं की लढाई करण्यासाठी नाही; तर तिथलं जीवन बघण्यासाठी एखादा विश्वासू दूत फ्रँकिश भूमीवर धाडायचा. यिरमिसेकिझ महमद चेलेबी जिथेजिथे गेला आणि त्यानं जे-जे पाहिलं, ते कदाचित त्याला स्वत:ला कधीच अनुभवायला मिळणार नाही; पण त्याचा इमानदार सेवक त्यानं जे-जे काही पाहिलं... त्याचा साद्यंत अहवाल

सम्राटाला देईल, आणि त्याप्रमाणे परतलेल्या दूतानं आता त्याच्या हकिकती सांगायला सुरुवात केल्यावर सम्राटासमोर नवं जगच उघडलं.

यिरमिसेकिझ चेलेबीनं फ्रँकिश स्त्रिया जेव्हा राजाच्या शिकार आणि युद्धसदृश खेळात भाग घ्यायच्या तेव्हा त्यांचे केस त्यांच्या चेहऱ्यावर कसे पडायचे त्याचं फार छान वर्णन केलं :

''शहर संपतं तिथे राजाची माणसं आणि त्याच्या नातेवाइकांच्या दासी जमा झाल्या होत्या. आम्हीपण त्यांच्याबरोबरच उभे होतो. स्वत: राजाचं आगमन झाल्यावर आम्ही सर्व आपापल्या घोड्यांवर स्वार झालो, त्या वेळी सर्व दासी त्यांच्या गाड्यांतून पुरुषांच्या पोशाखात पण हिऱ्यांचे दागिने घालून बाहेर पडल्या; आणि घोडेस्वारीचा सराव करू लागल्या. त्या घोड्यावर बसल्या असल्या, तरी त्यांचे स्त्रीसुलभ नखरे, विभ्रम काही कमी नव्हते. त्यांच्या केसांच्या बटा इकडेतिकडे पसरल्या होत्या.''

दूताच्या थक्क करणाऱ्या शब्दांनी सुलतान अहमदच्या डोळ्यांसमोर पॅरिसच्या मुक्त आणि भुरळ पाडणाऱ्या स्त्रिया उभ्या राहिल्या.

''स्त्रिया वेगवेगळ्या घरांना भेटी देत सतत बाहेरच असतात. त्या स्वत:च्या घरी कधीच थांबत नाहीत. स्त्रिया आणि पुरुष रस्त्यात बरोबरच उभे असतात, त्यामुळे शहरं फार गजबजलेली दिसतात. सर्व खरेदी स्त्रियाच करतात; आणि म्हणून त्या इकडेतिकडे असतात.''

दुसरी बाजूही उघडपणे तितकीच आकर्षित झाली होती. ओटमन पुरुषांबद्दल त्या स्त्रियांनाही कुतूहल वाटत होतं. हे वर्णन ऐकत असताना सुलतान अहमदला आपण स्वत:च तिथे हजर आहोत असं वाटलं.

संगीतिकेची रात्र हा ओटमन राजदूताला त्याच्या पॅरीसच्या वास्तव्यातला सगळ्यांत थक्क करणारा अनुभव वाटला.

''एका प्रकारच्या नाटकाला ते 'ऑपरे' म्हणतात. हे फक्त पॅरिस शहराचं वैशिष्ट्य आहे, जिथे ते विचित्र कला दाखवतात. हा प्रासाद खास या ऑपरेसाठीच बांधला गेला आहे. तो सर्व बाजूंनी बंद केलेला असला, तरी क्रिस्टलच्या झुंबरातल्या अनेक मेणबत्त्या आणि मेणाचे शेकडो पलिते यांनी प्रकाशित केलेला होता. मेणबत्त्यांच्या प्रकाशात रेशीम आणि रत्नं यांनी मढलेल्या स्त्रिया अशा काही झळकत होत्या की, वर्णन करणं अशक्य. आमच्या समोर जिथे वादक बसले होते, तिथे कशिदाकाम केलेला एक मोठा पडदा टांगला होता. सर्व जण आसनस्थ झाल्यावर अचानक हा पडदा वर गेला आणि त्यामागे असलेला प्रासाद दिसू लागला. प्रासादातल्या अंगणातले नट आणि रत्नं जडवलेल्या

चमचमत्या झग्यांची आणि पेहरावांची आभा समस्त जमावावर फेकणाऱ्या देवदूतासारख्या चेहऱ्याच्या तरुणी वादकांच्या साथीनं गाऊ लागल्या. एखादी कथा ही वास्तवरूपातच दाखवणं हे ह्याचं सार. ज्या समूहात आम्ही गेलो होतो, त्यांनी ही कथा सांगितली : एक पादशहा असतो. तो दुसऱ्या पादशहाच्या मुलीच्या प्रेमात पडतो; आणि तिच्याशी विवाह करू इच्छितो. पण ती कन्या एका दुसऱ्याच पादशहाच्या मुलाच्या प्रेमात गुरफटलेली असते. या माणसांच्यात घडणाऱ्या घटना जणू काही खऱ्याच असल्याप्रमाणे त्यांनी दाखवल्या. म्हणजे असं की, पादशहाला स्वत:ला राजकन्येच्या बागेत जायचं होतं, तर अचानक आमच्या समोरचा राजवाडा दिसेनासा होऊन त्या जागी लिंबू आणि संत्री यांची झाडं असलेली बाग आली...''

यिरमिसेकिझ चेलेबी जसजसं वर्णन करत होता, तसतशी आपल्याला काहीतरी न मिळाल्याची शब्दांत पकडता न येण्यासारखी जाणीव सुलतान अहमदला त्रास देऊ लागली; त्याचा राग आणि त्याला आलेला तिटकाराही वाढला. जी भूमी तो केवळ सैनिकी मोहिमेवर जाऊनच बघू शकतो अशा दूर वसलेल्या पाखंड्याच्या देशातल्या चमत्कारिक गोष्टींनी सात वातावरणांच्या पादशहानं एवढं भारावून का जावं? त्याच्या नावापुढं असलेलं ओटोमन पादशहांचं 'सात वातावरणांचा सत्ताधीश' हे बिरुद कशात तरी कमी आहे का? का ते बेगडीच आहे? का त्याच्या एकनिष्ठ सेवकांच्या मनापुरतंच त्याचं खरेपण मर्यादित आहे?

''थोडक्यात त्यांचं कौशल्य इतकं थक्क करणारं होतं की, वर्णन करणं अशक्य. त्यांनी विजा आणि गडगडाट दाखवला; इतक्या विचित्र आणि अशक्य घटना दाखवल्या की आपण स्वत: प्रत्यक्षात हजर राहून त्या बघत नाही आहोत, असं कोणाला वाटणारच नाही.''

थोर सत्ताधीश आपले शब्द खूप रस घेऊन ऐकत असल्यामुळे खूश झालेला राजदूत पुढे बोलू लागला.

''त्यांनी राजप्रासादात एक नृत्यमहाल खास ऑपरे मंचासाठी बांधला आहे. पहिल्यापेक्षाही मोठ्या असलेल्या या नृत्यगृहाच्या भिंती चमकदार संगमरवराच्या असून त्या वर्खाच्या चौकटीतल्या अनोख्या चित्रांनी सजवल्या आहेत. आम्ही पोहोचलो तेव्हा सोनं आणि खड्यांनी नटवलेल्या पोशाखांतल्या राजदासी आधीच तिथल्या बॉक्समध्ये येऊन बसल्या होत्या. शहरातल्या ऑपरेपेक्षा इथे गर्दी जास्त होती. राजाचं आगमन होऊन तो स्थानापन्न झाला. एक सुशोभित पडदा समोर टांगलेला होता. अचानक तो पडदा वर उचलला गेला आणि

त्यामागचा तेजस्वी सूर्योदयाचा देखावा दिसू लागला. आणि देवदूतासारख्या चेहऱ्याच्या युवतींनी रंगभूमी भरून गेली. सूर्याचा आकार एखाद्या मोठ्या जेवणाच्या थाळीएवढा होता; आणि सोनेरी रंगाचं सामान वापरून त्याची रचना इतकी कौशल्यानं करण्यात आली होती की, त्यामागच्या मेणबत्त्यांमुळे सूर्यापासून स्वर्गीय किरण निघत असल्याचा भास होत होता. राजपुत्रांची मुलं, सेनापती, सरदार असे सर्व खानदानी पुरुष आणि स्त्रिया तिथले नर्तक होते, जे फक्त शाही जमावातच नाचतात. रेशमी कापडावर चंदेरी जरीनं भरलेले खास पोशाख घालून हे नर्तक नृत्य करतात. डोक्यावर ते बरेचसे मुकुटांसारखे, पिसांसारखे दिसणारे रुंद शिरोभूषण घालतात. स्वत:चं सौंदर्य खुलवण्यासाठी ते सुगंधी काळं काजळ आणि लालीचा उपयोग करतात.

अशी जागा जिथे स्त्रिया आणि पुरुष एकत्र मजा करतात; आणि मग? शिवाय विवाहाच्या कराराचीही गरज नाही... स्त्रियांनाही बरोबरीनं मत आहे. स्वत:च्या पुरुषाला खूश ठेवणं एवढाच उद्देश कोणत्याच स्त्रीचा नाही, त्यांचं स्वत:चं सुख, सोय आणि आनंद हे सर्वांत महत्त्वाचं असतं. हे काहीतरी अगदीच वेगळं होतं. असे विचार त्याच्या मनात येत असतानाच एक गोष्ट लक्षात येऊन सुलतान अहमद चकित झाला. त्याला हे सगळं अजब वाटत होतं हे खरं, पण तरीही तो ते उडवून टाकत नव्हता. स्त्रिया सुखी असण्यात त्याला काहीही खटकत नव्हतं. याआधीच्या अनेक सम्राटांपेक्षा तो स्त्रियांच्याबाबतीत जास्त कनवाळू होता; शिवाय फ्रँकिश माणसांच्या रहाणीची त्याला थोडीफार कल्पना होती; पण तरीही अशा प्रकारच्या आयुष्याच्या अंतरंगातून आलेलं वर्णन तो प्रथमच ऐकत होता; त्यामुळे कान देऊन हे वर्णन ऐकत असताना आपल्या कल्पनेचा वारू त्यानं चौखूर उधळू दिला होता.

एमेतुल्ला आणि अहमद

चित्तवेधक

स्वत:चं काम दुरून न्याहाळण्यासाठी कशिदा करण्याची चौकट खाली सोफ्यावर ठेवत अहमद हण मागे रेलून बसला. कशिदा करायला सुलभ होण्यासाठी ताणून बसवलेल्या त्या तलम, हिऱ्यासारख्या शुभ्र रेशमी कापडावर आता टोकदार पाकळ्यांची, लायलॅक आणि हायसिंथच्या मंद आणि गर्द

रंगच्छटांत निवडलेली फुलांची चित्रं होती. साधेपणात सौंदर्य खुलावं म्हणून अधूनमधून तुरळकपणे जरीचा धागा दवबिंदूप्रमाणे चमकत होता. कापडावर काढलेली पानं हिरव्या रंगाच्या धाग्याच्या प्रतीक्षेत होती.

आपल्या नवऱ्याकडे बघताना त्याची प्रमुख पत्नी आणि आयुष्यभराची जोडीदार एमेतुल्ला बानू सुलतानच्या उरात प्रेम दाटून आलं. कायम स्मरणात राहील अशा सम्राटाच्या आईचं एक नाव तिला मिळालं होतं; आणि त्या गोष्टीचा तिला अभिमान होता.

सुलतान अहमदला स्त्रियांमध्ये असलेला रस हा फक्त त्यांच्याकडून मिळणाऱ्या लैंगिक सुखापुरताच मर्यादित नव्हता; पण ज्या स्त्रीकडून ते सुख मिळाले नसते, तीही त्याला आवडली नसती. आपल्या स्वतःच्या आयुष्यात स्त्रियांचे श्रेष्ठ उच्च दर्जाचे पैलू आत्मसात करण्याची त्याची धडपड मात्र प्रामाणिक होती. ही बाब लवकरच एमेतुल्लाच्या लक्षात आली होती; आणि तिनं ती प्राणपणानं सांभाळली होती. सम्राटाच्या मनात तिचं स्थान अबाधित राहिलं होतं; कारण ती आपलं मन त्याच्याजवळ मोकळं करी; स्वतःच्या कुवतीनुसार जीवनावर भाष्य करी; आणि आपल्या इच्छा सम्राटाजवळ व्यक्त करी. पण तरीही कशिदाकामात त्यानं दाखवलेल्या उत्साहामुळे सुरुवातीला ती आश्चर्यचकितच झाली होती. एखाद्या मुलाला आपल्याला एखादं काम नीट जमल्याचा आनंद व्हावा, तसा स्वतःच्या प्रगतीमुळे सुलतानाला वाटणारा कर्तबगारीचा आनंद त्याच्या चेहऱ्यावरून ओळखायला ती शिकली होती. अशा वेळी एखाद्या सामान्य पुरुष आणि सामान्य स्त्रीप्रमाणे ते दोघे जण एखादं खरंखुरं जोडपं व्हायचे. दोघांच्याही आवडीचं काम जोडीनं करणारं ते करताना मनात येईल त्याला बोलून वाट करून देणारं; एकमेकांना मदत करणारं, हसणारं, तर कधी शब्दांविना संवाद साधणारं खरंखुरं जोडपं. एमेतुल्लाला या क्षणाचं मोल अनमोल वाटे. तिला गौरवण्यासाठी सम्राट जेव्हा तिच्यासोबत उत्कट रतिसुखाच्या रात्री व्यतीत करी त्यांच्या बदल्यातही तिनं हे क्षण दिले नसते. प्रेमवासनाच नाही तर संपूर्ण आयुष्यच जोडीनं भोगण्याची असोशी सत्ताधीशाच्या बाहुपाशातल्या त्या दीर्घ रात्रींमध्ये पुन्हापुन्हा उमटत असे.

ते दोघे जण सम्राटाच्या खास महालात बसले होते. अत्युत्तम अवर्णनीय, दिमाखदार, थक्क करणारा, आकर्षक, सकास गोंधळवून टाकणारा, मंत्रमुग्ध करणारा, दिलखेचक, अजोड, उत्साहानं सळसळणारा, महाल जो तिथे असणाऱ्यांवर स्वतःचा आनंद उधळीत असे, ज्या महालाचे चक्रावून टाकणारे रंग महालाच्या शाही संस्थापकाचा आत्मा व्यक्त करत, अशी सुंदर जागा जिच्या

वर्णनाला विशेषणं पुरत नाहीत, जी फुलं आणि फळांच्या चैतन्यपूर्ण चित्रांनी सजवली आहे; तिला पुष्पमहाल म्हणावं का फळमहाल, का आनंदाचं निधान म्हणून संबोधावं हे ठरवणं कठीण होतं विजेत्या महमदाच्या वेळेपासूनच ओटमन सत्ताधीश तोपकाप इथे राहत होते. अंत:पुर म्हणजे त्यांचं घर त्यातल्या प्रत्येकानं सुधारलं आणि वाढवलं होतं. राजवाडा हे थोर ओटमन साम्राज्याचं हृदय आणि मेंदू होता. कारभाराचं आणि सेवादलाचं राजवाडा हे मुख्य केंद्र होतं हे खरं; पण सम्राट आणि त्याचं कुटुंब राहत असे ते अंत:पुरातच.

आपल्या पूर्वजांच्या कामापेक्षा वेगळ्या प्रकारचं काम करून एक वेगळाच महाल बांधायची सुलतान अहमदची इच्छा होती. फरशांचं नाही तर त्याच्या बालपणीच्या एदिर्नमध्ये होतं, तसं उबदार लाकडाचं एदिर्नकारीत मढवलेलं वर्खातलं काम असलेली आरामशीर खोली जिच्यात दडपण टाकणारं काहीच नसेल. त्याच्याप्रमाणेच कलारसिक असलेला त्याचा पूर्वज तिसरा मुराद याच्या खाजगी महालातून या खोलीचा प्रवेशमार्ग होता. अर्थात फरशांनी सजवलेला तो मोठा महाल खूपच प्रशस्त होता; आणि त्यात भलीमोठ्ठी शेकोटी आणि एक अलंकृत कारंज होतं. याउलट अहमदची खोली एक वेगळंच जग उभं करत असे. त्याच्या आज्ञेवरून त्या संपूर्ण खोलीला फळं आणि फुलांच्या चित्रांची चैतन्यपूर्ण सजावट केली गेली होती. त्या वेळी तो फक्त बत्तीस वर्षांचा होता. राज्यावर येऊन त्याला दोनच वर्षं झाली होती. आता राजवाड्यात बसलेल्या सत्ताधीशाची अभिरुची उच्च आहे हे इतक्या थोड्या अवधीतच ताज्या हवेच्या झोतासारखं उघड झालं होतं.

प्रत्येक वेळी या खोलीत आल्यावर वर्खानं सजवलेल्या कमानीखालच्या लाकडी चौकटीवरच्या फळांच्या चित्रांकडे एमेतुल्ला खूप वेळ भान हरपून बघत असे. सगळ्यांत भुलवणारी होती ती जांभळी द्राक्षं; जर कोणी हात पुढे करून त्यांना स्पर्श केला, तर त्यांच्या ओलसर चकाकीमुळे हात ओला नाही का होणार? निळ्या आणि पांढऱ्या दुर्मीळ चिनी मातीच्या वाडग्यांतले भले मोठे घोस बाहेर ओसंडू पाहत होते; पण चित्रकाराच्या कलेमुळे ते तिथल्यातिथे रोखले गेले होते. अत्यंत काळजीपूर्वक काढलेली ट्यूलिप आणि गुलाबांची चित्रं फळांशेजारी उभी राहून गर्वानं आपल्या सौंदर्याचा दिमाख दाखवत होती. कोणाचंही पोट भरणं हा त्यांच्या अस्तित्वाचा हेतू नसून सौंदर्य हा होता.

भिंतीवरच्या चित्रांमध्ये छोटेछोटे खण लपवलेले होते. त्याच्या ताज्या प्रियपात्राच्या गळ्यात किंवा कानांवर अडकवण्यासाठी अहमद हणला हवी तेव्हा तिथे रत्नं मिळायची. ह्या शेवटच्या विचारानं दचकून एमेतुल्ला सुलताननं स्वत:ला

तंद्रीतून जागं केलं. थोर सत्ताधीशाच्या हृदयाची आपण एकमेव स्वामिनी आहोत अशा स्वप्नात ती अधूनमधून रमायची. पण आत्ता आलं तसंच तिला विदारक सत्याचं भान लवकरच यायचं.

कोपऱ्यातल्या एका छोट्या कपाटावर तिची नजर गेली. या कपाटात लपवलेलं एक दार मागच्या बाजूच्या एका मोठ्या जोडखोलीत उघडत असे. त्या दरवाजावर एक मोठा आरसा टांगलेला होता. खरं तर विनोदासाठी ही चांगली संधी होती; पण तिची या संदर्भातली आठवण दु:खदायकच होती. साधारण वर्षापूर्वीची घटना. आदल्या रात्रीच्या उत्कट रतिसुखाचं तेज शरीरावर झळकत असतानाच, त्या सुखाची पुनरावृत्ती व्हावी म्हणून, तिचा प्रिय सम्राट एकटाच असेल, अशा समजुतीनं ती गुपचूप या खोलीत आली. सम्राटानंच तिला बोलावणं धाडलं असावं असं वाटून मुख्य काळ्या हिजड्यानं तिला थांबवलं नव्हतं; पण खोलीत आल्यावर तिच्या लक्षात आलं की सम्राट एकटा नव्हता. चुळबुळ करणाऱ्या स्त्री सेविकेमुळे सावध होऊन सुलतानानं नि:शब्दपणे दुसऱ्या स्त्रीला या मार्गिकेतून बाहेर पाठवलं; आणि एमेतुल्लासाठी त्यानं आपले बाहू पसरवले. नंतर शोध घेतला तेव्हा एमेतुल्लाला समजलं की ती दुसरी स्त्री शेरमी होती. कसंही वागायचे सर्वाधिकार अहमद हणला होतेच; तरीही एमेतुल्लाला दुखवण्याची त्याची इच्छा नव्हती. बेपर्वाईनं तिला दुखवू नये हे मानण्याचा उमदेपणा त्याच्याकडे होता. हा प्रसंग एमेतुल्ला कधीच विसरली नाही, पण आपला हृदयभंग झालाच नाही, आपण आनंदात आहोत असं ढोंग करणं, ही गोष्ट तिच्या अंगवळणी पडली होती.

अहमद हणला हस्तकलांत, विशेषत: कशिदाकामात खूप रस आहे ह्याची मुख्य पत्नीला फार पूर्वीपासून कल्पना होती. ज्या रात्री तिला आमंत्रित केलं जायचं; तेव्हा ती जेव्हा आपला कमरबंद सैलावून रेशमी अंगरखा आणि गॉझची अंतर्वस्त्र दूर करत असे त्या वेळी त्याची नजर तिच्या वस्त्रांचा रंग, रचना आणि त्यावरच्या कशिद्याची नोंद घेत असे; आणि तो तिच्या उच्च अभिरुचीचं कौतुक करत असे, ''माझ्या सुंदर स्त्रिये तुझ्या छातीवरचे हे लाल गुलाब तुझ्या गालांना किती उठाव देत आहेत आणि या वर्खाच्या फांद्या तुझ्या भरघोस केसांना शोभताहेत...'' आणि तरीही त्या दोघांनी जोडीनं कशिदाकाम करावं हे सुचवायला ती खूप काळ धजत नव्हती. असलं बायकी काम! सत्ताधीश

कदाचित. प्रचंड संतापला असता; पण तिच्या साजणानं त्या सूचनेचा आनंदानं स्वीकार केला होता.

एमेतुल्ला आपल्या कामाकडे वळली. एका नाजूक पाकळीचा आकार पूर्ण करण्यात सुलतान अहमद गढला होता. कधीकधी अशा क्षणांची मजा शांततेत लुटायला सम्राटाला आवडत असे. आपल्या प्रियकराची एखादी क्षुल्लक लहरही स्वत:च्या अस्तित्वाचा हेतू बनवण्याची सवय जडल्यामुळे काही गोष्टी तिला सहजपणे आपोआप उमगत. आपलं व्यक्तिमत्व मागे सारून आपलं प्रेम पूर्णपणे समर्पित करणाऱ्या स्त्रीचं एमेतुल्ला हे मूर्तीमंत उदाहरण होतं. ती इतिहासातल्या कोणत्याही काळी किंवा स्थळी असती, तरीही ती अगदी अशीच असती. आणि म्हणूनच सत्ताधीशाची अंतापर्यंत साथसंगत करण्याचं भाग्य तिला लाभणार होतं.

सुलतान अहमदला आपल्या स्त्रियांबरोबर रतिक्रीडेव्यतिरिक्त इतर काही करण्याची संधी अतिशय मर्यादित होती. जास्तीतजास्त तो त्यांच्याबरोबर बागेत बसू शकत होता. पण हलवा पार्टी किंवा काव्यसंध्या या वेळी स्त्रिया बरोबर असण्याचा प्रश्नच नव्हता. संध्यासमयीच्या या प्रसंगी सम्राटाबरोबर असे तो त्याचा लाडका जावई ईब्राहीम पाशा, काही आवडते साथीदार, कधीकधी एखादा प्रिय वजीर त्याचप्रमाणे निवडक कवी आणि धर्मवेत्ते... हे सगळे त्याचे मनोरंज़न करत; आणि त्या वेळी त्यांचाही वेळ मजेत जाई; कधीकधी त्या वेळच्या उच्च दर्जाच्या बौद्धिक संभाषणांमुळे त्यांनाही काही शिकण्याची संधी मिळे.

पण जनानखान्यातल्या स्त्रियांबरोबर जे पुरुष हजर असू शकत, ते असत हिजडे. जेव्हा ती या गोष्टीचा विचार करी, तेव्हा तिच्या सम्राटाने तिला सांगितलेल्या फ्रँकिश स्त्रियांच्या हकिकती तिला आठवत.

खूप खोल समुद्रामुळे थकलेल्या आटोकाट फेसाळलेल्या लाटा किनाऱ्याला पोहोचून मऊ पुळणीवर निवांत पसराव्या, त्याप्रमाणे असाच एकदा नेहमीपेक्षा दीर्घकाळ चाललेल्या समागमानंतर अहमद हण आपलं मस्तक तिच्या उबदार उरोजांवर विसावून पहुडला होता. त्या वेळी आपल्या स्वप्नांविषयी स्वत:शीच बोलत असल्याप्रमाणे ती दूरस्थ भूमी आणि तिथे राहणारे लोक यांच्याबद्दल तो हलक्या आवाजात बोलू लागला. फ्रँक्सच्या देशातले स्त्री आणि पुरुष कसे एकत्र मौजमजा करतात, ते त्याने तिला सांगितले होते. त्याच्या कहाण्यांनी ती भारावून गेली होती; त्या कहाण्या ती कधीच विसरली नाही. ''उद्यानाच्या दुतर्फा फुलं असलेल्या रस्त्यांवरून ते गळ्यातगळे घालून फिरतात. राजवाड्यातल्या

वादकांसमोर ते नृत्य करतात; आणि पडद्यांनी सजवलेल्या भल्यामोठ्या महालात संगीतिकांचं सादरीकरण बघतात...''

फ्रँक्सच्या या विचित्र पद्धती त्यानं इतक्या उत्तेजित होऊन सांगितल्या की, त्यावरून एमेतुल्लाला एक कळून चुकलं की त्यालाही त्याच्या स्त्रियांच्या संगतीत या गोष्टींचा आनंद घ्यायला आवडेल.

''माझ्या लाडक्या एमेतुल्ला, हे डोळ्यांसमोर तर आण.'' तिच्या छातीवरचं आपलं डोकं उचलून, एका कोपराच्या आधारानं स्वत:ला उंचावत अहमद हण म्हणाला, ''ओपरे म्हणून ओळखलं जाणाऱ्या पॅरीसमधल्या ठिकाणी ते काही वेगळेच कलाप्रकार दाखवतात. राजा, दरबारी लोक आणि त्यांच्या बायका हे सगळे ते बघायला जातात. त्या ठिकाणचा अंतर्भाग, त्याचे खांब, भिंती, छत हे सर्व वर्खानं मढवलेलं आहे. मेणाचे शेकडो पलिते आणि क्रिस्टलची झुंबरे यांनी हा महाल दिवसाप्रमाणे प्रकाशित करतात. रेशमी वस्त्रं आणि रत्नं ल्यायलेल्या स्त्रिया पुरुषांच्या शेजारी बसतात.''

सम्राटाला उघडउघड कोड्यात टाकणारा भाग म्हणजे स्त्रियांचं समाजातलं स्थान. हे काफिर त्याच्या स्वत:च्या आयुष्याशी पूर्णपणे विरोधी इतकं वेगळंच कसं काय वागू शकत होते? हे मान्य करणं शक्य नसलं; आणि कितीही टाळलं तरीही अशा तऱ्हेनं आयुष्य जगायला कसं वाटत असेल हा विचार मनात यायचाच.

सुलतान अहमदनं पाहिलं की एमेतुल्ला डोळे विस्फारून, कान देऊन ऐकत होती ते केवळ तिच्या धन्याला खूश करण्यासाठी नाही; त्यामुळे तिला आणखी थक्क करण्यासाठी आणि तिच्या ज्ञानात भर घालण्यासाठी तो पुढे सांगू लागला: ''वादकांच्या बाजूला असलेला कशिदाकारी केलेला पडदा अचानक वर जाऊन त्यामागचा प्रासाद दिसू लागला असं त्यांनी मला सांगितलं. देवदूतांसारख्या चर्येच्या, सगळीकडे प्रकाशाची उधळण करणारे चमचमते पोशाख परिधान केलेल्या सुमारे वीस तरुणी वादकांच्यासाथीनं गाऊ लागल्या. गोष्ट पुन्हा घडवणं हा इथला मुख्य भाग होता. ज्या तरुणीमुळे त्याचं भान हरपलं आहे तिच्या बागेत जेव्हा गोष्टीतला पादशहा येतो, त्या वेळी देखावा अचानक लिंबं आणि संत्र्याची झाडं असलेल्या उद्यानात बदलतो. मग स्वर्गातून ढग खाली येतात; आणि माणसंही येऊन आगीचे खेळ दाखवतात. ते गडगडाट आणि विजांचा कडकडाट अशांसारख्या दचकवणाऱ्या गोष्टीही दाखवतात. प्रेमदृश्यांच्या वेळी; त्या गोष्टीही खऱ्याप्रमाणेच दाखवतात. मग त्या सेविका पुरुषांच्या कोपरातून हात गुंफतात

आणि सगळे हसतहसत बाहेर पडतात; उंच टेबलावर ठेवलेल्या स्वादिष्ट पदार्थांचा राजासह आस्वाद घेतात..."

एमेतुल्लानं हे सगळं नजरेसमोर आणायचा प्रयत्न केला; पण इतके भरगच्च आणि विलक्षण देखावे डोळ्यांपुढे उभं करणं तिच्या कल्पनाशक्तीच्या आवाक्याबाहेर होतं.

शिवाय तिच्या मनात असंही येत होतं की, फ्रँक्स लोकांच्या प्रदेशातल्या स्त्रियांचा सम्राटानं जास्त विचार न केला तर बरं...

यिरमिसेकिझ चेलेबी आणि अहमद

पॅरिसचे वारे

अहमद हणला एकांताची आवड नव्हती; मौजमजेत इतरांना सहभागी करून घेण्यात त्याला विशेष समाधान वाटे. संगीत ऐकताना, नृत्य बघताना आणि स्वादिष्ट गोड पदार्थांचा आस्वाद घेताना त्याला त्याचा लाडका जावई, सम्राटाचा संभाषणातला सर्वोत्तम साथीदार लेवनी आणि कवी भोवती लागत. पण तरीही या सर्व प्रसंगी त्याची प्रिय प्रमुख पत्नी एमेतुल्ला किंवा जनानखान्यातील स्त्रियांपैकी इतर कुणी हजर राहू शकत नसे. त्या जास्तीतजास्त दूर अंतरावरच्या, आतलं काहीही न दिसणाऱ्या जाळीच्या पिंजऱ्यात लपून बघू शकत असत. याउलट जर त्याच्या स्त्रिया असल्या, तर तिथे त्याचे पुरुष साथीदार येऊ शकत नसत. तो सम्राट असला तरीही हे नियम मोडण्याची शक्ती त्याच्यात नव्हती हे तो जाणून होता. फ्रँकिश प्रदेशात स्त्रिया आणि पुरुष एकत्रितपणे मौज करतात; आणि तरीही त्या स्त्रियांना वेश्या न मानता उलट त्यांना मानच दिला जातो याविषयी यिरमिसेकिझ महमद चेलेबीची वर्णनं सुलतान अहमदनं ऐकली होती. प्रथम त्याला आश्चर्य वाटलं होतं; पण त्या विषयी जास्त विचार केल्यावर त्याला समज आली होती.

निदान स्वत:च्या आयुष्याची कक्षा वाढवायची एवढं अहमद हणनं पक्कं ठरवलं होतं. ज्या योजनांवर त्यांनी दीर्घकाळ चर्चा केली होती त्या, त्याचा जावई इब्राहीम पाशानं अमलात आणाव्या हे तो त्याला सांगत असे. त्याच्या जावयाला मनोरंजनाच्या नवीन जागा निर्माण करायला आवडत असे. त्यामुळे आपल्या गोड

पाण्यासाठी प्रसिद्ध असलेल्या काथेन झऱ्याच्या प्रसन्न दरीत डोळ्यांना आणि मनाला सुखवणारे महाल आणि प्रासाद बांधायचं हे काम त्यानं अत्यंत चांगल्या प्रकारे केलं... फ्रँक्स लोकांच्या भूमीतल्या यिरमिसेकिझ महमद चेलेबीनं वर्णन केलेल्या राजवाड्यातल्या बागा त्याच्या सदाबादच्या सौंदर्यापुढे फिक्या पडल्या असत्या. शिवाय त्यालाही खूप काळ राजवाड्याच्या परिसराच्या बाहेरची ताज्या हवेची एखादी नवीन जागा हवीहवीशी वाटतच होती.अशी जागा जिथे धबधब्याप्रमाणे पाणी पडत असेल, असा स्वर्ग जिथे फुलांचं सौंदर्य एकमेकांशी स्पर्धा करेल... अशा बागा जिथे आपल्या विभागात स्त्रियाही विसावू शकतील...

यिरमिसेकिझ चेलेबीनं वर्णन केलेल्या प्रत्येक गोष्टीनं सम्राटाचं मन काबीज केलं होतं:

''रमदानच्या महिन्यात आम्ही 'उपास' करत असताना सेनाधिकारी तिथे येऊन विचारू लागला, 'आम्हांला मनापासून एक विनंती करायची आहे: आमच्या स्त्रियांना तुम्हांला 'उपास' सोडताना बघायचे आहे. आपण संमती दिलीत, तर आम्हांला अतिशय आनंद होईल; आमच्या राजालाही कदाचित हजर राहण्याची इच्छा होईल.' आम्हांला संमती देण्याशिवाय पर्यायच नव्हता. 'त्यांची इच्छा हीच आमच्यासाठी आज्ञा कृपया त्यांचं स्वागत आहे असं त्यांना कळवा.' असं आम्हांला म्हणावं लागलं. संध्याकाळच्या अर्धा तास आधी सोनं, हिरे आणि जडजवाहीर यांनी लगडलेल्या सुमारे दोनशे स्त्रिया आल्या; आणि आमच्याकडे तोंड करून खुर्च्यांवर बसल्या. आमच्या प्रासादाचं रूपांतर स्त्रीगृहात होऊन तो स्त्रियांनी तुडुंब भरला. दुसऱ्या दिवशी आणखी दोनशे स्त्रिया आणि युवती कुठली ना कुठली मिठाई वा केक घेऊन आल्या. आम्ही 'उपास' सोडला आणि अन्नग्रहण केलं. तरीही त्या जातच नव्हत्या; तीन वाजतासुद्धा त्या बसूनच होत्या. त्या बहुधा आमची प्रार्थना बघण्यासाठी थांबल्या होत्या. मग काय, आम्ही शुचिर्भूत झालो. प्रार्थना केली, प्रार्थनेनंतर भजनं म्हटली; आणि जप केला; आम्हां सगळ्यांकडे त्या स्त्रिया खूप कौतुकानं बघत होत्या.''

हे कौतुक नि:संशयपणे दोन्ही पक्षांना वाटत होतं. 'दुसऱ्यांबद्दलची उद्धट जिज्ञासा, त्याचप्रमाणे एक छुपी मान्यता, आणि अप्राप्य गोष्टीबद्दलची कामवासना. हे उभयपक्षी वाटलेलं छुपं आकर्षण तिथे स्वत: हजर असलेल्या राजदूतापेक्षा जास्त चांगल्या प्रकारे अहमद हणला समजलं. आपल्या कल्पनेवरचे सगळे आडपडदे दूर करून तिला मोकाट सोडल्यावर त्याला चित्त विचलित करेल अशी फ्रँकिश स्त्री दिसू लागली. जी बहुधा प्रत्यक्षात असल्यापेक्षा कितीतरी अधिक आकर्षक होती. जनानखान्यात कितीही का खळबळ माजेना पण आता

तो अशी एखादी फ्रँकिश स्त्री हस्तगत केल्याशिवाय स्वस्थ बसणार नाही.

योग्य उमेदवाराच्या शोधात राजाची सर्वांत विश्वासू माणसं पाठवण्यात आली. या शांतीच्या काळात ऑटोमान सम्राटाच्या जनानखान्यात भरती व्हायला स्वेच्छेनं तयार होणारी असामान्य सौंदर्यवती फ्रेंच कुमारिका शोधणं हे साधंसोपं काम नव्हतं. तशा तर फ्रँकिश भूमीत जन्मलेल्या कितीतरी सुंदरी जनानखान्यात होत्या; पण त्यांचे भूतकाळाशी असलेले धागे फार पूर्वीच तोडले गेले होते. सुलतानाच्या जनानखान्यातल्या रखेल्यांची संख्या सुलतानाला सांगता आली नसती; तरीही त्याला आता अति नजीकच्या जनान्यात, अतिनिकट भेटीगाठीत युरोपिअन रिवाज आणि पद्धती शिकवणारी फ्रँकिश स्त्री हवी होती; लहानपणापासूनच ओटमन पद्धतीनं वाढवलेली स्त्री त्याला नको होती.

सम्राटाच्या या इच्छेनं सगळ्यांत चकित झाला तो फैक एफेंदी. शाही जनानखान्यासाठी, युवा सिरकेशियन, जॉर्जिअन आणि अबखाज रखेल्या खरेदी करणं हे कस्टम्स अधिकारी म्हणून त्याचं काम होतं. या वेळी मात्र फैक एफेंदीऐवजी युरोपात विश्वासार्हता असलेल्या राजदूतांवर ही कामगिरी सोपवण्यात आली. हे काम पार पाडण्यासाठी खूप कौशल्य आणि चातुर्याची गरज होती, न पेक्षा दोन राज्यांत कुरबुरी निर्माण होण्याचा धोका होता. सुलतानाच्या माणसांना खात्री होती की, अशा साहसाला तयार होणाऱ्या योग्य मुली मिळतील. कंटाला आणि पूर्वेकडच्या गोष्टींचं अनिवार आकर्षण यांचा फायदा नक्कीच होईल.

पूर्वेकडच्या कामविलासाच्या, खऱ्या अथवा खोट्या, पण कल्पना रम्य कथांनी पुरुषांप्रमाणेच युरोपिअन स्त्रियांनाही मनातून आकर्षित केलंच असणार.

इब्राहीम आणि अहमद आणि ट्यूलिप्स

सदाबाद

‘‘माझे वजीर,

माझ्या मुलीची प्रकृती चांगली असून तिनं तुम्हांला अभिवादन कळवलं आहे. सदाबाद नाव असलेला हा प्रकल्प केव्हा पूर्णत्वाला जाईल? सध्या तुम्ही कशात

मग्न आहात; आणि कसला विचार करत आहात ते कळवा.''

ज्या काळाचा उल्लेख फार पुढे 'ट्यूलिप युग' असा केला जाणार होता, त्या काळानं अहमद हणला एकापेक्षा एक सरस असे मनोरंजनाचे प्रकार दिले होते. थक्क करणारे, वैविध्य असलेले उत्सव आणि मेजवान्या जीवनानंद साजरा करत होते. तोचतोपणा टाळण्यासाठी असामान्य प्रतिभेची गरज होती. कासवांच्या पाठीवरच्या मेणबत्त्यांचा चलत्प्रकाश अनेक धुमसत्या डोळ्यांच्या नर्तिकांच्या आनंदी हास्यामुळे चैतन्यमय होत होता. अहमद हण आणि इब्राहीम पाशाच्या मते कंदिलांचा खरा अर्थ सर्व शहरभर पसरायला हवा होता : महरुज-ए-कॉन्स्टन्टिनी म्हणजे कॉन्स्टन्टिनची राजधानी आणि दर्गा-ए सेलाटिन म्हणजे सुलतानांचा दरबार म्हणून प्रसिद्ध असलेल्या या शहराच्या जनतेनं ही आनंदी, अंतहीन वाटणारी धून गुणगुणायला हवी होती. हे आयुष्य भपका आणि परिस्थिती यांचं होतं...

समारंभाच्या जागा नेहमी बदलायच्या. वारंवार झडणाऱ्या मेजवान्या कधी बॉस्फोरसजवळच्या प्रासादाच्या किंवा जलनिवासांच्या उद्यानात व्हायच्या तर कधी सुवर्णशृंगाच्या किनाऱ्यावरच्या तर कधी काथेनच्या ओतप्रोत शृंगारलेल्या निवासस्थानात व्हायच्या...

शेकडो वर्षं साम्राज्याच्या वैभवाचं भागीदार असलेलं काथेन साम्राज्याचं जणू प्रतिबिंबच बनलं होतं. ऐश्वर्यशाली सुलेमानच्या काळात त्यानं प्रतिष्ठित ऐश्वर्य भोगलं; उदा. इथे झालेल्या जवाहिऱ्यांची देखण्या सभा आणि मिरवणुका सुलतान अहमदच्या राजवटीत आणि इब्राहीम पाशाच्या अंमलाखाली इथे उच्च अभिरुचीचं; पण तरीही, दिमाखदार भपक्याचं वैभव अवतरलं, चंचलं स्त्रियांचं आणि स्वार्थी स्त्रीलंपटांचंजग... अधिकृत शिष्टाचारांना धरून असलेलं पण पश्चिमेला कुतूहलानं न्याहाळणारं, पॅरिसचे प्रासाद आणि उद्यानं यांचं ओटमन प्रभावाखालचं आविष्करण करणारं जग, जे पाश्चिमात्य पद्धतींशी कधीच खरं नातं प्रस्थापित करू शकलं नाही; आणि नंतर डळमळत्या पायावर उभारलेल्या वैभवाच्या आकस्मिक पडझडीचं प्रतीक. पुनर्जीवन देण्याचे कितीही प्रयत्न केले तरी निष्प्रभ होत जाणारा त्याचा तारा जो कदाचित पुढे कोणता विनाश वाढून ठेवला आहे या आशंकेनं भयभीत झालेला असेल...

* * *

(सम्राटाच्या मालकीच्या झऱ्याच्या दोन्ही काठांवर, शाही प्रासादाच्या थोडं पलीकडे मुख्य वजीर, प्रमुख मौलवी, नौदल प्रमुख, केथुदा आणि इतर

पदाधिकाऱ्यांचे तंबू उभारलेले होते. आपले सेबलचे (अंगरखे) घालून, फेटे बांधलेल्या आपल्या सहायकांबरोबर ते सगळे झऱ्याकाठच्या मोठ्या तंबूत आले. मग ते सगळे सम्राटानं आज्ञापलेला नवा, देखणा शाही प्रासाद बघायला गेले. सगळयांत शेवटी भूमीमार्गानं मोठ्या मिरवणुकीनं येऊन अहमद हणनं सदाबादमध्ये पायधूळ झाडली...)

या दिमाखदार समारंभात भाग घ्यायला मिळाल्यामुळे उत्तेजित झालेल्या बखरकर्त्या रशीदनं पाहिलेल्या प्रत्येक गोष्टीची नोंद केली. सम्राटाचं समारंभपूर्वक आगमन, ज्याच्या भिंती युरोपिअन पद्धतीनं सजवलेल्या आहेत; आणि ज्याच्यासमोर छोटेछोटे धबधबे खळखळत आहेत अशा प्रासादात त्यानं केलेला विश्राम, भपकेदार उत्सव, सतत होणाऱ्या मेजवान्या या सगळ्यामुळे काथेनला भेट देणं अनिवार्य झालं होतं.

सुलतान अहमद आणि त्याच्या लाडक्या जावयानं रात्रंदिवस आपल्या-भोवती सर्वोत्कृष्ट कवी, संगीतकार आणि शास्त्रज्ञ जमवले होते. त्यांच्या असण्यामुळे आजूबाजूचे सौंदर्य अधिकच प्रतीत होत होतं. जे जे दर्जेदार आहे त्या सर्वांचं ट्यूलिप नावाचं डौलदार फूल प्रतीक होऊन बसलं होतं; त्या फुलावर रचलेल्या स्तुती स्तोत्रांनी त्या फुलाच्या विविध जातीचं मोल इतकं वाढवलं होतं की, वेगवेगळ्या प्रकारची ट्यूलिप बाळगण्याची एक लाटच आली होती. नवनवीन प्रजाती बघण्यासाठी आणि त्यांचे कंद मिळवण्यासाठी काहीही करणं योग्यच मानलं जात होतं. प्रमुख मौलवी, सुलेखनकार याशिवाय त्या काळचा ट्यूलिप्स वाढवणारा म्हणून सर्वांत प्रसिद्ध असलेल्या वेलियुद्दीन एफेंदीनं आस्थापूर्वक निर्मिलेल्या दोन प्रजातींनी अनेकांना त्याचा हेवा वाटला होता.

ट्यूलिप वाढवणारे, ट्यूलिप उद्यानं आणि ट्यूलिपचा व्यवसाय यांवर नजर ठेवण्याचं काम पुष्पप्रमुखाचं होतं; त्याचप्रमाणे जो कोणी राज्यानं ठरवलेल्या दरापेक्षा जास्त किमतीला फुलं, विशेषत: ट्यूलिप, विकेल त्याला शिक्षा करण्याचं कामही त्याचंच होतं. कायदा मोडणाऱ्याची फुलं जप्त करण्याची आज्ञाही इब्राहीम पाशानं दिली होती. "तुर्की लोक घोडे किंवा ट्यूलिप्स यांच्यापेक्षा माणसांना कमी किंमत देतात." असं एका फ्रेंच व्यापाऱ्यानं एकदा लिहून ठेवलं आहे. हे वर्णन दुधारी तलवार आहे यात शंका नाही. एका युरोपिअनानं 'निर्दयपणे' तुर्कांना 'निर्दय' ठरवलं आहे. पण ट्यूलिपचं वेड थोडक्यात दाखवून द्यायचा हाच सोपा मार्ग होता.

लेवनी आणि यिरमिसेकिझ चेलेबी

अनावर स्वप्नं

अर्ध्या सकाळी. कॉफीसाठी अगदी योग्य वेळ होत असताना सोडक चेश्मे रस्त्यावरच्या लेवनीच्या घरावर थाप पडली. त्याचा मित्र यिरमिसेकिझ चेलेबी महमद एफेंदी आला होता. ''आजच्या शुभदिवशी शुभेच्छा.'' महमद एफेंदी हसत म्हणाला. ''तुझं स्वागत आहे महमद एफेंदी'' मनापासून आनंदून लेवनी म्हणाला. त्या दोन जुन्या मित्रांत यापेक्षा जास्त स्वागतपर बोलण्याची गरज नव्हती. या उच्च दर्जाच्या माणसानं जुन्या दिवसांत ज्या जानिसरी दलात तो मोठा झाला तिथलं टोपणनाव आवडीनं वापरावं याचं चित्रकाराला नेहमीच आश्चर्य वाटायचं.

चित्रकार राजवाड्यात नव्हता वा महमद एफेंदीलाही कामाचा बोजा नव्हता; त्यामुळे या दोन मित्रांना एकत्र वेळ घालवण्याची ही दुर्मीळ संधी मिळाली होती. सम्राटाच्या मेळाव्यात ते बरेचदा हजर असत; आणि तेव्हा ते गप्पा मारायचे किंवा चर्चाही करायचे हे जरी खरं असलं तरी, लेवनीच्या म्हणण्याप्रमाणे, ''जेव्हा आपण दोघे एकत्र असतो, तेव्हा हृदयाचे आरसे एकमेकांसमोर धरतो आणि रुचणाऱ्या शब्दांनी जन्माची स्वप्नं खरी करतो.''

खजिन्याचा अधिकारी म्हणून काम करत असताना यिरमिसेकिझ चेलेबी महमद एफेंदीची राजदूत म्हणून पदोन्नती झाली. फ्रान्समधल्या कामगिरीहून परत आल्यावर मुख्य शाही हिशेबनीस म्हणून त्याला बढती देण्यात आली. सम्राटाच्या अत्यंत जवळीकीतल्या माणसालाच हे पद देण्यात येत असे. पॅरिसहून परत आलेल्या या माणसाकडून शिकण्यासारखं खूप होतं. त्याचा मित्र त्याच्या प्रिय सम्राटाबरोबर असे, तेव्हा लेवनीला त्याचा मत्सर वाटे. त्यालाही त्या दुसऱ्या जगाबद्दल, विशेषत: कलेतल्या सादरीकरणाबद्दल शक्य तितकं जाणून घ्यायचं होतं.

यिरमिसेकिझ चेलेबीनं लेवनीला सांगितलं की, फ्रँक्स लोकांच्या देशात भिंतीवर माणसांशी खूप साधर्म्य असलेली मोठी चित्रं टांगलेली असत. दुरून पाहिल्यावर या सारखेपणामुळे ती प्रत्यक्षातलीच वाटत. काही चित्रांतले राजे तर काहींमधली सैनिकांची अख्खी रणभूमीच हालचाल करताना मध्येच थिजल्यासारखी वाटे. राजदूताचा मुलगा सैद एफेंदीला समजलं होतं की ही सर्व चित्रं तेलकट मिश्रणांच्या रंगांनी लाकडी चौकटीवर ताणलेल्या कॅनव्हासवर रंगवली असत. फ्रँकिश लोकांच्या सर्व कृतींनी तोही अगदी भारावून गेला होता. पॅरिसच्या

राजवाड्याच्या भिंतींवर टांगलेल्या चित्रांविषयी लेवनी पुन्हापुन्हा त्याच्या मित्राला विचारत असे; त्याचा मित्रही संयम राखून वारंवार काहीशा बढाया मारत सांगत असे:

''राजवाड्यातल्या स्वागत कक्षात टांगलेली ही चमत्कृतीपूर्ण चित्रं बघण्यासाठी आम्ही राजाबरोबर गेलो. राजा आम्हाला त्यांची नावे एकामागून एक सांगत होता; खऱ्या माणसांप्रमाणे त्यांची नजर आमच्यावर खिळवून ते कुर्रेबाजपणे आमच्याकडे पाहत होते.''

दूतानं वर्णन केलेल्या विणकाम केंद्रातल्या त्याच्या अनुभवांनी चित्रकारावर मोहिनी घातली होती. भिंतींवर लटकवलेल्या विणकामातल्या चित्रांचं मित्राला वाटणारं कौतुक बघून तसंच काम करण्याची लेवनीला तीव्र इच्छा झाली.

''भिंतीवरचे ते शंभरहून कदाचित जास्तच असलेले गालिचे बघून आम्ही आश्चर्यानं आ वासला. विणलेल्या फुलांचंच उदाहरण घ्या, जितकं बघावं; तितकी ती फुलं त्यांच्या पुष्पदाणीसकट जास्तच खरी वाटत होती. ज्या तऱ्हेनं त्यांनी डोळे, पापण्या, भुवया, अगदी त्यांच्या डोक्यावरचे आणि दाढीतले केस दाखवले होते. तितक्या उच्च दर्जानं ते कागदावर दाखवणं अशक्यच ठरेल. पूर्वीचा प्रसिद्ध चित्रकार बिहझादसुद्धा पराभव मान्य करेल.''

राजदूतानं जेव्हा भूतकाळातल्या सर्वोत्तम चित्रकाराची चालू काळातल्या फ्रँकिश चित्रकारांशी तुलना केली, तेव्हा लेवनीच्या हृदयात चित्रविचित्र भावनांचा कल्लोळ उडाला. चित्रातल्या व्यक्तींचं अंतर्याम चेहऱ्यावरच्या हावभावांतून प्रकट होत असल्याबद्दल त्याला वाटला तो केवळ विस्मय नसून हेवा होता हे त्याला उमजत होतं.

''काही जण आनंद दर्शवण्यासाठी हसताना दाखवले होते; काही त्यांच्या दुःखी भावामुळे चिंतित दिसत होते. काही घाबरलेले, तर काही रडवे. काही इतके शोकमग्न होते की, एका नजरेत त्यांचा स्वभाव कळत होता. मी कितीही वर्णन केलं, तरी इतरांना त्याची पूर्ण कल्पना करता येणं अशक्य.

''चूक, पूर्णपणे चूक यिरमिसेकिझ चेलेबी, मला ते नजरेसमोर आणता येत आहे. खरंच येत आहे!''

प्रत्येक वेळी असं ठासून सांगताना लेवनी आपल्या मनातली एक अदम्य आणि अनाकलनीय आस दडपण्याचा प्रयत्न करत होता. इतर वेळी तो या भावनेला स्वैर सोडत असे, स्वत:ला तिच्या पूर्णपणे हवाली करत असे. दर वेळी ते बरोबर असताना त्याच्या मित्रानं, पॅरिसनं त्याच्यावर पाडलेली छाप सौम्य

शब्दांत वर्णन केली की लेवनी केवळ चकितच होत नसे, तर स्वप्नांच्या रंगीबेरंगी दुनियेत हरवून जाई.

‘‘पॅरिस शहरातले रस्ते विलक्षण रुंद आहेत; एकाशेजारी एक अशा पाच-सहा गाड्या त्यांच्यातून जाऊ शकतात; पण काही भागांत इतकी दाट गर्दी असते की, तीन घोडेस्वार त्यातून वाट काढू शकत नाहीत. मिरवणूक बघायला सर्व शहर लोटलं का काय असं वाटतं. त्यांची घरं चार-पाच मजली असतात, आणि खिडक्या रस्त्यांवर उघडतात. मावणार नाहीत इतक्या संख्येनं प्रत्येकीत स्त्रिया आणि पुरुष खच्चून भरले होते. इथे स्त्रियांना खूप मान दिला जातो आणि त्या भलत्याच चौकस आहेत. स्त्रिया आणि पुरुष सगळ्यांनाच आम्हांला जेवताना बघण्याची इच्छा होती; काहींना भेटण्याची तर काहींना फक्त बघण्याची इच्छा होती. त्या निरोप पाठवत, ‘मी अमुक एका महत्त्वाच्या व्यक्तीची पत्नी वा कन्या असून आपणांला जेवताना बघण्यासाठी आपली परवानगी इच्छित आहे’ आणि मग आम्हाला मान तुकवण्यापलीकडे इलाजच नसायचा...’

लेवनी

शोध

वैयक्तिक गुणवैशिष्टचं कळावीत यासाठी लेवनीनं पूर्वसुरींच्या कलाकृतींचा अभ्यास केला. त्यामुळे त्यांचं रसग्रहण आणि टीका करून त्यांच्या वैशिष्ट्यांचा त्याला आस्वाद घेता आला. कुठल्याही कलाकाराप्रमाणे त्याच्याही स्वभावात थोडीफार आढ्यता होतीच. पण तो जास्त लवचीक होता. दुसऱ्यांच्या कामापासून स्फूर्ती मिळवण्यात त्याला कमीपणा वाटत नसे. सम्राटाच्या खजिन्यातल्या अप्रतिम रेखाटनं असलेली पुस्तकं आणि चित्रसंग्रह यांच्या मदतीनं तो जागतिक कलेच्या इतिहासाबद्दल त्याला जमेल तेवढे शिकला होता. पण यिरमिसेकिझ चेलेबीनं परत येताना आणलेल्या पुस्तकांनी लेवनीच्या डोळ्यांसमोर नवी दुनिया उभी केली, त्याच्या अमर्याद सर्जनशक्तीला खतपाणी घातलं. तो त्या फ्रँक्सच्या भूमीतच आहे असंच त्याला वेळोवेळी वाटे; या पुस्तकांनी त्याच्या स्वप्नांनाही व्यापून टाकलं.

एन्देरूनमधल्या सगळ्यांना उपयोग व्हावा म्हणून शहेनशहानं आपल्या

खजिन्यातली बरीचशी पुस्तकं तिसऱ्या अंगणातल्या अमूल्य अशा नव्या ग्रंथालयात ठेवली होती. हे इतकं अपूर्व कृत्य होतं; पण सम्राट यापूर्वीही कितीतरी वेळा इतरांपेक्षा निराळं वागला होता. तसं तर लेवनीच्या वास्तववादी चित्रांचं कौतुक करून त्याला प्रोत्साहन देण्याचं कामही सुलतान अहमदनंच केलं होतं.

इस्तंबूलमधून प्रवास करणाऱ्या एका व्हेनेशिअन चित्रकाराबरोबर लेवनीनं चित्रांची गुपचूप देवाणघेवाण केली होती. त्रिमितीचा आभास निर्माण करणाऱ्या साक्षात रक्तामांसाच्या चित्रांच्या बदल्यात ओटमन कलाकारानं त्यानं काढलेलं त्याच्या प्रिय सम्राटाचं चित्र आणि इतर काही चित्रं दिली होती. ओटमन सम्राटाची ती अतुलनीय तसबीर बघून व्हेनेशिअन कलाकाराचं हृदय धडधडू लागलं होतं. इतर युरोपिअन चित्रकारांनी काढलेली प्राचीन ओटमन सम्राटांची कृष्णधवल कोरीव चित्रं आणि तैलचित्रं त्यानं पाहिली होती; पण आजच्या घडीच्या जिवंत सत्ताधीशाच्या त्याला जवळून ओळखणाऱ्या चित्रापुढे ती चित्रं फिकी पडत होती. पूर्वेकडच्या वैशिष्ट्यपूर्ण जरतारी वैभवानं झळकणारा सत्ताधीश त्याच्या सिंहासनावर मांडी घालून बसलेला दाखवण्यात आला होता. चित्रातल्या प्रत्येक तपशिलानं व्हेनेशिअन खूश होत होता. त्याचा चेहरा नीटस, रेखीव आणि हात डौलदार होते. तर त्याची ढब रुबाबदार होती; काळी दाढी फेट्यावर शोभणारा हिऱ्यांचा शिरपेच, केसाळ अस्तराचा, भरजरी कशिदाकारीचा अंगरखा, कमरबंदात खोचलेला पाचूजडित खंजीर... पण यापेक्षाही होती ती अख्ख्या जगावर हुकमत गाजवणारी वर्चस्वपूर्ण नजर.

या चित्रांच्या बदल्यात व्हेनेशिअन माणसानं ओटमन कलाकाराला पताका फडकवणारी रंगीबेरंगी जहाजांची, गुलाबी राजवाड्यांची निसर्गचित्रं आणि काही व्यक्तिचित्रं दिली होती. व्हेनेशिअन मॉडेल्समध्ये व्हेनेशिअन चित्रकाराचं पूर्वी जिनं मनोरंजन केलं होतं अशी एक गणिकाही होती. त्या चित्रानं लेवनीला सर्वांत जास्त प्रभावित केलं होतं. ती स्त्री इतकी खरी, इतकी जिवंत आणि इतकी सहज विसावलेली होती. ती जवळजवळ पूर्ण नग्नावस्थेत होती; तिच्या चमकदार काळ्या केसांनी तिचे खांदे आणि वक्ष:स्थळ झाकलं होतं; तिची नजर उघडउघड आमंत्रण करणारी होती. तैलरंगाच्या लेपांनी उठावदार झालेल्या कॅनव्हासच्या पृष्ठभागावरून ती जणू काही उडी मारून बाहेर यायला बघत होती. हे चित्र इतर कोणालाही न दाखवता स्वत:पाशीच ठेवण्याचं चित्रकारानं ठरवलं. ही अशी चित्रं भिंतींवर लावण्याचा प्रश्नचं नव्हता. युरोपिअन लोक तसं करतात हे त्याला माहीत

होतं खरं, पण आनंदनगरीतलं त्याचं छोटंसं घर सजवायला त्यानं असलं भलतं काही करून रितिरिवाज मोडले असते, तर त्याचा ताबडतोब निषेध झाला असता. तशी तर त्याची स्वत:ची चित्रंच धर्ममार्तंडांना जरा अतिच खरी वाटत होती; पण सम्राट आणि मुख्य वजीर यांचा या नावीन्याला पाठिंबा असल्यामुळे लेवनीच्या कामावर कोणी उघडपणे टीका करायला धजत नव्हते. पुस्तकातून मुक्त होऊन रेखाटनं भिंतीवर विराजमान व्हायला अजून काही काळ जायचा होता...

त्या व्हेनेशिअन स्त्रीचं चित्र वगळून इतर चित्रांविषयी सम्राटाशी बोलण्याचं, कदाचित ती चित्रं दाखवण्याचंसुद्धा त्यानं ठरवलं. सुलतान अहमदला युरोपिअन चित्रकलेत खूप रस होता हे त्याला माहीत होतं. सर्व नवीन गोष्टींविषयी असलेली सुलतानाची उदार विचारसरणी धक्कादायकच होती. पण खूप उघडपणे असं दाखवणं राजकीयदृष्ट्या गैरसोयीचं होतं हे तो जाणून होता. 'पाखंडी सम्राट' असं त्याचं नामाभिधान झालं असतं, जे करणं अगदीच सोपं होतं. वरवर परंपरावादी दिसत असला, तरी त्याला वाटणारं पश्चिमी जगाबद्दलचं कुतूहल, निव्वळ मैत्री जोडण्याच्या उद्देशानं यिरमिसेकिझ चेलेबीच्या नेतृत्वाखाली त्यानं फ्रान्सला पाठवलेलं राजनैतिक शिष्टमंडळ, त्यांनी आणलेल्या तिकडच्या पुस्तकातला त्याचा रस आणि त्यापासून त्यानं काही बोधसुद्धा घेणं यामुळे अतिरेकी गटांकडून आधीच त्याच्यावर टीका होत होती. परंपरावादी लोकांनी त्याला लक्ष्य केलेलं असताना सुलतान आणि त्याच्या मुख्य वजिरानं या लोकांना चुचकारण्याची भूमिका घेणं गरजेचं होतं.

सत्ताधाऱ्याला प्रत्यक्षात कोणत्याच प्रकारचं स्वातंत्र्य नसतं, तो कितीही सामर्थ्यवान वाटला; तरी तो सदैव अदृश्य बंधनांनी जखडलेला असतो. पण सगळं केवळ एका कमकुवत दोऱ्यावर विसंबून असतं, हे सुलतान अहमद इतिहासातून शिकलाच होता.

लेवनीचा चित्रकार मित्र वॅन मूर हा म्हणजे एक रोमांचकारक वैभव होतं. चित्रकारासाठी त्या फ्रेंच माणसाचं पेरा इथलं कलाकेंद्र म्हणजे वाळवंटातली हिरवळ होतं. जेव्हा इस्तंबूलमध्ये त्या दोघांचाही मित्र असलेला दिमित्री कँटेमीर राहत होता, तेव्हा त्या सगळ्यांच्या गप्पा इतक्या छान रंगत... ते जरी वेगवेगळ्या ठिकाणांहून आले असले, तरी त्यांच्या कुशाग्र बुद्धीमुळे ते एकमेकांना सहज समजून घेत. चमकदार कल्पना आणि आवडी यांमुळे ते एकमेकांशी जोडले जात.

इब्राहीम आणि नवे आनंद

दुभाषे एफेंदी फ्रँक्सच्या भूमीतून भिंतीवर टांगायचे जे गालिचे तुम्ही आणाल, त्यावर माणसांची चित्रं नसल्याची खात्री करून घ्या. गोबलिन नावाचे हे गालिचे आपल्या धन्याच्या सदाबाद राजवाड्याला शृंगारायला हवे आहेत हे तुम्ही जाणताच. विविध झाडं, सरोवरं, नद्या आणि पुष्पदाण्यांतल्या फुलांची निसर्गचित्र तिथे योग्य ठरतील.

''मालक, आपली इच्छा माझ्यासाठी आज्ञेसमान आहे. तुमचं समाधान होईल अशा तऱ्हेनंच तुमच्या इच्छा पूर्ण करण्यात येतील, निश्चिंत राहा.''

''लेन्वार एफेंदी, वाइन आठवणीनं आणा. ते ज्याला शॅम्पेन म्हणतात, त्या वाइनच्या एक हजार बाटल्या आणा; आणि जिला बर्गंडी म्हणतात, त्या पाचशे बाटल्या आणा.''

अशी वदंता होती की हा असामान्य प्रमुख वजीर काथेन इथल्या सहलीच्या वेळी दुरून ज्या स्त्रिया त्याच्या डोळ्यांत भरत, त्यांना 'प्रेमीकेचं सुवर्ण' या नावाची शंभरनंबरी सुवर्णमुद्रा देत असे. आपलं वाढलेलं वय, किंवा आपले सर्वेसर्वा सासरे आणि शाही घराण्यातली पत्नी यांच्या नाराजीची भीती असूनसुद्धा तो...

असं समजलं की, मेहताब त्याला भेटली ती काथेन इथल्या एका सहलीच्या वेळी : ती अगदीच छोटी सहल होती; आणि नेहमी त्याच्याबरोबर असत त्याप्रमाणे या वेळी इतर कोणी त्याच्याबरोबर नव्हतं. बादशहाच्या मनोरंजनासाठी आखलेल्या दोन दिवसांनंतरच्या उत्सवाच्या अंतिम तयारीची पाहणी करण्याच्या मिषानं तो तिथे ओळख लपवून आला होता. बहुधा उन्हाळ्याच्या आगमनाचं स्वागत करण्यासाठी काही स्त्रिया गवतावर पसरलेल्या रेशमी गालिचावर विसावल्या होत्या. उष्णता वाढायच्याआधी या देखाव्याची मजा लुटायचा त्यांचा इरादा दिसत होता; झऱ्याच्या चंदेरी पट्ट्याच्या पार्श्वभूमीवर वायलेट्स, ताजी गुलाब पुष्पं आणि कोमेजू लागलेल्या ट्यूलिप्सच्या जागी कारनेशन्स दिसत होती. त्या स्त्रियांबरोबर त्यांचे नोकर आणि दास होते हे खरं. (अशा वेळी) इब्राहीम पाशानं खूप जवळ जाण्याचं धाडस करणं अजिबात योग्य नव्हतं. पण तरीही... नियम केले जातात ते मोडण्यासाठीच ना; मोडणारी माणसं योग्य असली की झालं.

आपल्यावर रक्षणासाठी सोपवलेल्या स्त्रियांच्याभोवती घिरट्या घालणाऱ्या

काळ्या हिजड्यांना प्रमुख वजिरानं घालवून दिलं. त्या स्त्रिया मात्र आपल्या बुरखे आणि गोषाचे बंद सैलावून आपले केस आणि केसांच्या बटा दाखवत बसल्या होत्या. इतक्या जवळ फेऱ्या मारणारा हा पांढऱ्या दाढीचा प्रतिष्ठित पुरुष कोण आहे याची त्या स्त्रियांना आणि त्यांच्या सेवकांनाही पूर्ण कल्पना होती. अशा तऱ्हेनं इस्तंबूलचा प्रमुख न्यायाधीश झुलाल झादे अर्नावुत हसन एफेंदीची पत्नी मेहताब हिच्या नजरेत नवशेरअली इब्राहीम पाशाची नजर गुंतली. आणि तो-जसा अंतर्बाह्य पेटून उठला. ते जांभळट डोळे विसरणं कसं शक्य होतं आणि त्या डोळ्यांवर आलेली ती सोनेरी केसांची बट? आणि काहीतरी कबूल करणारी ती नजर त्याच्यासारख्या मुरलेल्या बाहेरख्याली माणसाला समजणार नाही असं कसं होईल? ती तरुण मनमोहक सुंदरी कोण असेल, हे शोधण्यात प्रमुख वजिराला काहीच अडचण नव्हती. आनंदनिवासात प्रमुख न्यायाधीशाच्या पत्नीच्या लावण्याच्या दंतकथा आधीच प्रसिद्ध होत्या. तर ही लालसा निर्माण करणारी स्त्री ती होती तर! त्यानं तिला मिळवायचा निश्चय केला, भले मग त्यासाठी त्याला धोका पत्करायला लागला तरी बेहत्तर.

अवैध प्रेमाचाच प्रकार होता हा.

पूर्वेकडचे युद्धाचे वारे

शेजारी अस्वस्थ होऊ लागले.

"सुलतान, पर्शियाची राजधानी इस्फहान हिला महमद हणनं घेरलं आणि जिंकून घेतलं. आपला बगदादचा गव्हर्नर हसन पाशा यानं आपल्याकडे पाठवलेल्या दूतानं असंही सांगितलं की महमद हणनं शाह हुसेनला कैदेत टाकलं; आणि सफाविद राजेशाहीच्या सिंहासनावर स्वत: बसला. हुसेनचा मुलगा ताहमस्प यानं काझविनला पळून जाऊन स्वत:चा जीव वाचवला."

पर्शियाच्या शाहच्या हालअपेष्टांची सुलतान अहमदला फारशी पर्वा नव्हती. या सामर्थ्यशाली शेजाऱ्याची धास्तीच होती. पण तरीही युद्धापेक्षा शांतताच बरी वाटते.

ज्या वेळी आनंदनिवासात अपूर्व अशा मेजवान्या झडत होत्या. आजपर्यंत पाहिलेही नव्हते असे संगीत, काव्य आणि फुलांचे मेळावे मनाला संतोष देत होते;

आणि जेव्हा शांतीच्या तृप्तीची साय मनावर धरली होती, अशा वेळी ओटमन साम्राज्यानं आपल्या पूर्वेकडच्या शेजाऱ्याच्या संबंधात कितपत मध्यस्थी करावी किंवा मुळात मध्यस्थी करावी, का हेही ठरवणं कठीण होतं.

सम्राट आणि त्याच्या मुख्य वजिरानं यावर बराच खल केला. त्यांनी इतर वजिरांचाही विचार घेतला आणि शेवटी ते युद्धाच्या निर्णयाप्रत आले. पर्शियाच्या विरुद्ध उघडण्यात येणाऱ्या मोहिमेचं दुहेरी लक्ष्य होतं: पूर्वीचे ओटमन मुलूख पुन्हा जिंकून घेणे; आणि आपल्या बळाचं सरळसरळ प्रदर्शन करणे.

मग १७२३ च्या एप्रिलमध्ये ओटमन साम्राज्याने तीन आघाड्या उघडल्या: इराक, अझेरबैजन आणि कॉकेरास. पण सम्राट किंवा त्याचा मुख्य वजीर यांच्यातला कोणीही एकाही आघाडीवर नेतृत्व करत नव्हता.

शेरमी आणि अहमद

उन्हाळ्यातल्या सुरेख संध्याकाळी मारमराच्या किनाऱ्यावर

''संध्याकाळच्या उत्सवात थोडीशीही उणीव खपवून घेतली जाणार नाही हे नीट लक्षात घे. वरच्या गुलाब उद्यानातल्या ताज्या-ताज्या सुगंधी पाकळ्या घेऊन ये; मग आपण त्या आपल्या उपकारकर्त्याच्या जेवणाच्या तबकात पसरू या. आधीही तोडू नकोस किंवा उशीरही करू नकोस; गुलाब कोमेजू लागण्याआधी अगदी बरोबर वेळ गाठ! मग त्या ताबडतोब माझ्याकडे आण, म्हणजे पसरायच्या आधी मी जातीनं त्या स्वत: निवडेन.''

अंगवस्त्र असलेली शेरमी जनानखान्याच्या गुंतागुंतीच्या विश्वात वरच्या स्थानावर स्वत:ची पकड बसवू पाहत होती. सम्राटाला स्वत:कडे वळवून घेण्यात यश आल्यामुळे संधी मिळताच ती ते दाखवून द्यायची. इतरांपेक्षा ती जास्त आवडती बनली असली तरी कडनेफेंडी म्हणजे पत्नी किंवा कदाचित अगदी बाशकडनेफेंडी म्हणजे प्रमुख पत्नी बनेपर्यंत तिचं समाधान होणार नव्हतं. आत्ताच ती प्रमुख पत्नी असल्याच्या तोऱ्यात दासीला आज्ञा देत होती. तिच्या मनात एक बेत होता. इतके दिवस गुप्त ठेवलेलं चाटण ती आज रात्री उपयोगात आणणार होती. सम्राटापासून गर्भधारणा होऊ द्यायचा तिचा ठाम बेत होता.

त्या संध्याकाळची मेजवानी आपल्या जनान्यासमवेत मोतीमहालात व्हावी

असं सम्राटानं सुचवलं होतं. यासाठी सर्वसाधारणपणे तो सराईबुर्नुच्या किनाऱ्यावर त्यानं बांधलेल्या महालाची निवड करत असे; पण या वेळी मात्र आपल्या पूर्वजांची आवडती जागा सज्ज करण्याचा हुकूम त्यानं दिला होता. मारमराचे शीतल वारे उन्हाळ्याच्या रात्रींची तलखी शांत करतील असं त्याला वाटलं. काही रात्री स्वत:च्या सगळ्या लाडक्या स्त्रिया आपल्या आवतीभोवती असाव्यात असं सम्राटाला वाटे; अर्थात इतका प्रचंड जनानखाना बॉस्फरसच्या एखाद्या राजवाड्यात हलवणं हे सोपं काम नव्हतं.

सोळाव्या शतकातला हा मोतीमहाल मारमराच्या समुद्रावरच होता; आणि त्याला हे नाव पडलं होतं ते तिथल्या स्वागतकक्षा असलेल्या अजोड सिंहासनाभोवती असलेल्या मोतीजडित झालरींमुळे. फार पूर्वीपासूनच सिंहासनं आणि दरबार यांना अशा झालरी सुशोभनासाठी वापरल्या जायच्या; त्यांच्या लांब किनारींना मुक्तहस्ते जडवलेले मोती, टपोरी माणकं आणि पाचू सूर्यकिरणांना पकडून ठेवत. शिवाय इतरही चमकत्या माळा टांगलेल्या असत; पण संपूर्ण इमारतच जिच्यामुळे ओळखली जावी अशी मोत्यांनी मढवलेली झालर इथल्याशिवाय कुठेच नव्हती.

ओटमन राज्यकर्त्यांच्या बारा पिढ्यांनी समुद्राला स्पर्श करणाऱ्या या महालाचा उपभोग घेतला होता; त्यामुळे तो राजवाडा त्यांनी सुस्थितीत तर ठेवला होताच; शिवाय त्या बांधकामात अधूनमधून भरही घातली होती. त्यामुळे हा राजवाडा त्या राज्यकर्त्यांच्या सुवर्णकाळाचा साक्षी असलेला मित्रच बनला होता.

सम्राट इकडे यायला निघालेच आहेत या वार्तेसरशी समुद्राला बिलगून असणाऱ्या त्या मोठ्या दिवाणखान्यात पुन्हा एकदा धावपळ उडाली; आणि प्रत्येक स्त्री रिवाजानुसार ठरलेल्या आपल्या जागेवर बसली. अगणित फळं आणि सरबतं यांची जबाबदारी ज्यांच्यावर होती, त्यांनी पुन्हा एकदा पोर्सेलिनच्या वाडग्याकडे नजर टाकून सगळं काही ठाकठीक असल्याची खात्री करून घेतली. वादकांनी आणि गायिकांनी आपापली जागा घेतली; आणि त्या परिसरातला एकमेव पुरुषवर्ग असलेले जनानखान्यातले काळे हिजडे हात जोडून उभे राहिले.

आता तिथे हालचाल होती ती फक्त उघड्या खिडक्यांतून आत येणाऱ्या मंद झुळकांमुळे फुगणाऱ्या पडद्यांची. दिवसाचा निळसर समुद्र आता कुठे गडद निळा होत होता; समुद्रावर एकाही होडीचा दिवा दिसत नव्हता. समुद्रावर कोणीही नसण्याची खबरदारी घेणं हा उत्सवाच्या तयारीचाच एक भाग होता. सम्राटाला त्याच्या स्त्रियांसमवेत बघणाऱ्या कोणत्याही चौकस पुरुषी नजरेला पुन्हा उजेड म्हणून दिसणार नाही ही गोष्ट तर सर्वश्रुतच होती.

प्रत्येक झाडाचा किंचित वेगळा रंग, किंचित वेगळा आकार यांमुळे पलीकडच्या किनाऱ्यावरली सायप्रसची झाडं खूप काळजीपूर्वक आखलेल्या, पण अजूनही अपूर्ण असलेल्या पुस्तकाच्या पानाच्या रचनेसारखी दिसत होती. स्वर्गाच्या दिशेनं उंचावलेले मशिदीचे मिनार आकाशावर लिहिणाऱ्या लेखण्यांप्रमाणे दिसत होते. उस्कुदारचे थोडेसे चमकणारे दिवे या अंधारणाऱ्या घडीला पाण्यावर साठणाऱ्या धुक्यात एकामागून एक लुप्त होत होते. कुमारिकेच्या मिनारावरच्या तेजस्वी उजेडानं अंधार भेदायला सुरुवात केली होती. मारमराच्या प्रत्येक स्मृतीची साक्षीदार असणारी दूरवरची बेटं पुसट आणि एकाकी दिसत होती.

वाद्य वाजवणाऱ्यांनी हिऱ्यासारख्या तेजस्वी पांढऱ्या गॉझ कापडाचे पारदर्शक कमीज घातले होते. त्यांचे गळे चांगलेच खोल होते; बासरी किंवा तंतुवाद्य वाजवताना, त्या तालावर स्वतःला झोकून देत असताना, एक अमर रहस्य उलगडत होतं; प्रदर्शन केलेल्या वस्तूंपेक्षा अवगुंठित वस्तूंचं निश्चितपणे जास्त आकर्षण वाटतं.

दिवसभर तिला जशी खात्री वाटत होती, तशी सम्राटाच्या पायाजवळची जागा शेरमीला मिळाली नव्हती. आदल्याच रात्री अनपेक्षितपणे त्यानं दिलेली आलिंगन; आणि तिच्या छोट्याशा कमरेवर डोकं ठेवून त्यानं झोपी जाणं या सम्राटाच्या कृती म्हणजे त्यानं तिला दिलेलं छुपं आमंत्रण नव्हतंच का? ज्या रखेलीला त्यानं खुणावलं ती सुदैवानं हुमशा नव्हती. आपल्या सावळ्या सुंदर चेहऱ्यावर आलेली मत्सराच्या ज्योतीची काजळी हुमशाच्या नजरेतून एक क्षणही सुटणार नाही, हे शेरमीला चांगलंच माहीत होतं. असली अशक्य स्वप्नं न बघण्याचा सल्ला तिच्या मैत्रिणीनं तिला दिला असता. ‘‘मैत्रीण म्हणे! माझ्यासाठी तर जोडीची अर्धी बायको आहे ती.’’ दुसऱ्याच क्षणी असा भलता विचार मनात आल्याबद्दल तिला वाईट वाटलं आणि मनातच तिनं स्वतःची निर्भर्त्सना केली. लगाम घालता न आल्यामुळे शेरमीचं मन महत्त्वाकांक्षेनं व्यापून गेलं होतं. हुमशाचा स्वतःच्या मनावर असलेला ताबा आणि ते करण्यातली तिची सहजता यांनी ही सावळी रखेल नेहमीच प्रभावित होत असे.

जनानखान्यात राजपुत्राचा जन्म झाला की सगळ्यांच्या महत्त्वाकांक्षा बिचकत असत. तेवढ्यात त्यांच्या लक्षात येई की, भावी सम्राटाच्या मातेची सत्ता अनिर्बंध असणार; आणि मार्गातल्या इतर स्त्रियांना दूर करण्यासाठी ती जराही मागेपुढे बघणार नाही. दीर्घकाळपर्यंत प्रमुख पत्नी असलेल्या एमेतुल्ला सुलताननं फक्त एका मुलीलाच जन्म दिला असला, तरी सम्राटाच्या मनातलं तिचं स्थान

इतरांपेक्षा उच्च आणि अबाधित आहे हे सर्वांनाच माहीत होतं. आणि हेच नेमकं शेरमीला हवं होतं... एमेतुल्लाइतकं किंवा त्याहीपेक्षा उच्च स्थान... एमेतुल्लाला तिथून पदच्युत करणं. हे मौल्यवान चाटण ती दुसऱ्या एखाद्या रात्री वापरेल; आणि सम्राटाला पुत्ररत्न देईल. हिऱ्याची कर्णभूषणं देऊन ज्या दाईची निष्ठा तिनं खरेदी केली होती, तिचा हाच सल्ला होता. एखाद्या दिवशी अगदी नक्की.

लेवनी आणि अहमद

गुत्त्यातली मजा, इस्तंबूलमधली मजा

''मि. योरगाकीस, दूरवरून आलेल्या माझ्या आदरणीय पाहुण्यासाठी आज संध्याकाळी एक टेबल छान सज्ज करा. तुम्ही त्यात पारंगत आहातच.''

''निश्चिंत राहा, धनी. माझ्या दुकानातून आजवर कोणीच असंतुष्ट होऊन गेलं नाही.''

''माझा माननीय मित्र हा बुरसा शहरातला रेशीम व्यापारी आहे. सुखनिवासाशी तो फारसा परिचित नाही. परत जाण्याआधी त्यानं या गुत्त्याला भेट द्यावी अशी माझी इच्छा आहे. अभिमान वाटावा अशीच तयारी तुम्ही मला करून द्याल, याची मला खात्री आहे.''

आपल्या आवडत्या मित्राचा शक्य तितका उत्तम पाहुणचार करायची इच्छा असल्यामुळे लेवनी खूप बारकाईनं लक्ष घालत होता. छोट्याशा चुकीलाही आजच्या रात्री जागा राहता कामा नये याबद्दल तो दक्ष होता. सगळ्यांत महत्त्वाचं होतं ते पाहुणा खरा कोण आहे ते कोणालाही शेवटपर्यंत न समजणं. राजवाडे महाल आणि मशिदी या व्यतिरिक्त सुखनिवासाविषयी पाहुण्याला फारसं काही माहीत नव्हतं हे खरंच; पण कुठल्याही शहराला खरंखुरं चांगलं, खरंखुरं आगळं बनवतात त्या छोट्या-छोट्या बाबी. म्हणून तर स्वत:ला अतिशय आवडणारा, कॉन्स्टन्टिनी शहराच्या आगळेपणात भर घालणारा सर्वांत जुना गुत्ता आपल्या प्रिय मित्रासाठी सुसज्ज करायला लेवनी तिथे आला होता.

गलाटामध्ये मनोरा चौकात येणाऱ्या एका रस्त्यावरच्या दगडी इमारतीतल्या तळमजल्यावर म्हातारा योरगाकीस गुत्ता चालवत होता. भिंतींवरची साधीसुधी सजावट कोनाड्यातल्या मंद रंगांच्या तेलाच्या दिव्यांच्या सौम्य प्रकाशात खुलून

दिसायची. ती खोली प्रशस्त, उंच छताची आणि चांगली हवेशीर असली, तरी पुरेशी प्रकाशित नव्हती. एका भिंतीच्या बाजूला लावून ठेवलेल्या मद्याच्या प्रचंड मोठ्या लाकडी बुधल्यांच्या ओळींमुळे मद्याचे शौकीन नक्कीच खूश होत असणार. समोरच्या भिंतीवरच्या कोरीव काम केलेल्या, आणि विविध रंगांत रंगवलेल्या अरुंद लाकडी फळ्यांवर छोट्या-छोट्या बाटल्यांची रांग होती ज्यात होती, वेगवेगळ्या प्रकारची ऑलिव्ह तेलं, विनेगर, पाकवलेले डाळिंब रस आणि लिंबांचा रस... बुद्धीबळाच्या प्रचंड पटासारख्या मांडलेल्या रंगीत दगडांच्या मोठमोठ्या लाद्या वर्षानुवर्षं सांडलेल्या मद्यामुळे आणि अगणित पावलांनी येजा केल्यामुळे मलिन झाल्या होत्या: उघड्या जमिनीवर फक्त पावलांची हालचाल होती. उंच लाकडी तिवईवर ठेवलेल्या जेवणाच्या थोड्या तबकांभोवती ठेवलेल्या छोट्या बैठकी संध्याकाळचे रिवाज सुरू होण्याची वाट पाहत होत्या.

‘‘माझे खानदानी धनी, आपण आम्हांला आनंद दिला आहे. आम्हांला उपकृत केलं आहे. देवाची कृपा आहे, आपण लवकरच आला आहात. आपण किंवा आपले सन्माननीय पाहुणे यांना त्यांच्या योग्यतेचं द्यायला माझ्याकडे काहीच नाही, पण तरीही आपण या बाजूनं यावं. चित्रकार आणि त्याचा मध्यम उंचीचा, जबड्यावर गडद दाढी राखलेला, साध्या कपड्यांतला मित्र दाखवलेल्या टेबलाजवळ आले. ते टेबल दोघांसाठी आधीच सज्ज केलं होतं. जेवणाचं, तांब्याचं, ठोक्याचं तबक साधंसुधं होतं; पैलूदार चषक, सुरया आणि चखणा ठेवलेल्या थाळ्याही साध्याशाच होत्या. खरी छाप पाडणार होते ते खाद्यपदार्थ आणि पेयं. टेबलावर रंग आणि गंधांचं संमेलनच भरलं होतं. सरत्या उन्हाळ्याच्या निर्मितीबरोबरच शरद ऋतूच्या काठावरच्या निसर्गाच्या समृद्धीनं टेबलाला देखणं बनवलं होतं.

एजिअन बेटावरच्या वाइनचा रंग खास पाहुण्याच्या अंगठीतल्या माणकाशी स्पर्धा करत होता. आणि त्याचा गंध ओऽ होऽ, द्राक्ष मळ्यांवर उतरलेली सूर्यकिरणं आणि द्राक्षांची छाया, शिवाय मातीतले हजारो गंध यांचा मिलाप बुधल्यांत वाट पाहायला कंटाळून मोकळा होऊन हवेत हलकेच तरंगत होता. या झिलईदार द्रवात दडली होती एक दुनिया. जी द्रवाच्या वाढत्या सेवनाबरोबर अधिकाधिक दृग्गोचर होणार होती. टेकिरदाच्या पांढऱ्या वाइनचा आग्रह योरगाकिस त्या खानदानी गृहस्थांना करणार होता. या वाइनच्या स्वादाचा झटका जिभेवर खूप काळ रेंगाळत असे आणि पिणाऱ्याला दुसऱ्याच जगात घेऊन जात असे.

पाहुण्यांच्या आगमनानंतर आणलेली द्राक्षं अजून थंडगार होती. कारण त्यांची

टोपली आधी विहिरीत खोल टांगून ठेवली होती. ती थंडाई शीतलता सगळ्यांत उठून दिसत होती ती एकमेकांना खेटून असलेल्या टपोऱ्या रसरशीत काळ्या द्राक्षांच्या भरघोस घडांवर.

उन्हाळ्यातल्या सूर्याचा तेजस्वी रंग लाभलेल्या सरत्या मोसमातल्या सोनेरी टरबुजांचा रंग बडीशेपेच्या पांढऱ्या चीजशेजारी अधिकच उठून दिसत होता. मोसमातल्या पहिल्या बहरातलं एक डाळिंब मध्यावर उकलून एका थाळीत ठेवलं होतं. कमी उजेडाच्या या बेफिकीर गुत्त्यात त्यातलं प्रत्येक माणीक इतक्या लोभसपणे चमकत होतं की, आगामी थंडीबरोबर येणाऱ्या उदासीला ते यशस्वीपणे तोंड देईल याची खात्री वाटत होती.

गोल तबकात ठेवलेल्या चखण्यांच्या छोट्या थाळ्यांच्या आजूबाजूला पसरलेले शिंपल्याच्या चमकदार पांढऱ्यापासून गडद हिरव्यापर्यंतच्या विविध रंगांचे पातीचे कांदे गोल फ्रेममधल्या टोकदार चाकूसारखे दिसत होते. अंडाकृती थाळीत ठेवलेल्या घेवड्याच्या चटणीचा मंद, फिकट, हिरवा रंग भुकेला आव्हान करत होता.

कालवांच्या कवचांचा निसटता जांभळा रंग त्यांच्या स्वादिष्टपणाच्या ग्वाहीत भर घालत होता; पण लेवनीनं तर आवर्जून भरली कालवं करायला सांगितलं होतं; त्याला खात्री होती की, अशी स्वादिष्ट चव राजाच्या मुदपाकखान्यातही मिळणार नाही.

खारवलेल्या बांगड्यावर मुक्तहस्ते पसरलेल्या ताज्या शेपूच्या उग्र वासानं वाइनविनेगरच्या वासावर कुरघोडी केली होती. म्हाताऱ्या गुत्तेमालकानं छोट्याशा परसबागेतून द्राक्षवेलीची कोवळी पानं आणून त्यात तारल्या गुंडाळून त्या भाजल्या होत्या आणि मग तबकावर काळजीपूर्वक रचल्या होत्या. पानं सोडवतांना कातडीही निघून यायची; आणि अशा सोललेल्या तारल्या बघून तोंडाला अधिकच पाणी सुटायचं. यापेक्षा जास्त मासळी योरगाकीस देणार नव्हता; उगाच भरमसाट करायची त्याची पद्धत नव्हती; आणि विरोधात जाणाऱ्या चवी तो कधीच एकत्र आणत नसे. पण अल्बेनिअन पद्धतीनं बारीक चिरून, पातळ कांद्याच्या कापांत परतून आणि मिरचीची भरड पूड पसरवून कलेजी मात्र तो न चुकता देणार. तांबूस रंगावर भाजलेले ब्रेडचे छोटे रोल मध्यभागी ठेवले होते.

छोट्या वाट्यांमध्ये ठेवलेल्या न खारवलेल्या बदामांचे आणि सोललेल्या अक्रोडांचे रंग एकमेकांत मिसळत होते; वर्षातल्या या मोसमात अतिशय दुर्मीळ असलेला बर्फ त्यावर भुरभुरला होता. साधारणपणे बर्फ हिवाळ्यात मोठ्या प्रमाणावर जमवून हिमकोठारात ठेवला जायचा. त्यामुळेच (बर्फ शिंपडलेले

अक्रोड, बदाम) हा खास नजराणा प्रत्येक अतिथीला मिळत नसे. परगण्यातून आलेल्या पाहुण्यावर या नजराण्याची छाप पडेल असं गुत्तेमालकाला वाटलं होतं; पण या पाहुण्याची फक्त स्वत:च्या उपयोगासाठी खास हिमकोठारं आहेत याची त्याला कुठे कल्पना होती?

दक्षिणेकडचे पिस्ते योरगाकिसनं स्वत: सोलून ठेवले होते.

ज्यांची उत्तरं म्हणजे चखण्यातल्या पदार्थांची नावं होती अशी स्वत: जुळवलेली कोडी सलामीलाच आपल्या खाशा पाहुण्यांना घालताना त्या ग्रीक गुत्तेमालकाला होणारा आनंद उघडउघड दिसत होता. सांगा तर मग; ''छोटी चण, मखमली चड्डी? पुढे एप्रन, डोक्यावर फेल्टची टोपी, जांभळा कुडता, हिरवा अंगरखा?'' अशी चतुराई अति सुसंस्कृत माणसालाच आवडते. त्या परगावच्या पाहुण्याच्या डोळ्यांतली चमक पाहून गुत्तामालक खूश झाला. त्या माणसाला माहीतच असावं कारण तो झटकन उत्तरला, ''वांगं! योरगाकिसनं टेबलावर हलक्या लसणीच्या स्वादाचं दही शिंपडलेली तळलेली वांगी आणून ठेवली होती; या पदार्थाचे पैसे तो लावणार नाही असं त्यानं अभिमानपूर्वक सुचवलं.

आपल्या पदार्थांना आणि त्याजोडीनं घातलेल्या कोड्यांना परगावच्या पाहुण्याकडून मिळणाऱ्या प्रतिसादामुळे गुत्तामालक आनंदित झाला; आणि आपल्याला चांगली बिदागी मिळणार अशी खूणगाठ त्यानं बांधली. त्यानं आणखी एक खाद्यपदार्थ आणला; एका कवीच्या ताज्या शब्दांची मनाशी जुळवणी केली; आणि आपल्या महत्त्वाच्या पाहुण्यांना तो सामोरा गेला. ''असं काय आहे जे पडलंय काळं, ज्याच्या त्वचेचे तुकडे झाले आहेत! जे पायांकडून टांगलं जातं आणि कोणी स्पर्श केलाच तर रक्त फवारतं...''

या भयानक ओळींनी पाहुणे दचकले; त्यांच्याकडून उत्तर न आल्यामुळे त्यानं भांड्यावरचं झाकण उचललं आणि पाहुण्यांसमोर तो काळ्या तुतीचा पदार्थ ठेवला. खानदानी पाहुणे मोठ्यानं हसले; आणि तुतीच्या पदार्थाकडे सरसावले. त्यासरशी तुती आणि कोडी यांचा स्रोत असलेला मालक मागे झाला. योरगाकिसला न पेलवण्याएवढं पिणारे असंस्कृत लोक आवडत नसत. असा एखादा ग्राहक परत आल्यास त्याला माघारी पाठवलं जाई. पण मद्याचा आस्वाद कसा घ्यायचा ते समजणारे आणि त्याच्या कष्टांची कदर करणारे आजच्यासारखे ग्राहक सांभाळायचे असतात, त्यांचा अचल पाठिंबा मिळवायचा असतो. आश्रयदात्यांनी मद्याच्या गुंगीचा आनंद लुटायला सुरुवात केली होती तेवढ्यात वादक आलेच. त्याच वेळी नेहमीचा ग्राहक तय्यार जिवन हाही आला. या पुंडाला / धटिंगणाला दारूची आवड होती कोणाला काय माहीत आहे त्यावर

त्याचा चरितार्थ चालायचा; आनंदनिवासातल्या गल्लीबोळापर्यंत त्याचं नाव पोहोचलेलं होतं. अतिपोशाखीपणाकडे असलेला त्याचा कल सगळ्यांनाच माहीत होता. त्याचा हिरवट फेटा तांबड्या टोपीभोवती सैलसर गुंडाळलेला होता, त्याची काळी झालर कपाळावर पोहोचली होती. त्याला दाढी नव्हती; पण बाचाबाचीत हैदोस घातल्याच्या भरपूर खुणा दिसत होत्या. त्यानं गुळणट रंगाचा सदरा, जांभळं आखूड जाकिट आणि खूप लोंबता मध्यभाग असलेली निळी सलवार घातली होती; त्याच्या उजव्या खांद्यावर चंदेरी किनारीचा राखाडी स्कार्फ टाकला होता. त्यानं चांदीच्या बटणांचे जांभळसर मोजे आणि लाल जोडे घातले होते; आणि हस्तिदंती मुठीचा खंजीर त्याच्या पिस्त्यासारख्या हिरवट शेल्यात खोचला होता. या साऱ्यामुळे त्याची विलक्षण आणि तितकीच छाप पाडणारी छबी निर्माण झाली होती. तो लेवनीच्या अनोख्या मित्रवर्तुळापैकी एक होता. त्याच्या जडावलेल्या पापण्यांवरून त्याची आधीच झिंगलेली अवस्था कळत होती. त्याला चित्रकार आणि त्याचा साथीदार दिसले; तेव्हा तो त्याच्या टेबलाकडे गेला.

अहमदनं अधिकारानं मान हलवून लेवनीच्या अस्वस्थतेला रोखलं. 'परगण्यातल्या पाहुण्या'ला शहरातले रहिवासी त्यांच्या वास्तविक वातावरणात पाहायचे होते.

"आपली संध्याकाळ चांगली जावो सरकार; रसनेचा आनंद लुटा."

"यावं. आमच्याइथे यावं. आपण एकत्र बसू या."

लेवनीच्या पाहुण्यानं आपल्या यजमानाचं मन वाचलं; आणि त्या दोघांना न्याहाळणाऱ्या तय्यार जिवानला आमंत्रित केलं. आता काहीच इलाज नव्हता. योरगाकिसनं लगेच एक बैठक (स्टूल) आणली. आणि तो गुंड आभारप्रदर्शनार्थ काहीतरी पुटपुटत त्यावर बसला.

"योरगाकिस, कसली मेजवानी आहे ही? ही तर सम्राटाच्या भोजनासारखी आहे. हा मान मला कधी देणार? हलकटा, माझ्यासाठी हे नाही केलंस तर बघ."

तय्यारच्या मते त्यानं निवडलेल्या यजमानांचं एवढं कौतुक पुरेसं होतं; त्यामुळे त्याला देऊ केलं जाण्याआधीच त्यानं चखणा आणि मद्याचा पाहुणचार घ्यायला सुरुवात केली. सुदैवानं त्यानं आधीच खूप दारू प्यायली असल्यामुळे आपला कवी मित्र आज किती बेतास बात वागत आहे ते त्याच्या लक्षात आलं नाही. समोरचं जेवण बरंचसं हादडल्यावर त्यानं त्या दोघांकडे नीट पाहिलं; आणि नेहमीप्रमाणेच, परवानगीची वाट न बघता आपली जीभ सैल सोडली.

"हा म्हातारा तुझा भाऊ आहे का लेवनी चेलेबी? तुम्ही दोघं किती सारखे दिसता? पण तुझ्या लक्षात आलं का की, त्याचा रुबाब तुझ्यापेक्षा जास्त आहे."

हे शब्द त्याच्या अंतर्मनाला कसे सलले ते त्या जास्त रुबाबदार माणसानं समजू दिलं नाही. (साधा माणूस अस्वस्थ झाला तो फक्त संकोच वाटल्यामुळे) पहिल्याने उत्तर दिले :

"मी बुरसाचा आहे. अब्दुलजलील चेलेबी हा वडलांच्या बाजूनं माझा दूरचा भाऊ लागतो आणि सौजन्यशील यजमान असल्यामुळे तो मला या अनोळखी भागात एकटा सोडत नाही."

त्या ठकाला आता या अनोळखी ठरलेल्या पाहुण्यावर छाप मारायची होती; पुढे झुकून बोलताना त्याचे औदार्य उतू जात होते.

"म्हणून मी तुम्हांला ओळखत नाही तर कोठ्यावर खूप मुली आहेत. तसली मजा हवी असेल, तर तिथे जा; आणि माझं नाव सांगा. ती तुमची छान बडदास्त ठेवेल."

येणारं हसू लेवनीनं प्रयत्नपूर्वक थोपवलं. आपल्या साथीदाराच्या जनानखान्यात असलेल्या युवतींच्या संख्येच्या अंधूकशा कल्पनेनंही ह्या मूर्खाला काय वाटेल असा विचार त्याच्या मनात आला. त्याच्या पाहुण्याने मात्र आधीइतक्याच सुसंस्कृतपणे त्याचे आभार मानले; आणि त्या कोठ्यावर कधीतरी जरूर जाऊ असंही सांगितलं.

सामान्य वेणातल्या याआधीच्या फेरफटक्यांपेक्षा या वेळची भेट खूपच वेगळी होती. आधी तो थोड्या साध्या नागरिकांना भेटायचा; नंतर तो सेरेझच्या टकलू इब्राहीमच्या होडीतून आसपास भटकायचा; आणि मग आपल्या सुरक्षित जागी परतायचा. या वेळी शहराचा तो वेगळाच अनुभव घेत होता; पण तीच तर त्याची खरीखुरी इच्छा नव्हती का?

ती रात्र सुखरूपपणे पार पडल्यावर त्याच्या साथीदारानं मात्र वेगळाच निर्णय घेतला. या अनुभवाची पुनरावृत्ती करणं फारच कठीण होतं. रात्र योग्य अंतर ठेऊन त्यांच्यामागून जाणाऱ्या राजवाड्याच्या गुप्त रक्षकांनी त्यांना राजवाड्याच्या जवळ आणलं तेव्हा चित्रकाराच्या चेहऱ्यावर एखाद्या कठीण कसोटीतून यशस्वीपणे पार पडल्याचे भाव होते; तर एखाद्या मुलाला नवीन खेळणं मिळाल्यावर व्हावा तशा नवलाईच्या आनंदानं सम्राटाचा चेहरा फुलून गेला होता.

इब्राहीम आणि मेहेताब

असंमत प्रेम

''बाईसाहेब, तुमच्यासाठी एक चिठ्ठी आली आहे. या वेळी एकाक्ष हुसेनकडून एका माणसानं आणली आहे. इतरांना कळू न देता मी ती तुमच्याकडे आणली आहे.''

''माझ्या अमूल्य दासी, धन्यवाद. तुझ्याशिवाय माझं कसं झालं असतं, कळत नाही.''

आपल्या प्रौढ वयातही दासी एखाद्या बालिकेसारखी खिदळली. तिच्या स्वत:च्या आयुष्यात जे कधीच घडणार नाही अशा भन्नाट प्रकरणाचा आपण एक महत्त्वाचा भाग आहोत असं ती मानत होती. शिवाय मालकिणीकडून मिळणारी शाबासकी; आणि त्यात पुन्हा मोठ्या बक्षिशीची भर! आपल्या सुरकुतलेल्या छातीजवळून कागदाची घडी दासी काढेपर्यंत मेहताब उतावीळपणे बघत होती. पण नंतर तिनं चिठ्ठी एका दमात वाचून काढली.

इब्राहीम पाशा तिच्यामागे लागल्यावर सुरुवातीला तिनं जराही इच्छा नसल्याचा आणि घाबरल्याचा आव आणला खरा; पण खरं तर ती प्रेमप्रकरण करायला तयारच होती. आपल्याला मिळायला हवं होतं ते प्रेम हेच असं तिला वाटलं. शरिया न्यायाधीशाला आवश्यक गंभीरपणाने जो आपल्या घरातही वागत असे, अशा माणसाची पत्नी म्हणून वाट्याला आलेल्या बेचव आयुष्यात अखेर थोडा रंग भरला गेला होता, आणि तोही किती अचानक!''

मेहताब एका सुमार, खरं तर, दरिद्री घरातून आली होती. ती गुडघ्याएवढी पोर होती तेव्हाच ही लहानशी छबकडी मोठ्या ठिकाणी जाणार असं भाकीत पश्चिम थ्रेशिआतल्या तिच्या जन्मगावचे लोक करत असत. तिला रूप आणि अक्कल, या दोन्हीही गोष्टी लवकरच प्राप्त झालं. तिच्या डोळ्यांना डोळा भिडवलेला माणूस पुन्हा हटकून बघणारचं. शाही जनानखान्यात भरती होण्याची महत्त्वाकांक्षा तिच्या मनात लहानपणापासूनच होती. पण तिच्या सौंदर्याची माहिती सुलतानापर्यंत पोहोचण्याआधीच कडनं (शरिया न्यायाधीशानं) ते ऐकली; आणि गवळी असलेल्या तिच्या वडलांनी लगेच होकार दिला. चांदण्या रात्रींची आवड असलेल्या कडनं आपल्या चौदा वर्षांच्या पत्नीचं नामकरण मेहताब म्हणजे चांदण्यांची राणी मल्लिका असं केलं; आणि ती झुलालजादे अर्नावुत हसन एफेंदीच्या शय्येवर आली. इतका मौल्यवान खजिना आपल्या भाग्यात आहे हे खरंच न वाटणारा माणूस नंतर त्याला सरावला; आणि मग नव्यानं आलेल्या छोट्याशा रखेलीत दंग झाला.

शिवाय हेही खरं की काथेनमधल्या त्यांच्या पहिल्या भेटीनंतर प्रमुख वजीर इब्राहीम पाशानं तिचा अगदी पिच्छाच पुरवला. स्वत:च्या मनात येईल ते खरं करणारे पुरुषच अशी एकाग्रता दाखवू शकतात. त्या अधिकारी पुरुषाच्या अखंड पाठपुराव्यानंतरही त्यांच्या भेटी अधूनमधूनच व्हायच्या; आणि त्यामुळे त्यांचं हे असंमत नातं धगधगतं राहिलं होतं. पत्नी आणि सम्राट यांच्यातच इब्राहीम पाशाचा वेळ जात असला, तरी तो संधीच्या शोधातच असायचा. इच्छा असते तिथे मार्ग मिळतोच; आणि जागाही मिळते.

पाशानं तिला दिलेली पहिली भेट मेहताबला आठवते;. हुबेहूब तिच्या डोळ्यांच्या रंगाची नीलमण्याची अंगठी; निळ्याशार रंगात चमकत असलेली प्रेमाची कबुलीच जणू. इब्राहीम पाशाचा उदारपणा मान्य करायलाच हवा, नंतरच्या प्रत्येक भेटीतही तो तसेच मौल्यवान नजराणे द्यायचा. हिरे आणि माणकं जडवलेली दागिन्यांची पेटी, सोन्याच्या पीळलेल्या बांगड्यांची जोडी, मोती आणि पाचूची लोंबती कर्णभूषणं, मोत्यांचं भरतकाम केलेले मऊ जोडे; आणि काही दुर्मीळ ट्यूलिपचे कांदे. तिच्या नवऱ्यापासून हे दागिने तिला लपवून ठेवायला लागायचे; पण तिच्या जवळच्या मैत्रिणींच्या मेळाव्यात ती ते का नाही घालणार? आपल्या मौल्यवान दागिन्यांचं प्रदर्शन करायला मेहताबला फार आवडे. पण वेगानं पसरणाऱ्या चर्चांकडेही दुर्लक्ष करणं शक्य नव्हतं. दागिन्यांपेक्षा अधिक अर्थपूर्ण होतं ते प्रमुख वजिरानं दिलेले ट्यूलिपचे कांदे; त्या प्रत्येकाला त्यानं आपल्या प्रियतमेशी संबंधित नाव दिलं होतं. भगवा पक्षी, चिमणी छबकडी, सुखदात्री, गुलाबी गाल, पहाटेचं दव आणि माणकांचा खंजीर...

या वेळी फातमा सुलताननं इब्राहीम पाशाला पुत्र दिला. सुलतान अहमदचा आनंद गगनात मावेना. त्यानं आपल्या लाडक्या लेकीच्या आणि जावयाच्या मुलाचं महमद हे नाव सगळ्यांत तेजस्वी पूर्वज असलेल्या आपल्या वडलांवरून ठेवलं. आपल्या मुलीला त्यानं पाठवलेल्या ऐश्वर्यशाली भेटींची चर्चा साऱ्या शहरभर पुढे कित्येक दिवस होत राहिली. इब्राहीम पाशाच्या समुद्रकिनाऱ्यावरच्या प्रासादात आयुष्य आपल्या गतीनं जात राहिलं.

आघाडीवरून विजयाची बातमी

दुसरीकडे युद्ध

"थोर खाविंद, इराकी आघाडीचा सेनापती असलेल्या हसन पाशानं करमनशहाचा ताबा घेतला आहे. ताब्रिजमध्ये स्वत:ला ज्यानं तहमास्प दुसरा असं घोषित केलं, त्याची सत्ता मानणाऱ्या ल्युरिस्तानचा राजा अली मेर्दन यालाही त्यानं पराभूत केलं आहे. सुन्नी एर्देलनची राजधानी सिने स्वखुशीनं शरण गेली."

सुलतान अहमदनं त्या दूताला चांदीची थैली दिली. लेखी वृत्तान्त वाचण्यापूर्वीच त्या माणसानं थोडक्यात बातमी दिली होती.

न्यायमनोऱ्याच्या जाळीमागे नेहमीच्या जागी दिवाणसभा झाल्यानंतर सुलतानानं हुकूम केला की मेरागली फेरीहून याची सार्वजनिक सुव्यवस्था राखण्यासाठी प्रमुख गव्हर्नरपदी नेमणूक केल्याचं आज्ञापत्र दिलं जावं.

या घटनांच्या पाठोपाठच हसन पाशाचा मृत्यू झाला; आणि त्याच्या जागी त्याचा मुलगा अहमद पाशाची नियुक्ती झाली. त्या तरुण सेनापतीला वाटलं की, आता महमद हण स्वत:ची सत्ता बळकट करण्यासाठी हेमेडन घेईल; आणि म्हणून त्यानं त्या पर्शियनापेक्षा हुशारी दाखवत ते शहर जिंकून घेतले. त्यानंतर लवकरच निहावेंद आणि हुरेमाबाद जिंकून घेऊन ओटमन साम्राज्यानं स्वत:चं स्थान बळकट केलं.

पूर्वेकडच्या युद्धाचं हितसंबंधांच्या निर्दयी लढाईत रूपांतर झालं होतं; एक प्रचंड गोंधळाची हाणामारी ज्यात जास्त चपळ पक्ष जिंकेल. ओटमन साम्राज्यानं काही सफाविदांचं नेतृत्व करणाऱ्या शाह ताहमास्पशी, त्याचप्रमाणे सफाविदचं सिंहासन बळकावणाऱ्या महमद हणशीही लढा दिला; आणि पूर्वीच्या ओटमन साम्राज्याची ठाणी एकामागून एक पुन्हा काबीज केली.

जनानखान्यातलं आयुष्य वैभवी ऐशआरामात चालूच राहिलं.

मारी-जेनविएव-मार्गरिट आणि अहमद

सम्राटाचं नवं प्रेमपात्र

सम्राटानं आज्ञा केली होती की मार्गरिट या तरुणीनं त्याच्या शय्येवर यावं ते पॅरिसच्या कपड्यांत. मुलींवरच्या अधिकाऱ्याला ही मागणी इच्छा विचित्र

वाटेल याची त्याला कल्पना असली, तरी पर्वा नव्हती. पण त्या मुलीनं राजवाड्यातल्या स्नानगृहात स्वच्छ अंघोळ करावी ती मात्र ओटमन पद्धतीनं, याविषयी मात्र तो आग्रही होता. युरोपिअनांच्या स्वच्छतेच्या सवयींविषयी यिरमिसेकिझ चेलेबीनं केलेली वर्णनं केवळ नावडणारी नसून भयंकर वाटणारी होती. त्या फ्रँकिश मुलीच्या येण्याची तो उतावीळपणे वाट पाहत होता.

मारी-जेनविएव-मार्गरिट ही केवळ प्रभावित करणारी सौंदर्यशालिनी नव्हती; प्रत्येक काळात, प्रत्येक समाजात आढळणाऱ्या साहसी जीवांपैकी ती एक होती. ती एका उच्च पण दरिद्री कुटुंबातून आली होती. अशी मुलगी एकतर राजवाड्यातल्या कटकारस्थानात राणीची खास दासी म्हणून वरचढ ठरण्यासाठी भल्याबुऱ्या हिकमती लढवते; किंवा खानदानी उच्च कुळाशी संबंध जोडू पाहणाऱ्या धनिकाशी लग्न करून पाच-सात मुलं जन्माला घालते. पण या मुलीची स्वप्नं वेगळीच होती. आपण काही लाजाळूचं झाड नाही; उलट आपली कामेच्छा तीव्र आहे. प्रेम आणि वासना यांची मजा लुटायला आपण अधीर आहोत याची तिला जाणीव होती. बऱ्याच जणांना अविश्वसनीय वाटलेली, पॅरिसच्या मेजवान्यांत पसरलेली एक वदंता मार्गरिटच्या कानांवर आली होती. ती अफवा ऐकून तिचा ऊर धपापू लागला होता; एखादं चुंबन मिळवण्यात मोठाच विजय मानणाऱ्या तिच्या अननुभवी तरुण प्रियकराला मग त्या उरात जागा उरली नव्हती.

राजनैतिक भेटीसाठी पॅरिसमध्ये आलेल्या राजदूताचं आणि त्याच्या बरोबरच्या पुरुषांचं वेगवेगळ्या प्रसंगी आणि वेगवेगळ्या सबबींवर मारी-जेनविएव-मार्गरिटनं निरीक्षण केलं होतं; तिला ते मुळीच विचित्र वाटलं नव्हतं. उलट, त्यांचा रुबाबदार, गर्विष्ठ डौल, उठून दिसणारं वागणं; त्यांची मर्दानगी, अगदी त्यांचं क्रौर्यसुद्धा तिला आवडलं होतं. या सगळ्यांच्या मालकाला पूर्वेकडच्या समर्थ सत्ताधीशाला प्रेमदासी म्हणून शरण जाण्याची कल्पनाच केवढी थरारक होती. अठराव्या आहे तसेच ठेवणे तिच्या मनोराज्यांना पंख फुटायला गरज होती ती फक्त एका ठिणगीची.

अज्ञाताच्या आकर्षणाने आंधळ्या झालेल्या मार्गरिटला जनानखान्यात गुलाम होण्याची काळी बाजू दिसत नव्हती. तिला खात्री वाटत होती की, ती त्या सगळ्यांची राणी होणार; शिवाय पूर्वेच्या राजाधिराजाला आपल्या प्रेमानं ती बदलवणार; आणि नवाच माणूस करणार. स्वप्नात आणि सत्यात खूप फरक असतो हे तिला कळून चुकलं तेव्हा खूप उशीर झाला होता.

तिनं घर सोडणं ही पळून जाण्याची एक सर्वसामान्य घटना असल्याचं भासवणं राजकीयदृष्ट्या सोयीचं होतं; तिच्या प्रवासाचे तपशील लपवण्यात आले;

या साऱ्या घडामोडींनंतर; आणि काही खूप आवडणाऱ्या तर काही घाबरवणाऱ्या प्रकारच्या लांबलचक तयारीनंतर ती थोर शहेनशहाच्या घेरदार पडदे लावलेल्या बिछान्यासमोर पोहोचली.

इथे पोहोचण्याआधी तिच्या पहिल्या तुर्की पद्धतीच्या स्नानानंतर तिची त्वचा गुलाबी झाली होती. दोन संस्कृतींतल्या विरोधामुळं हे मुक्त स्नान तिच्या आठवणीत सदैव राहणार होतं. आपल्या व्यवसायाशी प्रामाणिक असलेल्या स्नानाच्या सहायक स्त्रीनं सम्राटाच्या शय्यासोबतीणीला योग्य तऱ्हेनं तयार करायला प्रारंभ केला. साखरेचा चिकट पाक वापरून संपूर्ण शरीरावरचे केस काढणं हा या प्रथेचा अटळ भाग होता. काय चाललं आहे ते लक्षात येताच त्या तापट फ्रेंच युवतीनं प्रचंड विरोध केला होता; तिनं किंकाळ्या फोडल्या होत्या; सगळी शक्ती एकवटून त्या स्नानसहायिकेपासून दूर होण्यात तिला यश आलं होतं. सम्राटाच्या या नवीन प्रेमापात्रावर बळाचा वापर न करण्याचं त्या अनुभवी स्त्रीनं ठरवलं होतं. या थोड्याशा दुर्लक्षामुळे सम्राट संतापला असताच तर आपल्या बचावाची सिद्धता तिनं करून ठेवली होती.

स्वत:च्या सौंदर्याची खात्री असलेल्या फ्रेंच युवतीनं आज प्रथमच पॅरिसमध्ये करवून घेतलेला गाउन घातला होता. फिक्या निळ्या टफेरा रंगाच्या ह्या गाउनची छाती, बाह्या आणि घेराला पिवळट लेसनं सजवलं होतं. दासीनं तिच्यावर ओतण्याचा प्रयत्न केलेले सुगंधही तिनं नाकारलं होते.

तिला लवेंडरचा उग्र किंवा गुलाबाचा घमघमता सुगंध नको होता. पॅरिसहून तिनं तिचा स्वत:चा संत्र्याचा मोहोर आणि दऱ्यांमधली लिली यांपासून तयार झालेला भुरळ घालणारा सुगंध क्रिस्टलच्या कुपीतून आणला होता; तो अगदी साजेसा होता; तिच्या मते योग्य ठिकाणी तो सुगंध तिनं भरपूर लावला होता.

तिच्या निळ्या गाउनच्या खोल गळ्याच्या प्रशस्त वळणावर जनानखान्याच्या हिजड्यामार्फत अहमद हणनं पाठवलेली पहिली भेट विराजमान झाली होती. फांदीवर बसलेला पक्षी असलेल्या त्या दिमाखदार ब्रूचमधल्या पक्ष्याचं शरीर म्हणजे एक मोठा टरक्वाइज होता; त्याचे डोळे पाचूचे तर टोकदार पंख हिऱ्यांचे होते; तो बसलेल्या फांदीची पानं पूर्णपणे हिऱ्यांनी बनवलेली होती. मागे बसवलेल्या छोट्याशा स्प्रिंगमुळे परिधानकर्तीच्या थोड्याशा हालचालीमुळेही ती पानं हलायची. त्या खड्याचा निळा–हिरवा रंग तिच्या डोळ्यांच्या रंगाशी स्पर्धा करत होता. खास आपल्या रूपविशेषाचं सौंदर्य उठून दिसावं यासाठी सम्राटानं एक दागिना मुद्दाम करवून घेतला यावर मार्गारिटचा विश्वासच बसत नव्हता. एक हजार एक रात्रींच्या तिच्या स्वत:च्या परीकथेला सुरुवात झाली होती.

पॅरिसच्या पद्धतीची वेटोळ्यांनी बनलेली उंच अंबाड्याची केशरचना तिला स्वत:ला करायला लागली होती. जनानखान्यातल्या स्त्रियांचे केस शृंगारणाऱ्या स्त्रीला ही पद्धत अवगत नव्हती.

स्त्रियांना देण्यात येणाऱ्या विस्मयकारक अदबशीर वागणुकीची माहिती राजदूताकडून मिळालेली असल्यामुळे अहमद तिच्या स्वागतासाठी उठून उभा राहिला. तलम पोशाख आणि टोपी ही प्रेमक्रीडेवेळची त्याची नेहमीची वेषभूषा न करता त्यानं भरगच्च ट्यूलिप्स असलेला तलम रेशमी अंगरखा आणि रत्नजडित कमरपट्टा घातला होता. आपण पोशाखी नाही असं सम्राटाचं म्हणणं असलं, तरी आत्ता अंगरख्याच्या लाल रंगाशी जुळणारा माणकाचा शिरपेच त्यानं आपल्या फेट्यावर बसवला होता. एका छोट्याशा फ्रँकिश कन्यकेवर छाप पडावी म्हणून ओटमन सत्तेच्या सर्वेसर्वानं इतके प्रयत्न करावेत असं याआधी कधीच घडलं नव्हतं.

पण आता ते इथे होते ते सम्राट आणि त्याची रखेल किंवा, निवडणारा आणि निवडलेली म्हणून नाही; तर तारुण्य मागे पडलेल्या एकोणपन्नास वर्षांचा पुरुष आणि तारुण्याचा तजेला ल्यायलेली अठरा वर्षीय कन्यका म्हणून. त्या परिस्थितीच्या करुण किंवा हास्यास्पद विरोधाभासाकडे दुर्लक्ष करून दोघंही एकमेकांवर छाप पाडण्याच्या प्रयत्नात होते. पण तरीही शाही खबऱ्याच्या शब्दांनुसार तिनं आपलं सौंदर्य खुलवण्यासाठी सुगंधी काजळ किंवा लाली यांचा उपयोग केला नव्हता; जो सात वातावरणांवर राज्य करणाऱ्या सम्राटानं केला होता!

अहमदनं मार्गेरिटचा थरथरणारा हात धरला; आणि तिच्या डोळ्यांत निरखून पाहिलं. समुद्रासारख्या रंगाच्या त्या डोळ्यांत उत्कंठा तर होतीच; पण त्यातला चौकसपणा, आव्हान आणि त्याहीपेक्षा त्यांतली वासना बघून तो मुळापासून हलला. आजपर्यंत सुलतान अहमदनं शय्यासोबतीसाठी निवडलेल्या स्त्रियांच्या चेहऱ्यावर अपार शरणागती किंवा फारफार तर निवड झाल्याबद्दलचा आनंद पाहिला होता. पण मार्गेरिटमध्ये पॅरिसचा उद्धटपणा होता. कामेच्छातृप्तीवर तिचाही हक्क आहे; ती काही फक्त पुरुषांची मिरासदारी नाही. भले मग ते सम्राट का असेनात असंच तिच्या अकृत्रिम निरागसतेतून प्रतीत होत होतं. असं दिसत होतं की दोघांनाही एकमेकांपासून काही शिकायला हवं होतं; आणि ते शिकले...

तिच्या कॉर्सेटच्या गुंतागुंतीच्या नाड्या सोडवणं हा सुलतान अहमदसाठी नवाच, उद्दीपित करणारा अनुभव होता. गाउनच्या खाली असलेले लेसच्या अंतर्घेराचे थरच्याथर हे आणखी एक नवल होतं; अनावृत होण्यासाठी असलेल्या

तिच्या धीट तयारीनं आणि तो कपडे काढत असताना त्याला न्याहाळणाऱ्या उत्सुकतेनं त्याला अधिकच चाळवलं.

* * *

मारी-जेनविएव-मार्गारिटला शाही जनान्यात दाखल होऊन जेमतेम पंधरवडा झाला असेल; (काही थोड्या शब्दांपर्यंतच) तुर्की भाषेचं तिचं ज्ञान मर्यादित होतं. सुलतान अहमदनं थोडं फ्रेंच शिकायचा प्रयत्न केला असलातरी शब्दातून साध्यातसाधा संवाद साधणंही त्यांना अशक्य होतं. आपलं बोलणं एकमेकांना कळत नाही याची चिंता न करता; त्यांनी शब्दांशिवाय एकमेकांशी संवाद साधायचा प्रयत्न केला. पूर्वेच्या सर्वांत ताकदवान माणसाच्या बलदंड बाहूंतल्या सुखाचं स्वप्न पॅरिसच्या स्त्रीनं पाहिलं होतं. तिच्यासाठी तो माणूस कामसुखाचं प्रतीक होता. तिचं हे स्वप्न पूर्ण करायला सुलतान अहमद राजी होता. त्यानं आनंदानं तिला सुख दिलं आणि स्वत:ही मिळवलं.

सुलतानाला फ्रेंचांच्या चुंबनाच्या आणि कामसुखाच्या पद्धती लगेच उमजल्या; आपला पुरुष कशामुळे प्रसन्न होतो हे मार्गारिटही लवकरच शिकली. एकच गोष्ट त्यांच्या रतिक्रीडेविषयी निश्चितपणे सांगता येत होती ती म्हणजे त्यांच्या कामक्रीडेची अनिश्चित पद्धत, त्यातले नियम ते सतत बदलायचे. त्या भल्यामोठ्या जनानखान्याच्या इतिहासातलं सर्वांत दुर्मीळ आणि अतिउत्कट प्रेमप्रकरण म्हणजे या दोघांचे संबंध. चमकत्या इझनिक टाइल्स लावलेल्या, रंगीत सजावटीच्या, सुशोभित कारंजांच्या, रेशमी गालिचांच्या, देखणी, रत्नजडित सजावट टांगलेल्या आणि अकल्पनीय दु:खांच्या या प्रचंड जनानखान्यातल्या खूप खोल्या ओटमन सम्राटांनी निवासासाठी आणि प्रेमक्रीडेसाठी वापरल्या; पण एकीलाही सम्राट किती काळ तिच्यावर प्रेम करत राहील हे माहीत नसायचं.

मेलिदिल आणि अहमद

परत वळणं अशक्य

अहमदच्या जवळजवळ सफाचाट डोक्याला मार्गारिटच्या हातांनी कुरवाळं; मग ते हात त्याच्या रुंद खांद्यांकडे सरकले. वर्षांनुवर्षं घोडदौड आणि नेमबाजी

करून तगडच्या बनलेल्या सुलतानाच्या शरीराला कुरवाळायला तिला खूप आवडायचं, अशा वेळी तिला खास, अतिशय दर्जेदार जगाचा भाग बनल्यासारखं वाटायचं; शिवाय प्रत्येक वेळी तिला चांगली बक्षिशी मिळायची.

सम्राट ज्यावर पहुडला होता ती पांढरी लिननची शीतल चादर नुसत्या डोळ्यांनी न दिसणाऱ्या 'वालुका भरतकाम' पद्धतीच्या लाल ट्यूलिप आणि निळ्या कार्नेशनच्या कशिद्यामुळे जणू एखादी वाटिकाच बनली होती. मार्गेरिटनं पॅरिसमध्ये दर्जेदार काम खूप पाहिलं होतं; पण इथे बारीकसारीक गोष्टीतही इतकं लक्ष घातलेलं बघून तिला अचंबा वाटत असे. तिनं आपली नजर पुन्हा त्या पुरुषाकडे वळवली. शय्येवर असताना त्याच्याशिवाय इतरत्र कुठेही पाहिलेलं त्याला आवडत नसे.

फ्रेंच मुलीनं वारंवार केलेल्या विनवण्यांना शेवटी एकदाचं यश आलं; आणि नेहमी बिछान्याच्या पायालगत बसणाऱ्या दासीची रवानगी दरवाजाजवळ झाली. मार्गेरिटला सगळ्यांत भयंकर वाटायचं ते कामाचा भाग म्हणून अहमद हण त्याच्या शय्यासोबतीणीबरोबर करत असलेल्या क्रिया बघण्यासाठी त्या गरीब बिचारीची तिथली सजासदृश उपस्थिती जी त्याच्या सुरक्षेसाठीच होती. प्रेमक्रीडा करताना त्या दासीचं अस्तित्व त्याला जाणवायचंही नाही, इतका तो त्या गोष्टीला सरावला होता. वाटलं तर तो एकांतासाठी बिछान्याभोवतीचे पडदे दासीला बघता येऊ नये म्हणून ओढत असे; पण तरीही अर्थात शाही प्रेमक्रीडेचे एकूणएक आवाज तिच्या कानांवर पडतच. एकदा फ्रँकिश मुलीचा आवाज चढला, तेव्हा पडद्यातून आत डोकावलेल्या दासीशी तिची नजरानजर झाली. सम्राटाच्या सुरक्षेव्यतिरिक्त दासीला इतर कशाशीही देणंघेणं नव्हतं; पण मार्गेरिटला होतं; त्यामुळे अशी लाजिरवाणी वेळ पुन्हा कदापिही येऊ नये याची ती पुरेपूर दक्षता घेई.

* * *

अहमदनं आपल्या या लाडकीचं नाव ठेवलं होतं. – मेलिदिल; या नावाचा अर्थ होतो अंतरीची इच्छा किंवा हृदय चोरणारी. वरवर दिसत होतं त्याहीपेक्षा जास्त काही या नावात दडलं होतं. अहमद हणच्या आत्म्याला ज्याचीज्याची आस लागली होती, पण जे त्यालाही अप्राप्य होतं ते सर्व काही आणि ज्या जगांची स्वप्नंसुद्धा रोमहर्षक होती त्या नव्या जगांसकट खूप साऱ्यांचं प्रतीक म्हणजे ते नाव होतं. तरुण मेलिदिलच्या आगमनाबरोबर सुलतान अहमदसमोर जणू एक नवंच विश्व उलगडलं होतं. जग, आयुष्य, स्त्रिया, पुरुष या सर्वांबाबतच एक नवा दृष्टिकोन समोर आला होता.

रात्रींव्यतिरिक्त आठवड्यातून एक दिवस सकाळही तो आणि मेलिदिल फ्रेंच शिकण्याच्या निमित्तानं एकत्र येत. यिरमिसेकिझ चेलेबीनं पॅरिसहून आणलेल्या पुस्तकातल्या चित्रातल्या राजवाड्याविषयी ही नवी अंकिता बोलत असे. ती तिथली मौजमजा, मेजवान्या, बॉलनृत्याचे समारंभ, राजवाड्याच्या उद्यानातल्या कारंज्यांच्या फवाऱ्यांनी बनवलेले हजारो आकार आणि अविस्मरणीय जलनाट्यदेखावे यांविषयी बोलत असे; यिरमिसेकिझ चेलेबीनं केलेल्या वर्णनांपेक्षा ही वर्णनं अगदीच वेगळी होती. पुस्तकातल्या चित्रांशेजारी सुलतान अहमद स्वत:च्या हातानं टिपण काढत असे.

ही तरुण स्त्री तिच्या जन्मगावाच्या आठवणीनं बेचैन होईल या आशंकेनं सम्राटाचा चेहरा कधीकधी काळवंडत असे. पण त्याचा कडेलोट होई तो जेव्हा त्याची लाडकी मेलिदिल इतरांच्या बाहुपाशात तिनं केलेल्या नृत्यांची वर्णनं करी तेव्हा! मान्य करणं त्याला कठीण जात असलं, तरी त्याच्या मनावर येणारं सावट हे सरळसरळ मत्सराचंच असायचं.

* * *

थोर चित्रकार अँतोनी वाटो यानं निसर्गात आनंद लुटणाऱ्या चिंतामुक्त, देखण्या लोकांची प्रसन्न चित्रं काढली आहेत. त्यातल्या एका चित्रात मारी-जेनविएव-मार्गारिट आहे. काही वेळा ती तरुण स्त्री चित्रकारासमोर पोज देण्यासाठी गुपचूप त्याच्या चित्रशाळेत गेली होती. आपलं सौंदर्य कॅनव्हासवर चितारलं जाणं तिला फार आवडलं होतं. तिच्या गालांचा टवटवीत गुलाबी रंग, तिच्या मानेचं कमनीय वळण आणि तिच्या डोळ्यांतलं आव्हान देणारं तेज इतक्या कुशलतेनं चितारलं असल्यामुळे तिचे वडील काहीसे निवळले खरे; पण अगदी वाटोसारखा नावाजलेला चित्रकार असूनसुद्धा एखाद्या सामान्य घराण्यातल्या व्यक्तीप्रमाणे जमावाच्या चित्रासाठी उभं राहिल्याबद्दल तिला रागवण्याचंही त्यांनी कधी थांबवलं नाही. ते चित्र आता राजाच्या प्रासादात टांगलं होतं. तिच्या आई-वडलांजवळ असलेलं तिचं ते एकमेव स्मृतिचिन्ह होतं. आपलं निरोपाचं पत्र किती क्रूर होतं हे फार पुढे तिच्या लक्षात आलं. फारच क्वचित पण कधीकधी मार्गारिट विचार करायची की राजवाड्यातल्या समारंभांना जाताना एका प्रवेशस्थळी टांगलेल्या त्या चित्राकडे तिचे आईवडील मान वर करून बघत असतील का? का अजूनही झोंबणाऱ्या अपमानामुळे ते मान खाली घालत असतील? पश्चात्तापाच्या होरपळणाऱ्या खाईत विहार करायला तिचा मानीपणा तिला मज्जाव करायचा.

पण तरीही जेव्हा जनानखान्यात काळोख पसरायचा, आणि तेलाचे दिवेही फडफडू लागायचे; जेव्हा काळ्याभोर डोळ्यांची नूरीशेम्स, गुलाबी ओठांची गोंजनीगा, चंद्रमुखी हुस्नीमेलेक, मांसल गळ्याची बिनाझ, सोनेरी केसांची शाइस्ते आणि खळीत तीळ असणारी फेरहुन्दे या बालपणीच कुटुंबापासून तोडण्यात आलेल्या, स्वत:ची जन्मनावंही विस्मरणात गेलेल्या; आणि केवळ एका माणसाचं मनोरंजन करण्यासाठी, त्याला सुख आणि आराम देण्यासाठी, त्याची मुलं जन्माला घालण्यासाठी ज्यांना या शाही ठिकाणी जोपासण्यात आलं होतं अशा त्या जनानखान्यातल्या स्त्रिया स्वत:च्या मर्जीनं, मोठेपणी आपणहून इथे आलेल्या, जिच्यावर त्यांचा धनी उघडउघड लुब्ध झाला होता अशा त्या फ्रँकिश सुंदरीला जेव्हा टाळायच्या, त्या वेळी तिचं मन आपल्या जन्मभूमीकडे, पॅरीसकडे, आपल्या स्वत:च्या घराकडे वळायचं...

या अशा विचारांत जेव्हा ती स्वत:च्या मनाविरुद्ध जाऊन गुरफटायची, तेव्हा आपण वेडाच्याभरात आहोत असं तिच्या लक्षात यायचं; मग ती तिचे विचार जबरदस्तीनं तिच्या विश्वाचं केंद्र आणि तिचं एकमेव आशास्थान असलेल्या माणसाकडे वळवायची. हे खरं की तो तिच्यावर पूर्णपणे मोहित झाला होता. पण तो इतरही काही जणींवर तितकाच लुब्ध होता हे पचवणं कठीण होतं. परिस्थिती अशी आहे हे माहीत असूनही ती इथे आली होती.

याप्रमाणे या कोवळ्या तरुणीच्या आयुष्याची संपूर्ण गोळाबेरीज बडे सरकार ही होती; आणि ती कोवळी तरुणी? ती होती बडे सरकारांच्या आयुष्यातला एक देखणा आणि छोटासा फेरबदल.

इब्राहीम आणि अहमद

"माझ्या स्वत:च्या प्राणांपेक्षाही प्रिय असे माझे वजीर, माझे एकनिष्ठ साथीदार, माझे प्रगल्भ वजिर, तुमच्याशिवाय इतर कोणालाही परमेश्वर माझा वजीर न करो..."

"माझे वजीर,

तुमच्या पायाला वेदना होत आहेत या बातमीनं मला फार दु:ख झाले. वैद्याचे औषध लागू पडत नसेल; तर तुम्ही शल्यविशारदाला भेटले पाहिजे; दुर्लक्ष करणे

योग्य नव्हे. ताबडतोब तज्ज्ञांना भेटा. तुम्हांला आज भेटायला यायची माझी इच्छा होती. तुम्हांला त्याचा त्रास होईल का? फारसा त्रास न होता, दुसऱ्या खोलीत जाणे तुम्हाला शक्य नसेल; तर मी भेटायला येणे लांबणीवर टाकतो. देव तुमच्यासोबत असो; आणि तुम्हाला लवकर बरे करो. तथास्तु.''

वजिरानं सम्राटाच्या मनात किती उच्च स्थान मिळवलं होतं, त्याचा हे पत्र म्हणजे केवळ एक पुरावा आहे. इब्राहीम पाशा बरा होऊन स्वत: अहमद हणच्या भेटीला येईपर्यंत अडून राहील असं कुठलंच काम नव्हतं. सम्राटाला त्याच्या मुख्य वजिराला वरचेवर भेटायची इच्छा असे एवढेच. राज्यकारभाराच्या तसेच सुखोपभोग आणि मनोरंजन यांच्या सर्व बाबींसंदर्भात तो इब्राहीम पाशावर पूर्णपणे विसंबून होता. कुठल्याही काळातल्या मंत्र्यापेक्षा मुख्य वजीर इब्राहीम पाशाला सर्वांत जास्त झुकतं माप मिळालं होतं. सम्राटाला तो खरोखर मनापासून प्रिय होता. इब्राहीम पाशाची प्रकृती जणू त्याचीच स्वत:ची वैयक्तिक चिंता होती. जी त्यानं मोकळेपणानं व्यक्त केली: ''माझ्या स्वत:च्या प्राणांपेक्षाही प्रिय असे माझे वजीर, माझे एकनिष्ठ साथीदार, माझे प्रगल्भ वजीर तुमच्याशिवाय इतर कोणालाही परमेश्वर माझा वजीर न करो...''

* * *

आपल्या भावाच्या सत्ताकाळात आपण स्वत: सुलतान मुस्तफानं शेहुलिस्लाम फेजुल्ला एफेंदीवर टाकलेल्या संपूर्ण विश्वासावर आणि त्याला दिलेल्या अमर्याद अधिकारांवर टीका केली होती आणि शेवटी सर्वोच्च निकटवर्तीयांनी त्याच्या भावाला पदच्युत करून 'जग काबीज केलं होतं' याचा विसर पडल्याप्रमाणे सुलतान अहमद वागत होता. त्या वेळी पिंजऱ्यामधला युवराज म्हणून सिंहासनावर बसण्याची आपली पाळी येण्याची वाट बघत असलेल्या अहमद हणनं स्वत: आपल्या थोरल्या भावाला बजावलं होतं त्याला फार काळ झाला नव्हता: ''माझे थोर मोठे बंधू, राजेसरकार! वंदनीय गुरूंबद्दल असलेल्या आपल्या श्रद्धेतून आपण त्यांची स्तुती करता; आणि त्याचे मूळ ज्ञानदान आणि ज्ञानार्जन यासंबंधीच्या अधिकाराबद्दल आपल्याला वाटणारा आदर असेल तर असो. पादशहाचे उच्च स्थान म्हणजे खरोखर एक स्वर्गीय प्रकाश आहे. या प्रकाशाशी असलेल्या निकटपणावरून लोकांची उन्नती किंवा अधोगती ठरवली जाते. जर आपल्या तेजानं फक्त एकाच व्यक्तीला अथवा लोकांच्या एकाच गटाला प्रकाशित करण्याचे ठरवले; तर या पक्षपातानं इतर लोक दुखावतील हे उघड आहे. आपण आपल्या मर्जीत अधिक व्यावहारिक पातळीवरचे बदल केलेत तर

आपण आपल्या मर्जीतल्या सेवकांना मत्सरातून उद्भवणाऱ्या दुष्ट इच्छांपासून वाचवाल; आपल्या कृपाळू सत्तेसाठीही हे चांगलं ठरेल. मी हे सांगितलं खरं; पण सगळ्यांत चांगलं आपणच जाणता...'' या उमाळ्याच्या औद्धत्यानं सभोवतालचे वजीर थक्क झाले होते आणि त्या माणसाने आपल्या मोठ्या भावाला एकाच सेवकाचे लाड करण्याबद्दल सुनावले होते, तोच माणूस आता स्वत:च्या प्रमुख वजिरावर अपूर्व सवलतींचा वर्षाव करत होता.

इब्राहीम पाशाला पात्यासारख्या धारदार बुद्धिमत्तेचं वरदान होतं; पण त्याचबरोबर इतिहासात त्याच्याइतकी सुखोपभोगांची तीव्र लालसा असलेलाही अन्य कोणी झाला नाही. इतकी अमर्याद लालसा की त्याचा मत्सर करणारे त्याचा उल्लेख त्याच्या पाठीमागे 'सुखोपभोगांचा दलाल' असा करत. प्रामाणिकपणे सांगायचं तर हे टोपणनाव त्यानं त्याच्या वागण्यानंच मिळवलं होतं चैन आणि बडेजाव त्याला प्रिय होता, बदफैलीपणा त्याच्या नसानसांत होता; आणि हे सर्व तो अत्युच्च अभिरुचीनं अलंकृत करी. आणि तरीही विज्ञान आणि कला यांना तो देत असलेला अथक पाठिंबा आणि आपल्या देशात तंत्रज्ञान आणण्यासाठी तो करत असलेले प्रयत्न यांच्याकडे दुर्लक्ष करणं केवळ अशक्य आहे.

इब्राहीम आणि अहमद

कोडी / उखाणे

''माझे वजीर,

काही कोडी तयार करा आणि मला पाठवून द्या; ती साधीसुधी नकोत, तर अवघड असू द्या. तसंच तुमच्या यालमध्ये (प्रासादामध्ये) मागच्या वर्षी पाहिलेली, चित्रणं असलेली फ्रँकिश पुस्तकंही पाठवून द्या.''

आपला मुख्य वजीर आपल्याला कधीही निराश करणार नाही याची सुलतान अहमदला इतकी खात्री होती की एरवी एखाद्या सेवकानं करण्याच्या गोष्टीही आपल्या मुख्य दरबारी अधिकाऱ्याला करायला सांगण्याची त्याला सवय लागली होती. त्यामुळे सुलतानाला अतिशय आवडणाऱ्या कोड्यांसाठीचे शाही फर्मान मिळाल्यावर प्रमुख दरबाऱ्याला आश्चर्य वाटलं नाही. सत्ताधीशानं चित्रांकन असलेली फ्रँकिश पुस्तकंही मागितली होती.

‘इवलासा अरब, त्याच्या डोक्यावर तबक’ या कोड्याचं ‘खिळा’ हे उत्तर देता आल्यावर किंवा ‘कुठला हा कारकून? जो असा लिहितो आणि खरडतो की, त्याच्या पाठीवरची टोपली डचमळते’ याचं ‘गोगलगाय’ हे उत्तर देता आल्यावर त्याला होणारा आनंद स्पष्ट दिसून येई.

सम्राटासाठी कवी रात्रंदिवस उखाणे, कोडी लिहीत.

“अशी कोणती गोष्ट आहे जिच्यावर चाललो तर ती मोडते । ज्यातली अर्धी चांदीची आणि अर्धी पिवळी सोनेरी आहे । जिवंत प्राणी नाही, पण जिवंत होते। आयुष्याच्या गरजेच्या वेळी आजाऱ्याला बरं करते.” याचं उत्तर सोपं होतं, ‘अंडं’; पण “वरच्या देवानं वर निर्माण केला आहे एक राजदंड। चांदीच्या कडांचा, कर्णाच्या मध्यावर सोनेरी कुपीचा” याचं ‘नार्सिसस’ हे उत्तर देणं कठीणच होतं.

* * *

अहमद हणनं जावयाला पाचारलं होतं. इब्राहीम पाशा घाईघाईनं आला. त्याच्या आश्रयदात्याला काहीतरी महत्त्वाचं बोलायचं असणार. पण ते म्हणजे सम्राटानं लिहिलेला उखाणा असेल असं त्याला वाटलं नव्हतं. “पुढे एप्रन, डोक्यावर फेल्टची टोपी, जांभळे अंगरखे, हिरवा कफ्तान?”

सावरून उत्तर देण्याआधी सम्राटाला हे कोडं शिकवलं तरी कोणी असा प्रश्न प्रमुख वजिराला पडला. तेवढ्यात त्या खाजगी महालाच्या कोपऱ्यात उभा असलेला सुलतान अहमदचा आवडता साथीदार लेवनी त्याला दिसला. हल्ली सम्राट चित्रकाराबरोबर अधिकाधिक वेळ घालवत असे, त्यानंच हे कोडं तयार केलं असणार. त्यांच्या नजरा क्षणभर एकमेकांना भिडल्या; आणि चित्रकार आदर दर्शवत लवला. स्वत:चा संताप किंवा चिंता कधीही सहजपणे न दाखवणाऱ्या इब्राहीम पाशानं सांगितलं:

“माझे थोर खाविंद, मला विचार करायला वेळ द्यावा ही विनंती!”

अहमद आणि हुमशा आणि शेरमी आणि नझिफ आणि मेलिदिल

स्नानाची वेळ

सुगंधी धुक्यानं भरावं तसं सच्छिद्र घुमटाकडे जाणाऱ्या वाफेनं शाही हमामाचं आवार कोंदलं होतं. सम्राटाच्याभोवती असलेल्या तरुण, नग्न, तलम आणि आकर्षक शरीरांनाही त्या धुक्यानं वेढून टाकलं होतं. स्नानकूपाच्या शेजारच्या संगमरवरी आसनावर सिंहासनावर बसल्याच्या थाटात सम्राट बसला होता. त्याच्या पावलांना रेंगाळत, हुळवारपणे साबण लावणाऱ्या शेरमीकडे पूर्ण लक्ष लागल्यामुळे नक्षीदार कारंजातून पडणाऱ्या पाण्याच्या आवाजाचं त्याला भान नव्हतं. त्याच्या पाठीला साबण लावणाऱ्या नझिफकडे या क्षणी तरी लक्ष नसल्याचा आव तो आणत होता. नझिफ खरोखरच किशोरवयीनच होती; आपल्या धन्याला खूश करण्याचा तिनं मनोमन निश्चय केला होता. सात हवामानांच्या सत्ताधीशाच्या इतक्या निकट सहवासात असणं, त्याच्या उघड्या शरीराला स्पर्श करता येणं, आत्तापुरती ही पारितोषिकं पुरेशीच नव्हती का? इथे घाई करून चालणार नव्हतं. ओघळणाऱ्या सरबताच्या संथ गतीनं सारं व्हायला हवं होतं.

पूर्ण गुंतवून ठेवणाऱ्या रात्रीचा कळसाध्याय म्हणजे स्नानाचा आनंद असं अहमद हणला वाटे. तो कधीच एकटा स्नान करत नसे; तर वर्खाच्या जाळीमागे सामावू शकतील तितक्या रखेल्या आणि अंगवस्त्रांना घेऊन तो स्नान करायचा. सुलतान सोट म्हणून ओळखला जाणारा त्याचा पूर्वज सुलतान सलीम दुसरा याचा अंत स्नानगृहात एका रखेलीचा पाठलाग करताना पाय घसरल्यामुळे झाला अशी वंदता होती. अहमद हण मात्र बराच शहाणा होता; इतक्या स्त्रियांच्या आलिंगनांत गुरफटलेला असताना घसरून पडण्याची शक्यता जवळजवळ नव्हतीच!

हे स्नानसमारंभ मान्य करणं मेलिदिलला जड जात होतं. पॅरिसमध्येही टर्किश स्नानगृह होती हे खरं; पण ती स्वत: कधीच तिथे गेली नव्हती आणि तिथली स्नानं प्रेमिकांच्या गुप्त भेटींना सोयीच्या ठरतील, अशा छोट्या खोल्यातून होत. पाण्यानं भरलेल्या हौदात स्वत:ला बुचकळणं याला अंघोळ म्हणायचं असेल तर पॅरिसच्या लोकांतही स्नान करायची पद्धत होती; पण या देशातल्या लोकांसारखं परिपूर्ण स्नान कोणीच करत नसे. सुलतानाबरोबरच्या पहिल्या रात्रीसाठी तिला तयार करत असताना तिच्यावर स्नानाची जबरदस्ती करण्यात आली, यामुळे तिला फार अपमानित वाटलं होतं. पण ओटमन जीवनशैलीतली ही एक अटळ

गोष्ट आहे हे शेवटी तिला कळून चुकलं होतं; आणि नाइलाजानं तिला ते मान्य करावं लागलं होतं.

जनानखान्यातल्या स्त्रियांच्या स्नानगृहाच्या शेवटी असलेला छोटा विभाग हा राजमाता आणि प्रमुख पत्नींसाठी राखून ठेवला होता. त्याला वालिद, राजमातेचं स्नानगृह म्हटलं जात असे. स्त्रियांच्या स्नानगृहात मेलिदिलला सगळ्यांत अस्वस्थ करायच्या त्या सम्राटाच्या स्त्रियांच्या बारीकसारीक उणिवा शोधणाऱ्या निष्ठुर नजरा. कोण सगळ्यांत गोरंपान आहे. कोणाची कंबर सर्वात बारीक आहे आणि कोणाचे केस सगळ्यात लांब आहेत... जनानखान्यातील हमामाचा मोठा विभाग असलेल्या सम्राटाच्या स्नानगृहात वेगळीच परिस्थिती असायची. इथल्या स्पर्धेचं वेगळंच ध्येय होतं; ते म्हणजे सम्राटाची कृपादृष्टी आकर्षित करण्याचं.

या निर्दय स्पर्धेमुळे मेलिदिल कधीकधी ईर्षेनं पेटून उठायची. पण बरेच वेळा ती गोंधळायची; आणि तिचा कोंडमाराही व्हायचा.

मेलिदिल आणि फातमा

मैत्री

आपल्या प्रियकराच्या प्रेमात भागीदार असलेल्या जनानखान्यातल्या स्त्रियांबरोबर आपलं आयुष्य वाटून घेणं मेलिदिलला कधीच जमलं नाही; आणि जनानखान्यातल्या त्या निष्ठुर स्त्रियांनीही या तरुण मुलीचं आपल्या कंपूत कधीच स्वागत केलं नाही; भले मग खुद्द पादशहानं अनेक आर्जव, आज्ञा किंवा जबरदस्ती केली असू दे. आपला फ्रेंचपणा टिकवण्याबाबत ती आग्रही राहिली; आणि पादशहानं ते मान्य केलं. पण अपरिमित आनंदाच्या उंचीवरून लवकरच जनानखान्यातल्या त्या तरुण रखेलीचं आयुष्य निराशेच्या गर्तेत ढकललं गेलं. पादशहाच्या पत्नी, रखेल्या किंवा दासींपैकी कोणीही, एवढंच काय नपुंसक केल्या गेलेल्या रक्षकांपैकीही कोणीच तिहेरी नावाच्या त्या फ्रेंच तरुणीचं तरंगत जाणं विसरलं नव्हतं. निळ्या रंगाचा बॉल गाउन घालून पादशहाबरोबर तिची पहिली रात्र व्यतीत करण्यासाठी अंत:पुराच्या अंधाऱ्या मार्गावरून ती कशी तरंगत गेली होती ते सगळ्यांनाच आठवत होतं.

या मुलीला धुत्कारलं नव्हतं ते फक्त पक्व प्रगल्भ समजूतदार आणि कोमल हृदयी प्रमुख पत्नी एमेतुल्लानं. तिच्या एकमेव प्रियकराचं आयुष्य ह्या नव्या, तरुण सखीनं उजळून टाकलं होतं. आपल्या पुरुषोत्तमासमोर नवी क्षितिजं उलगडणाऱ्या ह्या युवतीवर प्रमुख पत्नी जराही नाराज नव्हती; उलट आपल्या पतीच्या आनंदामुळे तीही आनंदित होत होती. या अजब, तरुण मुलीला आपल्या मैत्रीचा हात तिनं नेहमीच दिला होता. मेलिदिल वयानं तिची मुलगी फातमा सुलतानएवढी तर होती. सम्राटाला जीव की प्राण असलेली लाडकी कन्या फातमा त्याच्या प्रिय प्रमुख वजिराची पत्नी होण्यासाठी योग्य वाटली होती. स्वत:च्या बॉस्फरसच्या राजवाड्यातून जेव्हा राजकन्या जनानखान्याच्या भेटीसाठी आली, तेव्हा तिला सर्वांत आधी भेटायचं होतं ते मेलिदिलला. एकीनं आपलं जुजबी फ्रेंच वापरून तर दुसरीनं तुर्की भाषेत धडपडत एकमेकींशी थोडाफार संवाद साधला.

मेलिदिलला तिच्याबरोबर शक्य तितका वेळ घालवायचा असे. तिला राजकन्येचा खूप हेवा वाटे. फातमा सुलतान बाहेरच्या जगातून यायची; ती स्त्रीच असली, तरी तिच्या वडलांकडे येण्यासाठी ती घरातून बाहेर पडू शकायची. कधी अलिशान बोटीतून, तर कधी उमद्या घोड्यांच्या गाडीत बसून. ती तिच्या वडलांची आवडती, लाडावलेली मुलगी होती; तर मेलिदिल काहीशी हताश, पण खूप मागे सोडून आलेल्या जुन्या घरात आधीची मार्गारिटसुद्धा लाडकीच होती. प्रियकराचं नाही, तर आपल्या प्रेमळ कुटुंबाचं लाडकं असणं किती छान असतं, त्यात किती निर्धास्त वाटतं, ते किती मुक्त असतं हे तिला माहीत होतं...

''कालची कंदील पार्टी निवळ अविस्मरणीय होती,'' फातमा सुलतान म्हणाली. ''वादकांच्या बरोबर समोर ट्यूलिपच्या फुलदाण्या आणि कंदील यांच्या मध्यावर इब्राहीम पाशानं ठेवलेले फिरते रंगीबेरंगी भोवरे जनानखान्याच्या खिडक्यांमधून बघताना त्या दृश्याची मजा आम्ही मनसोक्त लुटली.''

इब्राहीम पाशानं दिलेल्या प्रत्येक मेजवानीच्या वेळी अहमद हण आपल्याबरोबर जनानखान्यातल्या काही स्त्रिया घेऊन जात असे; आणि स्त्रियांसाठी राखून ठेवलेल्या भागातून त्यांना उत्सवाची गंमत बघू देत असे. काही वेळा त्या स्त्रियांत मेलिदिलही असायची; पण केवळ आपली पाळी आली की जाण्याऐवजी प्रत्येक वेळी जायची तिची इच्छा असायची. तिनं कितीही लपवण्याचा प्रयत्न केला तरी सम्राटाला इतर स्त्रिया प्रिय होत्या यामुळे तिचं हृदय विदीर्ण होई. इतर स्त्रिया आणि अंगवस्त्रं यांच्याप्रमाणेच तीही मे महिना संपायची आतुरतेनं वाट बघत होती; कारण तेव्हा ते सगळे अयनलकवकच्या राजवाड्यात गेले असते; आणि तिथे सम्राट तिला जास्त वेळ मिळेल, तो कदाचित बागेत

बराच वेळ व्यतीत करेल असं तिला वाटत होतं... ती नेहमीच स्वप्नं पाहण्यात रममाण होत असे.

सम्राटानं तिला नुकतीच दिलेली भेट तिनं फातमा सुलतानला दाखवली. ती भेटवस्तू म्हणजे भल्यामोठ्या ट्यूलिपच्या आकाराचा, माणकाभोवती हिरे जडवलेला, अनुपम रत्नखचित शिरपेच होता. त्या रक्तासारख्या लालभडक माणकाचा आकार, त्या हिऱ्यांची निर्मळता आणि त्या रत्नांचं न्यारं सौंदर्य यातून एका खूपखूप काळजी घेणाऱ्या माणसाचं अस्तित्व प्रकट होत होतं; राजकन्येचा चेहरा क्षणभर झाकोळला; पण तिनं स्वत:ला क्षणात सावरलं.

''तुझ्या सोनेरी केसांवर खूप खुलुतो हा मेलिदिल, एखाद्या शुभदिवशी हा परिधान करण्याचं भाग्य तुला मिळू दे!''

इब्राहीम आणि फातमा आणि मेहताब

विभिन्न प्रेम

आपल्या एकुलत्या एक आणि तरुण बायकोवर इब्राहीम पाशानं रचलेल्या दोन गाण्यांच्या चर्चा सगळ्या मेजवान्यांमध्ये रंगत होत्या. राजकन्या असलेल्या आपल्या पत्नीवर गाणी रचणाऱ्या इब्राहीम पाशाचं हृदय मात्र दुसरीकडेच गुंतलं होतं; आणि हा नवा प्रेमपाश त्याला तोडवत नव्हता. आपल्या राजवंशीय पत्नीला याचा सुगावा लागला तर, या विचारानं या शक्तीशाली माणसाचा थरकाप उडत असे; पण म्हणून हे प्रेमप्रकरण संपवण्याचा विचार मनात आला की वासना भीतीवर विजय मिळवी. न्यायाधीशाच्या रसरशीत बायकोनं त्याच्यावर मोहिनी टाकली होती; इब्राहीम पाशा मेहताबसाठी अगदी वेडा झाला होता.

राजकुमारी असलेल्या आपल्या पत्नीवर इब्राहीम पाशाचं खरोखरच प्रेम होतं. त्यानं लिहिलेल्या कविता अगदी मनापासून लिहिल्या होत्या; तरीही त्या दोघांमध्ये काही अदृश्य भिंती होत्या. राजघराण्यातली फातमा सुलतान उत्कट प्रेमिका नव्हती; ती त्याची कोवळी सखी होती, जिला कुरवाळताना आणि आलिंगन देतानाही तो खूप जपत असे. अशा वेळी आपण सम्राटाची अमूल्य कन्या जपतो आहोत का स्वत:चं अस्तित्व असं कोडं त्याला पडायचं; मोठा गहन

प्रश्न होता खरा. पण प्रत्येक वेळी हा विचार तो मनाच्या सांदीकोपऱ्यात यशस्वीपणे ढकलून द्यायचा. याउलट होती उत्तेजित करणारी मेहताब; तिचं सारंच नि:संकोच होतं.

लेवनी आणि मेलिदिलची प्रतिकृती

स्वाक्षरी

मेलिदिलबरोबरचे नवनवे अनुभव सुलतान अहमद कोणालाच सांगू शकत नव्हता. मग तो कितीही जवळचा मित्र असू दे किंवा आवडता साथीदार. अशा गोष्टी कुठलाही खानदानी पुरुष दुसऱ्याला सांगू शकणार नाही. पण स्त्रियांमुळे दृष्टीपथात आलेल्या नव्या जगाबद्दलच्या त्याच्या स्वत:च्या भावना आणि कल्पना? याविषयी लेवनीशी चर्चा करणं योग्यच होतं.

आपल्या स्त्रियांना चांगलं वागवण्याबद्दल अहमद हणची ख्याती होती. तो त्यांच्याशी रिवाजापेक्षा कितीतरी जास्त सौम्यपणे आणि सहनशीलतेनं वागत असे. मेलिदिलमुळे त्याला नवी क्षितिजं दिसली होती; त्यामुळे इतरांशी वागतानाही तो अधिक खोलात जाऊन विचार करू लागला होता. त्यांना समजून घेण्याचा तो खराखुरा प्रयत्न करी त्यामुळे रतिक्रीडेव्यतिरिक्तही जास्त वेळ तो त्याच्या सर्वच स्त्रियांबरोबरच व्यतीत करू लागला; आधी तो कशिदाकाम करायचाच; आता तो सुईवरची लेसही करू लागला. जनानखान्यात कुठलीच गोष्ट लपून राहत नसे. सम्राटाच्या या नव्या छंदामुळे जनान्याला नवलही वाटलं आणि आनंदही झाला. सुखनिवासातल्या अंधाऱ्या कॉफीघरांपासून ते थोरथोर उच्चपदस्थांपर्यंतच्या झगमगत्या हवेल्यांतून याविषयीच्या रसाळ चर्चा रंगल्या आणि एक थेर; विचित्र सम्राटाची विचित्र थेरं.

जनानखान्यातल्या रहिवाशांनी त्यांच्या सम्राटाच्या हातांनी बनलेल्या लेसच्या सुबकपणाचं खूप कौतुक केलं; निदान त्या कौतुक करताहेत असं वाटलं तरी; पण ते काम करण्यामागे असलेली संवेदनशीलता जाणून घ्यायचा प्रयत्न कोणीच केला नाही. एक लेवनी तेवढा अपवाद. सुईच्या टोकावरची जी छोटीशी गोष्ट राजाच्या स्त्रियांचं लहानसं, अलग पडलेलं जग आनंदानं उजळून टाकायची, ती गोष्ट समजून घेण्याच्या इच्छेनं त्याच्या प्रिय सम्राटाला भारून टाकलं होतं. ती छोटीशी

कलाकुसर करून आपल्या कौशल्यात भर पडल्याचा आनंद सम्राटाला मिळवायचा असेल, असं एखाद्याला वाटेल; पण प्रत्यक्षात तसं नव्हतं.

* * *

''जगाला असंमत असलेल्या गोष्टींची आपल्या आयुष्यात आपल्याला उणीव भासत राहणं ही गोष्ट किती विचित्र आणि कठीण आहे हे तुझ्या लक्षात येतंय का लेवनी? खूप गोष्टींची आपल्याला, हो हो, अगदी मलासुद्धा परवानगी नसते. पण ही बंधनं झुगारून त्या गोष्टींवर विजय मिळतो असं नाही; नाही का? माझ्या मनात काय येतंय हे तुला कसं सांगू?... माझा पूर्वज थोर विजेता सुलतान महमदनं स्वत:च चित्र थोर इटालिअन चित्रकारांकडून काढून घेतलं नास्तिकांनी तयार केलेल्या तैलरंगात रंगवलेलं ते चित्र इतकं जिवंत दिसत होतं की त्या चित्राचा नाश करण्याचा धीर त्याचा मुलगा बायेझिद हणलाही झाला नाही; ते चित्र त्यानं त्या इटालिअन माणसाकडे परत पाठवून दिलं. मला इतकं वाटता आहे की ते माझ्या राजवाड्यात, माझ्या खजिन्यात असायला हवं होतं; म्हणजे माझ्याच रक्ताचा तो थोर राजा माझ्याशेजारी उभा असल्याची मला कल्पना करता आली असती...''

त्याच्या शब्दांनी त्याच्या साथीदाराला होत असलेला आनंद सुलतान अहमदला दिसत होता; आपल्या हितकर्त्याचं पुढचं बोलणं ऐकण्यासाठी वाट पाहणाऱ्या चित्रकाराचे डोळे चमकत होते. ''जर मी तुला, जिच्याबद्दल मी तुझ्याशी बोललो त्या माझ्या स्त्रियांपैकी एकीचं - मूळ फ्रँकिश असलेल्या मेलिदिलचं - तसंच दिसणारं चित्र काढायला फर्मावलं, तर तुला आश्चर्य वाटेल का?''

* * *

हा एक नवी दिशा देणारा, महत्त्वपूर्ण क्षण आहे हे लेवनीला समजत होतं. आता त्याचं यापुढचं काम खूपच सोपं होतं. त्यानं काढलेल्या हुबेहूब वाटणाऱ्या चित्रांबद्दल आता त्याला कोणीही नावं ठेवणार नव्हतं. मग ते चित्र एखाद्या सम्राटाचं असो का भणंगाचं, एखाद्या शिकारी कुत्र्याचं असो का फुलाचं... त्याच्या कुंचल्यानं कागदावर चितारलेल्या कशाचाच आता निषेध होणार नव्हता. त्याची खात्री होती की त्याच्या नंतरचे चित्रकार पुढचेही अडथळे पार करायला धडपडणार होते. आणि अगदी फ्रँकिश चित्रकारांप्रमाणे ताणलेल्या कॅनव्हासवर जिवंत वाटणारी चित्रं रंगवणार होते.

खोल गळ्याच्या गाउनच्या लेसनं जिचे उरोज जेमतेम झाकले आहेत; आणि हातमोजे घातलेल्या हातात पंखा आहे अशा अप्राप्य फ्रँकिश स्त्रीच्या रूपात मारी जेनविएव – मार्गरिट म्हणून त्यानं मेलिदिलचा चित्रण केलं. चित्राच्या तळाशी डाव्या बाजूला केलेली सही त्यानं निरखली व्यक्तिचित्राइतकंच लक्ष सहीतल्या फुलाकडे त्यानं पुरवलं असलं तरी ती पटकन लक्षात येत नव्हती. आपल्या कामातल्या खास जागा पटकन कोणाच्याही लक्षात येऊ नयेत याची काळजी लेवनी नेहमीच घ्यायचा. ले-व-नी या अक्षरांच्यावर असलेलं धोतऱ्याचं एकच गुलबट फूल इतरांपेक्षा वेगळं आहे हे कोणाच्या तरी सहज लक्षात येईल का? हे अतिनाजूक फूल सूर्याच्या तळपत्या उन्हात असं फुलतं जणू अगदी मनमोकळेपणानं हसत आहे; आणि सूर्य दिसेनासा झाल्यावर जणू रुसून निघून जातं: चित्रकाराला त्या फुलात त्या रखेलीच्या स्वभावधर्माला समांतर असं काही आढळलं होतं का? तिच्या धन्याबरोबर असताना; आणि नंतर त्याच्याविना असं काही? का ती त्या फुलाची वरवर सहज वाटणारी फक्त सूक्ष्म रचनाच होती, काय ते कोणाला कसं कळेल?

लेवनी आणि अहमद

सुलतानाला वाटणारा रस

"खरंच, मला सगळी स्वप्नं चित्रांत आणि अगदी सगळे शब्द कवितांमध्ये बंद करता आले तर किती बरं होईल? नाही, नाही, मला त्यांना कैदेत नाही टाकायचं; उलट मला त्यांना चिरंतन स्वातंत्र्य द्यायचं आहे, जीवनाच्या प्रवाहात आणायचंय...

आपल्या साथीदाराचे शब्द नीट समजून घेण्यासाठी सम्राटानं थोडा वेळ लावला; खरंच आपलीसुद्धा अशीच काही महत्त्वाकांक्षा असायला हवी होती, त्याला वाटलं! आपल्या आत्म्याच्या मार्गदर्शनाखाली आपल्या हातानं कागदावर सौंदर्यनिर्मिती करायची, स्वत:चा आत्मा त्यात ओतायचा...

सम्राट एक तरुण राजपुत्र होता तेव्हाच त्यानं स्वत:साठी सुलेखनकलेची निवड केली होती; आणि आता त्यात प्रगती करण्याचा त्यानं निर्धार केला होता. देवानं दिलेल्या देणगीचा तो चांगला उपयोग करणार होता. त्याच्या कामानं प्रेक्षकांचं

मन संतुष्ट होईल अशी चिरंतन कला तो निर्माण करणार होता. हफीझ उस्मान एफेंदीच्या पद्धतीच्या कलेचा त्यानं सराव केला होता; या गुरूकडे शिकण्यात त्यानं खूप तास व्यतीत केले होते; आणि मग त्यांच्याकडून प्रशस्तिपत्रकही मिळवलं होतं.

तिसऱ्या सुलतान अहमदानं स्वत:चं हे स्वप्न पूर्ण केलंही; आणि तो आत्तापर्यंतचा सर्वांत चांगला सुलेखनकार सम्राट झाला. स्वत:च्या हातांनी लिहिलेल्या कुराणाच्या प्रती जेव्हा त्यानं कोजामुस्तफा सै नुरेद्दिन एफेंदी आणि हफीजपाशा मशिदीचा इमाम वेलिउद्दीन एफेंदीला दिली, तेव्हा नम्रता आणि अभिमान या दोन्ही भावना त्याच्या मनात हेलकावत होत्या. मदिना इथल्या प्रेषित महमदाची मशीद खेझो अल-मुताहरा, पवित्र उद्यान इथेही त्यानं दोन प्रती पाठवल्या.

सुलतान अहमदनं स्वत:च्या उत्कृष्ट सुलेखनकामाला फुलांनी सजवायला लेवनीला सांगितलं. त्यानंतर तयार झालेल्या स्वरूपानं त्या दोन माणसांच्या प्रतिभेतलं साम्य दाखवलंही आणि लपवलंही. स्वत:च्या मनातलं रहस्य लपवण्याचा सुलतानाचा आटोकाट प्रयत्न असे.

* * *

''लेवनी या ॲरिस्टॉटल नावाच्या नास्तिकानं अशी काही सत्यं कथन केली आहेत.'' लेवनीबरोबर काही अगदी नवीन भाषांतर वाचून पाहायची अहमद हणची इच्छा होती.

''त्यात काय म्हणा? अलेक्झांडर द ग्रेटचा तो गुरू होता. नाही का? साक्षात ईला रुश्दनंही ह्या थोर गुरूचा धर्मविषयक बाबींसंबंधात उल्लेख केला होता.''

साथीदाराच्या मनात आलं, आपल्या सखोल ज्ञानाचा तोरा मिरवायला सम्राटाला केवढं आवडतं.

''अगदी बरोबर बोललात सुलतान. ॲरिस्टॉटलमुळे तर इबिन रुश्दनं तात्पर्य काढलं की, धर्म म्हणजे लोकांना सहज कळावं म्हणून सोपं केलेलं तत्त्वज्ञान आहे.''

अशा गोष्टींची चर्चा करण्यात लेवनी आणि सम्राट या दोघांनाही खरोखर अतिशय आनंद होत असे.

''स्पँडोनिझेद आणि यानयल इसाद एफेंदी यांनी ग्रीक भाषेतून ॲरिस्टॉटलची भाषांतरं करून आपल्याला नजर केली, त्या वेळी आपण खूपच औदार्य दाखवलंत

त्या वेळी आपण त्यांना दिलेल्या सुवर्णमुद्रांनी आपल्या त्या सेवकांना अपरिमित आनंद झाला!''

अहमद हणला इतिहासात अतिशय रस होता; अरबी आणि पर्शिअन भाषेतून अनेक पुस्तकांची भाषांतरं त्यानं करवून घेतली होती. ग्रीक भाषिक विद्वान स्पँडोनिझेद आणि यानयल इसाद एफेंदी यांना त्यानं ॲरिस्टॉटलच्या ग्रंथांची भाषांतरं करण्यास सांगितलं होतं. त्याचं वाचन खूप होतं. यिरमिसेकिझ चेलेबीच्या भाषांतरातही त्याला तितकाच रस होता. इब्राहीम पाशालाही या गोष्टींची आवड होती; आणि तो या आवडीला खतपाणी घालत असे. त्याच्यामुळेच तर 'भाषांतर सभा' स्थापली गेली होती. दोघांनाही या विस्तृत क्षितिजांचा पाठपुरावा करायला जास्त आवडायचं; मग इराणला गुंतवणाऱ्या लढाईनंतर भविष्यात होणाऱ्या सत्तेच्या तोलाचा विचारही त्यांना दुय्यम वाटत असे. युद्धाचं राजकारण त्यांना अतिशय नावडीचं आणि गोंधळवून टाकणारंही वाटे. पूर्वेकडच्या घडामोडी भविष्यात त्याला किती महाग पडणार आहेत हे माहीत असतं, तरी तो यापेक्षा वेगळा वागला असता का हे कोणालाच कधी कळलं नाही.

लेवनी आणि यिरमिसेकिझ चेलेबी

ट्यूलिप्स – प्रत्येकाला प्रिय

''लेवनी चेलेबी, या फुलाला 'आनंददूत' म्हटलं जातं. ही ट्यूलिप्स तुम्हांला आवडतील हे मला माहीत होतं. तुमच्यासाठी त्याचे काही कांदे मला आणायचेच होते!''

''महमद चेलेबी केवढे कष्ट घेतलेत तुम्ही. तुमचे किती आभार मानू! हे ट्यूलिप्स माझ्या छोट्याशा बागेला खूप शोभा देतील. त्यांच्याकडे बघितलं की दर वेळी ते मला तुमची आठवण करून देतील.''

यिरमिसेकिझ चेलेबीनं तो ज्यावर काम करीत होता ती नवी पैदास आपल्या मित्रासाठी आणली होती. त्या पाकळ्यांचा गडद जांभळा रंग फिकट होत टोकाकडे जांभळसर झाला होता. स्वत:च्या नवीन ट्यूलिपवर तो अधिकारी अतिशय खूश होता. त्या ट्यूलिपचे कांदे त्यानं आजपर्यंत कसोशीनं राखले होते; त्यांतले एक छोटी पेटीभर कांदे त्यानं खुद्द सम्राटासाठी ठेवले होते.

गेलं वर्षभर तो ज्या प्रमुख शाही दफ्तरदार या पदावर काम करत होता ते पद यिरमिसेकिझ चेलेबीला आवडत नव्हतं. सैनिकी सेवेबद्दल देण्यात आलेल्या विविध क्षेत्रफळांच्या जमिनींची मालकी आणि जमिनींचा व्यवहार या संदर्भातलं ते काम होतं. पण अर्थातच या पदामुळे मिळणारी सत्ता त्याला आवडत होती. पुढच्याच वर्षी त्याला प्रमुख दैनिक खातेकिर्दकार या पदावर बढती मिळाली. उघडच होतं की, अहमद हण आणि इब्राहीम पाशा या दोघांनाही तो दैनिक खर्चाच्या प्रामाणिक नोंदी ठेवेल असा विश्वास वाटत होता.

शेवटी एकदाचा या माजी राजदूताला आपल्या मौल्यवान ट्यूलिप्सबरोबर मनसोक्त वेळ घालवता येऊ लागला. फुलांचा तज्ज्ञ लालझेरी महमद एफेंदी हा त्याच्याच नावाचा त्याचा घनिष्ठ मित्र होता; अर्थातच आता फुलांच्या या नव्या पैदाशीमुळे दोघांच्यात हेवेदावे निर्माण होऊ शकत होते... ट्यूलिप्ससाठी सतत काहीतरी करावं लागतं; आणि ते करणं फक्त वाढवण्यापुरतं मर्यादित नाही; तर या नाजूक फुलाचा वास घेण्यासाठीसुद्धा माणसाला स्वत:च्या गुडघ्यांवर बसायला लागतं. याउलट हायसिंथ किंवा कारनेशन त्यांचे गुच्छ कसे भरघोस फुलतात. त्यांचं कौतुक असणाऱ्यांना काही कष्टच घ्यावे लागत नाहीत. सुगंध पसरवण्यासाठी गुलाबाला मंद का होईना वाऱ्याची झुळूक लागते. मॅग्नोलिआ या एकमेव फुलाला त्याचा सुगंध द्यायचा नसतो. त्याच्या त्या सुंदर आगळ्यावेगळ्या पाकळ्या हलक्याशा स्पर्शानंही काळवंडतात. जराही धसमुसळेपणा त्याला चालत नाही. कोणीही अलगद यावं आणि खोल श्वास भरून घ्यावा.

ट्यूलिप्स जास्त आवडणारा आणखी एक होता तो म्हणजे यिरमिसेकिझ चेलेबी.

मशिदीवरची प्रकाशमान चित्रं

रमादान महिन्यात सुलतानाचं स्वागत

“प्रत्येक रमादानच्या मनाला हुरूप यावा म्हणून सगळ्या शाही मशिदींवर प्रकाशमान केलेली चित्रं टांगण्यात यावीत असं फर्मान काढले आहे मी लेवनी.”

सुलतान अहमद उत्साहानं नुसता सळसळत होता. आनंदनगरीच्या सौंदर्यात अधिक भर घालणारी कल्पना सुचली की त्याला लहान मुलासारखा आनंद होई.

नवनव्या चमकदार कल्पना जणू काही सुलतानालाच सुचल्या आहेत अशा प्रकारे सादर करण्यात त्याचा जावई इब्राहीम पाशाचा हातखंडा होता. या वेळी मुख्य वजिरानं हे कसं जमवलं असावं हा विचार साथीदाराच्या मनात डोकावला.

सुलतानाच्या आगमनाचं स्वागत करण्यासाठी बऱ्याच शाहीद मशिदींनी माझ्या दोन मिनारांच्यामध्ये प्रकाशित धार्मिक चित्रं / सुभाषितं लावण्यास सुरुवात केली होती. राजघराण्याची प्रतीकं असलेल्या या मशिदी माह्यामुळे अधिक उठून दिसत. फक्त शाही मशिदींनाच एकापेक्षा जास्त मिनार बांधायची परवानगी होती; अर्थातच माह्याचं प्रदर्शन फक्त त्याच मशिदींना शक्य होतं. इस्तंबूलच्या रहिवाशांनी माह्यांना लगेचच चांगला प्रतिसाद दिला. माह्या सर्वत्र चांगलेच लोकप्रिय झाले. सुलतानाच्या नव्या फर्मानाप्रमाणे सर्व मशिदींना लवकरच माह्या पुरवले जाणारं होते; आणि त्यांचा खर्च सुलतानाच्या स्वतःच्या निधीतून केला जाणार होता.

सौंदर्यात हगिया सोफिया मशिदीलाही मागे टाकणाऱ्या अहमदीये उर्फ सुलतान अहमद मशिदीच्या मिनारांमध्ये पहिला माह्या पहिल्या सुलतान अहमदच्या काळात फडकला. त्यानं सगळ्यांची वाहवा मिळवली तरीही हा खर्चिक प्रकार कधीच नियमितपणे झाला नाही.

''माझे थोर सुलतान, एका माह्याला सहा किलो तेल लागतं. सुलेमानिये मशिदीच्या माह्याला १,०९९ किलो तेल लागेल.''

किंमत ऐकताच अहमद हण दचकला; हे खरं की सुखनिवासाला एखाद्या तळपत्या रत्नाचं रूप देणारी ही प्रकाशमान चित्रं त्याला अतिशय आवडायची; ती कशी बनवायची हे शोधून काढायला त्यानं लेवनीला सांगितलं होतं. पण तरीही, डोळ्यांना आणि हृदयाला अतिशय आनंद देणारा हा भपकेदार देखावा इतका महागडा असेल याची त्याला कल्पना नव्हती; इब्राहीम पाशानं त्याच्या खर्चाचा उल्लेखही केला नव्हता.

त्या काळात नवीन सुखांचा शोध घेत आयुष्याचा आनंद द्विगुणित करत आयुष्य वेगानं दौडत होतं. मे महिन्याच्या शेवटी रमदान सुरू झाला होता. एका मशिदीतून दुसऱ्या मशिदीकडे जात, प्रकाशमान चित्रांची तुलना करत लोक सगळ्यांत चांगले कुठले आहे यावर वाद घालू शकत होते. या चमकत्या फलकांवरील शाब्दिक संदेशांची जागा रमदानच्या अखेरच्या काळात चित्रांनी घेतली होती: मशिदी, प्रासाद, लिअंडरचा मनोरा, फुलं किंवा बोटी यांची चित्रं. इस्तंबूलला रोशणाई नेहमीच आवडायची. मिनारांना तेलाच्या दिव्यांनी सजवायची पद्धत संपूर्ण शहराला इतकी आवडली की त्यांनी ती रमदानचा संपूर्ण महिना,

एवढंच नाही तर दोन मोठे धार्मिक उत्सव, आणि पाच पवित्र रात्री या सर्व काळांत अंगिकारली.

* * *

दिव्यांची बरोबर मांडणी करता यावी म्हणून प्रमुख माह्याजनं त्या रात्रीचा संदेश एका आलेख कागदावर लिहिला. त्यानं बांधलेल्या दोराच्या आडव्या ओळी तपासल्या. गाठी घट्ट आणि समान अंतरावर बांधलेल्या होत्या; त्यानं गाठींच्या इथले कातडी धागेही तपासले. सगळे दोर सज्ज होते. आज रात्रीच्या प्रकाशमान संदेशातले पहिले अक्षर 'ड'चे वळण घ्यायला त्यानं सुरुवात केली. घाई करण्याचं कारणच नव्हतं; तो धीम्या गतीनं आनंद घेत, काळजीपूर्वक आपले काम करत होता. दुसऱ्या दिवशी उजाडेपर्यंत संपूर्ण शहर त्याचं काम बघणार होतं.

सुलेमान मशिदीचा माह्याज हे पद मिळण्यासाठी त्यानं खूप कष्ट केले होते; ही मानाची जागा दुसऱ्याकडे जाऊ नये यासाठी त्याला सर्वोत्कृष्ट काम करणं गरजेचं होतं.

याआधीही त्यानं मिनारांसाठी तेलाचे दिवे तयार केले होते. या दिव्यांना ताशी बारा ग्रॅम तेल लागे. इतर लोक पिस्त्याच्या खोडापासून वात बनवत; पण सुलेमानिये मशिदीचा प्रमुख माह्याज झगमगीत ज्योत मिळण्यासाठी ताज्या पाण्यातले वेत भाजून त्याभोवती कापूस गुंडाळत असे. कुठल्याही व्यावसायिक हेव्यादाव्यांचा विचार न करता, त्यानं ही बबाण आपल्या सहायकालाही शिकवली होती.

तयार केलेली वात सहायकानं प्रत्येक तेलाच्या दिव्यात ठेवली; आणि नंतर प्रत्येक दिवा मोठ्या गोल कप्प्यात ठेवण्यास आपल्या प्रमुखाला मदत केली. मग तेलाचे दिवे विझू नयेत किंवा तुटू नयेत म्हणून प्रत्येक दिव्याला झाकण लावलं. मग प्रमुख माह्याजनं ते दिवे मिनारमधल्या खास तारांवर टांगले.

वेगवेगळ्या माह्याजमधल्या स्पर्धेला लोक प्रोत्साहन देत. इस्तंबूलवासी रोज रात्री प्रत्येक मशिदीला भेट देत; त्यांचं आवडतं माह्या ठरवत; आणि त्या रात्री त्यांनी ज्याला सर्वांत लोकप्रिय माह्याज म्हणून निवडलं आहे त्याला जाऊन सांगत. ही एक नवी, चमकदार स्पर्धा होती.

प्रत्येक रात्रीप्रमाणे त्याही रात्री उपवास संपून इफ्तारची मेजवानी झाल्यावर दिवे फडकवण्यासाठी सुलेमानियेचा माह्याजला सज्ज झाला.

त्यानं एकामागून एक प्रत्येक कप्प्यात दोरीच्या साहाय्यानं दिवे सोडून मिनाराच्या उंचीचा प्रकाशाचा धबधबा तयार करण्यास सुरुवात केली.

अंगणातल्या प्रेक्षकांनी दिव्यांच्या डब्यात छोटी मिठाई किंवा ताजे मफिन ठेवून आपली पसंती कळवली. माह्याजला नेहमीप्रमाणे आत्मविश्वास वाटत होता; पण खरं सांगायचं तर त्या रात्रीचं लिखाण काही खास नव्हतं.

जेव्हा त्यानं दिव्याचा डबा वर खेचला, तेव्हा तळाची सोन्याची मोहोर पाहून त्याचा स्वत:च्या डोळ्यांवर विश्वासच बसेना. हा दाता कोण ते समजायला आता उशीर झाला होता.

विरलेला अंगरखा आणि शिरपेच नसलेला साधासुधा फेटा डोक्यावर घालून वेषांतर केलेला सुलतान अहमद तिथून घाईनं निघाला; त्याच्याशेजारी त्याचा साथीदार चालत होता; आणि दोघंही गर्दीत मिसळून गेले. सुलतानाच्या जगप्रसिद्ध पूर्वजाचं नाव असलेल्या त्या मशिदीपासून ते दूर गेले असले, तरी सुलेमानिये मशिदीच्या माह्यातलं वचन अजूनही त्यांच्या डोळ्यांपुढे प्रखरतेनं चमकत होतं: ''तुमच्या हलक्या दर्जाच्या अंत:प्रेरणांना शरण जाऊ नका!''

अहमद आणि ताब्रिझ आणि त्बिलिसी आणि येरेवन

दूरवर पेटलेलं युद्ध

''ताब्रिझ शहराचा ताबा घेऊन त्यावर आपण विजय मिळवला आहे महाराज; तुमचा सेवक अब्दुल्ला पाशानं शहरावर काबू मिळवला आहे!''

बातमी खचीतच चांगली होती; ती घेऊन येणाऱ्या दूताला सुलतान अहमदनं भरपूर मोठी बक्षिशी दिली.

अझेरबैजनच्या आघाडीवर एकच रणधुमाळी माजली होती. ताब्रिझच्या लढाईत कोप्रुलुझादे अब्दुल्ला पाशा या सेनापतीला शाह ताहमस्पच्या कुमकीच्या दळाशीही लढावं लागलं होतं. त्यानंतरच ओटमन सेनापतीनं एर्देबिलमध्ये प्रवेश केला होता.

कॉकेशस आघाडीचं नेतृत्व एर्झुरूम सिलाहतारचा गव्हर्नर इब्राहीम पाशाकडे होतं. त्यानं त्बिलिसीला वेढा घालून ते ताब्यात घेतलं होतं. ओटमन साम्राज्यासाठी त्यानं गुरीचा प्रदेशही ताब्यात घेतला होता.

या सगळ्यामुळे रशियन अस्वस्थ झाले होते. सफाविद साम्राज्याचा पाडाव किंवा पर्शियाचं विभाजन यांमुळे त्यांचा काहीच फायदा झाला नव्हता. पर्शियाच्या

भवितव्याविषयी ओटमन सत्तेशी होणाऱ्या चर्चा लांबतच होत्या. आपला शिरकाव करण्यासाठी रशियानं एक सबबही तयार केली होती. पर्शियाविरुद्ध बंड करणाऱ्या लेगझींचा नेता, शिरवनचा राज्यकर्ता दाऊद हण याला ओटमन सत्तेचा पाठिंबा होता. रशियन व्यापाऱ्यांवर निष्ठुर धाडी घालणाऱ्या दाऊद हणवर हल्ला ही रशियनांनी शोधलेली सबब होती.

या धुमश्चक्रीच्या काळात शिरवनच्या संरक्षणाची जबाबदारी ओटमननं स्वीकारली त्या वेळी रशियनांनी आधीच बाकूवर ताबा मिळवला होता. तो सर्व प्रदेश धुमसतच राहिला.

''महाराज, अरिफी पाशानं नकचिवन आणि येरेवन ओटमन साम्राज्याचा नवा भाग केला आहे. ओटमन साम्राज्य जुन्या काळातल्या आठवणी जाग्या पूर्वीचा काही भूप्रदेशही परत मिळवणाऱ्या सैनिकी यशाची गोडी चाखत होतं.''

* * *

महमद हणच्या डोक्यावर परिणाम झाल्याची वार्ता अंत:पुरात पोहोचली. तो सगळा ताण त्याला झेपला नव्हता हे उघड होतं. त्याचा चुलत भाऊ अश्रफ हणनं सूत्रं आपल्या ताब्यात घेतली.

ओटमननी हा बदल स्वीकारावा अशी अश्रफ हणची इच्छा होती. त्यांच्या नकारामुळे युद्ध अटळ झालं.

हे युद्ध पुढे आणखी दोन वर्षं चालणार होतं; या युद्धाचा शेवट हमेदानच्या तहानं होणार होता. या तहान्वये ओटमन साम्राज्याला त्यांनी मिळवलेले प्रदेश ठेवता येणार होते.

इब्राहीम आणि मेहताब

अंतहीन भेटीगाठी

''माझे थोर पाशा, रात्रीच्या अंधारात ज्यांचे चेहरे समजत नाहीत, अशी वेगळीच माणसं आमच्या प्रासादाच्या स्वागत कक्षात येतात. मी कितीही विचारलं तरी माझा न्यायाधीश नवरा मला त्यांच्याविषयी काहीही सांगत नाही. पण माझी खात्री आहे की, ती माणसं आपले आश्रयदाते सम्राट; आणि तुम्ही

स्वत: यांच्या मागावर आहेत. माझे अनमोल मालक, मला खूप भीती आणि काळजी वाटते.''

''माझ्या नाजूक मेहताब, माझ्या हलव्यासारख्या गौरवर्णी गळ्याच्या सुंदरी; घाबरू नकोस. शत्रूसमोर कसा टिकाव धरायचा आणि स्वत:चं रक्षण कसं करायचं ते आम्हांला नीट माहीत आहे.''

दुसऱ्या कोणाच्यातरी घरी ते एकमेकांना भेटायचे. फार विलंबानं होणाऱ्या या दुर्मीळ भेटीगाठींतल्या प्रत्येक क्षणाचा मुख्य वजीर इब्राहीम पाशा आसुसून उपभोग घ्यायचा प्रयत्न करत असे. जणू काही तो जगत होता ते त्या भेटींसाठीच जे ऐकलं त्यात आपल्याला काहीच रस नाही असं दाखवत, तिचे काळेभोर केस कुरवाळत त्यानं तिला जवळ ओढलं; मग तिच्या गोऱ्यापान उरोजांवर स्वत:चं डोकं विसावलं. आपल्याला इतकं सुख देणाऱ्या स्त्रीला त्याला घाबरवायचं नव्हतं; तसंच आपल्या आयुष्यातल्या सुखाच्या दिवशी स्वत:च्या मनावर त्याला काजळी दाटू द्यायची नव्हती. पण तिनं सांगितलेल्या माहितीनं त्याच्या कानांवर आलेल्या अफवांना दुजोराच दिला होता; आणि त्यामुळे तो अस्वस्थ झाला होता ह्यात काही शंकाच नाही.

मारी-जेनेविएव-मार्गरिट आणि मेलिदिल

मरायचं, पण कोण म्हणून?

मेलिदिलला खोकल्याची अनावर ढास लागली; तिनं तोंडावर दाबून धरलेल्या हात रुमालावर पसरणाऱ्या लाल डागाचं तिला आता नवल वाटत नव्हतं. पहिल्या वेळी ती भयंकर घाबरली; आश्चर्याऐवजी धक्काच बसला तिला. तिच्या छातीत आणि पाठीत होणाऱ्या वेदना आणि रात्री फुटणारा घाम यांमुळे तिला कल्पना यायला हवी होती; पण हा रोग आपल्याला होऊच शकणार नाही असं त्या तरुण मुलीला वाटलं होतं; बॉस्फरसच्या वाऱ्यामुळे उद्यानातल्या मेजवानीनंतर आपल्याला सर्दीखोकला झाला आहे असंच तिला उलट वाटलं. पण अनुभवी दासीनं मात्र त्या दुखण्याचं ताबडतोब निदान केलं होतं; आणि त्या मुलीला दाईनं इतर मुलींपासून आणि सम्राटापासून दूर, वेगळं ठेवलं होतं. सगळ्यांत वाईट होतं ते हेच. ज्या माणसासाठी तिनं आपलं आयुष्य बदललं होतं,

त्याला ती आता भेटूच काय, पाहूही शकत नव्हती.

जनानखान्यातल्या वेदनांनी ओतप्रोत भरलेल्या कहाण्यांतली अजून एक दर्दभरी कहाणी शेवटाकडे वाटचाल करत होती. ओटमन सम्राटाच्या जनानखान्यात येऊन तीन वर्षं व्हायच्या आतच अहमद हणला तिच्या प्रतिस्पर्ध्यांच्या ताब्यात देऊन मेलिदिल अंतिम प्रवासाला निघणार होती. खरं तर तिनं अजून कितीतरी दिवस कामोत्कट सुखाचा अनुभव घ्यायला हवा होता. आपण ह्या माणसाची प्रेमिका, रखेली का मालकीण आहोत हे तिला मरणाची घटिका जवळ आल्यावरही कळलं नव्हतं.

रक्त पडणाऱ्या खोकल्याच्या अनावर उबळीनिशी ती जेव्हा बिछान्यात कोसळली, तेव्हा आपल्या दासींना आज्ञा देऊन तिची शुश्रूषा केली ती प्रमुख राणी एमेतुल्ल्यानं आपली मुलगी फातमा सुलतान हिला एमेतुल्लानं या मृत्युशय्येवरच्या मुलीला भेटण्याची मनाई केली होती.

हा रोग संसर्गजन्य आहे हे सगळ्यांनाच माहीत होतं. एमेतुल्ला स्वत: धोक्याला घाबरणारी नव्हती. आपल्या सर्वांत तरुण प्रतिस्पर्ध्याची तिनं घेतलेली काळजी स्वार्थानं जराही डागाळलेली नव्हती.

''महाराज, आपण जाणताच की आपली स्त्री मेलिदिल हिला गंभीर आजार झाला आहे. आणि आपल्या थोर सम्राटांना एकदा बघायची तिला इच्छा आहे. या आजारापासून आपल्याला सुरक्षित ठेवलं पाहिजे हे मी जाणते; पण सर्व तऱ्हेची पूर्ण काळजी घेऊन आपण तिला एकदा भेटलात तर? हे माझं नम्र मत आहे.''

सुलतानावर असलेल्या आपल्या प्रभावाची जाणीव असूनही सहसा एमेतुल्ला त्याचा उपयोग करत नसे. पण या वेळी मात्र आपल्या तरुण साथीदारिणीची इच्छा पूर्ण व्हावी म्हणून ती सम्राटावर जबरदस्तीच करत होती. जिला पूर्ण समजून घेण्यात अहमद हण कमी पडला होता अशा त्या वेगळ्याच स्त्रीची भेट घ्यायला अहमद हण स्वत:ही अशी एखादी सबबच शोधत होता. नियमांची पर्वा करणाऱ्यांतला तो नव्हताच; पण तरीही त्याचे पाय मागे वळत होते. जनानखान्यात खूप आढळणारा हा रोग कसा सर्वनाश करतो ते त्याला माहीत होतं. एके काळच्या रूपवती मेलिदिलला या अवस्थेत बघायला त्याचं मन घेत नव्हतं; त्यामुळेच तिच्या छोटेखानी, करुण पत्रांनाही उत्तर देणं तो टाळत होता. त्या भीतीच्या नावाला किंवा कल्पनेलाही तो टाळत होता. पण आता त्यातून सुटका नव्हती. आपल्या त्या एकमेव खऱ्याखुऱ्या पत्नीकडे न बघता त्यानं मान डोलावली. तो उठून उभा राहिला; आणि त्यानं एमेतुल्लाला आपल्या मागून येण्याची खूण केली.

सम्राटाला बघून दाई थक्क झाली. असा संसर्गजन्य रोग झालेल्या व्यक्तीला आश्रयदाते भेटायला आलेले कधी ऐकीवात नव्हतं, पण ती काही बोलू शकत नव्हती. एमेतुल्लाच्या कडक नजरेखाली दबून जात, ती पाठ न वळवता मागे चालत गेली खरी, पण त्याच वेळी जनानखान्यातल्या मैत्रिणींना ही कथा कशी सांगायची याचा ती विचार करत होती; तिच्या एकसुरी आयुष्याला थोडीतरी रंगत येई ती अशा गोष्टींमुळेच.

मेलिदिलनं आपल्यापुढील माणसाकडे टक लावून पाहिलं; मात्र त्यानंतर कृतज्ञतेनं ओथंबलेली तिची नजर प्रमुख पत्नीवर खिळून राहिली. मूकपणे एमेतुल्ला खोलीबाहेर पडली, तेव्हा तिचे डोळे भरून आले होते. आजपर्यंत कामोत्कटतेनं धरलेला हात पुन्हा धरण्यासाठी अहमद हणनं हात पुढे केला; पण या वेळी तो हात तिला त्रास होऊ नये म्हणून त्यानं हातात अलगद धरला.

या वेळी अश्रू ढाळणं त्याला अयोग्य वाटलं नाही. निरोप घेण्याची किंवा अशा दु:खाची वा अस्वस्थतेची त्याला सवय नव्हती. तो हात त्या दुबळ्या मनगटापाशी सहज मोडून पडू शकेल असा दिसत होता; जणू पारदर्शी झालेल्या त्या हाताच्या बोटांत थोडाही जीव नव्हता. त्या बोटांच्या टोकाचं त्यानं चुंबन घेतलं; आणि तो खोलीबाहेर पडला.

पुन्हा कधीही परत न येण्यासाठी अहमद गेल्यावर, मेलिदिलचं मारी-जेनेविएव-मार्गरिटमध्ये अखेरचं रूपांतर झालं. जनानखान्यातील शुश्रूषा विभागातल्या तिला दिलेल्या रंगवलेल्या भिंतींच्या त्या छोट्या खोलीत ती आपल्या भूतकाळाकडे परतली. हळूहळू मिटत जाणाऱ्या तिच्या डोळ्यांसमोर तिचा पहिला बॉलनृत्याचा प्रसंग साकारला. पॅरिसचा प्रसिद्ध जवाहीरा स्ट्रास यानं बनवलेला फारशा मौल्यवान नसलेल्या खड्यांचा हार तिच्या कंठावर विराजला होता. तिनं नंतर निवडलेल्या नव्या आयुष्यातली खरीखुरी माणकं आणि पाचू नव्हते ते. उंच छतावरून लोंबकळणाऱ्या झुंबरांतल्या हजारो मेणबत्त्यांचा प्रकाश, या प्रकाशात मिसळून जाणारी चमचम, अलंकारांचा, चांदीच्या भांड्यांचा, भिंतीवरच्या वर्खाच्या फ्रेमचा झगमगाट, नाचणाऱ्या शरीरांनी आजूबाजूला झुलवलेल्या टफेटा आणि लेसच्या वस्त्रांची कुजबुज; आणि अखेर समोर एक माणूस ज्याचं तिच्यावर आणि फक्त तिच्यावर प्रेम आहे; ज्याच्या आयुष्यात इतर स्त्रिया नाहीत. नंतर दिसला वर्साय राजवाड्यातल्या ओळखीच्या ऑपेराचा कोरस; त्या राजांनाही भुरळ पाडणाऱ्या ज्या बाप्तिस्त लुलीच्या रचना होत्या का रंगमंचावर हांडेलचा ॲग्रीपिना होता? किती जवळ; आणि ती, कितीकिती दूर...

* * *

''जनानखान्यातल्या ओलाव्याशी तिची फुफ्फुसं जुळवून घेऊ शकली नाहीत; आणि तिथला दाटीवाटीचा एकटेपणा तिच्या हृदयाला सोसला नाही.'' आपली मुलगी फातमा सुलतानला एमेतुल्ला सुलताननं सांगितलं. मेलिदिल या अंगवस्त्रानं ओटमन सुलतानाला मौजमजा आणि आनंद दिला होता, पण तिची आठवण करून देणारं, ज्यात दोघांचाही भाग असेल असं मूल ती त्याला देऊ शकली नव्हती...

सम्राटानं प्रथमच दिलेल्या अपूर्व आज्ञेनुसार, लेवनीनं अत्यंत काळजीपूर्वक रंगवलेलं तिचं व्यक्तिचित्रं खूप काळ अंधारात राहिलं; जणू कलेची जाणकारी असलेल्या कोणीतरी ते शोधावं याची ते चित्र वाट पाहत होतं.

वॅन मूर आणि इस्तंबूल

या नगरीचा चित्रकार

इस्तंबूल म्हणजे ज्याँ बाप्तिस्त वॅन मूरसाठी जीवनदायी झरा होता. भीरूता आणि तारुण्याचं धैर्य हे दोन्ही असलेला हा चित्रकार इथे आला; तेव्हा या नगरीनं त्याचं दिलखुलासपणे स्वागत केलं; आणि तोही तिच्या प्रेमात आकंठ बुडाला. त्याच्या नशिबातच इथे येणं लिहिलं होतं. या म्हणण्याला त्यानं फारशी किंमत दिली नाही. उलट इथला मुक्काम वाढवायची प्रत्येक संधी त्यानं घेतली. ज्या फ्रेंच राजदूताला इथून बाहेर जाताना त्यानं साथ दिली त्याच्याशी वॅन मूरनं चांगले संबंध ठेवलेच होते; पण इथल्या स्थानिक लोकांशीही त्यानं चांगलं नातं जोडलं होतं; त्यामुळे त्याला एकापाठोपाठ कामं मिळत गेली; आणि या भुरळ घालणाऱ्या नगरीच्या गोंधळात तो आनंदानं सहज मिसळून गेला.

ओटमन समाजातले उच्चभ्रू लोक त्याला ओळखत होते आणि मान देत होते ते नामांकित चित्रकार म्हणून. असा चित्रकार जो त्यांच्या अनोख्या प्रदेशातल्या वैशिष्ट्यपूर्ण पोशाखांची, दृश्यांची आणि 'चित्र काढण्यायोग्य' प्रतिष्ठित लोकांची चित्रं कुशलतेनं साकारत होता. जसजसे दिवस गेले, तसतसं त्याला कळून चुकलं की, इतरत्र तो परकाच ठरेल; त्यामुळे क्वचित अपवाद वगळता, त्यानं इस्तंबूल दीर्घकाळ सोडलं नाही; जणू काही तो नेहमी इथलाच होता; बॉस्फरसच्या खानदानी समाजातला त्याचा मित्रपरिवार सोडून तो कुठेही दूर गेला नाही.

तेव्हाच्या फ्लेमिश, आत्ताच्या बेल्जिअन सीमेजवळच्या फ्रेंच फ्लाँद्रेसमधल्या बॅलेनशिएनमध्ये त्याचा जन्म झाला होता. ओटमन सुलतानाच्या दरबारात फ्रेंच राजदूत म्हणून नेमणूक झालेल्या चार्ल्स द फेरिओलनं १६९९ साली आपल्या लवाजम्यात तेव्हा अठ्ठावीस वर्षांच्या असलेल्या चित्रकाराची निवड केली. या अनोख्या, गूढ, रंगीबेरंगी, विचित्र आणि समृद्ध अशा प्रदेशाचं आणि तिथल्या लोकांचं त्यानं चित्रण करून ठेवावं हा त्यामागचा हेतू होता. फेरिओलनं त्याच्याकडून इथल्या पोशाखांच्या चित्रांचा संग्रह तयार करून घेतला, ज्यानं पुढे पॅरिसमध्ये प्रसिद्धीनंतर खूप वाहवा मिळवली. ज्यामुळे १५ व्या लुईनंसुद्धा त्याला पूर्व मेडिटरेनिअनचा चित्रकार हा शाहीर किताब दिला. त्याच्याकडून अपेक्षिल्यापेक्षा कितीतरी अधिक काम वॅन मूरनं केलं; आणि या संग्रहात समाजाच्या सर्व स्तरांतले ओटमन दाखवले होते. खुद्द सम्राट, भपकेदार पोशाखांतले दरबारी, सर्व हुद्यांवरचे सैनिक, लाजाळू आणि मोहिनी पाडणाऱ्या स्त्रिया, सर्व प्रकारचे व्यापारी, अगदी खालचा भिकारीसुद्धा त्या संग्रहात आणि कॅनव्हासवर सजीव झाले.

या मार्गानं चार्ल्स फेरिओलला राजाच्या थोड्यातरी कृपेचा लाभ झाला असणार. पादशहाची भेट या चक्रम राजदूताला कधीच घेता आली नाही, कारण तो एक अत्यावश्यक नियम पाळायला तयार नव्हता — त्याची तलवार काढून ठेवायला तो नकार देत होता. श्रेष्ठ पादशहासमोर हजेरी लावून स्वत:ची पात्रता सिद्ध न केल्यामुळे त्याचा होणारा तोटा त्याच्या चित्रकारानं साकारलेल्या संग्रहामुळे काही प्रमाणात तरी भरून निघाला होता.

इस्तंबूलहून परत घरी जाताना तिथलं काहीतरी सोबत नेऊ इच्छिणारे युरोपिअन राजदूत आणि त्यांचे इतर अधिकारी हे वॅन मूरचे प्रमुख आश्रयदाते होते. या चित्रकाराला राजवाड्यात जाण्याचीही संधी मिळाली — सुलतानाबरोबरच्या त्यांच्या भेटीचा प्रसंग कॅनव्हासवर चित्रित व्हावा यासाठी काही राजनैतिक शिष्टमंडळांनी चित्रकाराचीही वर्णी लावली. राजवाड्यातल्या अधिकाऱ्यांबरोबर सुलतानाच्या खास दालनात आपण आहोत या भाग्यावर चित्रकाराचा विश्वासच बसेना.

मध्यभागी असलेल्या, छे: छे: अंत:पुराच्या केंद्रस्थानी असलेल्या या खास भेटीगाठीच्या दालनाबाबत पहिली गोष्ट त्याच्या नजरेत भरली ती म्हणजे त्या ठिकाणाला परीकथेचंच रूप देणारी तिथली वेडावून टाकणारी लाल आणि सोनेरी रंगमिलापाच्या सजावटीची किमया. आपल्या हातून औचित्यभंग होऊ नये यासाठी त्याला मोठ्या कष्टानं शांत राहावं लागलं.

मोत्यांनी भरलेलं छत्र असलेल्या प्रशस्त सिंहासनावर बसलेल्या, गडद रंगाची दाढी असलेल्या माणसाचं वॅन मूरकडे लक्षही गेलं नाही. पण कोणाच्याही लक्षात न येऊ देता प्रत्येक तपशील आपल्या मेंदूत साठवण्याचा प्रयत्न चित्रकार करत होता. ओटमन साम्राज्याचा सम्राट त्याच्या कीर्तीला साजेसा, रुबाबदार दिसत होता. त्याच्या अंगावरचा अंगरखा रेशीम आणि खरी जर यांनी विणलेला होता; त्याला शोभणारं फरचं अस्तर होतं, आणि दोन्ही बाजूंना पाचू जडवलेल्या सोनेरी पट्ट्यांची किनार होती. दोन्ही हातांच्या चवथ्या बोटावर एक अंगठी होती; एकात पाचूची तर एकात माणकाची. जणू ते हात लांबलचक समारंभानं आलेला कंटाळा गुडघ्यावर हात दाबून दडपत होते. वॅन मूरच्या मनात आलं की, सम्राट कधीतरी पाठीमागच्या भल्याथोरल्या जरतारी उश्यांना टेकून बसत असेल का? सम्राटानं ज्या छोट्या स्टुलावर पाय ठेवला होता, ते स्टूलही सिंहासनाप्रमाणेच रत्नजडित होतं. विश्वास बसू नये इतके अगणित प्रयत्न करून मिळवलेला त्याच्या शिरपेचातला हिरा असामान्य प्रभा फाकत होता. पूर्वेकडच्या पद्धतीप्रमाणे त्या फेट्यात खोचलेली बगळ्याची पिसं फेट्याला अधिकच सुंदर बनवत होती. सम्राटाशेजारी एका तक्क्यावर ठेवलेले दोन फेटेही अशाच तेजस्वी शिरपेचांनी मढवलेले होते. या गोष्टीचं चित्रकाराला इस्तंबूलमध्ये इतका काळ व्यतीत केलेला असूनही आश्चर्य वाटलं. सम्राटाची ते फेटे तिथे ठेवायला हरकत नव्हती हे उघडच होतं. परदेशी दूत भेटायला आलेले असताना ह्या वस्तू — दोन फेटे आणि लिहिण्याचं रत्नजडित डेस्क — तिथे ठेवण्यामागचा हेतू केवळ सत्ता आणि संपत्ती यांचं प्रदर्शन हाच होता.

नंतर त्याला थोड्याच काळापूर्वीचे फ्रेंच दरबारातले अशोभनीय गोंधळ आठवले जेव्हा ओटमन राजदूत यिरमिसेकिझ महमद चेलेबी, तेव्हा बालवयीन असलेल्या पंधराव्या लुईच्या दरबारात भेटीसाठी गेला होता. अकरा वर्षांच्या राजाच्या शिक्षणाची जबाबदारी ज्या अधिकाऱ्यावर सोपवली होती, त्यानं बालराजाच्या सोनेरी बटा ओढायला ओटमन राजदूताला सांगितलं. त्यामधून त्याला राजाचं आरोग्य आणि सौंदर्य, राजाचे केस नैसर्गिकरीत्याच सुंदर आहेत असं दाखवायचं होतं की काय कोण जाणे? नंतर त्या लहानग्या राजाला आपल्या पायांची शक्ती दाखवण्यासाठी महालाच्या मध्यभागापर्यंत धावत जाण्यास सांगण्यात आले. जो स्वत:च्या राजाच्या अंगरख्याच्या तळाचं चुंबन घेण्याइतकाच जवळ जाऊ शकतो, त्या ओटमन राजदूताला या सगळ्या प्रकारानं किती अस्वस्थ वाटलं असेल याची वॅन मूरला कल्पना आली. राजदूतानं मात्र शिष्टाचाराचा जराही भंग न करता 'माशल्ला, माशल्ला' असं म्हटलं!

चित्रकाराचा मित्र यिरमिसेकिझ चेलेबीनं वॅन मूर आणि लेवनी यांना सांगितलेल्या फ्रान्समधल्या त्याच्या मुक्कामातल्या विचित्र कथा आठवल्या की दर वेळी चित्रकाराला हसू येई. फ्रेंच तमाशापेक्षा सुलतान अहमदचा संपत्ती आणि सत्तेचा देखावा बराच अभिरुचीपूर्ण आणि खानदानी होता!

चित्रशाळेत आल्याआल्या त्यानं रंगवायला सुरुवात केली. त्यात शहेनशहा ज्या गंभीर, शांत आणि खानदानी डौलदारपणे आसनस्थ झाला होता, त्यांतून त्याचं श्रेष्ठत्व दिसून येत होतं. राजदूत आणि त्याचा लवाजमा हे भारी अंगरख्यात आणि दरबारी रिवाजाप्रमाणे शस्त्रविहीन होते; तरीही सुलतानाला काही दगाफटका होऊ नये यासाठी त्यांच्याबरोबर अगणित अधिकारी त्याच्या रक्षणासाठी आले होते. सगळ्यांत पुढे असलेल्या राजदूताला जरी सगळ्यांत भारी अंगरखा देऊन गौरवण्यात आलं असलं, तरी त्याला सुलतानापासून बऱ्याच अंतरावर उभं राहावं लागलं होतं. राजदूताला आपल्या राजाचं पत्र परदेशासंबंधित खात्याच्या मुख्याकडे सुपुर्द करावं लागलं, जे त्यानं सुलतानासमोर लवून नंतर मुख्य वजीर इब्राहीम पाशाला दिलं. सुलतान अहमद हे सारं शांतपणे, डौलदार अशा धीरंगभीरपणे पाहत होता.

भेटीगाठींच्या महालाचं दिमाखदार वातावरण या चित्रामध्ये हुबेहूब वठलं होतं.

* * *

वॅन मूरच्या प्रत्येक चित्रात इस्तंबूल त्यातल्या सौंदर्य आणि संघर्षासकट अवतरतं. शेवटी तो स्वत:सुद्धा त्या शहराचाच एक भाग बनून गेला होता. पेरा इथे असलेला त्याचा स्टुडिओ म्हणजे प्रतिभावान लोकांचा अड्डा बनला होता. सम्राटाचा व्यक्तिचित्रकार आणि जवळचा साथीदार लेवनी अब्दुलजलील चेलेबी, त्याचप्रमाणे यिरमिसेकिझ महमद चेलेबी आणि त्याचा तरुण मुलगा सैद एफेंदी, हे आपले घनिष्ठ मित्र आहेत याचा चित्रकाराला खूप अभिमान वाटे.

त्यांचा काळ केवळ अपूर्व दिमाखदार होता; त्या वेळचे शाही ओटमन प्रासाद आणि उद्याने तर सूर्यासारखी झगमगणारी होतीच; पण पेरासुद्धा फ्रेंच दरबाराच्या तेजानं तळपत होतं. सतत बदलणाऱ्या राजदूतांच्या या मेळाव्यात कायम अढळ असलेला असा फक्त तो एक मानकरीच होता. त्यामुळे फ्रेंच राजदूत आणि अधिकारी त्याच्या स्टुडिओत वारंवार येत याचं कोणालाच आश्चर्य वाटत नसे. त्यामुळे आपण कोणाला भेटत आहोत हे इतरांना कळू नये असं वाटणाऱ्या राजदूतांसाठी त्याचा स्टुडिओ एक आदर्श ठिकाण बनला होता.

क्रॉन्स्टन्टिनी इथल्या चित्रकाराच्या वास्तव्यात काही अतिशय बुद्धिमान, तर काही पोकळ किंवा दिखाऊ असे पाच फ्रेंच राजदूत त्या प्रासाद आणि उद्याना फिरले आणि गेले. पण खराखुरा इस्तंबूलवासी बनलेला तो मात्र कधीही हे शहर सोडून गेला नाही; शेवटी तो चिरनिद्रा घेणार होता ती याच मातीत.

लेवनी आणि अहमद

सुलतानाची अखेरची कहाणी

योग्य श्रोते असले तर सुलतानाला गोष्टी ऐकण्यापेक्षा सांगायला जास्त आवडायचं. शिवाय त्याच्या कारकिर्दीत सांगण्यासारखंही खूपच घडत होतं. ह्यांतली एकूणएक गोष्ट असे ती महत्त्वाकांक्षा किंवा संतापानं भरलेली; आणि या भावना बाळगणाऱ्यांना त्यांची किंमतही चुकवायला लागत होती.

लेवनीला सोफा महालात बोलावण्यात आलं होतं. अशा वेळी तो स्वत:च्या निवासस्थानातून महालाकडे पायीच धाव घेई, सेवकांसोबत विशाल प्रांगणे पार करत तो अखेर सम्राटासमोर हजर होई. तो पावसाळी दिवस होता. अशा हवेत अहमद हण उदास असे; त्याच्या कहाण्याही त्या वेळी नैराश्यपूर्ण होत असत. चित्रकारानं आपला रुंद कॉलरचा, मेणाचा थर दिलेला सुती कोट स्वत:भोवती आवळून धरला. इस्तंबूलच्या ओलसर दमट हवेत हा कोटच प्रत्येकाचं रक्षण करत असे. शाही प्रासादातल्या दुसऱ्या आवारातल्या दुतर्फा झाडे असलेल्या रस्त्यानं चालताना त्यानं उजव्या बाजूला असलेल्या शाही मुदपाकखान्याच्या प्रचंड धुरांड्यांकडे नजर टाकली. प्रत्येक धुरांड्यांतून धूर बाहेर येत होता. विश्वसम्राटासाठी आचारी कोणता बेत बनवत आहेत; आणि सम्राटाच्या सुखासाठी आणि संरक्षणासाठी कोण झटत आहे हे तो जाणत होता. स्वयंपाक बनवायला आणि त्याचा आस्वाद घ्यायला लेवनीला नेहमीच आवडायचं. त्यामुळे तर स्वयंपाकघरात जाण्याची परवानगी तो अधूनमधून घेत असे. तिथल्या काही जणांशी त्याची मैत्रीही जमली होती पण त्यांच्याकडे जाण्याची ही वेळ नव्हती. सम्राट त्याची वाट पाहत होता. घाईनं तिथे पोहोचणं लेवनीला भाग होतं.

स्वागतकक्षाच्या दरवाजाशी हात बांधून सम्राटाच्या इशाऱ्याची वाट बघत असलेल्या आपल्या साथीदाराकडे बघून अहमद हण हसला.

“माझ्या प्रिय साथीदारा घुटमळण्याची गरज नाही. लगेच इथे जवळ ये बघू!”

सोफा महालाचं तोंड बॉस्फरसकडे होतं. भिंतींवरची फुलांची सजावट, भिंतीभोवती अखंडपणे असणाऱ्या सोफ्यावरच्या लालचुटूक गाद्या आणि त्यावरच्या चंदेरी धाग्यांनी कशिदाकारी केलेल्या उश्या पाहणारा हरखून जात असे. छताच्या मध्यभागी टांगलेल्या अप्रतिम छत्राचे पाचू आणि माणीक प्रकाशकिरणांना झेलून त्यांचे रंगीबेरंगी कवडसे चारी कोपऱ्यात परावर्तित करत असत. पण आजच्या दिवशी परावर्तित करण्यासाठी उजेडच नव्हता. नेहमी बॉस्फरसच्या दृश्याला चौकटीत बंदिस्त करणारे फुलाफुलांचे रेशमी पडदे आज दूर ओढले होते. तरीही आतल्या भागात अंधारच होता. सम्राटानं आपल्या कारकिर्दीतल्या काळ्या बाबींवर विचार केला असणार हे उघडच होतं; आणि ते विचार बोलून दाखवायला लेवनीइतका विश्वासू दुसरा कोण होता?

“माझ्याप्रमाणेच इतिहास वाचायला तुला आवडतं, हे मला माहीत आहे. पण कविवर्य, प्रत्यक्षदर्शी अनुभव ऐकण्याची सर दुसऱ्या कशाला तरी आहे का?

जेव्हा केव्हा सम्राटाला एखाद्या आगळीकीमुळे अपराधीपण येऊन त्याला लेवनीकडून आपल्या निर्दोषीपणाची ग्वाही मिळवायची असे, तेव्हा तो चित्रकाराच्या कवी असण्याला पुकारत असे. जणू काही दोघांकडेही असलेल्या काव्यगुणांमुळे ते एकमेकांना अधिक चांगल्या प्रकारे समजून घेऊ शकत होते. कवींकडे असलेल्या क्षमाशीलतेमुळे ते आधार देऊ शकतात. अर्थात् तो स्वत:चा दोष सांगेल अशी अपेक्षा करणं व्यर्थच होतं. सुलतान अहमदचा प्रश्न मानभावीही असू शकत होता; म्हणून होकारार्थी वाटेल असं काहीतरी लेवनी पुटपुटला.

— तुला आठवत असेल की पूर्वी मी दुसऱ्याशी सेरेझचा नावाडी टकलू इब्राहीम याच्याबद्दल बोललो होतो. आता ती संपूर्ण हकीकत मला तुला सांगायची आहे. लेवनी.

खूप पुढे जेव्हा जेव्हा हे संभाषण लेवनीला आठवत असे तेव्हा सुलतान अहमदला दुसरंच काही सुचवायचं होतं का? काय अशी त्याला शंका येई; पण त्याचं उत्तर मात्र मिळत नसे.

— सोपवलेली कामगिरी उत्तम प्रकारे पार पाडल्यामुळे, नावाडी इब्राहीमला मी जहाजाचं कप्तान केलं; आणि पुढे संपूर्ण दलाचा अधिकारी म्हणून बढती दिली. तोपर्यंत तो एका प्रख्यात पहिलवानाचा मुलगा आणि चक्रम कप्तान इब्राहीम या टोपणनावानं ओळखला जायचा. ही बढती मिळेपर्यंत त्यानं भूमध्य समुद्रात पंधरा जहाजं आणि एक हजार गुलाम पकडले होते; खरंच, अफाटच होता तो!

सम्राट पुन्हा गोष्टी सांगणाऱ्याच्या भूमिकेत शिरला होता.

''पुढे अर्थातच त्याच्या शत्रूंची संख्या वाढली. सुखनिवासात राहणाऱ्या सर्व परदेशी खबऱ्यांनी त्याच्यासाठी अगणित सापळे लावले; पण तो प्रत्येकातून सुटला. त्या वेळी सुलेमान पाशा मुख्य वजीर होता; तो कोणावरही पटकन विश्वास टाकणारा निघाला; म्हणून या इब्राहीमवर ते काम सोपवावं असं मी ठरवलं.''

सुलतान अहमदला स्वत:चा दोष नाही हे दाखवून द्यायचं होतं हे उघडच होतं. हा विषय त्यानंच स्वत: काढला होता. त्याला काही कोणी जाब विचारणार नव्हतं. त्याला ऐकायचा होता तो स्वत:च्या सदसद्विवेकबुद्धीचा आवाज; आणि त्या वेळी त्याला हवा होता पूर्णपणे विश्वासू श्रोता; जो त्याला समजूनही घेऊ शकत होता.

''माझ्यासमोर सादर करण्यासाठी त्याची तयारी करायला ते त्याला शाही राजवाड्यातल्या एका खोलीत घेऊन गेले. तेव्हाची हकिकत नंतर मला सांगताना त्यांना फारच संकोचल्यासारखं झालं. त्याच्या टकलावरची वास येणारी टोपी काढल्यावर त्या टोपीच्या फेल्ट कापडाला तडे गेले; आणि तिचे तुकडे पडले; इतकी घाणेरडी होती ती. तो घाणेरडा कुबट वास जावा म्हणून मूठभर धूप जाळावा लागला त्यांना.''

आपली निवड चुकली हे उघड होतं, तरी ते मान्य करणं सम्राटाला जमत नव्हतं. पण त्याचं खापर दुसऱ्यावर फोडण्याचा अप्रामाणिकपणा तो करत नव्हता.

''या टकलू, मूर्ख इब्राहीमनं तो त्या पदाला लायक नाही हे लवकरच दाखवून दिलं. ''मी अविवाहित आहे. थंडी केवढी तरी आहे. मला एखाद्या रखेलीची मिठी आवडेल.'' अशा तऱ्हेची अनुचित वाक्यं तो त्याच्या बांडगुळांना ऐकवू लागला; मग लवकरच आत्तापर्यंत रिकामा असलेला त्याचा जनानखाना त्याला नजर करण्यात आलेल्या रखेल्यांनी भरून गेला. मग तो त्याचा सर्व वेळ या सुंदरींच्या बाहुपाशात घालवू लागला.

सुलतानाला त्याच्या सेवकांनी विषयलोलुप असणं मंजूर नव्हतं. त्यांना नेमलं जाई ते त्यांनी मौजमस्ती करावी म्हणून नाही तर सेवा करावी म्हणून.

''तसा तो मूळचा शूर माणूस होता. खूप गोष्टी त्यानं तातडीनं करायला हव्या होत्या; पण या ना त्या निमित्तानं त्यानं जानिसरींबरोबर जवळचे संबंध निर्माण केले; आणि सर्वत्र दहशत निर्माण केली. नंतर तो मूर्ख माणूस माझ्यासमोर बोलून गेला. ''जानिसरींचा अधिकारी माझा प्रत्येक शब्द झेलतो. आम्ही दोघे एकच आहोत.'' तो माझ्यावर त्याच्या आश्रयदात्यावरच उलटू नये यासाठी त्याचं मुंडकं छाटण्याची आज्ञा मला द्यावीच लागली. त्याचं मुख्य प्रधानपद टिकलं ते फक्त बावीस दिवस...''

खिडकीसमोरच्या सोफ्यावर बसलेल्या सम्राटाची फक्त बाह्यरेषा दिसत होती. रुंद खांदे असले तरी लांब चेहरा आणि भलामोठा फेटा यांमुळे प्रमाणबद्धता गमावलेली त्याची सावली अविचल बाह्यरेषेमुळे छाप पाडत होती.

"पुन्हा एकदा प्रमुख वजिराचं छाटलेलं डोकं पाहायची मला इच्छा नाही. मीच निवडून ज्याला अधिकारपदाची मुद्रा बहाल केली आहे अशा महत्त्वाच्या अधिकाऱ्याच्या रक्ताळलेल्या चेहऱ्यावरचे अनंताकडे लागलेले डोळे पाहण्याची मला इच्छा नाही."

जणू एखादं दु:स्वप्न दूर करण्यासाठी सम्राटानं आपला हात जोरानं झटकला. त्या उदास वातावरणात त्याच्या बोटांवरची माणकं क्षणभर रक्ताच्या थेंबांसारखी चमकली.

"बऱ्याच कडवट अनुभवांनंतर मी माझा जावई इब्राहीम पाशाला नेमलं. मी या संयत, शांतताप्रेमी माणसाला निवडलं कारण मला स्वत:ला अक्षय शांतता हवी आहे. त्याचे म्हणून काही दोष आहेत हे मान्य केलं, तरी त्याचे गुणही अगणित आहेत. आणि म्हणूनच त्याच्या आधीच्या एकाही प्रमुख वजिराला मी ज्या सन्मानाला पात्र ठरवलं नव्हतं; तो सन्मान मी त्याला दिला. राजपत्रित मुद्रा म्हणून माझी स्वत:ची पाचूची मुद्रा मी त्याला दिली."

त्याची पुढची स्पष्टोक्ती हृदयस्पर्शी होती.

"तो माझा शेवटचा प्रमुख वजीर असेल. देव करो आणि त्याचं सेरेझच्या टकलू इब्राहीमशी असलेलं साम्य नावापुरतंच उरो. त्यांचं दैव मात्र भिन्न असू दे..."

शेरमी आणि अब्दुलहमीद

प्रार्थनेचं फळ

सम्राटाच्या आणखी एका अपत्याच्या जन्माची आनंदवार्ता कळवत ४१ तोफांची सलामी झाडली. इस्तंबूलच्या जनतेला राजपुत्र आणि राजकन्या यांच्या जन्म आणि मृत्यूच्या घटनांची सवयच होती. त्यांच्याकडून अपेक्षा केली जायची ती फक्त प्रार्थनेची — नवीन अपत्याला दीर्घायुष्य मिळून त्या अपत्यानं त्या थोर वंशाचा विस्तार करावा यासाठी.

सुलतान अहमदनं आजपर्यंत या राजवंशात न ठेवलं गेलेलं नवं कोरं नाव नूतन राजपुत्रासाठी निवडलं. या सावळ्या बाळाचे डोळे केस आणि भुवया काळ्या होत्या. सैनिकी विजय आणि उत्सवाचे दिवस अशा शुभकाळी तो जन्माला आला होता; त्यामुळे तो चांगलं नशीब घेऊन आला आहे असा विश्वास त्याच्या वडलांना वाटत होता; त्याचं नामकरण त्यांनी मोठ्या आनंदात केलं.

ज्योतिषांनी छोट्या राजपुत्राचं भवितव्य उज्ज्वल असल्याचं वर्तवलं. स्वत:वर उघडउघड खूश असलेली त्याची आई शेरमी हिचा ह्या भविष्यावर पूर्ण विश्वास बसला: तिचा मुलगा नक्कीच दीर्घकाळ राज्य करणार होता. सगळ्यांत ज्येष्ठ ज्योतिषानं सांगितलं होतं, "मुलाच्या दैवरेषेवर तीन आकड्याची मोठीच हुकमत आहे. त्याचा अर्थ चांगलाच लावला पाहिजे." त्याला जे काही दिसलं होतं ते सांगायची त्याला मुळीच इच्छा नव्हती. त्याच्या आधी येणाऱ्या तीन सम्राटांच्या कारकिर्दीत अब्दुलहमीदला पिंजऱ्यात एकटं डांबण्यात येणार आहे; आणि राजवंशाच्या शेवटच्या तीन पिढ्या म्हणजे त्याची मुलं आणि नातवंडं असणार आहेत. राजवंशाच्या संदर्भात 'शेवटचा' हा शब्द उच्चारण्याची हिंमत कोणातच नव्हती.

मेलिदिलच्या मृत्यूनंतर अहमद हणचं सांत्वन शेरमीनं धावूनधावून केलं होतं. इतर स्त्रियांनीही प्रयत्न केलाच होता, तो करणं भागच होतं; पण शेरमीनं हजार तऱ्हांनी सम्राटाला वश करण्याचा चंगच बांधला होता. स्वत:ला दिवस जाण्याचं तिचं ध्येय पूर्ण होईपर्यंत तिनं त्याला स्वत:च्या पकडीतून सुटू दिलं नाही.

जेव्हा एकदा सुइणीनं खात्रीनं सांगितलं, तेव्हा ती जणू जगाच्या परमोच्च शिखरावर पोहोचली. अर्थात तिचं जग जनानखान्याच्या चार भिंतींच्या आत मर्यादित होतं म्हणून काय झालं? जगातल्या सर्वांत प्रभावशाली स्त्रियांमध्ये तिची जागा निश्चित होती.

रफिक आणि सलीम

मुदपाकखान्यातील मृत्यू

"किती हुशार होता तो; आणि सुंदरही. बिचाऱ्याला दृष्ट लागली!"

"त्याच्या अधिकाऱ्याचा तो फार लाडका होता!"

“कसा उंच, निळ्या डोळ्यांचा आणि शिवाय सोनेरी केसांचाही; अनेक हृदयं घायाळ केली होती त्यानं!”

“इतक्या हृदयांना घायाळ केलं त्यानं; पण अगदी बेपर्वा होता तो!”

“मी ऐकलं की लेवनी चेलेबीला लगेच कळवण्यात आलं; आणि तोही हलवा-पाकगृहात लगेच पोहोचला त्याच्याजवळ!”

“जे काही ऐकलंस ते सगळंच बोलून दाखवू नकोस.”

उपस्वयंपाकी हुशार सलीमच्या मृत्यूची चर्चा राजवाड्याच्या सगळ्याच मुदपाकखान्यांत होत होती. मुख्य आणि त्यांचे सहायक हे सर्व दुसऱ्यावर झालेल्या आघातानं आनंदित झाले होते. खरंखुरं दुःख क्वचित कोणालाच. सगळ्यांनाच जाणून घ्यायचं होतं ते मागे राहिलेल्याबद्दल; मृताबद्दल नाही.

“ज्याचा शब्द म्हणजे पाकगृहातला कायदा होता; आणि जो अतिगर्विष्ठ होता अशा मुख्य हलवा-आचाऱ्याबद्दल.

सकाळी अचानक गुलाबी गालांचा सलीम आजारी झाला आणि जागच्याजागी कोसळला होता. त्याच्या तोंडाला फेस आला होता; आणि त्याची त्वचा हिरवट पडली होती. तो पडत असताना त्याच्या हातानं कामाच्या टेबलावरून पडलेलं चिनीमातीचं वाडगंही तसंच हिरवं झालं होतं.

प्रमुख हलवा आचारी दुब्नितसेली रफिक आगानं स्वत: तयार केलेल्या नवीन सेविल संत्रा पुडिंगची चव घ्यायला हुशार सलीमला सांगितलं. कदाचित आपलं नाव या नवीन पक्वान्नाला जोडलं जावं अशी अपेक्षा असेल त्याची. पण जेव्हा सलीम ते पुडिंग एका छोट्या मर्तबानी भांड्यात घेऊ लागला, तेव्हा त्यानं सलीमला थांबवलं; आणि थोडं पुडिंग इझनिक वाडग्यात घालून चव घेण्यासाठी त्याच्या हातात दिलं. कशाचीही चव घ्यायला नेहमी तयारच असलेल्या दुसऱ्या मदतनिसाला रफिक आगानं थापट मारत दटावलं, “आपली वेळ येईपर्यंत थांबायला शीक!” मुदपाकखान्याच्या लोकांमध्ये सर्वांत खानदानी व्यक्तिमत्त्वाच्या सलीमनं आपल्या प्रमुखाकडून तो वाडगा रुबाबदारपणे आपल्या हातात घेतला आणि अधीरपणे ते पारदर्शक संत्रा पुडिंग चमच्यानं तोंडात ठेवलं. त्याच्या शरीरानं अचानक झटका दिला; आणि त्याच क्षणी तरणाताठा सलीम मृत्यूला प्यारा झाला.

जेव्हा अधाशी शिकाऊ मदतनिसानं ते पुडिंग कामाच्या आणि जमिनीवर पडताना पाहिलं; आणि जेव्हा चिनीमातीच्या वाडग्यात पडलेल्या पुडिंगमुळे क्षणात त्या वाडग्याचा चमत्कारिक हिरवट रंग बदलताना पाहिला, तेव्हा त्याची वाचाच बसली. सुदैवानं प्रत्येकानं त्याच्या विचित्र अवस्थेचा संबंध त्यानं आपल्या

साथीदाराचा मृत्यू समक्ष पाहण्याशी लावला. हे चिनीमातीचे वाडगे विषाच्या संपर्कात लगेच रंग बदलतात; आणि म्हणून शतकानुशतकं सगळेच सम्राट आवर्जून त्यांची निवड करतात. हे त्या शिकाऊ सहायकाला चांगलंच माहीत होतं आणि तरीही आपण स्वयंपाकघरात काय पाहिलं हे कोणालाही सांगायची त्याची इच्छा नव्हती. आपल्या प्रमुखापेक्षाही वरची जागा मिळवण्यासाठी या माहितीचा उपयोग करण्याची कल्पना तर त्याच्या डोक्यात आली नव्हती ना? पण त्याच्या पदरी निराशाच पडणार होती.

सलीमच्या मृत्युयात्रेबरोबर प्रमुख हलवा आचारी दुब्नितसेली रफिक आगा अंगणातून बाहेर पडला. तो कोणाशीही बोलला नाही. ना लेवनी चेलेबीशी; ना इतर कोणाशी. आपलं दु:ख लपवण्याचा त्यानं प्रयत्नही केला नाही. पुन्हा तो कोणालाही दिसला नाही.

राजमाता आणि सुलतान

खोडलेल्या नोंदी

प्रथम गुलनुश सुलताननं आणि नंतर, वारशानं ज्याला हे रहस्य कळलं, तो तिचा मुलगा सुलतान अहमद यानं लेवनीसंबंधीच्या सर्व ऐतिहासिक नोंदी नाहीशा करण्याचे आटोकाट प्रयत्न केले. उदा. फंदकलल अहमद एफेंदीची स्मरणनोंद; त्यात या इतिहासकारानं त्या कलाकाराची प्रतिभा, त्याचा बदलणारा स्वभाव; त्याहीपेक्षा सम्राटाबरोबर असलेलं त्याचं खास नातं यांचे उल्लेख केले होते, ते काढून टाकणं सहज शक्य झालं; आणि अधिक काही कोणाला समजलं नाही.

त्य काळातल्या या सर्वांत विख्यात कलाकाराविषयी कामाव्यतिरिक्त इतर कुठलीच माहिती मिळत नसल्यामुळे त्या काळावर फार नंतर संशोधन करणारे गोंधळून जात असतील. ओटमन दरबारचा हस्तक्षेप शक्य नसलेला एकमेव लेखी संदर्भ म्हणजे दिमित्री कँटेमीरनं रशियात आश्रय घेतल्यावर लिहिलेला ओटमन साम्राज्याचा इतिहास. मोल्डोवन वोयवोडा म्हणून इस्तंबूलमध्ये वास्तव्य करत असताना कँटेमीरची लेवनीशी चांगली मैत्री होती. पण ती माहिती म्हणजे लेवनी हा राजचित्रकार होता, एवढीच मर्यादित आहे. शिवाय ते रहस्य कँटेमीर कधीच उलगडू शकला नसता.

आई आणि मुलाच्या मृत्यूनंतरच्या इतिहासकारांनी काहीही लिहिलेलं असू दे. त्या वेळी बहुधा लेवनीही मरण पावला असावा. नंतरचं कुठलंही शवविच्छेदन हे त्या वेळी लिहिलेल्या नोंदीइतकं विश्वसनीय किंवा मुद्देसूद असू शकत नाही. लेवनीच्या या अंधुक ओळखीनं त्याच्यावर केल्या गेलेल्या अन्यायाची काही प्रमाणात तरी भरपाई केली आहे. त्याचं हे असं धुक्यात गुरफटलेलं व्यक्तिमत्त्व तो केवळ कलाकार किंवा संभाषणातला साथीदार यांपेक्षा जास्त कोणी असल्याचं सुचवत राहतं...

इब्राहीम आणि हसन

त्याग करण्यास असमर्थ

ते दोन प्रतिस्पर्धी एका पातळीतल्या मैदानावर खेळत नव्हते. हसनचा जिच्यावर अधिकार होता; आणि इब्राहीमला जिथे अटकाव होता त्या निळ्या डोळ्यांच्या, पिंगट केसांच्या सुंदरीच्या प्रेमात इब्राहीम पडण्याआधीपासूनच दोघांच्यात वैर होतं. पण न्यायाधीशाच्या दोन पावलं पुढे राहण्यात धूर्त इब्राहीम यशस्वी ठरला होता. इस्तंबूलचा मुख्य न्यायाधीश ही नक्कीच मानाची जागा होती; पण तरीही प्रमुख वजिराशी — आत्तापर्यंतच्या सर्वांत हुशार - प्रमुख वजिराशी त्याची तुलना होऊ शकत नव्हती. पण या वेळी त्यांच्यात जुंपली होती ती मात्र सत्तास्पर्धेपेक्षा अधिक गंभीर कारणामुळे.

अफवांकडे दुर्लक्ष करून, तिच्या नवनव्या छानछोक्यांकडे काणाडोळा करत न्यायाधीश आपल्या सुंदर बायकोचे नेहमीच लाड करत असे. काही जण दुष्टपणे सुचवत त्याप्रमाणे तो हे आपल्या पदाला चिकटून राहण्यासाठी करत असल्यास काही कल्पना नाही. हे मात्र नक्की की झुलाल झादे हसन एफेंदीचा प्रमुख वजिरावर आणि त्यामुळे त्याच्या पाठीराख्या सम्राटावरही चांगलाच रोष होता. मरण्याआधी सूड उगवण्याची तीव्र इच्छा हे त्याच्याबरोबरच दफन होणारं दुसरं रहस्य होतं.

* * *

''माझे थोर पाशा, आपलं शुभनाम सातत्यानं झुलाल झादे हसन एफेंदी यांच्या पत्नीबरोबर जोडलं जात आहे. असं ऐकतो की हसन एफेंदीच्या क्रोधाला

सीमा राहिली नसून त्याच्या संतापाला साथ देणारे इतरही काही आहेत."

हे बोलताना एकाक्ष हुसेनला सगळा धीर एकवटावा लागला होता. हे थरकाप उडवणारंच होतं. त्याच्या मर्यादा तो जाणत होता; आणि मुख्य वजीर इब्राहीम पाशाशी अशा विषयांवर चर्चा करण्याची त्याला सवय नव्हती. तो कितीही एकनिष्ठ असला, तरी आपल्या आश्रयदात्याचं या विषयातलं वागणं त्याला मान्य होत नव्हतं. अर्थात त्याला दिलेल्या आज्ञा तो नि:संशय पार पाडणार. वजिराच्या शत्रूंशी खूप काळ संगनमत करून असलेल्या न्यायाधीशाकडून असलेल्या धोक्याची आपल्या आश्रयदात्याला कल्पना दिल्यावर हुसेनला जरा मोकळं वाटलं.

मुख्य वजिराची प्रतिक्रिया हुसेनला भीती वाटत होती तशी अजिबात झाली नाही. उलट त्यानं मान खाली घातली. प्रेमात पडून तो असहाय झाला होता. आपली वाटचाल कड्याच्या टोकाच्या दिशेनं होत आहे हे कळूनसुद्धा जिच्या प्रेमात तो पडला होता, त्या स्त्रीला तो सोडू शकत नव्हता.

१७२८ साली पीक फार कमी आलं. इस्तंबूल शहरात त्यामुळे काहीसा दुष्काळच पडला होता; आणि त्यामुळे असंतोषही वाढलाच होता. नशिबाला किंवा इतर कशाला तरी दोष देण्याची पद्धतच होती. या वेळी अन्नाच्या तुटवड्याचं कारण इस्तंबूलचा न्यायाधीश असल्याचं सांगण्यात आलं. उघडच होतं की हा आरोप फार जुजबी होता. पण आता गोष्टी दोन माणसांमधल्या वैरापुढे गेल्या. आपल्या प्रत्येक गोष्टीला काही सर्वांचा पाठिंबा नसतो हे मुख्य वजिराला माहीत असलं, तरी तोपर्यंत त्यानं त्याची पर्वा केली नव्हती. तो आणि त्याची काउन्सिल या दोघांनाही विरोधक असणारच होते; पदाधिकाऱ्यांमध्ये वारंवार खांदेपालट करून तो हा तोल सांभाळत होता. पण जर गुप्त कारवायांमध्ये शहराच्या मुख्य न्यायाधीशाचा हात असेल, तर पावलं उचलण्याची वेळ आली होती. इब्राहीम पाशाला आपली सदसद्विवेकबुद्धी स्वच्छ असल्याचं वाटलं.

अशा तऱ्हेनं झुलाल झादेच्या जागी मुख्य वजिराच्या विश्वासातल्या इतिहासकार रशीद एफेंदीची नेमणूक झाली.

आत्तापुरती तरी झुलाल झादे हसन एफेंदीची गोष्ट सम्राटाच्या भविष्यकाळात सांगायच्या गोष्टींत जाऊन बसली.

लेवनीचं स्वप्न आणि अहमदचं कारंजं

आगामी चाहूल

''जाग येण्याच्याआधी स्वप्नात मी एक झाड पाहतो सम्राट, अगदी उस्मान गाझीच्या स्वप्नातल्यासारखं; ज्याचा अर्थ त्यानं तो ओटमन साम्राज्याची स्थापना करणार आहे असा लावला. जेव्हा स्वप्नं तुमचा पूर्ण ताबा घेतात, त्या नवलाईच्या क्षणी त्या झाडाच्या फांद्यांना पानं नव्हती तर त्यांच्या जागी विविध रंगांची ट्यूलिप्स वर मान करण्याऐवजी खाली करून लोंबत होती, जणू रुसली होती ती. त्या झाडावर मी स्वत:लासुद्धा पाहिलं. मग सगळी ट्यूलिप्स कोमेजून जातात; पण झाडाचा बुंधा तसाच बळकट आणि चमकदार असतो, बदलले असतात फक्त रंग.''

गेले काही दिवस सातत्यानं पडत असलेलं स्वप्न सांगणं लेवनीला जड जात होतं. पण न चाचरता, कुठलाही बदल न करता किंवा मालमसाला न घालता हे स्वप्न सम्राटाला सांगायचंच असं त्यानं ठरवलं होतं.

अहमद हण इतका वेळ गप्प राहिला की, तो विचारात हरवून गेला आहे असं त्याच्या साथीदाराला वाटलं. मग तो उठला; आणि त्यानं लेवनीला आपल्यामागे येण्यास फर्मावलं.

* * *

शुक्रवारच्या प्रार्थनेव्यतिरिक्त इतर वेळी सम्राटाला मुख्य दरवाजातून बाहेर पडताना बघण्याची इस्तंबूलच्या जनतेला सवय नव्हती. आपल्या उन्हाळी प्रासादांकडे जाताना किंवा आपली मुलगी आणि जावई यांच्या यालकडे जाण्यासाठी सत्ताधीश सहसा समुद्रमार्गाचा वापर करी. साथीदारासह मुख्य दरवाजातून घोड्यावर बसून, फक्त काही पायी चालणाऱ्या रक्षकांना घेऊन कुठल्याही भपक्याशिवाय तो कारणाशिवाय असा बाहेर पडणं कोणाच्या ऐकीवातही नव्हतं.

अतिशय हलक्या आवाजातले सम्राटाचे उद्गार फक्त त्याच्या साथीदाराला ऐकू आले.

''माझ्यानंतर किती काळ हे कारंजं चालू राहील? आणि जरी ते उडत नसलं तरीही तिथून जाणारे ट्यूलिप आणि गुलाबांचं नाजूक कोरीवकाम, सुरेख टाइल्समधले हिरवेनिळे रंग कौतुकानं बघतील? तिथे कोरलेल्या माझ्या

कवनाप्रमाणे ते वागतील का दुर्लक्ष करून, निघून जातील? अशा वेळी भविष्य कळावं असं किती तीव्रतेनं वाटतं...''

तेव्हा तिसऱ्या सुलतान अहमदनं एक वर्षापूर्वी हे दिमाखदार कारंजं – जे प्रत्यक्षात ओटमन पद्धतीप्रमाणे सार्वजनिक पिण्याच्या पाण्याचे बरेच नळ होते – घडवण्याची आज्ञा दिली, तेव्हा तो ऐन जोशात होता. त्यानं लिहिलेल्या ओळी कारंजावर खोदलेल्या होत्या; ते काव्य त्यानं लिहिलेलं आहे हे सर्वांना कळावं; आणि त्या ओळी लोकांच्या मनावरही कोरल्या जाव्यात अशी त्याची इच्छा होती.

''अल्लाचं नाव घेऊन नळ उघडा; पाणी प्या, सम्राट अहमदसाठी प्रार्थना करा.'' असं आर्जव त्या ओळी करत होत्या.

साक्षात सम्राट! किती अनपेक्षित दृश्य! पांथस्थ चकितच झाले. लवकरच जमणारी गर्दी तालासुरांत म्हणू लागली, ''माझे पादशहा चिरायु होवोत!'' सात वातावरणांचा सम्राट हागिया सोफियापर्यंत पोहोचून आपल्या घोड्याचं तोंड तो शाही द्वाराकडे वळवेपर्यंत त्यांचा आवाज ऐकू येत होता. मान किंचित हलवून त्यानं त्या गर्दीच्या सळसळणाऱ्या सलामीचा स्वीकार केला; आणि ती बातमी ऐकून तिथे धावत आलेल्या मुख्य वजिराला सोन्याच्या नाण्यांच्या काही थैल्या वाटण्याची त्यानं खूण केली.

सुलतानाच्या ह्या अपूर्व कृत्यावर नंतर बऱ्याच टिपण्या झाल्या. त्यांतली सगळ्यांत लोकप्रिय टिप्पणी म्हणजे जवळजवळ कुठलेच संरक्षण न घेता, कोणत्याही वेळी सार्वजनिक ठिकाणी येऊन आपल्याला जराही भीती वाटत नसल्याचं सिद्ध करणं; आणि वाढत्या विरोधाला अशा तऱ्हेनं झुगारून देणं. कोणालाच खऱ्या कारणाची कल्पना येणं शक्य नव्हतं. त्याच्या सोबत्याचं स्वप्न ऐकून त्याच्या डोळ्यांवरचा पडदा दूर झाला होता; केवल भूतकाळाचाच नाही; तर भविष्याचाही हिशेब चुकता करायची वेडी इच्छा त्याला झाली होती; आणि म्हणून हे कारंजं त्यानं त्याच्या आनंदाचं आणि त्याच्या आयुष्याचं प्रतीक म्हणून निवडलं होतं.

लेवनीला मात्र आपल्या हातांतून सगळंच गळून जात असल्यासारखं वाटत होतं.

या वेळी सुलतान अहमद आणि लेवनी यांनी ऐकलेल्या घोषणा शेवटच्या शांतिपूर्ण घोषणा होत्या.

ओटमन आणि पर्शिया

शाह ताहमस्पला एकाच वेळी आश्चर्यही वाटत होतं, आणि आनंदही झाला होता. त्याच्या सगळ्या अरेरावी मागण्यांसमोर श्रेष्ठ ओटमननी मान तुकवली होती!

खोरसन अफशर तुर्कांच्या नादिर हणच्या मदतीनं ताहमस्पनं अश्रफ हणकडून एस्फहान आणि कंदाहार परत मिळवला होता. अश्रफ हणचं डोकं त्याच्याकडे पाठवेपर्यंत ताहमस्प स्वत: पुन्हा पर्शियन सिंहासनावर आरूढ झाला होता. आता ओटमनांकडून प्रदेश परत मिळवण्याची वेळ आली होती. पण अजूनही विजयोत्सवात मश्गूल असलेल्या इस्तंबूलला मात्र पर्शियाचा प्रश्न सुटला आहे असंच वाटत होतं.

स्थानिकांना ओटमन सत्तेविरुद्ध भडकवून देणं ही सगळ्यांत सोयीस्कर पद्धत होती. या पद्धतीमुळेच ताब्रिझ, केरमनशाह आणि हमेदान परत मागण्याचा उद्धटपणा ताहमस्प करू शकला होता.

* * *

सुलतान अहमदला आता युद्धात रस राहिला नव्हता. मुख्य वजीर इब्राहीम पाशाला आता युद्धात रस राहिला नव्हता.

पर्शियन राजदूताला या परिस्थितीची पूर्ण कल्पना होती.

जून १७३० च्या तहाप्रमाणे पर्शियाला केरमनशाह, हमेदान, एर्देलेन, लुरिस्तान, हुवेझे आणि ताब्रिझ परत मिळालं; तर ओटमन साम्राज्याकडे त्बिलिसी, एरेवन आणि क्वात राहिलं.

* * *

शाह ताहमस्पचा वजीर नादिर हण याला आणखी प्रदेश बळकावण्याची संधी दिसली. कोणतीही किंमत देऊन युद्ध टाळायच्या इस्तंबूलच्या इच्छेमुळे धीर होऊन त्यानं ताब्रिझमध्ये प्रवेश केला.

अनिच्छेनंच मुख्य वजीरानं सूचना केली, ''फितुरावर कारवाई करणं योग्य ठरेल; आपण आज्ञा द्या; आम्ही ती अमलात आणू!'' सरतेशेवटी, सुलतान अहमदनं पर्शियाशी युद्धाची घोषणा केली. तो स्वत: त्या मोहिमेत आघाडीवर राहील असं त्यानं घोषणा देणाऱ्यांना सांगितलं.

पर्शियामध्ये अकरा वर्षांपूर्वी सुरू झालेल्या अस्वस्थतेची कशात परिणती होणार आहे; किंवा त्या युद्धाची सरतेशेवटी कोणती किंमत त्याला चुकवायला लागणार आहे हे सुलतान अहमदला त्या वेळी समजलं नाही.

लेवनी आणि अहमद

शस्त्रांना आवाहन

माझे शाह हे जाणा,
सर्वत्र पसरली आहे बातमी
तुमचं नाव उज्ज्वल होवो
सन्मान जमिनीवर असतो.

लेवनी म्हणतो सर्व जग
करते तुमच्यासाठी मन:पूर्वक प्रार्थना
माझे शाह, जा पूर्वेच्या धरतीकडे
जाण्याची वेळ दरवाजाशी तिष्ठत आहे.

लेवनीच्या कवितेत अहमद हणला नेहमीप्रमाणेच एक स्पष्ट विनंती केली होती. त्यात त्यानं जनतेलाही दुसरा मार्ग दिसत नाही असं सांगून लोकांची इच्छा व्यक्त केली होती. सुलतान अहमदनं सैन्याचं नेतृत्व करत पूर्वेकडच्या प्रदेशात ॲनातोलिआला जावं; आणि पर्शियन प्रश्नाचा एकदाचा कायमचा निकाल लावावा. लोकांची हीच अपेक्षा होती की त्यानं विजयी होऊन परत यावं. १७३० च्या जुलै महिन्याच्या शेवटच्या दिवशी अहमद हणनं त्याचा भपकेदार युद्धतंबू उस्कुदारमध्ये उभारण्याची आज्ञा केली. जानिसरी, तोफखाना, शस्त्रनिपुण, घोडदळ या सगळ्यांच्या दलांनी ॲनातोलिआच्या किनाऱ्यावर डेरा टाकला. इस्तंबूलच्या व्यापाऱ्यांची दलं सैन्याला सतत पुरवठा करत होती.

पर्शियनांना ओटमनांचं सामर्थ्य दाखवण्यासाठी सर्वांनी एकजुटीनं तयारी केली.

इब्राहीम आणि एकाक्ष हुसेन

हा तर मोठा विलंब

‘‘महाराज, इस्तंबूलच्या काळोख्या कोपऱ्यात चर्चा आहे की ताब्रिझ किल्ल्यातून मागे फिरायची आज्ञा ओटमन सैन्याला तुम्ही दिलीत.’’

त्याच्या पद्धतीप्रमाणे कुठल्याही प्रस्तावनेशिवाय एकाक्ष हुसेननं त्यानं मिळवलेली माहिती कथन केली. त्याच्या तुटक बोलण्याची सवय असलेल्या आश्रयदात्यानं त्याला पुढे सांगण्याची मूकपणे खूण केली.

‘‘सगळे बडबडताहेत की आपले पादशहा, विश्वसम्राट फक्त बुरसापर्यंत जाण्याचा विचार करताहेत; आणि माझे आश्रयदाते, आपण हा हिवाळा तोकात किंवा अमास्या इथे काढण्याचा बेत करत आहात! काही मूर्ख बदमाश म्हणताहेत की तुम्ही फारतर अलेप्पोपर्यंत जाल. ते म्हणताहेत की सैन्याचं नेतृत्व करण्यासाठी तुम्ही एखादा सेनापती नेमून गप्प बसाल झालं!’’

इब्राहीम पाशाला परिस्थिती गंभीर करण्यात मुळीच रस नव्हता; पण ते या माणसाजवळ कबूल करण्याला प्रश्नच नव्हता. इस्तंबूलचा स्वर्ग खूप काळासाठी, कदाचित कोण जाणे, पण कायमसाठीसुद्धा सोडण्याचा निर्णय तडकाफडकी घेणं योग्य नव्हतं. आपल्या निर्णय न घेण्याच्या स्वभावाचा आपल्याला एकदा मोठा फटका बसणार आहे, हे मुख्य वजिराला समजत होतं; तरीही अजूनही तो स्वत:चा ऐशआराम सोडण्यास नाखूश होता.

‘‘सगळ्यांत वाईट चिखलफेक करतोय तो हॉर्पुश्तचा अल्बेनियअन पेट्रोना हलील, १७ व्या दलातल्या या माणसाला लोक स्नानसेवक म्हणतात. दिवसागणिक त्याच्याभोवती जमणाऱ्या टवाळांची संख्या वाढते आहे!’’

‘‘शांत राहा, हुसेन आगा. आवश्यक त्या गोष्टी आम्ही ताबडतोब करू. डोळे उघडे ठेव; आणि मला तातडीनं कळवत जा!’’

परिस्थिती किती स्फोटक बनत चालली आहे ते मुख्य वजीर, जामात इब्राहीम पाशाच्या लक्षात येऊ लागलं होतं; आता या गोष्टी लाच देऊन किंवा दडपशाही करून मिटवता येणार नव्हत्या. ज्या व्यापाऱ्यांनी खूप खर्च करून सैन्याला पुरवठा केला होता; जे सैन्य केव्हाच जायला हवं होतं, पण अजून चालढकल करत होतं, त्यांचे पगार कायम थकवता येणार नव्हते; त्यामुळे सगळाच तोल ढासळला असता. मुख्य वजिरानं आपला सेवक — आणि जावई — ह्याला विचारविनिमयासाठी बोलावले.

लेवनी आणि अहमद

जिथे आयुष्यरेषा दिशा बदलते

सत्ताधीशाचा आवाज अतिशयच मृदू होता; तो किंचित थरथरतसुद्धा होता का?

''माझ्या अनमोल लेवनी, आता सगळ्यांत कठीण कसोटी आहे. इतकी वर्षं आपण दोघांनी स्वनियंत्रणाच्या सीमांबद्दल चर्चा केल्या; पण एक लक्षात ठेव. आत्ता जे मी तुला सांगणार आहे. ते तुझ्या स्वप्नातही आलं नसेल.''

सुलतान अहमदनं सरतेशेवटी ते एकमेव रहस्य आता अधिक न लपवता सांगून टाकायचं ठरवलं. लेवनीला ते रहस्य सांगितल्याशिवाय तो हे जग सोडणार नव्हता. आणखी एक, हा निर्णय त्यानं फार त्वरेनं घेतला होता. तोही अशा वेळी जेव्हा त्याची स्वत:ची आयुष्यरेषा अटळपणे मावळतीकडे चालली होती, जेव्हा आपल्या हातातून सत्ता निसटत आहे याची स्पष्ट जाणीव त्याला झाली होती. ''माझी आई आता स्वर्गात असेल; ती वारल्यानंतर तिनं माझ्यासाठी ठेवलेल्या पत्राची मुद्रा मी उघडली तेव्हा आतमध्ये तिचं शेवटचं मृत्युपत्र असेल अशी माझी कल्पना होती. पण ते पत्र वाचल्यावर मला अगदी किंचाळावं इतका राग आला. एखाद्या स्त्रीनं, मग ती माझी आई का असेना, एका ओटमन सम्राटाला असं फसवावं म्हणजे काय? त्या धक्क्यानं मी अगदी कोलमडलो. विश्वसम्राट असलेल्या माझ्यापासून इतकी महत्त्वाची माहिती लपवण्यात यावी? नंतर दु:खानं माझा ताबा घेतला. बेगम अफीफ जिनं स्वत:तलं जीवनच गमावलं; माझे पिता महमद हण ज्यांच्यापासून एक निरोगी मुलगा हिरावला गेला; त्यांच्यासाठी मी दु:खी झालोच; पण माझ्या अमूल्य साथीदारासाठीही; ज्याचं आयुष्य एका वेगळ्याच वळणावर गेलं. आणि सरतेशेवटी मी खूप अस्वस्थ झालो.''

त्याच्यापुढे ठाकलेल्या अंधाऱ्या दिवसांचा विचार सम्राटानं दूर सारलेला दिसला; त्याचं सर्व लक्ष आता फक्त सत्य सांगण्यावरचं केंद्रित होतं. तो बोलत असताना आपल्या पायांखालची जमीनच सरकत आहे असं लेवनीला वाटलं.

''तुझं जाईच्या फुलांवरचं प्रेम बघून मला नेहमी वेदना व्हायच्या लेवनी. तुला हे कळायला हवं की आपल्या वडलांचं — स्वर्गात असतील ते आत्ता — ते आवडतं फूल होतं. जणू काही तुम्हां दोघांना जोडणारा तो एक गुप्त धागा होता.''

बोलताबोलता त्यानं नि:श्वास टाकला. हे एकेरी संभाषण चालू ठेवणं त्याला कठीण जात होतं.

''आता आपल्याला या सगळ्यांवर विचार करायला वेळ मिळेल. आता

आपल्या राज्यावरच्या संकटाकडे कोणीही दुर्लक्ष करू शकणार नाही. सिंहासन सोडायची माझ्या मनाची तयारी मी केलीच आहे. पण वारसासाठीच्या अनपेक्षित लढाईनं मात्र भरून न येणारं नुकसान होईल. बाकीची कल्पना तू कर!''

अहमद हण घुटमळला.

''आणि तुझ्या सुरक्षिततेचीही मला काळजी वाटते, बंधू.''

शेवटचा शब्द, जेमतेम कुजबुजलेला, पण तोच सगळ्यांत जास्त निनादला.

साथीदार लगेच बोलू शकला नाही. परस्परविरोधी भावनांनी त्याचा ताबा घेतला. आनंद, भीती, संताप, अभिमान, हर्षोन्माद या साऱ्या भावना एकमेकींवर विराजमान होत होत्या; पण कोणतीच भावना एकटी नव्हती...

''माझे लाखमोलाचे, संतासारखे महाराज, माझ्या गरीब बिचाऱ्या आईच्या नशिबाबद्दल शोक करायला आता खूप उशीर झाला आहे; माझ्याबद्दल विचाराल, तर मी इतक्या थोर कुळात जन्म घेतला आहे, हे समजणं माझ्यासाठी पुरेसं आहे. खात्री बाळगा, की तुम्हांला हवं तसंच मी वागेन. आणि हे रहस्य मी अनंतापर्यंत सांभाळीन. सर्वोच्च परमेश्वरा, या दिव्य ओटमन साम्राज्याला, माझ्या उच्च, थोर, दयाळू आणि धन्य सम्राटांना सांभाळ!''

दरबारी खुशमस्कऱ्यांची मिरास असलेली वाक्यं, लेवनी नेहमी टाळत असलेली स्तुती स्तोत्रं अखेर लेवनीच्या तोंडून बाहेर पडली. दोन भावांच्या त्या कथेमुळे ती भाषा त्याच्या अंत:करणातूनच स्फुरण पावली.

''लेवनी, तुझी आई बेगम अफीफ ही एक दैवी वरदान मिळालेली कवयित्री होती; हे कळल्यामुळे तुझं दु:ख जरा कमी होईल; अशी मला आशा वाटते; शिवाय त्यामुळे तुला स्वत:च्या काव्यकौशल्याचा खरा उगमही कळेल...

* * *

ही लांब कथा आणि छोटं संभाषण यांच्यानंतर पूर्वीचा लेवनी टिकवणं शक्य नाही, हे त्याला लगेच समजलं. आत्तापर्यंत तो शोधत असलेली उत्तरं म्हणजे चित्रकार आणि कवी असलेल्या लेवनी अब्दुलजलील चेलेबीच्या आयुष्याचा शेवट होता हे नक्की. अहमद हणचं बरोबरच होतं; त्या दिवसापर्यंत त्यांनी बांधलेल्या स्व-नियंत्रणाच्या सर्व अंदाजांपलीकडची मागणी करणारी ती कथा होती. पण हे रहस्य सांभाळणं हे त्यांनी स्वत:ला दिलेलं सर्वांत मोठं आव्हान होतं. पण ते रहस्य खुलं करणं म्हणजे लेवनीसाठी मृत्यूला आमंत्रण धाडणंच होतं; कारण हक्क कितीही वादग्रस्त असला, तरीही सिंहासनाचा दुसरा हक्कदार, तोही पादशहा होण्यासाठी सज्ज असलेल्या महमद हणपेक्षा दोन वर्षांनी मोठा. म्हणजे

त्याला तसेच पिंजऱ्यात वाट बघत असलेल्या तीन वर्षांनी लहान असलेल्या युवराज ओस्मानला आणि सुलतान अहमदच्या स्वत:च्याही मुलांना एक नवाच धोका होता.

सिंहासनावर हक्क सांगण्याचा विचार लेवनीनं क्षणभरही केला नाही. स्वत:च्या भूतकाळाचं गूढ उलगडल्यामुळे त्याला स्वत:ला खूप शांत वाटत होतं. हे रहस्य त्यानं कबरीपर्यंत सहज नेलं असतं. आयुष्यभर आपण फार दुरून आलो आहोत असं त्याला वाटत होतं. पण आपण दूर कुठे गेलोच नव्हतो हे त्याला या गौप्यस्फोटामुळे कळलं.

पादशहा आणि लाडका साथीदार या वेळी भेटले ते शेवटचे.

इब्राहीम आणि एकाक्ष हुसेन

नको, असा शेवट नको

''एकाक्ष हुसेनला कृपाळू महाराज, आपली भेट हवी आहे.''

पाण्याच्या काठावरचा इब्राहीम पाशाचा महाल नव्या दिवसाचं स्वागत लवकर करत असे. पण दिवस उजाडलाही नसताना, या माननीय दरबारी अधिकाऱ्याला उठवायला, तेही या रात्र गडबडीत गेलेली असताना उठवायला बघणं अशक्यप्रायच होतं. बेबेक किनाऱ्यावरच्या महालाच्या टोकाला पाण्याचे तरंग हलकेच स्पर्श करत होते. दिवसाच्या पहिल्या प्रकाशाची वाट बघणारं जग शांत होतं. नंतर जी भयाण स्वप्नं उलगडणार होती; त्याचा मागमूसही हा नवीन दिवस लागू देत नव्हता.

इब्राहीम पाशा गादीवरून इतक्या वेगानं उठून बसला की इतक्या लवकर उठवल्यामुळे तो संतापायची खात्री वाटणाऱ्या सेवकाला बसलेला धक्का तो लपवू शकला नाही. पण इब्राहीम पाशा अशा क्षुल्लक गोष्टींत वेळ दवडणार नव्हता.

''त्याला ताबडतोब आण; आणि मी बोलवेपर्यंत दरवाजाबाहेर उभा राहा.''

आज्ञा अगदी स्पष्ट होती; वाटणारी उत्सुकता सेवकाला त्या वेळेपुरती तरी दडपावी लागली. भला थोरला एकाक्ष हुसेन आत आल्यावर मागे दरवाजा लावला गेला. परिस्थितीचं गांभीर्य त्या दांडग्या अग्निदल सैनिकाच्या एका डोळ्याकडे बघताच साक्षात सम्राटाचा जावई असलेल्या सुदैवी, रुबाबदार मुख्य

वजीर नेवशेहिरली इब्राहीम पाशाच्या लक्षात आलं. एकाक्षानं शिष्टाचाराच्या बोलण्यात वेळ घालवला नाही. ठासून भरलेल्या दारूगोळ्यासारखं असलेलं शहरातलं खदखदतं वातावरण, सैन्यदलात उफाळणारा असंतोष आणि आपल्या हितकर्त्यांचं संरक्षण करण्याविषयी त्यांची अनास्था यांविषयीची माहिती त्यानं स्वत:ची खास गटारीभाषा वापरून ऐकवली.

अग्निदलप्रमुख भडाभडा बोलत असताना, दरबारी अधिकाऱ्याचं मन विजेच्या वेगान वेगवेगळ्या शक्यतांचा वेध घेत होतं. आणि नेहमी सगळ्यांत आधी माहिती मिळवण्याचा आपल्याला कसा फायदा करून घेता येईल याचा तो विचार करत होता.

* * *

मुख्य वजीर आणि त्याचा एकनिष्ठ सेवक खूप वेळ बोलत होते. परिस्थितीच्या गांभीर्यानं इब्राहीम पाशाचं मन काळवंडलं; समुद्रावर ओठंगून असलेल्या त्या मोठ्या खोलीत सकाळचा प्रकाश अधिकाधिक झिरपत गेला तसं त्या साध्या तरीही उच्च अभिरुचीच्या खोलीचं सौंदर्य जास्तजास्त उजेडात आलं. विस्कटलेल्या बिछान्यावरची लाल रेशमी चादर, गुलाबी मदर-ऑफ-पर्लचं काम असलेली अक्रोडाच्या लाकडाची छोटी टेबलं, शेकोटीच्या लाकडी कमानीवरची हजारो रंगीबेरंगी फुलं आणि एदिर्नकारीचं वर्खाचं कपाट. त्या दरबारी मानकऱ्याच्या मनात एक विचित्र कल्पना आली. या क्षणी ज्यांना तो काडीचीही किंमत देत नाही अशा या मौल्यवान पण निर्जीव वस्तूंशी स्वत:ची जागा बदलायला त्याला आवडेल.

''नाही, असा शेवट नको!'' तो स्वत:शीच पुटपुटला. या अशा परिस्थितीतसुद्धा एक वेगळीच शांती त्याच्या मनात पसरली. ''आपण भूतकाळात अशा संकटांवर विजय मिळवला आहे. इतर लोक काय करतील मला माहीत नाही; पण मला माहीत आहे की माझा असा अंत होता कामा नये; हा माझ्यावर अन्याय होईल.'' आतून चिरक्या आवाजात बालिश संताप असलेले शब्द आले, ''अजून आपल्या कितीतरी कविता म्हणायच्या राहिल्या आहेत; कितीतरी गाणी गायची राहून गेली आहेत...''

इब्राहीम पाशाच्या चमत्कारिक आज्ञांची घरच्या व्यवस्थापकाला सवय होती, तरी या भलत्या वेळी एखाद्या दासाऐवजी त्याला स्वत:ला फरचा प्रमुख व्यापारी मनोल एफेंदीला त्याच्या घरून बोलावण्यासाठी का धाडण्यात आले याचा त्याला उलगडा झाला नाही. त्याहीपेक्षा कोड्यात टाकणारी गोष्ट म्हणजे एकाच कडीवर

दोन जुळे गुलाबी हिरे असलेली - जी तो बोटातून कधीच काढत नसे - अशी त्याची प्रिय, तेजस्वी अंगठी त्यानं आत्ता पाठवली होती!

पत्रोना हलील आणि अहमद

'काही नाही; घडायचं ते घडणारच.'

इस्तंबूलचा प्रमुख न्यायाधीश पागल इब्राहीम आणि जानिसरींचा मुख्य टकलू महमद ह्यांनी गोंधळ माजवला होता. यात आणखी एक जण होता; तो पडद्यामागून या उठावाची सूत्रं हलवत होता — तो म्हणजे इस्तंबूलचा माजी मुख्य न्यायाधीश झुलाल झादे अर्नावुत हसन एफेंदी.

त्यांच्या अस्वस्थ आणि आश्चर्यचकित होण्याचं, रागावण्याचं, संतापण्याचं, चिडून जाण्याचं, छुप्या किंवा उघड तीव्र नाराजीचं आणि त्याहीपेक्षा जास्त म्हणजे हेव्याचं कारण होतं सुलतान अहमद हण आणि त्याचा मुख्य वजीर नेवशेहिरली जामात इब्राहीम पाशाची नवी जीवनपद्धती : सोन्याच्या नाण्यांच्या थैल्यांची तोंडं मोकळी करून तेलाचे हजारो दिवे जाळणं आणि शेकडो रखेल्या ठेवणं.

गेली कित्येक वर्षं या नेत्यांनी उत्तेजन दिलेल्या कलाकृती किंवा विज्ञान हे सर्व सामान्य लोकांसाठी नव्हतं; ना या शोधांमुळे अधिक चांगलं जीवनमान त्यांना मिळण्याची शक्यता होती. अग्निशामकांनी विझवलेल्या आगी किंवा छापखान्यात छापलेली पुस्तकं ही ह्या अंघोळही न मिळणाऱ्या मोठ्या जनतेसाठी फक्त तपशील होते. त्यांची क्षितिजं नव्या आणि वेगळ्या जगासाठी विस्तारण्यात कोणालाच रस नव्हता. पूर्वेकडे बंडाळी करणाऱ्या 'पर्शियन नास्तिकांविरुद्ध' लष्करी कारवाई करण्यास लावलेला विलंब हे त्यांना आयतं मिळालेलं कारण होतं. हे बदमाश अशा आकर्षक सबबींची वाटच पाहत होते. कढई उलथवण्याची जय्यत तयारी झाली होती.*

व्यवसायानं इतिहासकार असलेल्या अब्दी एफेंदीनं तो स्वत: साक्षीदार असलेले प्रसंग वर्णन केले आहेत; आणि प्रामाणिकपणे कबूल केलं आहे की, ''कारणं अनेक होती, ती सांगण्यासाठी पुरेशी जागा नाही; त्यामुळे आम्हांला

---

* सैन्यातली बंड दर्शवायची पद्धत म्हणजे कढई उलथवणं.

एवढ्या निवेदनावरच समाधान मानावं लागत आहे.'' लेपलेल्या कागदावर सोनेरी ओळी आणि अलंकृत मथळे असले तरीसुद्धा तालिक सुलेखन पद्धतीनं लिहिलेले हे निवेदन फक्त ६५ पानांच्या आकाराचे आहे. हा छोटा मजकूर अर्थातच खूप सापेक्ष आहे :

कॉन्स्टन्टिनी शहरात हे दंगलखोर, अभद्र लोक गेले आठ महिने जगत आहेत. मूळचा अल्बेनिअन असलेला १७ व्या दलाचाचा पत्रोना हतील आणि मुस्ल, आणि शिकारी कुत्र्यांवरच्या प्रमुखांपैकी मुख्य अली आणि कृष्ण सर्पे आणि साधा वृक्ष अहमद आणि लाकूडतोड्या अहमद, अमीर अली आणि दरविश महमद, आणि एरझुरमचा महमद, छोटा मुस्ल, आणि शस्त्रदलामधला बॉक्समेनचा हाजी हुसेन आणि भाजीवाला ईस्माईल, आणि शिवाय काही तीसच्या आसपास कमी डोक्याचे साधे सैनिक जे संधीच शोधत होते. त्या सुट्टीच्या दिवशी इस्तंबूल शहरात फक्त जिल्हाधिकारी, आणखी जानिसरींचा मुख्य अधिकारी हसन आगा यांच्याशिवाय इतर कोणीच नव्हते.

इतिहासकार अब्दी एफेंदी नंतर स्वत:लाच प्रश्न करणार होता की प्रत्येक जण आपल्या पदावर हजर असता आणि कडक उपाययोजना केली गेली असती, तर पुढचे प्रसंग टाळता आले असते का?

सैन्यातले सगळेच जण अगदी मुख्य वजीर आणि सभागृहाचा दिवाण दूरवर मौजमजेत रमले होते. अगदी जिल्हाधिकारीसुद्धा त्याच्या बागेत ट्यूलिप लावण्यात मग्न होता. दंगलखोरांना ही आयुष्यभरात क्वचितच येणारी संधी वाटली, ते लगेच तीन रांगांमध्ये जमले; आणि त्यांनी स्वत:चे फलक उभारले.

सुरुवातीला दंगल माजवणारे लोक थोडेच होते; पण नंतर अधिकाधिक लोक त्यांना सामील झाले. मिनिटागणिक त्यांना थांबवण्याची शक्यता कमी होत गेली. जानिसरींच्या सर्वोच्च प्रमुखालाही स्वत:च्या तुकड्या आवरेनात. काबूत आणण्यापलीकडच्या आकारमानाची ही गर्दी एखाद्या हिमनगाप्रमाणे परतवण्यास अशक्य झाली. सगळ्यांत घाबरट माणूसही आता एखाद्या शूर बंडखोरासारखा झाला; आणि त्या सगळ्या माणसांनी रस्ते भरून वाहू लागले.

ही बातमी ऐकली तेव्हा मुख्य वजीर आपल्या यालमध्ये होता; त्या तप्त मनोवस्थेत त्यानं अयोग्य शेरे मारत तक्रार केली, ''जिल्हाधिकाऱ्यानं या लोकांवर ताबा मिळवून त्यांना शिक्षा का केली नाही?'' स्वत: जिल्हाधिकारी ताबडतोब आपला याल सोडून इस्तंबूलला जाण्यासाठी नावेत बसला; ते एका प्रश्नाचं उत्तर शोधत, ''ही हाणामारी'' नोंद न घेण्यासारखी होण्यासाठी काय करायला पाहिजे?''

उत्तरं शोधायला मंत्र्यांना एकत्र बोलवण्यासाठी आता खूपच उशीर झाला होता.

"काही नाही, घडायचं ते घडणारच."

* * *

बंडखोरांच्या हालचालींची माहिती उशिरा मिळल्याचा तोटा मुख्य वजीर आणि त्याच्या कबिल्याला भोगायला लागला. शिवाय त्यांनी बंडखोरांच्या संख्येचा अंदाजही बराच फुगवला होता. प्रत्यक्षात संख्या जेव्हा वाढली, तेव्हा बाहेर जाण्याचे सर्व मार्ग आधीच बंद झाले होते. ज्या पहारेकऱ्यांवर इस्तंबूलच्या रक्षणाची जबाबदारी सोपवली होती, त्यांनीच इस्तंबूलला लुटायला सुरुवात केली.

पहिल्या तुकडीनं त्यांची कढई एतमेदान इथे नेली. 'कढई उलथणाऱ्यांनी' सत्ता हातात घेतली होती, स्वतःच्या कंपूमध्ये एक व्यवस्था निर्माण केली होती; आणि अधिकाराची उतरंडही स्थापिली होती.

* * *

झुलाल झादे अर्नावुत हसन आणि बंडखोरांचे नेते यांच्यातील गुप्त सहकार्याचे संबंध नंतर उघड होणार होते. प्रमुख वजीराबरोबर असलेल्या त्याच्या स्वतःच्या पत्नीच्या प्रेमसंबंधांच्या चर्चांनी हसन एफेंदीला मान खाली घालायला लागली होती; त्यात पुन्हा बंडाच्या आधी दोन वर्षं इस्तंबूलचा मुख्य न्यायाधीश या अत्यंत मानाच्या पदावरून त्याला काढून टाकून त्याच्या जखमेवर मीठ चोळण्यात आलं होतं. त्याच्या दृष्टीनं त्या अपमानाची परतफेड मुख्य वजीर इब्राहीम पाशाकडून करून घ्यायची वेळ आली होती; आणि त्यामुळे त्यानं नेतृत्व केलं. सुडाच्या नशेच्या अमलामुळे पुढे काय असेल हे तो बघू शकला नाही.

त्यामुळे थोर सम्राटाला आपला विश्वासू मुख्य सेवक बंडखोरांकडे दूतज म्हणून पाठवण्याशिवाय अन्य पर्याय उरला नाही; मुख्य सेवक आला आणि त्यानं विचारलं, "तुमच्या मागण्या आम्हांला कळू द्या; आम्ही त्या मान्य करू." त्यावर बंडखोर म्हणाले, "प्रथम इब्राहीम पाशा, नंतर सेवक महंमद आणि शेहुलिस्लाम अब्दुल्ला एफेंदी वगैरे, आणि मग राज्यातले ३७ लोक आमच्या ताब्यात द्या; सम्राटांशी आमचा काहीच झगडा नाही."

या मागण्या म्हणजे झुलाल झादेच्या गुप्त इच्छाच होत्या; फक्त त्याला वरून आपली हतबलता दर्शवायची होती. आपले धनी, सम्राट यांच्या भोवतीभोवती

करताना, ओठ मुडपून चेहऱ्यावर नाराजी दर्शवताना, प्रत्यक्षात अंतर्यामी मात्र तो हर्षभरित झाला होता.

१७३० मधल्या सप्टेंबरच्या शेवटच्या दिवशी मुख्य वजिराचा हितकर्ता सुलतान अहमद हणला त्याचं हृदय पिळवटून टाकणारा निर्णय घ्यावा लागला; आणि अंमलबजावणी करणाऱ्यांना आपल्या जावयाचा गळा दाबण्याची आज्ञा द्यावी लागली. कमीतकमी त्या माणसाला सम्राट विवक्षित यातनांपासून तरी वाचवू शकेल; तो भाग सम्राटाला सहन होणं शक्यच नव्हतं.

* * *

दगा दिल्याची काळीकुट्ट भावना का शेवटच्या वळणानं सुटका होण्याची हलकीशी आशा – सम्राटाला काय वाटत होतं ते कोणालाच कधीच कळणार नाही. शस्त्रधारीच्या खोलीत आपल्या नशिबाला शरण जाऊन वाट पाहणाऱ्या त्या माणसानं आपल्या आतल्या खिशातून अमूल्य पाचूची सर्वश्रेष्ठत्वाची मुद्रा बाहेर काढून कझलारासला दिली. जेव्हा सर्व जण रात्री निघून गेले, तेव्हा त्याला बाजूच्या खोलीत नेऊन अंमलबजावणी करणाऱ्याचा फास त्याच्या गळ्याभोवती टाकला गेला. या क्षणांविषयी अहमद हण लेवनीजवळही काही बोलला नाही.

अशा तऱ्हेनं सर्व मुख्य वजिरांतला सर्वांत प्रभावशाली मुख्य वजीर नेवशेहिरली इब्राहीम पाशाचा आकस्मिक अंत झाला. सर्वोच्च सत्ताधाऱ्याच्या जवळपास त्याची सत्ता पोहोचली होती, त्यानं ओटमन साम्राज्याला दिशा दिली, इतिहासाच्या त्या कालखंडावर स्वत:चा ठसा उमटवला, त्यानं स्वत:च्या मूळ परगण्याला नवीन नाव दिलं. कल्पनातीत संपत्ती आणि ऐश्वर्याचा धनी, ज्याच्या तेजानं सगळे दिपून गेले, जो साक्षात पादशहाचा आवडता जावई आणि मित्र आणि त्याचा सगळ्यांत विश्वासू राजपत्रित अधिकारी होता. दंतकथेत शोभावा असा रक्त गोठवणारा, धक्कादायक शेवट...

मुख्य वजीर इब्राहीम पाशा, त्याचा जिल्हाधिकारी जावई आणि सेवक महमद हे तिघंही जण तीन वाजेपर्यंत ठार मारले गेले होते; चौकातल्या गर्दीकडे पाठवण्यासाठी त्यांची प्रेतं बैलगाड्यांवर लादण्यात आली. शाही राजवाड्यांतून आलेली प्रेतं बैलगाड्यांवर लादण्यात आली. शाही राजवाड्यातून आलेली प्रेतं गर्दीनं बैलगाड्यांतून काढली; आणि चौकातल्या चेंबरमध्ये गर्दीला पाहायल मिळावीत म्हणून उंच टांगली. ते म्हणाले, ''हा काही मुख्य वजीर इब्राहीम पाशा नाही; याची सुंता झालेली नाही; याचं डोकं तर भादरलेलं आहे; हा माणूस नक्कीच आर्मेनिअन नास्तिक असणार.'' दुसरे काही जण म्हणाले, ''हा माणूस ग्रीक

नास्तिक असणार. हा मुख्य वजिराचा प्रमुख फर व्यापारी आहे. दोघांची उंची, जाडी, आकार आणि दाढी एकसारखी आहे; दोघं अगदी एकाच आईची मुलं असू शकतील; आणि आता फरच्या व्यापाऱ्यानं आपल्या मुख्य वजीरासाठी हा त्याग केला आहे.'' असं म्हणून त्यांनी ते प्रेत ओझ्याच्या गाढवाच्या पाठीवर टाकलं; लोक ते प्रेत पुन्हा राजवाड्यात नेत असताना, इब्राहीम पाशाचं ते प्रेत खाली जमिनीवर पडलं, तेव्हा त्यांनी दोरीचं एक टोक त्याच्या गळ्याला बांधलं व दुसरं गाढवाच्या शेपटीला जोडलं. पूर्ण वेळ आरडाओरडा करत गाढवासह ते शाही रस्त्यानं आले; आणि त्याला शाही दरवाजाशी सोडून त्यांनी द्वारपालाला सम्राट कुठे आहे ते विचारलं; तो मिरवणूक महालात असल्याचं त्यांना कळलं.

वृत्तान्ततकाराला हा भयानक प्रकार अविश्वसनीय वाटला असणार; आणि तरीही रक्त थिजवणारी ही मध्यरात्रीची कहाणी तो पुढच्या पिढ्यांसाठी खात्रीनं सांगत असणार.

ते त्या ठिकाणी गेले आणि त्यांच्या कुरबुरींनी सम्राट सुलतान अहमद हैराण झाला. महालाच्या जाळीतून त्यानं स्वत: ओरडून सांगितलं, ''जर तो इब्राहीम पाशा नसेल, तर उद्या आम्ही स्वत: त्याला हवाली करू.'' स्वत:च्या खाजगी खोलीकडे जाताना त्यानं एका दूताला गर्दीकडे पाठवलं.

राज्यारोहणाच्या वेळी सुलतान अहमदनं उदारपणाने दिलेल्या बक्षिशीं-विषयीची कृतज्ञता जानिसरींच्या अधिकाऱ्यांच्या मनातून केव्हाच विरून गेली होती. शिस्त लावण्याच्या सम्राटाच्या सुरुवातीच्या निश्चयाच्या परिणामाचा मागमूसही विशेषत: जानिसरींच्या अधिकाऱ्यांमध्ये राहिला नव्हता.

''दूतानं आम्हांला कळवलं आहे की, गर्दी सुलतान अहमद हणला गादीवरून काढून त्याच्या जागी राजाधिराज सुलतान महमदला बसवू इच्छिते.''

सुलतान अहमदनं तोपर्यंत कितीतरी डोकी उडवायला फर्मावलं असेल; पण ह्या ठाम मागणीसमोर सामोपचाराच्या चर्चेला वावच नव्हता. विरोध करणं व्यर्थ आहे, त्याच्यासमोर दुसरा पर्यायच नाही हे त्याला कळून चुकलं होतं. इस्तंबूलमधले पुष्पगंधित वारे आणि युद्ध भूमीवरचं कठीण वातावरण यांत दुसऱ्यासाठी पहिल्याकडे पाठ फिरवण्यास दिलेल्या नकारामुळे आज ट्यूलिप्सच्या सम्राटाला ही न परतीची वाट घ्यावी लागत होती.

तो स्वत: आणि त्याची मुलं यांच्या सुरक्षिततेच्या हमीच्या बदल्यात तो सिंहासनावरून पायउतार होण्यास तयार होता.

महमूद आणि अहमद

इतिहासाची पुनरावृत्ती

''कधीही तुझ्या वजिराच्या हातात सत्ता सोपवू नकोस; नेहमी त्याच्यावर नजर ठेव आणि कोणालाच त्या पदावर ५-१० वर्षं ठेवू नकोस; आणि त्यानं सांगितलेली प्रत्येक गोष्ट जशीच्यातशी स्वीकारू नकोस. खजिना उधळू नकोस, आणि स्वत:चं काम स्वत: कर; इतरांवर विसंबू नकोस; माझं काय झालं. त्यावरून धडा घे. नेहमी अनुभवी लोकांना नेमण्याचा प्रयत्न कर; आणि नोकरांच्या वाईट इच्छांपासून बचाव होण्यासाठी उंचावरच्या देवाची प्रार्थना कर! आल्यागेल्या कोणालाही-अगदी तुझ्या मुलांनाही-तुझी गुपितं सांगू नकोस; नाहीतर नंतर हजार वेळा तुझ्यावर दुःख आणि पश्चात्ताप करायची वेळ येईल!

''सुलतान अहमदनं श्वास घेतला. त्याच्या कारकिर्दीतलं त्याचं शेवटचं वाक्य त्याच्या मानवी चिंता दाखवत होतं.''

''देवानं माझी मुलं तुझ्यावर सोपवली आहेत; कृपा करून त्यांना दयाळूपणे वागव!''

याआधी अहमद हणनं मन घट्ट करून आपल्या आयुष्यातलं पहिलं महाकठीण संभाषण केलं होतं ते लेवनीशी, आणि दुसरं सिंहासनावरून उतरण्याचं तेही लगेच. उतरण्याचा निर्णय घेतल्यावर स्वत:च्या भावाच्या मुलाशी. मध्यरात्री दिवस उजाडण्याचीही वाट न बघता त्यानं युवराज महमूदला शाहीद्वाराशी आणायला सांगितलं, जिथे तो स्वत: त्याची वाट पाहत थांबला.

आपल्या गळ्याभोवती आता वधस्तंभाचा फास पडणार आहे; का दैव खूश होऊन सिंहासनाचा लाभ होणार आहे याचा महमूदला अंदाज येत नव्हता; त्यामुळे वजीर आणि सेवक त्याच्याबरोबर चालत असताना सर्व रस्ताभर त्याचे ओठ मूकपणे प्रार्थना करत असले, तरी तो गप्पच होता.

आपलं सिंहासन दुसऱ्याच्या हाती देण्याच्या उद्ध्वस्त करणाऱ्या क्षणी प्रत्येक सत्ताधाऱ्याला विलक्षण भीतीही वाटत असते; सुलतान अहमदही त्याला अपवाद नव्हता. त्याला सत्तावीस वर्षांपूर्वीचा तो दिवस आठवला, जेव्हा बंडखोरांनी याच प्रकारे त्याचा मोठा भाऊ सुलतान मुस्तफा हणला पदच्युत केलं होतं. अशा प्रकारे त्या वेळी अहमदची पिंजऱ्यातली सोळा वर्षं संपुष्टात आली होती. सुलतान अहमद सिंहासनावर बसला होता; आणि मग कृतज्ञतेनं प्रार्थनेसाठी उभा राहिला होता; त्यानं सही केलेल्या पहिल्याशा ही फर्मानानं त्याचा स्वत:चा भाऊ-आधीचा सुलतान मुस्तफा-आणि त्याची पाच मुलं, त्यांत तेव्हाचा सात

वर्षांचा मुस्तफाही होता. यांना त्यानं जनानखान्यातल्या एकांतनिवास ऊर्फ बॉक्सवूड क्वार्टर्स किंवा थोडक्यात पिंजरा इथे पाठवलं. अशी इतिहासानं पुनरावृत्ती केली; फक्त खेळाडू आणि त्यांच्या जागा बदलल्या होत्या.

आपलं दु:ख आत लपवत सुलतान अहमद हणनं महमूद हणला उपदेश चालू ठेवला. आपल्या पुतण्याला स्वत:च्या चुका न करण्याबद्दल बजावणं इतर कशाहीपेक्षा अचानक फार महत्त्वाचं ठरलं; आणि त्यासाठी ही एकमेव संधी आहे हे त्याला माहीत होतं. ओटमन साम्राज्याचा तेविसावा सत्ताधीश या नात्यानं हे त्याचं शेवटचं भाषण होतं.

* * *

शाहीद्वाराजवळच्या वातावरणात अहमद हणचे शब्द तरंगत राहिले. एखाद्या पदच्युत सत्ताधीशाचे असावे, तसे ते टीकेचे शब्द नव्हते; तर ज्या मुलाचं यश त्या ज्येष्ठ माणसासाठी अतिमहत्त्वाचं आहे अशा पित्याचे मुलाला मार्गदर्शन करणारे शब्द होते. इतिहासाच्या एका संपूर्ण कालखंडाकडून झालेल्या चुकांची कबुली, त्याचे मर्यादाभंग आणि जोडीला दुर्दैवही. अनुभवातून आलेल्या त्या शब्दांतून सत्तालोलुपता नसून परिपक्वता होती; त्यात कुठेही अगतिक शरणागतता नव्हती. सगळं काही वजीरावर सोपवायचं नाही हा नवीन सम्राटासाठी योग्य सल्ला होता; ती जवळजवळ अपराधाची शोकाकुल कबुलीही होती. माजी सुलतानाच्या थकलेल्या मनोवस्थेनं त्या प्रसंगाचे साक्षीदारही मनातून हलले असते. त्याच्या धीरोदात्तपणानंही त्याची व्याकूळ अवस्था नीटशी लपत नव्हती.

आणि शेवटी माजी पादशहानं नव्या पादशहाच्या हाताचं नाही, तर कपाळाचं चुंबन घेतलं. महमूद हणनं आधीच्या पादशहाच्या हाताचं चुंबन घेऊन तिसऱ्या सुलतान अहमदाप्रति त्याला वाटणारा आदरभाव उमदेपणानं व्यक्त केला. सुलतान अहमदच्या मुलांनीही आपल्या वडलांच्या वागण्यातून बोध घेऊन नवीन पादशहाच्या हाताचं चुंबन घेत आपली निष्ठा व्यक्त केली.

तोपर्यंतच्या ओटमन इतिहासातलं सगळ्यांत सौम्य असं सत्तांतर आपण पाहत आहोत याची तिथे हजर असलेल्यांना पूर्ण कल्पना होती; वजीर, सैनिकी तुकड्यांचे अधिकारी, एन्देरूनचे हुजरे यांच्यातल्या कुठल्याच माणसानं आपले ओघळणारे अश्रू लपवण्याचे कष्ट घेतले नाहीत.

ओटमन राजवंशाचा चोविसावा पादशहा सुलतान महमूद हण यानं दरबारी रिवाजाप्रमाणे शिरपेचानं मढवलेला फेटा डोक्यावर चढवला आणि 'पवित्र आच्छादन महाला'तल्या सिंहासनाकडे तो सत्तेमध्ये स्थिर होण्यासाठी चालू

लागला, तर माजी सुलतान अहमद आणि त्याच्या मुलांनी पृथ्वीवरील त्यांचा नवा पिंजरा, शाही जनानखान्यातल्या बॉक्सवूड क्वार्टर्समधल्या 'पिंजरा महाला'च्या दिशेला तोंड वळवलं.

जेव्हा मोठ्या 'अस्नात' इस्तंबूलमधल्या सम्राट बनवणाऱ्यांनी' १७३० साली थोर सुलतान तिसरा अहमद याचं भवितव्य ठरवलं, तेव्हाच सदाबादचाही अंत्यसमय आला. नवा सुलतान त्याला जाळण्यापासून वाचवू शकला; त्याऐवजी ते पाडून टाकण्याची सूचना त्याला करायला लागली. एका महाभयंकर वादळात अप्रतिम प्रासाद, भलेमोठे तलाव आणि अगदी फुलांचे ताटवेही उद्ध्वस्त झाले, तेव्हा एक वरदान मात्र बचावलं; त्या संपूर्ण युगाचा अर्कच असं एक स्मारक : सुलतान अहमदचं कारंजं. त्यातले फुलांचे उठाव आणि आलेख जसेच्यातसे राहिले; त्या ठिपकेदार हिरव्या टाइल्सपैकी एकही निखळली नाही; त्याचा वर्ख कधीच उडाला नाही. येणारी शेकडो वर्षं सुलतान अहमदचं नाव आणि कीर्ती ते कारंजं अमर करणार होतं.

लेवनी आणि शेबसेफा

पुनर्मिलन / निरोप

त्याचा परमप्रिय सम्राट आता अंताच्या सुरुवातीला ठाकला आहे, हे लक्षात आलं, तेव्हा लेवनीच्या समोरही नवी क्षितिजं उघडली; पण एकातही त्याला रस वाटला नाही. अहमद हणच्या विलयानं काव्य आणि चित्रकलाही विलयाला गेली. तिसऱ्या अहमद हणच्या कारकिर्दीनंतरच्या काळात प्रसिद्ध चित्रकार आणि कवी लेवनी अब्दुलजलील चेलेबी यानं कोणतीच निर्मिती केली नाही असंच इतिहासानं नोंदवलं. आता निवृत्तीचा काळ आला होता; पण आयुष्य त्याचं अजून एक देणं होतं. चालढकल करण्याची वेळ गेली होती.

चित्रकारानं शांतपणे शाही प्रासाद सोडला; या भागाला तो पुन्हा कधीच भेट देणार नव्हता. साध्या पोशाखात फक्त त्यालाच माहीत असलेल्या रस्त्यानं, आजूबाजूच्या गोंधळवणाऱ्या आणि आक्रमक गर्दीची जराही दखल न घेता तो शांतपणे गलाटातून चालत गेला. त्याच्या तटस्थपणानं त्याला एखाद्या चिलखतासारखं वेढलं होतं, कोणीच त्याचा मार्ग अडवला नाही. एके काळी

सत्तेचं प्रतीक असलेल्या घडीव लोखंडी दरवाजांशी तो पोहोचला.

कॉन्स्टन्टिनीत त्यानं पाहिलेल्या महाभयंकर संकटमय प्रसंगांनी मुख्य वजीर नेवशेहिरली जामात इब्राहीम पाशा या आता मृत झालेल्या दरबाऱ्याच्या प्रासादात अनवस्था ओढवली होती. आपल्या नवऱ्याचा अंत ऐकल्यापासून फातमा सुलतान शोकात बुडाली होती. तिच्या वडलांची सक्तीनं झालेली पदच्युती आणि नंतर पिंजऱ्यात झालेली त्यांची रवानगी यांमुळे तिच्या दुःखात भरच पडली होती. तिची बालपणापासूनची दाई नेवफिदान काल्फा हिनं सगळी सूत्रं ताब्यात घेतली होती; दरवाजे बंद करून, ती भयभीत झालेले सेवक, हिजडे आणि इतरांना शांत करण्याचा आटोकाट प्रयत्न करत होती. काही जण आधीच पळून गेले होते, तर काही जण काय करायचे ते न कळून इकडेतिकडे भिरभिरत होते.

द्वाराशी आपली ओळख पटवून देण्यात साथीदाराला यश आलं. घाईघाईनं त्याला आत घेऊन दारे पुन्हा बंद झाली.

नेवफिदान कालफा ही अतिशय तरबेज दाई होती. घरात आणि शहरात काय काय घडतं ते तिला अचूक माहीत असे; आणि त्यामुळे लेवनी आणि शेबसेफाबद्दल ती जाणत होती. तिनं लेवनीला एका योग्य खोलीत बोलावलं. शेबसेफालाही तिथे बोलावलं; आणि ती स्वतः निघून गेली.

त्यांना एकमेकांबरोबर इतका कमी अवधी मिळाला; कोण कुठे फेकलं जाईल कुणास माहीत? जेव्हा मालकिणीचा पाडाव होतो; तेव्हा पाठीमागून गुलामाचाही कडेलोट होतो. दोघांनाही माहीत नव्हतं की, हे पुनर्मिलन आहे का निरोप घेणं? आपल्या वाया गेलेल्या तारुण्याचा शोक करायला शेबसेफाला अजून वेळ मिळणार होता...

* * *

अशा तऱ्हेनं युग संपलं ते फक्त ओटमन साम्राज्यासाठीच नाही, तर लेवनीसाठीसुद्धा. आता त्याच्यापुढे एक साधंसुधं ध्येय होतं; त्या जुन्याजाणत्या बेटावरचा अनाम अतिथी व्हायचं; सर्व वासना, महत्त्वाकांक्षा आणि हृदयभंग यांचा त्याग करायचा. उरलेले दिवस एखाद्या जुन्या सायप्रस झाडाच्या खोडावरील शिरांकडे किंवा एखाद्या कोवळ्या जस्मिनच्या नाजूक पाकळ्यांकडे बघत काढायचे. पाइनमधला वारा जो समुद्रात शिरला की एखाद्या जिभेसारखा हलतो. त्या वाऱ्यानं डोळे पाणावायचे काळाचं भान न ठेवता भूतकाळाला प्रश्नांच्या ओझ्यापासून मुक्त करायचं. त्या बेटावर.

इब्राहीम आणि एकाक्ष हुसेन आणि मनोल

हिशेब चुकता करायची वेळ

आज ज्या जनानखान्याला आपण तोपकाप राजमहाल म्हणून ओळखतो तो शहरातील सर्वांत अभिमानास्पद ठिकाणी होता; आणि त्याच्या सर्व बाजूंना विहंगम दृश्यं होती. ते ठिकाण कायमच, अगदी ओटमनांचं आगमन होण्या-आधीपासूनही तसंच होतं. जेव्हा जेत्या महमदानं ते प्राचीन शहर जिंकलं, तेव्हा या ठिकाणी म्हणजे शहरातल्या मध्यवर्ती भागात जुन्या वस्त्या आणि भूमीगत टाक्या यांची एक अजब सरमिसळ झाली होती. ओटमनचा नवीन राजवाडा, नवीन हक्कदार यांनाही या टाक्या सेवा पुरवत राहिल्या.

गुलहेन बागांच्या बाजूच्या शाही तबेल्याच्या आधीची टाकीही अशी होती. तिचं प्रवेशद्वार म्हणजे एक खोल बोळ होता. इथपर्यंत कोणी आलंच तर आत लपण्यासाठी अगदी योग्य.

झोपेविनाच्या त्या रात्री युवराज महमूद ओटमन राजवंशाचा चोविसावा पादशहा झाला, त्यानंतरच्या सकाळी पहिल्या अंगणातल्या बेकरीतून ताजे भाजलेले रोट खुद्द राजवाड्यात नेले जात असताना दोन अग्निशामक सैनिक गुपचूप आले; त्यांचं अस्तित्व गर्दीला जाणवलं नाही. गर्दी अजूनही याच भ्रमात होती की, त्यांनी सर्व गोष्टी योग्य वळणावर आणल्या आहेत; त्यांच्या स्वप्नातली न्याय्य व्यवस्था त्यांनी मिळवली आहे. जो नेहमी ये-जा करायचा. आणि जो कोणाच्या बाजूचा आहे हे कधीच कळलं नव्हतं अशा अग्निशामक दलाच्या अधिकाऱ्याला, एकाक्ष हुसेनला द्वारपालानं ओळखलं; पण या आगळ्या दिवशी त्याची अधिक चौकशी करायची नाही असं त्यानं ठरवलं. अधिकाऱ्याबरोबर अजून एक बिनदाढीचा, मध्यम उंचीचा, मध्यमवयीन माणूस होता, ज्याला द्वारपाल ओळखत नव्हता; तो बहुधा अधिकाऱ्याच्या विश्वासातला नेहमीचा साथीदार असणार. तो माणूस किती विलक्षण थकलेला दिसत होता, ही एकच गोष्ट कुतूहल जागवणारी होती.

* * *

प्रमुख फर विक्रेता मनोल एफेंदीच्या नाहीसं होण्यावर कोणीच टिप्पणी केली नाही. त्याचा थोर आश्रयदाता असलेल्या मुख्य वजिराला त्यानं कितीतरी वर्षं अगदी निवडक फर — सेबल, एरमिन आणि कोल्ह्याची — रेशमी अंगरख्यांचं अस्तर म्हणून वापरण्यासाठी पुरवली होती; त्याच्या महागड्या दरांचा लोकांना

हेवा वाटे; पण या काळात अशा गोष्टी अनपेक्षित नव्हत्याच. ''ही तुझ्या आश्रयदात्याची शेवटची संधी आहे; अशी संधी पुन्हा मिळणार नाही; आणि तुझ्यासाठी ही न सांगता येणारी सेवा पुरवण्याची शेवटची संधी!'' असं सांगून कोणी त्याला फशी पाडलं असेल, तर माहीत नाही.

* * *

झुलाल झादे हसन एफेंदीची रूपवान पत्नी गुपचूप पळून गेल्याच्या अफवांना पीक आलं होतं; पण त्या अफवा सिद्ध झाल्या नव्हत्या.

प्रमुख न्यायाधीश झुलाल झादे हसन एफेंदीनं आपण आपल्या पत्नीला ''मी तुला काडीमोड देतो'' असं तीन वेळा सांगून तोडून टाकल्याचं आपल्या मित्रांना सांगितलं होतं, एका गाडीत बसवून तिला एका छोट्या रुमेली नगरातल्या तिच्या आईकडे पाठवून दिल्याचंही त्यानं सांगितलं; पण कोणाचाच त्याच्यावर विश्वास बसला नाही. काही जणांना वाटत होतं की उस्कुदारला जाणार तिहेरी वल्ह्यांचा पडाव पकडताना वाऱ्यावर उडणाऱ्या तिच्या भगव्या रेशमी पायघोळावरून त्यांनी तिला ओळखलं होतं; आणि बुरख्यातून डोकावणाऱ्या तिच्या जांभळट डोळ्यांत एक आनंदी लगबग होती; ते काही जण चर्चा करायचे कधीच थांबले नाहीत.

वॅन मूर आणि पत्रोना हलील

कॅनव्हासवर उतरवलेलं साम्य

चित्रकारानं सगळंच नोंदवलं.

कॉन्स्टन्टिनीत त्याच्या शहरात पडझड करत सुटलेल्या या वादळी काळाच्या कचाट्यात सापडल्याबद्दल त्यानं त्याच्या नशिबाला बोल लावला. पण त्याच वेळी स्वत:च्या वैयक्तिक भेदरलेल्या परिस्थितीतही त्याला पुढच्या पिढ्यांसाठी हा माथेफिरूपणा, हा संताप आणि भीती पकडून ठेवायची होती.

स्वत:ला पत्रोना हलील म्हणवून घेणाऱ्या या माणसाला त्याच्या नशिबानं अचानक ज्या निसरड्या जागी आणून ठेवलं होतं, ज्यानं चुकीच्या समजुतीनं त्या घसरडेपणाला ऐश्वर्य मानलं; ज्यानं अडखळून स्वत:ची भीती लपवण्याचा प्रयत्न केला, ज्यानं स्वत:ची मर्यादित बुद्धी डावपेच आखण्यासाठी वापरली त्याच्या

मार्गावर, त्याच्या नशिबी पराभवच येणार होता. अशा त्या बैझिद स्नानगृहाच्या सेवकानं चित्रकाराची जिज्ञासा चाळवली होती. या मूर्खाला इतिहासाची काहीच समज नव्हती. आणि इतिहासाइतकाच पुरातन नियम – जो रक्तरंजित बंडाचं नेतृत्व करतो, त्यांच्याच दैवात हमखास पहिला बळी ठरणं लिहिलेलं असतं, हाही त्याला माहीत नव्हता. आणि ज्यांना हे समजत होतं, ते तरी कुठे वेगळे वागले? बाहेर चाललेल्या भेसूर दुर्दैवी तुफानापासून अलिप्त राहून स्वत:च्या कॅनव्हाससमोर काम करत असलेल्या ज्याँ–बाप्तिस्त वॅन मूरच्या मनात हे विचार येत होते. त्या रक्तरंजित दिवसांत पत्रोना हलीलला त्यानं एकदाच काही अंतरावरून थोडा वेळ पाहिलं होतं; त्याचं साधर्म्य असलेलं रेखाटन तो आत्ता करत होता.

पार्श्वभूमीवरच्या गोंधळलेल्या दंगलीसमोर ताठ उभी राहून वरवर आत्मविश्वासपूर्ण वाटणारी त्याची आकृती सतत पाठीमागे नजर ठेवून होती. त्याच्या हातात उघडी तलवार होती. अरुंद कपाळपट्टीखालचे त्याचे रिकामे डोळे टक लावून बघत होते. मोठाल्या मिशांखालील त्याचे उद्धट ओठ लपत नव्हते. त्याचा भांडखोर आक्रमकपणा हा दाबून ठेवलेल्या असुरक्षिततेतून आला होता. रंगमंचावरच्या एखाद्या भव्य नाटकातल्या नटासारखा तो दिसत होता. चित्रकारानं टोकाला काही आकृत्या गर्दी करून दाखवल्या होत्या. पत्रोना हलीलचे दोन गुंड — पुन्हा एकदा — मोठाल्या मिश्यांवाले हे पूरक घटक म्हणून दाखवले होते. या वेळी वॅन मूरनं अतिशय वेगानं काम केलं होतं. एक संपूर्ण चित्र एवढ्यातच तयार होतं. हे एक साधं व्यक्तिचित्र नव्हतं, एका माणसाच्या अत्युच्च विजयाच्या क्षणी काळाला गोठवून त्या एका माणसाच्या रूपात त्यानं एक संपूर्ण प्रसंग सांगितला होता. त्या क्षणाच्या आधी ज्यांनी इतरांचे गळे दाबले आहेत, त्यांच्या नशिबीही लवकरच तशाच तऱ्हेनं बळी जाणे आहे, याची त्या चित्रातल्या माणसाला जराही कल्पना नव्हती...

चित्रकाराच्या मनात आलं: हे चित्र कोण विकत घेईल, ते तो टांगेल तरी कुठे, आणि त्याकडे पाहील तरी कोण?

नंतर

पिंजऱ्यात

नंतर एमेतुल्ला सुलताननं आपले डोळे झोपेविना बंद केले; या छोट्या खिडक्यांच्या साध्या खोलीऐवजी जिथं तिनं खूप आनंदी काळ व्यतीत केला आहे अशा प्रसन्न आणि सुरक्षित वातावरणाच्या फलमहालात ती आहे अशी तिनं कल्पना केली. लाकडी भिंतींचा उबदारपणा, फुलं आणि फळं दाखवणाऱ्या तैलरंगांचा स्पर्श कळण्यासाठी तिनं हात लांबवला, पण व्यर्थ. तिच्या हाताखालच्या फरशीच्या थंडगार स्पर्शानं तिला धाडकन वर्तमानात आणलं. अंत:पुरातल्या जनानखान्याशेजारीच असलेल्या, पण त्या वातावरणापासून पूर्ण तोडलेल्या बॉक्राबूट क्वार्टर्समध्ये शेकडो वर्षं आत गिळून टाकलेल्या, मूक अश्रूंनी झाकोळलेल्या पिंजऱ्यामध्ये.

वास्तवापासून स्वत:ला तोडून स्वप्नांच्या जगात आश्रय शोधणं हा तिचा सध्याचा उद्योग झाला होता. जुने सुंदर दिवस पुन्हा मिळवण्याचा आणि त्यांच्या नव्या आयुष्यासाठी स्वत:ला घट्ट करण्याचा तो एकमेव मार्ग होता. वेळोवेळी सम्राटानं तिला भेटीखातर दिलेल्या दागिन्यांचा झगमगता संग्रह तिच्याकडून जप्त करण्यात आला त्याचंही तिला वाईट वाटलं नाही; अगदी तिचा एकमेव आवडता, भला मोठा काळा हिरा ज्यामुळे अहमद हणच्या हृदयातलं तिचं स्थान कळत असे; आणि ज्याकडे प्रत्येक स्त्री असूयेनं बघत असे त्या हिऱ्याची अंगठी खजिन्यात सुपुर्द करतानाही तिला वाईट वाटलं नाही. जोपर्यंत उरलेल्या राजवाड्यापासून त्यांना विलग करणाऱ्या त्या बेगडाच्या पिंजऱ्यानं त्यांना एकमेकांपासून तोडलं नाही, तोपर्यंत तिला कसली पर्वा नव्हती. प्रिय पत्नी एमेतुल्लाला आपल्या पतीच्या चेहऱ्यावरला पराभूत भाव आणि त्याची खाली घातलेली मान बघणं फार कठीण जात होतं; जनानखान्यातल्या हिजड्यांच्या सक्त नजरेखाली तो एखाद्या नखं काढलेल्या सिंहासारखा झाला असला तरी तिच्यालेखी अजून तो जगातला सर्वांत मोठा सत्ताधीश होता. ती शेवटपर्यंत आपल्या पतीच्या बाजूला उभी राहून त्यांच्या नशिबाशी झुंजणार होती, त्याच्या उरलेल्या आयुष्यात त्याला आधार आणि आनंद देणार होती. जसं सुलतान अहमदनं एकदा त्याच्या मुख्य वजिराला सांगितलं होतं, ''माझ्याविषयी जाणण्यासारखं जे काही आहे, ते माझी प्रमुख पत्नी जाणते. मी कसा आहे ते तुम्ही तिला विचारायला पाहिजे...''

आयुष्य बदलवून टाकणाऱ्या १७३० मधल्या शरद ऋतूत जेव्हा तो सर्व काळ

युवराजांच्या खोलीत कैदेत होता, तेव्हा आपल्या वडलांबद्दलचा आपला आदर कसा वाढला याचा राजपुत्र मुस्तफा विचार करी. बॉक्सवूड क्वार्टर्समध्ये जेव्हा त्याला वडलांच्या सोबत ठेवण्यात आलं, तेव्हा तो फक्त १३ वर्षांचा होता. हे खरं की, त्यांचा प्राण वाचला होता. पण विशेषत: त्याच्या पादशहा वडलांसाठी पिंजऱ्यातलं आयुष्य हे मृत्यूपेक्षाही वाईट होतं.

या सगळ्या अटी पूर्वीच्या सम्राटानं सहन केल्या त्या फक्त आपल्या मुलांच्या सुरक्षिततेच्या काळजीनं. आपला वंश पुढे चालू राहणार यात अहमद हणला शंका नव्हती; या खात्रीमुळे त्याला शक्ती मिळत होती. मुलांच्या रक्षणासाठी तो प्रत्यक्षात फार काही करू शकत नव्हता; पण त्याचं – आधीच्या सम्राटाचं – केवळ अस्तित्वच काही दुष्ट प्रवृत्तींना दूर ठेवू शकत होतं. त्याचा पुतण्या सुलतान महमूद हण हा दयाळू आणि कनवाळू होता; आपल्या काकांविषयीचा त्याच्या मनातला आदर कणमात्रही उणावला नव्हता. दु:खाची गोष्ट म्हणजे सुलतान महमूदला अजून त्याचे स्वत:चे मुलगे नव्हते; त्यामुळे त्याचा धाकटा भाऊ उस्मान हा रांगेतील ज्येष्ठ पदावर होता. ज्या राजघराण्याचं तो नाव सांगत होता; त्या नावाच्या उपहासात्मक विरोधात असणाऱ्या त्याच्या किळसवाण्या रूपातून बहुधा या युवराजाचा संतापी, दुष्ट स्वभाव निर्माण झाला असावा; याची सर्वांना खूप दहशत वाटे. हा सत्तेवर आल्यावर काय करील हा विचारच घाबरवून टाकणारा होता.

मुस्तफाचा मोठा भाऊ सुलेमान हा महमूदनंतरच्या रांगेतला ज्येष्ठ होता. मुस्तफाला खात्री होती की काही वर्षांपूर्वी सुलेमान अचानक कारणही न कळता मेला कारण त्याच्यावर या तिरस्करणीय युवराज उस्माननं विषप्रयोग केला म्हणून. उस्मानचा अकल्पनीय अधाशीपणा, त्याचं फुगलेलं शरीर, असमाधान आणि आकस्मिक तारांगण माजवणं हे लपून राहिलं नव्हतं. म्हणून मुस्तफानं आपल्या शरीरानं विषप्रयोगाला तोंड देण्यासाठी तयार व्हावं म्हणून रोज किंचित प्रमाणात विष घेण्यास सुरुवात केली. त्याचे खोल गेलेले डोळे आणि त्याच्या तरुण कातडीवरची आजारी, पिवळट झाक त्याच्या वडलांच्या नजरेतून सुटली नव्हती...

युवराज मुस्तफाचा ज्योतिषशास्त्राकडे झुकणारा कल त्याच्या वडलांना अस्वस्थ करी; पण एका भविष्यवेत्त्यानं दीर्घ आणि महान सत्तेचं भाकीत केल्यापासून या तरुण माणसाला त्यात वाटणारी गोडी थांबवणं अशक्य झालं होतं. त्यांच्या परिस्थितीनं त्यांच्यावर घातलेली बंधनं युवराज मुस्तफा दूर

सारायला बघे. अंत:पुरातल्या जनानखान्यातल्या युवराजांच्या खोलीत कोण जाणे किती काळ, पण कदाचित उरलेले सर्व दिवस तो दैवी गोष्टींसंबंधी पुस्तकं आणि इतर वस्तू मिळवण्याचा प्रयत्न करे...

नंतर बॉक्सवूड क्वार्टर्स म्हणून ओळखल्या जाणाऱ्या अंत:पुरातल्या भागाचं आयुष्य इतरांपेक्षा वेगळंच जाणार होतं; येणारा प्रत्येक दिवस नशीब बदलवेल या आशेत आयुष्य पुढे सरकणार होतं.

नंतर

शोकगीत

नंतर, ठार करण्यात आलेल्या माजी मुख्य वजीर इब्राहीम पाशाच्या मृत शरीरावरून जप्त करण्यात आलेल्या दागिन्यांची खजिनदारानं नोंद केली, सुरुवातीलाच होती, 'जुळ्या हिऱ्यांची एक अंगठी.'

गुरुवारी उडाला एकच गोंधळ
मी उभारली आहेत ही सारी कामं
अशी बदनामी का यावी माझ्या वाट्याला?
रडू फुटतं, या अपमानांनी मरण आलं मला...
जाऊन सांगा माझ्या मुलाला दुखवट्याची वस्त्रं घालायला
जाऊन सांगा माझ्या नोकरांना, शोधा म्हणावं मला.
उस्कुदारमधला प्रासाद उद्ध्वस्त झाला
मी रडतो, कारण तो मिळाला शत्रूला.
चाळीस दिवसांच्या सुतकातल्यांनो करा मला मदत
ते म्हणतात इब्राहीम पाशा आहे मृत
माझं शव कुत्र्यांपुढे टाकलं;
मी रडतो माझ्या न म्हटलेल्या प्रार्थनेसाठी.
मी उस्कुदारला गेलो होतो, तीन महिने राहिलो.
मी सभा चालवली, किती एक नेलं पूर्णत्वाला
मी बंडखोरांना ऐकलं, माझं मन गमावलं
मी रडतो या दुष्ट जगात आल्याबद्दल.

हळूहळू परिस्थिती निवळली; आणि एकामागून एक बंडखोरांना अटक झाली. ते त्यांच्याच बंडाळीचा बळी ठरले. एका अज्ञात कवीनं लिहिलेलं शोकगीत शहरभर कुजबुजलं गेलं; चौकात, कॉफीगृहात, प्रासादात आणि बगिच्यात गायलं गेलं; मुख्य वजीर इब्राहीम पाशाचा आक्रोश वारंवार निनादला.

नंतर

नेदिम

नंतर कवी नेदिमबद्दल एक अफवा पसरली. तो आणि मुख्य वजीर इब्राहीम पाशा हे एकमेकांचे खंदे प्रशंसक होते. नेदिमनं त्या दरबारी अधिकाऱ्यासाठी ट्यूलिपसारखी स्तुती स्तोत्रं लिहिली; आणि त्याच्या कलेचा इब्राहीम पाशा निस्सीम चाहता होता. कवी त्या गोंधळापासून दूर पळत होता; आणि प्रासादाच्या छपरावरून उड्या मारताना खाली पडून मेला; अशी अफवा होती. पण सत्य काय ते फारच थोड्यांना माहीत होतं; मृत्यूपेक्षाही महाभयंकर अशा भीतीनं त्याला विळखा घातला आणि तिथून निसटण्यात तो यशस्वी झाला.

काळजीनं पोखरून तो तीन महिन्यांत मृत झाला.

अहमद आणि लेवनी आणि एमेतुल्ला आणि फातमा आणि मिहरिशा आणि शेरमी आणि हुमशा आणि उमुगुलसुम आणि यिरमिसेकिझ चेलेबी

अंतानंतर

आपलं भन्नाट रहस्य आपल्याबरोबर घेऊन लेवनी १७३२ मध्ये अल्लाला प्यारा झाला. सुलतान अहमदला अतिशय प्रिय असे इतरही त्याच वर्षी लागोपाठ लोप पावले. त्याची आवडती पत्नी आणि फातमा सुलतानची आई एमेतुल्ला, त्याचे दोन युवराज सुलेमान आणि मुस्तफा यांची आई मिहरिशा सुलतान, फातमा हुमशा सुलतान, त्याचा सर्वांत लहान युवराज अब्दुल हमीदची आई शेरमी

सुलतान आणि शेवटी त्याची लाडकी कन्या फातमा सुलतान आणि दुसरी मुलगी उमुगुलसुम सुलतान.

या विचित्र योगायोगाचं पुरेसं स्पष्टीकरण इतिहासानं कधीच दिलं नाही.

आपण आपल्या पतीला मागे सोडून आपलं कर्तव्य पुरं न करताच मरण पावलो याबद्दल स्वत:ला कमी लेखणाऱ्या एमेतुल्ला कादनचं खास स्थान मृत्यूनंतरही कायम राहिलं. तिला सायप्रस जिंकणाऱ्या मुस्तफा पाशाच्या पायांशी एयुपमध्ये दफन केलं गेलं; राजकन्या आणि इतर तीन पत्नींना नवीन मशिदीच्या दफनभूमीत पुरण्यात आलं.

जेव्हा कालगतीप्रमाणे मिहरिशाचा मुलगा तिसरा मुस्तफा म्हणून राज्यावर बसला, तेव्हा त्यानं उस्कुदार अयाझ्मा इथे आपल्या आईच्या नावानं एक मशीद बांधून कित्येक शतकांनंतरही तिचं नाव मागे राहील असं केलं...

एका छोट्या मशिदीशेजारच्या धर्मशाळेच्या पुष्पोद्यानात लेवनीला दफण्यात आलं; हे ठिकाण वाढत्या शहरानं पुढे गिळलं तरी असतं; किंवा कदाचित या भूमीचा एक अदृश्य भाग म्हणून पुनरुज्जिवित तरी झालं असतं...

पत्रोना हलीलच्या बंडानंतर ज्याला सायप्रस इथे हद्दपार करण्यात आलं होतं तो यिरमिसेकिज चेलेबी महमद एफेंदी हाही त्याच वर्षी मरण पावला. आपल्या मित्राच्या मृत्यूची वार्ता त्यानं ऐकली होती की नाही याची इतिहासात नोंद नाही.

त्याचे सर्व जवळचे आणि प्रिय लोक त्याला सोडून मरण पावल्यावर सुलतान अहमद जनानखान्यातल्या त्या बेगडाच्या पिंजऱ्यात आणखी चार वर्षं जगला. त्याच्यानंतरचा सम्राट सुलतान महमूद यानं पाचू आणि माणकाची मूठ असलेला अप्रतिम खंजीर पर्शियन शाह तहमास्पला पाठवला; पण शाहची हत्या झालेली असल्यामुळे तो खंजीर त्याला मिळालाच नाही; आणि तो खंजीर ओटमन खजिन्यात परत आला.

सुलतान महमूद किंवा त्याच्यानंतर आलेला त्याचा भाऊ सुलतान उस्मान या दोघांनाही मुलं झाली नाहीत. मुस्तफा आणि अब्दुल हमीद आणि नंतर त्यांचे मुलगे यांनी वंश पुढे नेला. तिसऱ्या सुलतान अहमदनं ओटमन साम्राज्याला एक निश्चित पुढे जाणारा वंश दिला.

ट्यूलिप उद्यानांना त्यानं स्वत:ची सावली दिली, जी कधीच नाहीशी होणार नाही.

* 9 7 8 8 1 7 1 8 5 4 1 7 2 *
FCW - #0117 - 061026 - C0 - 216/140/16 - PB - 9788171854172 - Matt Lamination